कॉन्स्टन्स ब्रिस्को व्यवसायाने बॅरिस्टर असून १९९६ साली त्यांची अर्ध-वेळ न्यायाधीश म्हणून नियुक्ती झाली. ब्रिटनमध्ये सुरुवातीच्या काळात न्यायाधीशपद भूषवणाऱ्या निग्रो स्त्रियांपैकी त्या एक आहेत. मार्टिन आणि फ्रान्सिका ह्या दोन अपत्यांसह त्या क्लॅपहॅम येथे वास्तव्य करीत आहेत. टोनी आर्लिज जोडीदार आहे.

'धक्कादायक आणि तरीही लक्ष वेधून घेणारं. कॉन्स्टन्सच्या कहाणीमुळे तरुणांना स्वप्न पाहण्याची आणि ती प्रत्यक्षात आणण्यासाठी प्रयत्न करण्याची, तसंच उत्तम पालक होण्याची प्रेरणा मिळेल, अशी आशा आहे.

– लेस्ली पियर्स

एका वकिलाचं आगळंवेगळं आत्मवृत्त. हे सर्व सामान्य वकिलीच्या कारकीर्दीमधील एक स्फूर्तीदायक आत्मकथन आहे... स्वत: वकील असूनही क्लिष्ट वकिली भाषेचा लवलेशही नसलेलं अतिशय मनोवेधक पुस्तक लिहिण्यात त्या यशस्वी झाल्या आहेत.

– मार्सेल बर्लिन्स, गार्डियन

असामान्य... अतिशय दु:खदायक, कमालीचं अस्वस्थ करणारं पण प्रेरणादायकसुद्धा...

– डेली मेल

हे पुस्तक वाचताना तुमचा राग आवरणं कठीण जातं. शेवटी एक असाहाय्यतेची आणि अस्वस्थपणाची भावना वाटत राहते. हेच ह्या पुस्तकाचं यश आहे.

– इव्हिनिंग स्टँडर्ड

प्रतिकूल परिस्थितीवर आत्मविश्वासाने मात कशी केली हे सांगणारी, थक्क करणारी सत्यकथा.

– मेल ऑन संडे

'लक्षवेधी'

– गुड हाऊसकीपिंग

'अग्ली' ही कॉन्स्टन्स ब्रिस्कोची जीवनगाथा. ब्रिटनमधील सुरुवातीच्या काळात नियुक्त करण्यात आलेल्या निग्रो स्त्री न्यायाधीशांपैकी त्या एक आहेत. पोटच्या मुलीला बालपणापासून उपासमार, मारहाण करणाऱ्या, कुरूप, भुईला भार असे वाग्बाण मारून अमानुष छळणाऱ्या मातेच्या क्रौर्याची हृदय पिळवटून टाकणारी कहाणी.

– एल

खिळवून ठेवणारं... अस्वस्थ करणारं... प्रामाणिक निवेदन.

– वियेन ॲण्ड होम.

आईने सख्ख्या मुलीवर केलेल्या अनन्वीत अत्याचारांची सत्य कथा
मुलीच्याच शब्दात....

अग्ली

मूळ लेखिका
कॉन्स्टन्स ब्रिस्को

अनुवाद
उल्का राऊत

मेहता पब्लिशिंग हाऊस

UGLY by CONSTANCE BRISCOE
Copyright © 2006 by Constance Briscoe
Translated in Marathi Language by Ulka Raut

अग्ली / अनुवादित आत्मकथन

अनुवाद : उल्का राऊत
९०२, उत्तुंग टॉवर, डी.एल. वैद्य रोड, शिवाजी पार्क, दादर,
मुंबई - ४०००२८.

मराठी अनुवाद व प्रकाशनाचे हक्क मेहता पब्लिशिंग हाऊस, पुणे ३०.

प्रकाशक : सुनील अनिल मेहता, मेहता पब्लिशिंग हाऊस,
१९४१, सदाशिव पेठ, माडीवाले कॉलनी, पुणे – ४११०३०.

मुद्रक : स्पेक्ट्रम ऑफसेट, डी-२/४, सत्यम इस्टेट, सीडीएसएसच्या मागे,
एरंडवणे, पुणे – ४११००४.

मुखपृष्ठ : फाल्गुन ग्राफिक्स

प्रथमावृत्ती : ऑगस्ट, २०११

किंमत : ₹ २५०/-

ISBN 978-81-8498-258-9

हे पुस्तक मिस के
यांना अर्पण

अनुक्रम

उपोद्घात / १
माझे कुटुंब / ५
परिवारात आणखी भर / १२
नवीन 'बाप' / २६
ख्रिसमस धमाल -१९६५ / ३७
कुरूप -१९६६ / ४३
नवीन शूज -१९६७-८ / ५३
जादूटोणा -१९६८ / ६८
एक चांगली कॅथलिक मुलगी -१९६८ / ७६
अखेर मी कायद्याचा आधार घेतला -१९६९ / ८५
जॅक्सनची जादू -१९६९ / ९९
सिंड्रेला नृत्याला जाते तेव्हा... -१९६९ / १२०
आणि पलंग अदृश्य झाला -१९६९ / १३६
शनिवारची नोकरी - १९६९ / १४२
रुग्णालय -१९६९ / १५२
शाळेची सहल -१९७० / १६१
गुड मॉर्निंग हार्टेक -१९७१ / १६६
स्वर्गीय सुखाची अनुभूती -१९७१ / १८४
स्वर्गसुख हरवले -१९७१ / १९३
आणखी एक ख्रिसमस -१९७१ / २०३
अलविदा... बेम -१९७२ / २०७
घरात मी... एकटीच -१९७२ / २२३
मैदान-ए-जंग -१९७२ / २२८
आपकमाई -१९७२ / २३५
कष्टाचे दिवस... -१९७२ / २५१
आशेचा किरण -१९७२-५ / २५९
उपसंहार / २७६

Contact : © 020-24476924 / 24460313
Website : www .mehtapublishinghouse.com
info@mehtapublishinghouse.com
production@mehtapublishinghouse.com
sales@mehtapublishinghouse.com

All rights reserved. No part of this publication may be reproduced, stored in a retrieval system or transmitted, in any form or by any means, without the prior written consent of the Publisher and the licence holder . Please contact us at **Mehta Publishing House,** 1941, Madiwale Colony, Sadashiv Peth, Pune 30.

- *या पुस्तकातील लेखकाची मते, घटना, वर्णने ही त्या लेखकाची असून त्याच्याशी प्रकाशक सहमत असतीलच असे नाही.*

उपोद्घात

"तू इथं आलीस ते तुझ्या आईबाबांना माहीत आहे का?" सामाजिक स्वयंसेवी संस्थेतील त्या महिलेने मला विचारले.

रिसेप्शन डेस्कच्या मागे बसून ती बोलती होती. तिच्याशी बोलण्यासाठी मी टाचा उंचावल्या आणि म्हणाले, "नाही, पण मला मुलांच्या वसतिगृहाविषयी चौकशी करायची आहे."

"वय काय तुझं?" तिने विचारले.

"अकरा."

"घरी तुला फार त्रास होतोय का?"

"हो." मी म्हणाले. "वसतिगृहात दाखल होण्यासाठी काय करायचं?"

"आधी तुझी माहिती सांग बरं."

मी माझे नाव आणि पत्ता सांगितला. "शक्य असेल तर आजच राहायला यायचंय," असेही सांगून टाकले.

"असं स्वतःच दाखल होता येत नाही, सोने! त्यासाठी आईवडिलांची परवानगी लागते. घरी जा आणि नीट विचार कर. पुन्हा कधीही येऊन तू भेटू शकतेस मला."

"पण मला घरी जायचंच नाही."

"अगं, केवळ तुला घर सोडायचंय म्हणून मी तुला इथं ठेवून घेऊ शकत नाही. तुझ्या आईशी मी बोलू का?"

"नको, थँक्स." मी म्हणाले. "मीच बघते काय करायचं ते!"

माझा हा उद्योग आईला कळला तर ती मला चांगलीच बदडून काढेल हे मला ठाऊक होते. अतिशय निराश होऊन मी दक्षिण लंडनमधील वॉलवर्थ रस्त्यावरून सदरलँड चौकातील आमच्या घरी निघाले. छान ऊन पडले होते; परंतु माझ्या मनात अंधकार दाटला होता. वसतिगृहात राहण्याची आशाही मावळली होती. काहीच माझ्या मनासारखे होत नव्हते. आयुष्याला काही अर्थच नव्हता. जगून तरी काय करायचे, असा विचार सारखा मनात येत होता.

त्या रात्री मी विचार केला, की मी अचानक नाहीशी झाले तरी कोणालाही

फरक पडणार नाही. मी आईसाठी पत्र लिहून ते शाळेच्या भरतकामाच्या पिशवीत ठेवून दिले. बाथरूममध्ये जाऊन 'डोमेस्टास' ब्लीचची बाटली उघडली. तिच्यात थोडेसे पाणी मिसळून ते सारे मिश्रण मी पिऊन टाकले आणि अंथरुणात जाऊन पडले. या ब्लीचमुळे सर्व प्रकारचे कीटक मरतात असे ऐकून होते. मी एक क्षुद्र कीटक आहे असे आई कायमच माझ्या कानीकपाळी ओरडत असे. म्हणजे मी नक्की मरणार तर! कॉटवर पडून मी मृत्यूची वाट पाहू लागले. मला एकाच वेळी आनंद आणि दुःख होत होते. ब्लीच प्यायल्याने मला ढवळायला लागले होते. ब्लीचने काम केले तर आज रात्री मी मरून जाईन. यापुढे कधीही उद्याची चिंता करायला नको, ह्या विचाराने मला खूप आनंद होत होता. किती छान! परंतु माझ्या बहिणींना भेटता येणार नाही ह्या गोष्टींचे मला वाईटही वाटत होते. कोणी सांगावे हीदेखील एका दृष्टीने चांगलीच गोष्ट होती... आणि माझी आई! देवाशप्पथ सांगते, भूत होऊन तिला जन्मभर छळत राहीन, तिच्या डोक्यावर मारेन, ती जिना उतरत असताना तिच्या पायात पाय घालून तिला पाडेन, रात्री झोपली की तिचे पांघरूण खेचून काढीन आणि चांगलाच धडा शिकवीन तिला!

सकाळी जागी झाले, तेव्हा वाटले, मी मेलेच आहे. गादी ओली झाल्याचा गजर एकीकडे वाजत होता. कॉटवरच्या दिव्यांची उघडझाप चालू होती. काय चाललेय तेच कळेना. मी निपचित पडून होते.

आई कॉटच्या बाजूला उभी राहून माझ्याकडे बघत होती. "चल, गादीवरची ऊठ." तिने हुकूम सोडला. मी तशीच पडून राहिले. घसा खूप दुखत होता. बोलणे तर शक्यच नव्हते. ओठांभोवती मोठेमोठे फोड आले होते. माझ्या अंगावरचे ब्लँकेट खसकन ओढून आई ओरडली, "एकदा सांगितलं ना ऊठ म्हणून, पुन्हा सांगायला लावू नकोस." माझ्या बखोटीला धरून तिने मला उभे केले, पण तिने हात सोडल्यावर मी गळून पुन्हा कॉटवर पडले. त्यातच मला उलटी झाली. आता मात्र काहीतरी गडबड आहे हे तिच्या लक्षात आले. तिने जोरात हाक मारली, "ईस्टमनऽऽ" हा तिचा नवा यार! त्याने पॉलिनला आणि तिने पॅटसीला हाक मारली. ह्या दोघी माझ्या थोरल्या बहिणी. "अरे देवा! ही कार्टी मला चांगलीच गोत्यात आणणार आहे." आई वैतागली होती.

"डॉक्टरला फोन कर आणि ॲम्ब्युलन्स बोलाव." ईस्टमनने सुचवले. त्याऐवजी आईने पॉलिनला स्वच्छ चादरी आणायला पिटाळले. पॉलिनने मॅटवरच्या घाण झालेल्या चादरी धुवायला टाकून माझ्या गादीवर नवी चादर घातली. इकडे आईने घाईघाईत माझी खोली आवरली. उलटी आणि लघवीचा वास जावा म्हणून खिडक्या उघडून टाकल्या. अशी साफसफाई झाली तरीही माझ्या खोलीची एकूण अवस्था पाहून माझी आबाळ होत असावी हे डॉक्टरांच्या सहज लक्षात आले असते.

आईने मला दुसऱ्या खोलीत हलवायचा निर्णय घेतला.

आईने पॉलिनला माझा नाईटड्रेस बदलायला फर्मावले. ती माझ्यासाठी धुतलेला ड्रेस घेऊन आली. त्या दोघी मला तो घालण्याचा प्रयत्न करत होत्या. आई जवळ आल्याने मी जास्तच अस्वस्थ होत असल्याचे तिच्या ध्यानात आले, तेव्हा पॉलिनला बाकी सर्व करण्यास सांगून माझा ओलाचिंब झालेला ड्रेस घेऊन ती बाहेर गेली. गेल्या तीन रात्री झोपताना मी हाच भिजलेला ड्रेस घालत होते. पॉलिनने मला चढवलेला स्वच्छ झगा खूपच लांब होता. एका दृष्टीने ते बरेच होते म्हणा. माझ्या अंगावरच्या अनेक जखमा, काळे निळे वळ त्याखाली झाकले जात होते. एरव्ही त्यांच्याविषयी स्पष्टीकरण देणे कठीणच झाले असते.

"क्लेअर, चल आ कर, थोडं पाणी पी बरं." माझ्या बहिणीने मला चमच्याने पाणी पाजले. "ह्यावेळी कोणता पराक्रम केलाय, क्लेअर?" तिने विचारले.

मला झोप लागली असावी. जाग आली तेव्हा खोलीमध्ये अंधार होता. धाकटी बहीण ख्रिस्तीन बाजूलाच बसली होती.

"तू आईला खूपच त्रास देतेस असं ती म्हणत होती. असं काय केलंस तू?" तिने मला विचारले.

थोड्या वेळाने पॉलिन माझ्यासाठी ऑक्सटेल सूप घेऊन आली. मी ते प्यायले, पण लगेच सारं उलटून पडलं. गादी आणि गालिचा खराब झाला. ईस्टमन आणि आई दाराबाहेरच होते. दोघांच्या बोलण्याचा आवाज माझ्या कानावर पडत होता.

"जरा वेळानं बरं वाटेल तिला." आई म्हणत होती. "थोडा वेळ वाट पाहू नाही तर डॉक्टर आणि ॲम्ब्युलन्स बोलावता येईल." एवढं बोलेपर्यंत आईचा संयम संपला. "देवा, मी काय पाप केलं म्हणून अशी कार्टी माझ्या पोटी जन्माला घातलीस?" ती मोठमोठ्याने बडबडायला लागली.

"क्लेअर, असं काय करतेस? ऊठ ना." माझी बहीण असे म्हणत असतानाच माझ्या डोळ्यांवर पुन्हा झापड आली. यावेळी पुन्हा जाग आली तेव्हाही काळोखच होता. मी उठायचा प्रयत्न करीत असतानाच पायाशी झोपलेली माझी बहीण पटकन उठली. दाराशी जाऊन तिने हाक मारल्यावर आई धावतच खोलीत आली. तिच्यामागोमाग ईस्टमन होताच. "डॉक्टरला बोलाव," त्याची रेकॉर्ड चालूच होती.

"कार्मेन, जास्त काही होण्यापूर्वी डॉक्टरला बोलाव."

"काही नको." आईने त्याला उडवून लावले. "आणखी थोडा वेळ वाट पाहू." ठामपणे म्हणाली.

"कार्मेन, तुझ्यावर तुरुंगात जाण्याची पाळी येईल. मी तुझ्याबरोबर येईन असं वाटतंय की काय तुला? मी नाही रे बाबा...! हट्टीपणा करू नकोस. डॉक्टरला बोलाव. तिला नेमकं काय झालंय कोणास ठाऊक!"

"ईस्टमन, अरे मरायची असती तर कार्टी एव्हाना उलथली असती. एवढी साधी गोष्ट तुला समजत नाही? तुरुंगाचं नाव काढलं की तुझं डोकंच चालत नाही."

हा 'सुखसंवाद' ऐकत असतानाच पुन्हा माझा डोळा लागला. मी जागी झाले, तेव्हा उजाडले होते. बहीण अजूनही माझ्याजवळच बसली होती. आश्चर्याची गोष्ट म्हणजे मी लघवी करून गादी भिजवली नव्हती. पॉलिन धावतच बाहेर गेली. परतली ती ऑक्सटेल सूप घेऊनच. मातोश्री बरोबर होत्याच!

पॉलिन मला चमच्याने सूप पाजत होती.

"क्लेअर, चल, खा बघू थोडंसं." ती म्हणाली.

इकडे आईचा तळतळाट चालू झाला, "देवा रे, माझं काय चुकलं म्हणून मला ही शिक्षा देतोयस? ह्या पोरटीला एकदाचं बरं कर रे. मी तुझी इतकी करुणा भाकतेय, तरी तुला माझी दया का येत नाही?"

मग ओरडणे थांबवून ती माझ्याकडे पाहून खेकसली, "डॉक्टरला बोलवायचं का सांग?"

"काही नको." मी उतरले. 'तू इथून चालती हो' हे वाक्य मी मनातच म्हणाले. डॉक्टर कशाला? किडामुंगीचे जिणे नकोच आहे मला. मरून जावे असेच वाटतेय.

मग आई खोलीत थांबलीच नाही. जाता जाता. "तसंच काही वाटलं तर मला बोलाव." असे पॉलिनला सांगून ती गेली.

पॉलिन अजूनही मला सूप पाजत होती "क्लेअर, सांग ना काय केलंस तू? मला सांगायला काय हरकत आहे?" तिने पुन्हा मला विचारले.

"एऽऽ चष्मिस, मम्मीसाठी हेरगिरी करतेस वाटतं?"

"नाही गं, तसं नाही." ती उतरली. "तुला असं का वाटतं?"

"तसं नाही ना? मग प्रश्न विचारू नकोस."

यावर ती गप्प झाली. सूप पिऊन झाले. पुन्हा मला झोपेने घेरले. उठले तेव्हा मांड्यांमध्ये प्रचंड जळजळ होत होती. खपल्या धरल्या होत्या. लघवी झाल्याने त्या जागी आग होत होती. पाय आणि कुल्ल्यांवर पुरळ उठले होते. असे अनेक त्रास होते तरी मी खूष होते. कारण गादी ओली झाली की ठणठणणारा गजर आता शांत झाला होता. माझ्या गुप्तांगाला पकडून मला गादीवरून खेचून काढणे, स्तनाग्रे चिमटीत पकडून पिरगाळणे, पोटावर ठोसे मारणे हे रोज घडणारे प्रकार आज झाले नव्हते. माझ्या बहिणीने मूकपणे माझ्यासाठी स्वच्छ चादरी आणि नाईटड्रेस आणून दिले. बस्स!

माझे कुटुंब

मी आता सारे काही लिहिणार आहे.

व्यक्तिगत जीवनाविषयी बोलणे रुचत नसल्याने यापूर्वी मी तोंड उघडले नव्हते. पण आज प्रथमच मी माझी कहाणी सांगणार आहे. निश्चित घटनाक्रम आठवणे कठीण आहे. ह्याबाबत माझे बाबा – जॉर्ज आणि बहीण पॉलिन थोडीफार मदत करू शकतील. लिहायला शिकल्यापासून मी डायरीत साऱ्या गोष्टी नोंदवून ठेवत आले आहे. माझ्या डायऱ्या असत्या तर फार बरे झाले असते; पण आईने सर्व डायऱ्या चोरल्या.

कहाणीची सुरुवात माझ्या नावापासूनच करते. कॉन्स्टन्स. माझ्या जन्मदाखल्यावर माझे हेच नाव लावले गेले आहे. माझे खरे नाव हेच आहे, हे मला वयाच्या अठराव्या वर्षी समजले. तोपर्यंत माझे नाव 'क्लेअर' आहे, असेच मी समजत होते. आई मला 'क्लिअर' म्हणायची. मी 'पारदर्शक' आहे आणि ती मला आरपार पाहू शकते असे तिचे म्हणणे होते. माझ्यावरचे प्रेम चुकून कधी ऊतू गेलेच तर ती मला 'क्लिअरी' म्हणायची, पण हे फारच क्वचित! माझ्या बहिणींनी क्लिअरचे 'क्लेअर' केले. अजूनही त्या मला क्लेअरच म्हणतात. शाळेच्या निकालपत्रावरही हेच नाव असे. रुग्णालयांमध्ये काम करायची, तेव्हा सारे मला 'नर्स क्लेअर' म्हणूनच ओळखत. ड्रायव्हिंग परवान्यावरही हेच नाव आहे. सर्वत्र याच नावाने ओळखली जात असल्याने, माझ्या कहाणीमध्येही मी 'क्लेअर' हेच नाव वापरणार आहे.

'कार्मेन' ही माझी आई. जमेकातील चांगल्या घराण्यातील कॅथलिक मुलगी. १९५० मध्ये ती जमेकाहून इंग्लंडला आली. पोर्टलँडला असल्यापासून ती बाबांना ओळखत होती. इथे आल्यावर त्यांची पुन्हा भेट झाली. जॉर्ज तिच्याहून दहा वर्षांनी मोठा होता. जेमतेम अठरा वर्षांची असताना आईला जॉर्जपासून दिवस गेले. मग दोघे विवाहबद्ध झाले. नंतर मुलगा झाला. त्याचे नाव विन्स्टन. अवघा चार महिन्यांचा असताना तो वारला. त्याची आठवण म्हणून आईने मृत बाळाला घेऊन फोटो काढून घेतला होता. मी आईचे चौथे अपत्य. मी इंग्लंडमध्ये जन्मले, वाढले, इथेच माझे सर्व शिक्षण झाले. मी ब्रिटिश निग्रो आहे.

जॉर्ज हे माझे बाबा. पुरुषांच्या मानाने त्यांची उंची बरीच कमी आहे. त्यांची आजी श्वेतवर्णीय असल्याने त्यांच्यामध्ये तिचे काही गुण उतरले होते. त्यांची त्वचा अतिशय नितळ होती. म्हातारपणीदेखील त्यांना सुरकुत्या पडल्या नाहीत. ते नेहमीच नीटनेटके कपडे घालत. त्यांनी छान कोरीव मिशी राखली होती.

कार्मेन, माझी आई. बाबा 'कार्मेल' म्हणत. सडपातळ बांधा, अतिशय सुंदर कॉफी वर्णाची माझी आई, एखाद्या चित्रपटतारकेप्रमाणे देखणी होती.

पॉलिन. माझी सर्वांत थोरली बहीण. तिचा जन्म ६ ऑक्टोबर १९५४ चा. तिच्या चष्म्यामुळे आम्ही तिला चार डोळ्यांची म्हणत असू. तिच्या चष्माच्या काचा इतक्या मोठ्या आणि जाड होत्या की, तिचा बहुतेक सर्व चेहरा त्यामागे झाकला जात असे. जाड काचांमागील तिचे डोळेही दिसत नसत. पॉलिन काळी, बारीक आणि उंच होती. मोठेपणी तिची उंची पाच फूट सात इंचांपर्यंत पोहोचली. तिचे केस छोटे होते. ती खूप आतल्या गाठीची आणि लबाड होती. सगळ्या गोष्टींमध्ये ती नाक खुपसायची. स्वत:चे सारे व्यवस्थित कसे होईल, इकडे तिचे कायम लक्ष असे.

पॉलिन नंतरची पॅटसी. तिचा जन्म ८ मार्च १९५६ चा. सगळे तिला 'प्रेशस पुस' म्हणत. तिचा वर्ण गोरेपणाकडे झुकणारा होता. ती बुटकी होती. जेमतेम पाच फूट उंच होती ती. शरीरयष्टी बारीक असली तरी तिचा पार्श्वभाग चांगलाच मोठा होता. बारीक, पाय, दाट छोटे केस, मोठे उरोज आणि बटबटीत डोळे असे तिचे रूप होते.

तिच्यानंतरची मी– क्लिअर, क्लिअरी, क्लेअर. माझा जन्म १८ मे १९५७ चा. उंची साधारण पाच फूट तीन इंच, मध्यम बांधा. दिसायला अत्यंत सुमार. कुरूपच म्हणायचे सगळे मला! मात्र असे असले तरी मी बाह्यत: खूपच आत्मविश्वासाने वावरत असे.

माझ्यानंतरचे भाऊ कार्लटन (ह्याला कार्ल म्हणत) आणि मार्टिन. आईला खूष केले की ती त्यांना 'माझी बाळं' म्हणत असे. आईच्या ह्या बाळांना कधीही स्वयंपाक, सफाई वा बाजारहाट ही कामे करावी लागली नाहीत. चांगले मोठे होईपर्यंत त्यांचे लाडच होत गेले. नंतर मात्र त्यांनाही फटके मिळायला लागले. या दोघांचे जन्म अनुक्रमे १९५९ आणि १९६१चे!

त्यांच्यानंतरची ख्रिस्टिन. २७ नोव्हेंबर १९६२ चा जन्म. तिला 'बटन नोज', 'बटन्स' किंवा 'ब्युटी' म्हणत. आम्हा सर्व भावंडांमध्ये ती जास्त गोरी होती. चार फूट सहा इंच उंची, अंगाने गब्दुल. ख्रिस्टिन हुशार होती, पण कोणाताही निर्णय घेताना, अनेकदा गरज नसतानाही ती अतिशय सावधपणे वागत असे.

डेनिस. ही आमची दत्तक बहीण. ख्रिस्तिन आणि ती एकाच वेळी जन्मलेल्या.

तिच्या पक्क्या रंगामुळे तिला 'ब्लॅकी' हे टोपणनाव पडले होते. दिसायला ती आम्हा ब्रिस्को मंडळींपेक्षा संपूर्णतया वेगळी होती. अंगाने बारीक, आखूड पाय आणि नजरेत भरणारा हाऽऽ मोठा पार्श्वभाग! स्वभावानेही ती आम्हा सर्वांपेक्षा वेगळी होती. प्रेमळ आणि उदार मनाची!

ईस्टमन. हा माझा सावत्र बाप. आईशी त्याचे कायदेशीर लग्न झालेले नव्हते. तो बार्बाडोसचा होता. उंचापुरा, अंगाने सणसणीत आणि बिनडोक! आईला त्याच्यापासून चार मुले झाली.

सिंथिया. ही माझी सावत्र बहीण. जन्मल्यापासून ती चांगलीच लठ्ठ होती. त्यामुळे जवळजवळ तेव्हापासूनच तिच्या खाण्यापिण्यावर नियंत्रण होते. छोटी असताना तिला उठून बसणेही मुष्कील होई. पाच फूट पाच इंच उंची. तिचे नाक बापासारखेच भले मोठे आणि चपटे होते.

दुसरी नॉर्मा. ईस्टमनच्या मुलांमध्ये ही सर्वांत जास्त हुशार होती. उंच आणि बारीक. कर्तृत्ववान. माझे तिच्याशी चांगले जमायचे. आमची मैत्रीच होती.

नंतर विन्स्टन. पाच फूट अकरा इंच अशी सणससणीत उंची. अंगानेही तसाच दांडगा. भले मोठे पाय. बापासारखाच होता तो दिसायला.

जॉर्जिना. हिला 'जिना' म्हणत. हुशार, आकर्षक. आयुष्यात काही करून दाखवण्याइतकी लायकी तिच्यामध्ये होती; पण त्यासाठी कष्ट करण्याची मात्र तिची तयारी नव्हती.

बेम. हा आमचा भाडेकरू. तो बराच वृद्ध होता. जमेकात असल्यापासून माझे आई-बाबा त्याला ओळखत होते. आईची माझ्याशी वाईट वागणूक, तिची जॉर्जशी भांडणे या साऱ्यांचा तो साक्षीदार होता. तो माझा मित्र, हितचिंतक होता आणि पुढे याच गोष्टीमुळे त्याला खूप त्रास सहन करावा लागला.

बेमव्यतिरिक्त माझी 'मेरी' नावाची एक जिवलग मैत्रीण होती; पण कल्पानिक! माझ्या डायरीच्या पानांमध्ये सापडली असती ती! हस्तिदंती रंगाच्या, तपकिरी कडा असलेल्या माझ्या डायरीत राहणाऱ्या मेरीला माझी सारी गुपिते माहीत होती. मेरीला केवळ मीच ओळखत होते. नंतर कधीतरी मेरी नाहीशी झाली. बहुधा आईनेच तिला पळवून लावले असावे.

पैशावरून आईबाबांची नेहमी भांडणे होत. दोन वेळा 'पूल्स' जिंकल्याने बाबांना तरुण वयातच भरपूर पैसा मिळाला होता. दुसऱ्या वेळी ते जिंकले तेव्हा 'लिटलवूड्स पूल्स'ने मूळ चेकची मोठी कॉपी बनवून त्यांना भेट दिली होती. बाबांना एवढे पैसे मिळाले तर तिला त्यातील किती मिळायला हवेत याची आठवण राहावी म्हणून आईने ती कॉपी फायरप्लेसवर दिसेल अशी ठेवली होती. जॉर्जनी सारे पैसे मोठ्या सुज्ञपणे मालमत्तेमध्ये गुंतवले. कॅम्बरवेलमध्ये त्यांनी जवळजवळ

डझनभर घरे विकत घेतली. दक्षिण लंडनमध्ये एलिफंट आणि कॅसल भागात वॉलवर्थ रोडवर ही सारी घरे होती. जॉर्जना 'जॉर्ज नफ-हाउस' अशा टोपणनावाने ओळखत. माझे बालपण टप्प्याटप्प्याने या घरांमध्ये गेल्याने माझ्या कहाणीत त्यांना महत्त्वाचे स्थान आहे. काही घरांचा पत्ता अजूनही माझ्या स्मरणात आहे :

४ कॉन्सिलर स्ट्रीट,
५ मायाट रोड,
७ आणि १६ पॅटमॉस रोड,
४१ ऑफली रोड,
२१५ कॅम्बरवेल न्यू रोड,
६ बर्नेट स्ट्रीट,
१९ सदरलँड स्क्वेअर.

जॉर्जनी ही घरे भाड्याने दिली होती. मिळणाऱ्या भाड्यावर ते आरामात जगत होते. पूल्स जिंकल्यानंतर त्यांनी कधीही काम केले नाही. त्या पैशांतून त्यांनी भपकेदार मोटार खरेदी केली. नवी कोरी सिल्व्हर-ग्रे रंगाची फोर्ड काप्री. बहुतेक सारा वेळ ते ह्या गाडीत बसून सिगरेट ओढत गावभर हिंडत असत. दर वर्षी ते नवीन गाडी घेत, त्याच सिल्व्हर-ग्रे रंगाची फोर्ड काप्री.

पॅट्सीच्या जन्मानंतर बाबांनी आईला सोडले; पण अधूनमधून त्यांची फेरी होई. रात्री ते आमच्या घरीच राहिले वा सकाळी नाश्त्याला दिसले, असे मात्र मला आठवत नाही. आई कायम त्यांच्या पैशांच्या मागे असे. आपल्या नावावर एखादे घर करून द्यावे म्हणून तिने जॉर्जचा पिच्छा पुरवला, पण त्यांनी काही दाद दिली नाही. घरखर्चाला आपल्याकडून थोडी मदत व्हावी म्हणून काही घरांचे भाडे ते आईला देत असत. आईला कितीही पैसे मिळाले तरी कमीच पडत. बाबा सोडून गेल्यानंतर सुरुवातीच्या काळात ते आम्हाला भेटायला आले की आई चलाखी करायची. येनकेन प्रकारेण ती त्यांना आपल्याबरोबर झोपायला भाग पाडायची. नंतर त्यांचा डोळा लागला की ती त्यांच्या पाकिटातून नोटांच्या थप्प्या पळवायची. अशाच एका वेळेच्या संबंधामधून माझा जन्म झाला.

आईचे माझ्या बहिणींशी वागणे फारच वेगळे होते. घालूनपाडून बोलणे, शिव्या, स्तनाग्रे पिरगळणे, मारझोड हे प्रकार फक्त माझ्यासाठी राखीव होते. त्यांना नवीन कपडे मिळत, पण माझ्या नशिबी मात्र पॉलिन, पॅटसीने वापरलेले जुनेपाने कपडे असत. आई त्यांचे सर्व जुने कपडे प्लॅस्टिकच्या पिशव्यांमध्ये भरून ठेवायची. स्वत: पिशवी उघडून नवीन खरीदलेला ड्रेस घालून बघायचा आनंद मला कधीही मिळाला नाही. एखादा ड्रेस माझ्याकडे फेकून आई म्हणायची, 'क्लिअर, हा घालून बघ तुला होतोय का.' एकही ड्रेस माझ्या मापाचा नसे. काही काळाने

मीच त्याच्या मापाची होत असे!

आईकडे खूप छान छान कपडे होते. आकर्षक, विशेषत: गुलाबपुष्पांच्या डिझाइनचे, प्रत्येक प्रसंगाला साजेसे असे तिचे सुंदर कपडे असत. मला आठवतंय, मी तिच्या वॉर्डरोबमध्ये लपून बसत असे. घरात घालायचा जुना कार्डिगन काढून आई तिचा आवडता गुलाबी रंगाचा फ्रॉक घालायची, ते पाहायला मला फार आवडत असे. मलादेखील सुंदर कपडे घालावेसे वाटे. परंतु माझ्यासारख्या अत्यंत कुरूप मुलीसाठी बहिणींचे वापरलेले जुने कपडेच ठीक होते.

आईच्या माझ्याशी वाईट वागण्यामुळे माझ्यातील घाबरटपणा वाढतच गेला. रात्री झोपेत अंथरुणातच लघवी करायची सवय मला जडली. आईला या गोष्टीची प्रचंड चीड येत असे. यासाठी ती मला नेहमी बदडून काढायची. मी पाच वर्षांची असताना आमच्या फॅमिली डॉक्टरांनी मला तज्ज्ञ डॉक्टरांकडे नेण्याचा सल्ला दिला. माझ्या समस्येचे कारण शोधण्यासाठी आई मला अनेक वेळा त्यांच्याकडे घेऊन गेली असेल. अंथरूण भिजवायला सुरुवात झाली ती रात्र माझ्या चांगलीच स्मरणात आहे. माझा एक लांब, पायांपर्यंत पोहोचणारा सुंदर नाईटड्रेस होता. मला पाय छातीशी घेऊन मुटकुळे करून झोपण्याची सवय होती. मी नाईटड्रेस पायाखाली खोचून घेई. एके रात्री मी अशीच गाढ झोपले असताना मी पाण्यात बुडतेय असा भास होऊन मला जाग आली. दाट अंधार होता. सारे अंग भिजले होते. ब्लँकेटदेखील ओलेचिंब झाले होते. मला दोन वेळा भरपूर लघवी झाली होती. इथूनच माझी अंथरुणात लघवी करण्याची सुरुवात झाली.

याची शिक्षा म्हणून आई मला अनेकदा नुसत्या गादीवर झोपवी. त्यावर प्लास्टिकचे कव्हर, चादर वगैरे काही नसे. नाहीतरी मी सारे भिजवणारच असे आई म्हणायची.

डॉक्टरांनी तिला या समस्येवरची खूप पुस्तके वाचायला दिली होती. वयाच्या पाचव्या वर्षी माझ्यासाठी 'अलार्म' बसवण्यात आला. त्यामुळे खूप फायदा होतो, असे म्हणत. या अलार्ममध्ये 'खास मुलांसाठी योग्य' असा आवाज करणारा बॉक्स होता. हा बॉक्स माझ्या कॉटच्या बाजूला ठेवला होता. शिवाय चादरीच्या खाली एक 'सेन्सर मॅट' ठेवली होती. लघवी झाली की अलार्म वाजू लागे. आवाजामुळे मला जाग यावी किंवा मी लघवी करणे बंद करावे अशी अपेक्षा होती. अलार्म वाजण्याअगोदरच जाग यायची सवय मला हळूहळू लागावी असाही सुप्त हेतू त्यामागे होता.

'खास मुलांसाठी योग्य' आवाजाचा अलार्म आग विझवायला निघालेल्या बंबासारखा ठणाठणा वाजायचा. पहिल्यांदा अलार्म वाजला, तेव्हा मी धडपडून जागी झाले. उडी मारून मी कॉटखाली शिरून बसले. अंथरुणाला आग लागली

असावी ह्या कल्पनेने माझा थरकाप उडाला होता.

आईदेखील धावत आली. मी कॉटवर दिसले नाही तेव्हा मी लघवी करायला बाथरूममध्ये पळाले असे तिला वाटले. खरेच तसे झाले असते तर किती बरे झाले असते! तिने अलार्म बंद केला, गादीवरची चादर काढून टाकली आणि परत झोपायला गेली. मी कॉटखालून रांगतच बाहेर आले. काय चाललंय, मी कुठे आहे, काहीच समजत नव्हते.

आळशीपणामुळे मी अंथरुणात लघवी करायची असे मात्र मुळीच नव्हते. 'मानसिक चिंतेमुळे असे होत असावे आणि अलार्म लावल्यानंतर चार-सहा महिन्यांत हा प्रकार थांबेल,' असे डॉक्टरांचे मत होते!

त्याऐवजी दिवसेंदिवस ही समस्या वाढतच गेली. वैतागलेली आई मला वेगवेगळ्या तज्ज्ञ डॉक्टरांकडे घेऊन जाई. दोन वेगवेगळे आवाज काढणारा, डोळे दिपवणारे दिवे असलेला अत्याधुनिक अलार्म बसवण्यात आला. लघवी व्हायला सुरुवात होताच, गादी फार भिजण्यापूर्वी आवाज आणि दिव्यांमुळे मला जाग यावी अशी योजना होती. पण कसचं काय! बहुतेक वेळा मी डाराडूर झोपलेली असे. आईच्या कोणत्याही प्रयत्नाला मी दाद देत नसे. झोपताना मी पॉलिनचे जुने नाईट ड्रेस घालत असे, पण गादी भिजवण्याचे प्रकार फारच वाढल्यानंतर मी कपडे न घालता झोपावे, असे आईने फर्मान काढले. त्यानंतर मी फक्त चड्डी घालून झोपायची.

अलार्मचा उपयोग न होता माझे गादी भिजवणे चालूच राहिले. सरतेशेवटी आईने नवा पवित्रा घेतला : गादी भिजवण्याचे काय परिणाम होतात, याची आठवण करायला ती झोपण्यापूर्वी माझ्या खोलीत येई. खस्सकन माझे ब्लँकेट ओढून काढायची. मग माझी चड्डी पकडून गादीतून खेचून मला बाहेर काढायची आणि पायातील चपलेने मला फडाफडा मार द्यायची.

हाताबरोबर तोंडाचा पट्टा चालूच असे.

"बोल, काय करणार तू?"

"गादी नाही भिजवणार."

"खोटारडी, खरं बोल काय करणार?"

"मी गादी भिजवणार."

"वाटलंच मला. किती खोटारडी आहेस तू."

यानंतर चपलेने डोक्यावर मारायची, छातीवर ठोसे द्यायची. मी 'नाही' म्हटले की पुन्हा 'खोटारडी' म्हणून डोक्यावर थपडा बसायच्या. पुन:पुन्हा तीच प्रश्नोत्तरे आणि मार. कधी हातावर, कधी पायांवर. मी हात पुढे करून स्वत:ला वाचवायला बघायची; पण हातावर मारलेले फटके जास्तच दुखायचे. नाईटीमुळे पायांना थोडे

संरक्षण मिळे. अनेकदा मी गुडघे छातीशी घेऊन, अंगाचे मुटकुळे करून मार खात राहायची.

पोट भरून मार देऊन झाला की आई माझी नाईटी तर कधी ब्लँकेट घेऊन निघून जात असे. फारच वाईट मूड झाला वा माझ्यावर प्रचंड चिडलेली असली तर नाईटी आणि ब्लँकेट, दोन्ही घेऊन जात असे.

'हिला मदत केली वा नाईटी दिली तर तुम्हालाही बडवून काढीन' असा बहिणींनाही दम दिल्यामुळे त्याही आमच्या भानगडीत पडत नसत.

सात वर्षांची होईपर्यंत मारझोड ही नित्याची बाब झाली होती. अलार्ममुळे माझी झोप मोडत नसली तरी आईला तो बरोबर ऐकू जाई. धावतच ती माझ्या खोलीत येऊन मला गादीतून खेचून काढी. कधी माझे भिजलेले कपडे काढून माझ्या उघड्या कुल्ल्यांवर जोरदार फटका मारी. मग मला तशीच उघडी-नागडी, कुडकुडत ठेवून ती झोपायला निघून जाई. माझ्या अवहेलनेला पारावार उरलेला नव्हता.

गादी भिजवणे तर थांबले नव्हतेच, पण आईला नुसते समोर बघून वा रात्री झोपण्यापूर्वी मिळणाऱ्या मारामुळे मी इतकी काही घाबरून जाई की कधी कधी तिच्यासमोरच मला लघवी व्हायची. मी मुद्दाम तिला खिजवायला तसे करते असे तिला वाटायचे. झोपेत लघवी होते म्हणून झोपायचेच नाही, असे मी ठरवायची; पण नंतर कधीतरी दमून मी झोपून जायची. नेहमीप्रमाणे अलार्म ऐकू यायचा नाही नंतर पुढचा कार्यक्रम साग्रसंगीत पार पडायचा!

परिवारात आणखी भर

१९६२

१९६२ साली आम्ही ४ कॉन्सिलर स्ट्रीटवर राहायचो. आईबाबा अजूनही एकत्र असले तरी त्या एकत्र राहण्याला फारसा अर्थ नव्हता. त्यांचे अजिबात पटत नव्हते. सतत वादावादी आणि भांडणे चालत. आई तर फारच टोकाला जायची. काही ना काही कारणावरून ती बाबांशी भांडणे उकरून काढायची. भांडताना ती कधीही हार मानत नसे.

जुलै महिन्यात एकदा एका शनिवारी सकाळीच बाबा घरी आले. पेटिकोट लेनहून येताना त्यांनी दोन मोठ्या कोंबड्या आणल्या होत्या. आपली पांढरी व्हॅन त्यांनी घराबाहेरच पार्क केली. कोंबड्या खांद्यावर लटकवल्या होत्या. दारावर थाप मारून आपल्याजवळच्या किल्लीने त्यांनी दार उघडले. आम्ही मुले त्यांच्या स्वागतासाठी धावलो. मग त्यांच्या मागोमाग आम्हीदेखील तीन मजले चढून गेलो. खांदा झुकवून त्यांनी कोंबड्या टेबलावर टाकल्या. खाली उतरताना त्यांनी विचारले, "माझ्या लाडक्या लेकी कशा आहेत?" आई मागेच होती. "मॉर्निंग कार्मेल," ते उत्साहाने ओरडले. आईने काहीच उत्तर दिले नाही. तेही पुढे काही न बोलता खाली उतरून घराबाहेर पडले. थोडक्यात चुकले, नाहीतर आईने वरच्या खिडकीतून फेकलेली कोंबडी त्यांच्या डोक्यावर आदळली असती. मी वर पाहिले, तोपर्यंत तिने दुसरीही कोंबडी त्यांच्याकडे भिरकावली. बाबा चपळाईने बाजूला झाले आणि कोंबडी फटदिशी फरशीवर पडली. या प्रकाराने बाबा खवळले. मला बाजूला सारून ते तावातावाने घरात शिरले.

"ये. ये." आई त्याला खिजवत म्हणाली. "मरायचंय का तुला? ये इकडे, मारूनच टाकते तुला."

"मूर्खासारखी बोलू नकोस. त्या कोंबड्या उचल. पैसे मोजलेत त्यांच्यासाठी आणि फुकटच्या धमक्या देणंही बंद कर." जॉर्जनी असे म्हटल्यावर आईने काही न बोलता कमरेच्या पट्ट्याला खोचलेली कात्री बाहेर काढली.

"मारू का तुला?" आई फारच चवताळली होती. ती ओरडली, "हलकट,

मरायची फार हौस आलीय का?''

"काय करशील गं थेरडे? मला भोसकून मारणार?''

"तू इथे येताना काय आणलंस? तर दोन मेलेल्या कोंबड्या? त्यांचं मी काय करू?''

"म्हातारे, नीट बोल की.'' एवढे म्हणून बाबांनी त्यांचे नेहमीचे गाणे सुरू केले: 'लडिडा, लाडिडा, टीटीटी.' ह्यामुळे आई फारच पिसाळणार हे त्यांनी चांगलेच माहिती होते.

"ह्या मेलेल्या कोंबड्यांचं काय करायचं?'' आईने पुन्हा विचारले. तिकडे दुर्लक्ष करून बाबांचे गाणे चालूच होते. चवताळून आई त्यांच्यावर धावून गेली.

"तुझं घाणेरडं 'लडिडा' बंद कर!'' असे किंचाळत तिने त्याच्यावर वार केला. बाबा मागच्या मागे कोसळून पडले. मी त्यांच्यामागेच उभी होती, त्यामुळे मीही पडले. मी त्यांना कशीबशी उठवायचा प्रयत्न करीत होते. त्यांचा पोटाचा भाग रक्ताळला होता. माझा छान फ्रॉकही त्यांच्या रक्ताने माखला.

"मरायचंय ना तुला? आज जीवच घेते तुझा!'' आईच्या डोळ्यांत रक्त उतरले होते. तिने पुन्हा कात्री उगारली.

"क्लिअरी, ॲम्ब्युलन्स बोलाव लवकर.'' बाबा कसेबसे म्हणाले.

आई अजूनही त्यांना शिव्याशाप देतच होती. "हरामखोर, मेलेल्या कोंबड्या आणून माझ्या तोंडाला पानं पुसतोस काय? माझ्या घरात 'लाऽडिऽडा म्हणून मला चिडवतोस? मरायची फार घाई झालीय तुला... नालायक!''

जॉर्जने हात पोटावर धरून ठेवला. मी हळूहळू सरपटत त्यांच्या अंगाखालून बाहेर निघाले आणि पळत सुटले. मदतीसाठी कोणाला बोलवावे, काय करावे काहीच सुचत नव्हते. मी नुसतीस सैरावैरा धावत होते. घरी परतले तेव्हा बहिणी बाबांजवळ होत्या. पोलीस आणि ॲम्ब्युलन्सदेखील आली होती. बाबांना ॲम्ब्युलन्समध्ये घालून नेले. आई आणि त्या कोंबड्या यांना पोलीस घेऊन गेले. थोड्या वेळाने ती परतली. बादलीभर गरम पाण्याने तिने फरशीवर सांडलेले रक्त पुसून काढले आणि आम्हा सर्वांना झोपायला पिटाळले.

बाबांना दोन आठवडे सेंट गाईल्स हॉस्पिटलच्या अतिदक्षता विभागात काढावे लागले, तरीही पोलिसांचे झंझट नको म्हणून त्यांनी तक्रार करणे टाळले. आम्हाला त्यांना भेटायची परवानगी नव्हती. हॉस्पिटलमधून सोडल्यानंतरही त्यांना जास्त हिंडताफिरता येत नव्हते. त्यानंतरच्या रविवारी त्यांनी आमच्यासाठी मित्राबरोबर खाद्यपदार्थ पाठवले. बाबा दर आठवड्याला बाजारहाट करीत असत. आईबाबा नावालाच एकत्र राहत होते. प्रत्यक्षात बाबा आमच्या घरी फारच कमी वेळा राहायचे. कधी भेटायला आलेच तर आई त्यांच्या स्वागतासाठी तयारच असे!

ह्या प्रकारानंतर जॉर्ज सप्टेंबरपर्यंत आमच्या घरी फिरकलेच नाहीत. आले तरी ते आईपासून दूर राहायची खबरदारी घ्यायचे. ते घरामध्ये पाऊल टाकत नसत. आम्ही त्यांना भेटायला दारापर्यंत जात असू. आई तिथेही येऊन त्यांच्याशी वाद घालायला सुरुवात करी. कधी आम्हाला घरात हाकलून ती त्यांच्या तोंडावर धाडकन दार लावून घेई. बाबा तिच्याकडे साफ दुर्लक्ष करीत असत. नोव्हेंबरपर्यंत परिस्थिती 'जैसे थे' झाली. भांडणे, वादावादी नेहमीप्रमाणे सुरू होती. मी आणि माझ्या दोघी बहिणी त्यांच्या भांडणांच्या साक्षीदार असायचो.

बाबा आपल्याला पुरेसे पैसे देत नाहीत, असे आईला वाटत असावे. ती कोणत्या ना कोणत्या मार्गाने पैसे वाचवायला बघे. एक उपाय म्हणजे आम्हाला खायला कमी देणे. खाण्याच्या वस्तू ती कपाटामध्ये कडी-कुलपात ठेवून किल्ली आपल्या ब्रामध्ये लपवून ठेवत असे. एकदा आम्हा बहिणींना खूप भूक लागली होती. 'आम्हाला बिस्किटं दे ना.' असे मी म्हणताच आई वस्सकन म्हणाली, 'तुझ्या बापाकडे जा आणि त्याच्याकडे माग बिस्किटं.' अर्थात आम्हाला बिस्किटे मिळाली नाहीतच!

एकदा सकाळच्या नाश्त्यासाठी मी खुर्चीवर चढून बसले. बहिणींनी आधीच खायला सुरुवात केली होती. कॉर्नफ्लेक्स आणि त्यात घालण्यासाठी गरम दूध आणि साखरेचे पाणी टेबलावर होते. मी थोडे कॉर्नफ्लेक्स वाडग्यात ओतून घेतले. कसे कोणास ठाऊक, थोडे माझ्या नाईटीवर सांडले. झाले! आईने खसकन माझ्या हातातून वाडगा ओढून घेतला आणि सारे कॉर्नफ्लेक्स सिंकमध्ये टाकून दिले. वर निष्ठूरपणे म्हणाली, "जा आता तुझ्या बापाकडे. तो देईल तुला कॉर्नफ्लेक्स. पॉलिन आणि पॅटसीने त्यांचे वाडगे घट्ट पकडून ठेवले; पण आईने मोर्चा त्यांच्याकडे वळवला नाही. दोघींनी विद्युत्वेगाने नाश्ता संपवला. मला आईचा फार राग आला. उपाशी राहायची शिक्षा फक्त मलाच का?

दिवसेंदिवस जॉर्ज आणि कार्मेनची भांडणे फारच विकोपाला जाऊ लागली. आईला सहजासहजी सापडेल अशा ठिकाणी पैशाचे पाकीट ठेवणे जॉर्जने मुद्दामच बंद केले. त्यामुळे तिची चिडचिड जास्तच वाढली. पाकिट लपवण्यासाठी जॉर्ज नवनवीन जागा शोधायचा. त्याने पाकीट लपवायचे आणि तिने शोधून त्यातले पैसे लांबवायचे असा त्यांचा उंदीर-मांजराचा खेळ सुरू होता. एकदा मी त्याला ट्रान्झिस्टर रेडिओच्या मागे पैसे लपवताना पाहिले. मी बेडरूममध्ये दिवाणाच्या मागे लपून सारे पाहत होते. त्याने रेडिओच्या मागचे स्क्रू काढून आत नोटा ठेवल्या आणि पुन्हा स्क्रू लावले. थोड्या नोटा त्याने बुटामध्ये लपवून त्यावर मोजे ठेवले.

जॉर्ज आणि कार्मेनचे एकदा पैशांवरून फार मोठे भांडण झाले. त्यानंतरच तो यायचा बंद झाला. मी माझ्या आवडत्या ठिकाणी – दिवाणाच्या मागे – लपून

बसले होते. सरपटत मागे शिरून अजिबात न हलताबोलता मी तिथे पडून राहायची. तिथे मला शोधावे असे कोणाच्या डोक्यातही येत नसे. त्या दिवशीही अशीच चूपचाप लपले असताना बाबा घरी आले. बूट काढून त्यांनी पैसे बुटांमध्ये लपवले आणि ते झोपी गेले. आईने संधी साधून ते पैसे लंपास केले.

बाबा उठल्यानंतर दोघांची चांगलीच जुंपली. आईवर ते फारच वैतागले होते. त्यांनी फाडकन तिच्या थोबाडीत मारली. तिने उलटून त्यांना मारलं. शिव्या घालत त्यांनी आईच्या पाठीवर जोरदार धपाटा घातला तशी ती धाडकन कॉटवर पडली. मग पुन्हा जोमाने उठून तिने भांडायला सुरुवात केली. बाबांनी तिला असा धक्का मारला, की ती धडपडत पुन्हा कॉटवर पडली. तिथे पडलेला वायरचा कोट हँगर तिच्या हाती लागला. तो घेऊन तिने शिव्यांची लाखोली वाहत बाबांवर हल्ला केला. तिथून जाण्यासाठी बाबांनी पाठ वळवली. ती चूक त्यांना चांगलीच महागात पडली. कारण तिने दातओठ खाऊन मारलेल्या हँगरचा हूक त्यांच्या जबड्याखालच्या भागात घुसून दुसऱ्या बाजूने बाहेर आला. इतके झाले तरी आई हँगर ओढतच होती. बाबांचा चेहरा बबलगमच्या फुग्यासारखा वेडावाकडा झाला. त्यांनी गपकन तिचा हात पकडला. "ह्या क्षणी हँगर खेचणं थांबव नाहीतर आज तू मेलीस म्हणून समज." बाबा म्हणाले. त्यांच्या डोळ्यांत क्रौर्य दिसत होते. ते खरोखरच तसे केल्याशिवाय राहणार नाही, हे आईला जाणवले. तरीही तिची खुमखुमी अशी की तिने हँगर थोडासा खेचलाच. त्यांच्या तोंडातून वाहणारे रक्त पाहून मात्र आता थांबायलाच हवे असा शहाणपणाचा निर्णय घेऊन ती धावतच बाहेर निघून गेली. मी दिवाणाच्या फटीमध्ये गपगार पडून होते.

तोंडामध्ये घुसलेला हँगर बाबांनी हळूहळू फिरवून काढला. त्याबरोबर रक्ताच्या चिळकांड्या उडून त्यांचा चेहरा माखला. मिशा रक्ताने भिजून लाल झाल्या. बाबांनी मोठा टॉवेल जखमेवर दाबून धरला आणि ते निघून गेले. भांडणे झाली की काही दिवस गायब व्हायचे, पण पुन्हा ते परत येत असत. ह्या वेळी मात्र बाबा प्रदीर्घ काळ घरी फिरकलेच नाहीत. त्यानंतर अनेक दिवसांनी त्यांच्या फेऱ्या पूर्ववत सुरू झाल्या. सुरुवातीला आई त्यांच्याकडे दुर्लक्ष करी. त्यांना पाहून आम्ही सारे मात्र खूप आनंदित व्हायचो, हे पाहून तर ती तिथून निघूनच जाई. नंतर हळूहळू तीही शांत झाली. बहुधा याच काळात तिला दिवस राहिले असावेत. ख्रिस्तिन, आमची सर्वांत धाकटी बहीण यानंतरच जन्मली.

गरोदरपणात आईचा आकार वाढला तरी तिच्या कामाचा झपाटा, भांडकुदळपणा, संधी मिळाली की बाबांच्या कुरापती काढणे हे सारे साग्रसंगीत सुरूच होते. बाबा क्वचितच घरी येत. कैक आठवडे त्यांचे दर्शन होत नसे. आईचा आक्रस्ताळेपणा फारच वाढत गेला होता. मी सर्वांत धाकटी असल्याने सारखी मध्ये मध्ये कडमडत

असे. आई आणि बहिणींना माझी अडचणच होई. इतकेच काय, मलाही माझी स्वत:चीच अडचण वाटे! एक फार जुनी आठवण म्हणजे आई मला मुद्दाम धक्का मारायची आणि माझ्या हातातील पेय सांडले की 'का सांडलेस' असे म्हणून मला बदडून काढायची. आई अशाप्रकारे मला सारखी सतावत असे, पण मला त्याचे विशेष काही वाटत नसे. वाईट आई अशीच वागणार असे मी समजत असे.

१९६२ साली नोव्हेंबर महिन्यात आई अचानक हॉस्पिटलमध्ये गेली. तिला बाळ होणार आणि काही दिवस ती तिथेच राहणार हे आम्हा मुलांना सांगण्यात आले. ती जाण्यापूर्वी आमच्या घरी एक भाडेकरू राहायला आले. त्यांचे नाव होते बेम. त्यांची आईबाबांशी जमेकापासून ओळख होती. बेम वयस्कर होते. त्यांना त्यांचा तोलही संभाळता येत नसे. ते पाय ओढत चालत. एक पाय ओढत ते थोडे पुढे जायचे. मग थोडे थांबून पुन्हा पाय ओढायचे. उभे राहण्यासाठी त्यांना आधार लागत असे. जिन्याच्या कठड्याला धरून उभे राहत. त्यांना कंपवाताचाही त्रास होता. काहीही उचलताना त्यांचे हात थरथरत. बिचाऱ्या बेमना घराबाहेर पडणे अशक्यच होते. आई घरात नसताना ते आमच्यावर लक्ष ठेवत. मला बेम आवडायचे. खूप दयाळू आणि प्रेमळ होते. ते सर्वांत वरच्या मजल्यावर मागील बाजूच्या बेडरूममध्ये राहत होते. बहुतेक सर्व वेळ ते खोलीतच असत. कधीतरी ते हॉलमध्ये आईशी गप्पा मारत बसत. त्यावेळी वेस्ट इंडिजमधल्या जुन्या आठवणी निघत. माझी बेमशी छान गट्टी जमली होती. आमच्यात एक खास नाते निर्माण झाले होते.

एक दिवस बाबांनी बातमी आणली, ते म्हणाले, "तुम्हाला आणखी एक बहीण झाली आहे आणि तिचे नाव आहे ख्रिस्तिन. ती सात पौंडाची आहे. आई पाच-सहा दिवसांनी घरी येईल."

पॉलिन तेव्हा आठ वर्षांची असेल. घराची जबाबदारी तिच्यावर होती. आईच्या ओळखीचे एक जोडपे होते. जॉर्ज आणि रोझ. आईने त्यांना आमच्याकडे लक्ष द्यायला सांगितले होते. जॉर्जला 'जॉर्जी पॉर्जी' म्हणत. तो रोझबरोबर राहायचा. रोझ स्कॉटिश होती. आईची दोघांशी मैत्री होती. दोघेही दुसऱ्याच दिवशी आमच्या घरी आले. जॉर्ज खूप उंच आणि टकल्या होता. रोझचे कुरळे केस सोनेरी-चंदेरी रंगाचे होते. केसांमध्ये पुढील बाजूस पाईप क्लीनर लावून ती मागच्या केसांना स्कार्फ बांधत असे. तोही मागून पुढे असा बांधलेला– समोरच्या बाजूला त्रिकोणी बो असे. दोघांनी थोडा वेळ आमच्याशी गप्पा मारल्या. जॉर्जी पॉर्जीने मला आपल्याजवळ बसवले. मजेदार गोष्टी सांगून त्याने आम्हाला खूप हसवले. जॉर्जने आता मला मांडीवर बसायला सांगितले. आजपर्यंत आईनेही कधी मला मांडीवर बसवले नव्हते. त्यामुळे तो किती चांगला आहे असे मला वाटले. मी आनंदाने त्याच्या

मांडीवर चढून बसले. त्याने माझ्या कमरेभोवती मिठी घातली. ''चहा हवाय का?'' रोझने विचारले. त्याने होकार दिल्यावर ती आत गेली.

''जॉर्जी पॉर्जी काय करतो, माहितीय का तुला?'' असे विचारून त्याने माझ्या गुडघ्यांच्या दुमडीमध्ये गुदगुल्या केल्या. ''मला नाही माहीत,'' मी उत्तरले.

''जॉर्जी पॉर्जी पुडिंग अँड पाय
किस्ड द गर्ल अँड मेड देम क्राय,''

आम्हाला हे गाणे फारच विनोदी वाटले. आम्ही सारे ते गायला लागलो.

त्याने माझ्या कमरेवरचे हात पोटावर सरकवले आणि त्याच्या मांड्यांमध्ये मला घट्ट दाबून धरले.

''छान वाटतंय ना?'' असे मला विचारून त्याने पुन्हा गाणे सुरू केले–

''जॉर्जी पॉर्जी पुडिंग अँड पाय
किल्ड द गर्ल्स अँड मेड देम क्राय
व्हेन द गर्ल्स वेन्ट टू बेड
जॉर्जी पॉर्जी गॉट अ बिग हेड.''

एवढ्यात बेम आत आले. त्याबरोबर जॉर्जीने मला मांडीवरून उठून दुसरीकडे बसायला सांगितले.

''जा. तुझ्या बहिणींबरोबर खेळ.'' तो म्हणाला.

बेम पाय ओढत खिडकीजवळच्या खुर्चीत जाऊन बसले. रोझ चहा घेऊन आली. तिला दूध हवे होते ते मी आईच्या खोलीतून आणून दिले. चहा पिऊन 'आई घरी येईपर्यंत आम्ही रोज येऊ' असे सांगून ते निघाले. त्यावर, ''तुम्ही येण्याची गरज नाही. मी बघीन त्यांना.'' असे बेमने त्यांना स्पष्टपणे सांगितले.

त्या रात्री बाबा आले ते कशावरून तरी चिडलेलेच होते. त्यांचे सिगारेट ओढणेही चालू होते. दुसरी सिगारेट अस्वस्थपणे पाकिटावर आपटत होते. बेम वरच्या मजल्यावर होते. त्यांच्याशी बोलून झाल्यावर बाबा जोरजोरात येरझारा घालत सुटले. थोड्या वेळाने ते हॉस्पिटलला जायला निघाले. बरोबर मलाही घेतले.

आई लॅम्बेथ हॉस्पिटलमध्ये होती. चार बायकांचा वॉर्ड. छान टुणटुणीत दिसली. बाजूला ब्लँकेटमध्ये लपेटलेले छोटे बाळ म्हणजे आमची बहीण ख्रिस्तिन हे मला समजले. दाट काळेभोर सरळ केस. इवलुसे बटनासारखे नाक. मला तर ती विचित्रच दिसली, सुरकुतलेली.

''चार दिवसांनी घरी जाईन,'' आईने बाबांना सांगितले.

''तुला काही हवंय का?'' त्यांनी विचारले. बाजूच्या टेबलावर खूप फळे होती.

आईच्या डाव्या बाजूच्या कॉटवरची बाई खूप अस्वस्थ, बेचैन दिसत होती. ती

माझ्याकडे आणि बाबांकडे टक लावून बघत होती. मी तिच्याकडे बघून हसल्यावर मात्र तिने त्याकडे दुर्लक्ष केले. ती आईपेक्षा खूप काळी होती. माझा रंगही काळाच आहे, पण ती फारच काळीकुट्ट होती. अंगावर ओढलेल्या पांढऱ्या शुभ्र चादरीखालून तर ती फारच भयानक दिसत होती. बापरे, ही माझ्या स्वप्नात आली तर मी चांगलीच घाबरेन! आईची त्वचा खूप सुंदर, बदामी रंगाची आहे. ती दिसतेही आकर्षक. ह्या कुरूप, भयंकर दिसणाऱ्या बाईला आईजवळ का ठेवलंय? तिला फळे, फुले भेट आणणारेही कोणी नसावे. मुलगा की मुलगी दर्शवणारे कार्डही तिच्या कॉटजवळ दिसले नाही. अच्छा, म्हणजे ती आई झाल्याचे नाटक करतेय तर! तिला बाळ हवेय आणि ते नाही म्हणून सर्वांची सहानुभूती मिळवण्यासाठी ती इथे आलीय असे मला वाटले. तिच्या कॉटच्या बाजूला छोटी हिरव्या रंगाची बॅग आणि नवीन स्लिपरची जोडीही होती.

आईने तिची ओळख करून दिली. ही मिसेस विल्यम्स. बाबांनीही तिला आणि तिने बाबांना हॅलो केले. 'तुझं बाळ कुठंय?' असे त्यांनी तिला विचारले. 'नाहीये' एवढेच उत्तर तिने दिले. 'मातृत्व लाभल्याने आनंदलेल्या मातांना आता विश्रांतीची गरज आहे. तुम्ही निघा.' असे नर्सने सांगितल्यावर आम्ही निघालो. मिसेस विल्यम्स 'हॅपी मदर' वाटत नव्हती. तरीही तिला झोपेची मात्र नितांत गरज भासत होती.

घरी गेल्या गेल्या मी बहिणींना ख्रिस्तिनचे वर्णन करून सांगितले. 'उद्या साऱ्यांनाच हॉस्पिटलमध्ये नेईन' असे सांगून बाबा निघून गेले. आई नसल्याने मला खूप मोकळे वाटत होते. किती मजा! नाष्ट्याला मी कॉर्नफ्लेक्स आणि दूध मटकावले. आईच्या खोलीत सोफ्यावर बसले. हिडीसफिडीस करणारी आई नव्हती ना! त्यामुळे मला तिथून 'ऊठ' असे कोणीही म्हणाले नाही. नंतर मी पुन्हा चक्क बिस्किटे खाल्ली. बेमच्या खोलीत गेले तेव्हा त्यांनीही माझे प्रेमाने स्वागत केले.

'आईला भेटायला कोणाला यायचंय?' असे बाबांनी विचारले. 'फक्त मला एकटीलाच न्यावे' असे बेमने सुचवले आणि खरेच फक्त मीच बाबांच्या काप्रीमध्ये बसून पुन्हा हॉस्पिटलला गेले.

आई आज खुर्चीत बसली होती. बाबांनी सोबत आणलेली फळे, दूध तिला दिले. "मला तुला काही सांगायचंय," आई म्हणाली. "काल तू आला तेव्हा एक गोष्ट सांगायची राहिलीच. मला जुळ्या मुली झाल्यात." असे सांगून आई पाळण्याजवळ गेली. पाळण्यात खरोखरच दोन बाळे होती. एक ख्रिस्तिन होती. तिच्या बटनासारख्या नाकावरून मी तिला ओळखले. दुसरी अतिशय काळी होती. व्वा! म्हणजे मला एकच नव्हे, तर दोन बहिणी मिळाल्या तर!

"काय म्हणालीस? पुन्हा बोल." असे म्हणून बाबा पाळण्याजवळ गेले. दोन्ही बाळांना त्यांनी निरखून पाहिले. दोघींमधला फरक फारच ठळकपणे जाणवत होता.

एक माझ्या आईसारखी सुंदर होती तर दुसरी कमालीची कुरूप!

"ही डाव्या बाजूची मुलगी माझी नाही," बाबा ठामपणे म्हणाले "आणि जुळी झालीत हे काल कशी बोलली नाहीस? एवढी महत्त्वाची गोष्ट विसरणं शक्य तरी आहे काय? पाळण्यातून ही काळी मुलगी काढ." असे बाबांनी म्हणताच दोघांचे चढलेले आवाज ऐकून नर्स आत आली. " 'हॅपी मदर'ला त्रास देऊ नकोस. आणि आवाज खाली कर, नाही तर इथून निघावं लागेल," असा दम तिने भरला.

खालच्या आवाजात पण अत्यंत रागानेच बाबा म्हणाले, "ही काळी माझी नाहीच."

तरीही आईने माघार न घेता 'मला जुळ्याच झाल्यात' हे तुणतुणे चालूच ठेवले, तेव्हा बाबा तावातावाने निघाले. मी त्यांच्यामागे धावले. परतीच्या प्रवासात बाबा माझ्याशी एक अक्षरही बोलले नाहीत. बहिणींना ही सनसनाटी बातमी द्यायला मी धावतच घरात शिरले. बाबा बेमशी बोलत होते. 'दोन नवीन बहिणी' या बातमीने घरात एकच खळबळ माजली. त्या संध्याकाळनंतर बाबा काही दिवस आईला भेटायला हॉस्पिटलकडे फिरकलेच नाहीत.

जॉर्जी पॉर्जी आणि रोझचे पुनरागमन झाले. मजेशीर कहाण्या सांगून त्यांनी आमचे मनोरंजन केले. त्याने सांगितल्यावर मी पुन्हा त्याच्या मांडीवर चढून बसले. जॉर्जी पॉर्जी गाणी म्हणत असताना त्याने मला घट्ट मिठी मारली आणि तो माझ्या काखेत गुदगुल्या करू लागला. थोड्या वेळाने मला या खेळाचा कंटाळा आला, तसे त्याने माझ्या बहिणीला मांडीवर बसायला बोलावले. तेवढ्यात तिथे आलेल्या बेमने 'दुसरीकडे खेळा' म्हणून आम्हाला तिथून हाकलले. 'आपण मस्त मजा करतोय ते बेमला पाहवत नाही' अशी जॉर्जी पॉर्जीने तक्रार करताच, "कार्मेन परत येईतो मुलांची जबाबदारी माझ्यावर आहे," असे बेमने ठणकावले. जॉर्ज आणि रोझ मुकाट्याने निघून गेले.

काही दिवसांनी आम्ही पुन्हा आईला भेटायला गेलो. आईच्या बाजूलाच काळी आणि बदामी अशी दोन्ही बाळे होती. शेजारच्या कॉटवरच्या काळ्या बाईला अजूनही कोणी फुले, कार्डे पाठवलेली दिसली नाहीत. बाबांना काळ्या बाळाचे 'गौडबंगाल' जाणून घ्यायचे होते.

'ते मूल माझे नाही आणि आपल्या घरी न्यायचे नाही' असे त्यांनी पुन्हा आईला बजावले. घंटी वाजवून त्यांनी नर्सला बोलावले. 'आईला किती बाळे झाली?' असे तिला त्यांनी विचारले. खातरजमा करायला नर्स रजिस्टर बघायला गेली. "एकच बाळ झालेय." तिने परत येऊन सांगितले.

"याचा अर्थ काय?" बाबांनी खेकसून विचारले.

आई काहीतरी थातूरमातूर सांगायला लागली, "त्या नर्सला काय कळतंय?

त्या वेळी ती इथे नव्हतीच मुळी. तिने रजिस्टर पाहिले नव्हते. मला किती बाळे झाली, हे तिला माहिती की मला? एकासारखी न दिसणारी जुळी असू शकतात हे तुला माहिती नाही का?'' आईची सारवासारव सुरू होती.

मला मात्र एक खरी आणि एक देऊन टाकलेली अशा दोन नव्या बहिणी मिळाल्या म्हणून आनंद झाला होता. आईनेच दोघींनाही जन्म दिला की नाही ह्या गोष्टीशी मला काहीच सोयरसुतक नव्हते. या गोष्टीला बाबांनी एवढे महत्त्व का द्यावे, तेच मला कळत नव्हते.

शेजारची काळी बाई आतापर्यंत पडद्याआडून सारा तमाशा पाहत होती. ''माझं आहे ते बाळ,'' तिने शेवटी तोंड उघडले.

''माझं बाळ? असं का म्हणतेय ही?'' बाबांनी विचारलं.

पडदा बाजूला सारून मिसेस विल्यम्स बाहेर आली आणि ''हे बाळ माझं आहे,'' ती पुन्हा तेच म्हणाली.

''हिला बाळ नकोय. तिनं ते आपल्याला देऊन टाकलंय.'' आईने खुलासा केला.''

हे ऐकून मला आश्चर्याचा धक्काच बसला. स्वत:च्या बाळाला देऊन टाकायचे? असेही करू शकतात लोक? तसे करण्यामागील तिची अगतिकता काय असेल हे समजण्याएवढी मी मोठी नव्हते. नंतर कधीतरी 'नेमके काय घडले' हे जॉर्जने मला सांगितले.

मिसेस विल्यम्सचा नवरा सैन्यात होता. दोघांचेही वैवाहिक जीवन सुखी होते. तरीही नवरा परगावी असताना तिचे परपुरुषाबरोबर लैंगिक संबध आले. त्यातून तिला दिवस राहिले. तिने बाळ होऊ द्यावे, दोघांनीही कायम आपल्याबरोबर राहावे म्हणून तिच्या मित्राने तिचे मन वळवण्याचा खूप प्रयत्न केला; पण तिला नवऱ्याला सोडायचे नव्हते. या प्रकाराविषयी नवऱ्याला समजू नये म्हणून बाळ देऊन टाकायचे असे तिने ठरवले होते. आईनेही त्या बाळाची जबाबदारी घ्यायची तयारी दाखवली. दोघींनी मिळून 'आईला जुळ्या मुली झाल्याचे' बाबांना पटवून द्यायची योजना आखली होती.

दोघी 'हॅपी मदर्स'नी आपल्याला बनवायचा प्रयत्न केला हे समजल्यावर मात्र बाबा चांगलेच खवळले. शिवाय ते बाळ केवळ काळेच नव्हे,तर दिसायला अगदी कुरूप होते.

''घरी फक्त एकाच बाळाला घेऊन यायचे, ख्रिस्तिनला. दुसऱ्याचे मूल आणलेस तर गोत्यात येशील. तुमची ही योजना म्हणजे तद्दन मूर्खपणा आहे.'' बाबांनी दोघींना बजावले.

''हिच्या बाळाला मी घरी नेणारच.'' आईने बाबाला चक्क उडवून लावले.

"नाहीतरी तू आमच्याबरोबर राहत नाहीसच. तुला ह्याबाबतीत बोलायचा काही एक अधिकार नाही." तिने ठणकावले.

काही दिवसांनी दोन्ही बाळांना काखोटीला मारून आई टॅक्सीने घरी आली. हॉस्पिटलची एक बाई तिच्यासोबत आली होती. आईची बॅग तिच्याच हातात होती. आपल्या सुखी परिवारात दोन सदस्यांची भर पडली. मी तेव्हा पाच वर्षांची होते. आता घरातील मुलांची संख्या सात झाली. पॉलिन, पॅट्सी, नंतर मी, कार्ल, मार्टिन आणि ह्या जुळ्या.

आईने जुळ्यांची नावे ठेवली ख्रिस्तिन आणि डेनिस. दोघींना मिळून एक कॉट, खेळणी आणि एकसारख्या वस्तू होत्या. सेवाभावी संस्थेतर्फे कार्यकर्ते आईची विचारपूस करून गेले. सुईण तर रोजच येत असे. आईला सर्व नीट जमेल की नाही अशी काळजी त्यांना असावी. खरं तर आई पाच मुलांची आई होती. त्यात दोघींची भर पडल्याने तिला फारसा फरक पडला नाही.

बाबा डेनिसकडे ढुंकूनही पाहत नसत व 'तिला तिच्या घरी पाठवून दे' असे ते आईला वारंवार सांगायचे; पण तिने शेवटपर्यंत त्यांचे ऐकले नाही. दोन्ही 'जुळ्या' बहिणींचे छान पटत असे. आई ख्रिस्तिनला 'ब्यूटी' म्हणायची तर डेनिसला 'ब्लॅकी.' ख्रिस्तिनच्या नकट्या नाकामुळे तिला 'बटन्स' असे नावही मिळाले होते.

साधारण आठवड्यानंतर मिसेस विल्यम्स आईला भेटायला घरी आली. स्वत:च्या मुलीला तिने हातही लावला नाही. आईने शक्य तितक्या लवकर डेनिसला दत्तक घ्यावे, अशी तिची इच्छा होती. त्यासंबंधीच्या सर्व कागदपत्रांवर सह्या करण्यासाठीच ती आली होती. आईने डेनिसला दत्तक घेण्यासाठी होकार दिला. मिसेस विल्यम्सने आईला पंचवीस शिलिंग दिले. 'फॅमिली अलाउन्स बेनिफिट' पुस्तिकाही दिली. मिसेस विल्यम्स निघून गेली. त्यानंतर डेनिस पंधरा वर्षांची होईपर्यंत ती मला पुन्हा दिसली नाही.

आईला दोन लहान बाळांना संभाळावे लागायचे, त्यामुळे ती खूप चिडचिडी झाली होती. सगळा राग आणि वैताग ती आम्हा मुलांवर काढायची. यापूर्वी ती बाबांशी भांडायची, त्यांच्यावर ओरडायची; पण आता ते नसल्याने आम्ही तिच्या तावडीत सापडलो. येता–जाता माझ्या पाठीत धपाटा घालणे नित्याचेच होते; पण आता त्याचे प्रमाण फारच वाढले. मी मस्ती केली की ती माझ्या फाटकन थोबाडीत मारायची, छातीवर चिमटे काढायची. हे सारखे चालूच होते. आईने मुळात मुलेच का होऊ दिली, हे मला कधीच समजले नाही. माझ्यावर, माझ्या भावंडांवर तिची जराही माया नव्हती. मुलांची नावड असताना तिने एवढी मुले का होऊ दिली हे आजही माझ्यासाठी एक कोडेच आहे. एवढेच नव्हे तर तिने दुसऱ्याचे आणखी

एक मूल सांभाळायला घेतले! मला तर कधीही तिच्या वागण्याचा अर्थच कळला नाही. दिवसेंदिवस ती जास्तच वाईट वागू लागली हे मात्र खरे!

मी सहा वर्षांची झाले. मार खाणे ही रोजचीच गोष्ट होती. अलार्म घणघणला तरी मी डाराडूर झोपून राहायची. साहजिकच गादी भिजल्याबद्दल चप्पल, छडी किंवा पट्ट्याचा मार ठरलेला असायचा. नंतर नंतर तर आई नुसती जवळ आली तरी 'आता काय होणार' ह्या कल्पनेनेच माझा थरकाप व्हायचा. गादीत लघवी करणे तर प्रमाणाबाहेर वाढले होते. रात्रभर मी गाढ झोपलेली असायची. जाग यायची ती गादी चाचपून पाहणाऱ्या आईच्या हातामुळे. गादी ओली असेल तर माझ्या चड्डीला पकडून ती मला फरफटत बाहेर काढायची. नशिबाने गादी कोरडी असली तरी 'गादी भिजवलीस तर याद राख' असा दम ती भरायची.

एकदा सकाळी जागी झाल्यावर मी गादीतच लोळत पडले होते. छान छान दिवास्वप्ने रंगवताना माझी तंद्री लगली होती. आई कधी आत आली याचा मला पत्ताच लागला नाही. तिने माझ्या पोटावर दाणकन असा गुद्दा मारला की श्वास वरच्यावर अडकला. काही न बोलता ती माझ्याकडे आणि मी तिच्याकडे पाहत राहिलो. नंतर ती निघून गेली आणि मी पुन्हा स्वप्ने रंगवण्यात गुंग झाले.

सन १९६३ मध्ये आम्ही ६ बर्नेट स्ट्रीटवर राहायला गेलो. हे घर आईच्या मालकीचे असल्याने बाबांना पूर्वीप्रमाणे हवे तेव्हा येण्याजाण्याचे स्वातंत्र्य नव्हते. घर घेण्याएवढे पैसे आईकडे कुठून आले कोणास ठाऊक, कारण बाबांकडून मिळणाऱ्या पैशांव्यतिरिक्त उत्पन्नाचे कोणतेही साधन तिच्याजवळ नव्हते. सर्वांत वरचा मजला, त्याच्या बाजूच्या वाढवलेल्या खोल्या आणि मधल्या मजल्यावरची एक खोली, एवढ्या जागेत आम्ही सारे राहायचो. बाकीच्या खोल्यांमध्ये आमचे भाडेकरू होते– आंटी इना बकली आणि तिची मुले आणि आईच्या ओळखीचे जोडपे जॉर्जी पॉर्जी आणि रोझ. सर्वांत वरच्या मजल्यावरच्या खोलीत माझी एकटीची रवानगी झाली. अन्य कोणालाही त्या अडगळीच्या खोलीत राहायला आवडले नसते. झडीचा पाऊस आला की सारे पाणी आत येई. अनेकदा पाण्यामुळे गादी भिजून अलार्म वाजू लागे आणि मी धडपडत जागी होई. भिजवण्याचा मक्ता मी एकटीनेच घेतला नव्हता, तर!

शेजारीपाजारी खूप मुले होती. रस्त्यापलीकडे मोठी चार मजली इमारत होती. तिच्यात अनेक गाळे होते. आम्हाला रस्त्यावर खेळायची परवानगी नव्हती. एरवीही आम्हाला खेळण्यासाठी फारसा वेळ मिळत नसे. भरपूर घरकाम करावे लागत असे. क्वचित मोकळा वेळ मिळालाच, तर घरामागच्या अंगणात आम्ही खेळायचो. आमच्यासाठी जॉर्जी पॉर्जी आणि रोझचे दार सदैव उघडे असे. जॉर्जी पॉर्जी खूप धमाल करायचा. जिन्यावरून येता-जाता, आईला भेटायला घरी आला की असे

कधीही आमच्याशी खेळायला त्याची तयारी असे. माझ्याशी तो जास्तच चांगला वागायचा. बाबा नेहमी भेटायला येत असत. मात्र त्यांचा रात्रीला मुक्काम मात्र कधीही नसायचा. आई आठवड्यातून काही वेळा संध्याकाळची बाहेर जाई. तिने अर्धा वेळ नोकरी धरली होती. येताना ती खूप केक खायला आणायची. आम्ही चांगले वागलो तर आम्हाला केक खायला मिळायचे. ती नसे तेव्हा जॉर्जी पॉर्जी आणि रोझ आमच्यावर लक्ष ठेवायचे.

नवीन घरी येऊन सहा महिने झाले असतील. आई कामावर गेली होती. आम्ही अंगणात खेळत होतो. जॉर्जी पॉर्जी आणि रोझही तेथेच होते. पॉलीन आणि पॅटसीला एक थोडेसे जखमी फुलपाखरू सापडले. आम्ही सारे त्याभोवती गोळा होऊन त्याची शुश्रूषा करायच्या खटपटीत असताना जॉर्जी पॉर्जीने नाक खुपसले.

"तुम्ही ह्या फुलपाखराला इजा केलीत?" त्याने विचारले.

"मुळीच नाही." आम्ही एकसुरात ओरडलो.

"त्याला बरे कसे वाटेल, जॉर्जी पॉर्जी?" मी चिंताग्रस्त होऊन विचारले.

"किती दयाळू आहेस तू." असे म्हणून त्याने माझ्या खांद्याभोवती हात टाकला. "किती चांगली आहेस तू," म्हणून माझ्या पृष्ठभागावर हलकेच चापट्या मारल्या. फुलपाखराचं कौतुक करून झाल्यावर आम्ही पुन्हा खेळायला लागलो. जॉर्जी पॉर्जीने अंगणातून एक मोठ्ठा तपकिरी रंगाचा केसाळ सुरवंट आम्हाला दाखवायला आणला. करंगळीवर ठेवलेला सुरवंट हळूहळू सरपटत पुढे पुढे जात होता. मध्येच त्याने डोके उंचावून पाहिले. आम्ही कोंडाळे करून, पण लांबूनच मजा पाहत होतो. मी तर खूपच मागे सरकले.

"क्लिअरी, क्लेअर, लांब का पळतेस? घाबरू नकोस. तो काही करणार नाही. चल, हात लावून पहा." त्याने मला जवळ बोलावले.

"ई... तो किती वळवळतोय. मला नाही आवडत!" मी किंचाळले.

"अगं, ह्याचंच सुंदर फुलपाखरू होणारेय. हात लावून तर पाहा. त्याने पुन्हा आग्रह केला. जवळ येऊन म्हणाला "घाबरू नकोस. बरं, टाकून देतो. मग तर झालं?" अंगणात कोपऱ्यापर्यंत जाऊन तो परत आला. हात दाखवून म्हणाला, "बघ, सुरवंट नाही."

आम्ही खेळायला लागलो, जॉर्जी पॉर्जी आमचा खेळ पाहत होता. मग पुन्हा त्या कोपऱ्यात जाऊन डोकावून आला. परतून म्हणाला, "तो सुरवंट तिथे नाही."

"कुठे गेला?" मी विचारले.

"त्याला खूप एकटं वाटलं असावं, म्हणून तो पुन्हा आपल्यात खेळायला आलाय."

"कुठे आहे?" मी सर्वत्र नजर फिरवली.

"मला नाही माहीत. शोधयला हवं." तो म्हणाला.

"तू किती वेडा आहेस जॉजी पॉर्जी! तो परत कसा येईल? सुरवंटाला एवढ्या भरभर चालता तरी येते का?" मी मोठ्या हुशारीने विचारले. "बघ. बघ, जॉर्जी पॉर्जी. मीच तो सुरवंट आहे. आलेच तुला पकडायला." मी तुरुतुरु चालत त्याच्याजवळ गेले आणि धाडकन त्याच्यावर आपटले. ही गंमत पाहून माझ्या बहिणी खो खो हसत होत्या.

"अच्छा, म्हणजे तो इथेच कुठेतरी असला पाहिजे. शोधून बघतो" असे म्हणून त्याने बहिणीच्या केसांमध्ये हात फिरवला. "अरे इथे नाहीय." तिला गोल फिरवून त्याने तिच्या पाठीवर पाहिले. "इथेही नाही." मग तिचा फ्रॉक थोडा वर उचलून तिच्या पायांवर नजर फिरवली. "अरेच्चा, इथेही दिसत नाही. पॅटसी, तू इकडे ये. तुझ्याजवळ लपलाय का तो सुरंवट?"

"नाही," असे म्हणून पॅटसी पळतच घरात गेली. आमची 'प्रेशस पुस.'

"क्लेअर, म्हणजे तुझ्याजवळ असणार तो सुरंवट." असे म्हणत तो जवळ आला. "अरे इथे काहीतरी आहे वाटतं. क्लेअर, अजिबात हलू नकोस." त्याने असे म्हणताच मी भीतीने किंचाळू लागले, "काढ तिथून, जॉर्जी पॉर्जी,"

"तुझे हात पुढे कर बघू," जॉर्जी पॉर्जी म्हणाला. मग हातावर हलकेच थोपटून म्हणाला, "इथे तर नाही." मग केसांवर हात फिरवत म्हणाला, "इथेही सापडत नाही बुवा."

"सापडला का, जॉर्जी पॉर्जी?" मी चिंतित होऊन विचारले.

"आवाज करू नकोस. शोधतोय अजून." तो उत्तरला. "वरती तर काही दिसत नाही. म्हणजे खालीच कुठेतरी असणार." असे म्हणून त्याने माझे बूट चाचपले. नंतर पाय आणि वर वर सरकत त्याचे हात माझ्या पार्श्वभागावरून फिरले.

"सापडला का सुरंवट?"

"नाही गं, अजूनही शोधतोय." एकीकडे त्याचा हात माझ्या मांड्यांमध्ये माझ्या गुप्तांगावर फिरत होता. "छे, नाही बुवा सापडत. लपलाय वाटतं कुठेतरी. पुन्हा वरपासून सुरुवात करतो. अशी वळ पाहू. आहा! हा बघ सापडला."

तो गलेलठ्ठ सुरवंट माझ्या मानेवरच वळवळत होता.

"काढ, काढ, काढ त्याला जॉर्जी पॉर्जीऽऽ" मी जिवाच्या आकांताने किंचाळले. "लवकर काढ."

"एवढं ओरडायला काय झालं? क्लिअरी, क्लेअर, शांत हो. जॉर्जी पॉर्जी काढतोय त्याला."

"आताच्या आता काढ, जॉर्जी पॉर्जी," माझा आरडाओरडा चालूच होता.

"हा बघ पकडला. अरे चोरा, इथे लपला होय? मी क्लेअरच्या अंगावर तुला

शोधत होतो. बरा सापडलास. किती त्रास दिलास मघापासून. मी तुला खाली सोडतोय, पण आता पुन्हा हिच्या अंगावर चढू नकोस. याद राख.'' जॉर्जी पॉर्जीने सुरवंटाला दम भरला.

मी कमालीची घाबरून पुतळ्यासारखी उभी होते. एवढ्यात रोझ बाहेर आली. ''काय एवढा गोंधळ चाललाय?'' तिने विचारले आणि ती मला म्हणाली, ''आधी ओरडणं बंद कर.''

''मोठा सुरवंट तिच्या मानेवर चढला होता म्हणून ती किंचाळतेय. सापडला आता. त्याने आपली करंगळी तिच्यासमोर धरली. हा बघ, आहे ना?'' जॉर्जी पॉर्जी म्हणाला.

''तू आत ये गं,'' ती मला म्हणाली, ''गरमागरम चहा पी, म्हणजे बरं वाटेल.''

मी तिच्याबरोबर धावतच घरात गेले.

नवीन 'बाप'

१९६४

प्रथम दर्शनी तरी ईस्टमन मला फारसा आवडला नव्हता. आडदांड देह, ओबडधोबड रूप. 'स्मॉली' होता तो. वेस्ट इंडियाच्या मोठ्या बेटांवरील रहिवासी आजूबाजूच्या लहान लहान बेटांवरील लोकांना 'स्मॉली' म्हणत. जमेकातील लोक तर बाकी सर्वांनाच 'स्मॉली' म्हणतात. ईस्टमन बार्बाडोसचा. बार्बाडोस तसे मोठे आहे, पण आमच्यासाठी तो 'स्मॉली'च होता. मयात रोडवरच्या आमच्या जुन्या घराच्या कोपऱ्यावर बाबांची लाँड्री होती. तिथे ईस्टमन कामाला होता. कायम आईच्या घरी पडलेला असे. खरे तर तो माझ्या मावशीचा बॉयफ्रेंड. ६ बर्नेट स्ट्रीटच्या घरात इना आमच्याकडे राहायची, तेव्हा त्याची आठवड्यातून एखादी चक्कर इनाकडे असायचीच. इना माझ्या आईची चुलतबहीण. आई अधूनमधून त्या दोघांशी गप्पा मारायला जायची. नंतर मात्र ईस्टमन आला की आई हटकून तिथे जायचीच. तेव्हा माझे त्याच्याकडे जास्त लक्ष जाऊ लागले.

शेवटी असे झाले की इना राहिली बाजूलाच, ईस्टमन आईकडेच येऊ लागला. आमच्या स्वयंपाकघरात त्याचा कायम मुक्काम असे. आईशी त्याचे काय संबंध होते, हे स्पष्टच होते. त्यांचे एकमेकांशी छान जमायचे. तो कायम 'सन' हे वर्तमानपत्र जवळ बाळगत असे. मात्र त्याला लिहिता-वाचताच येत नाही, हे नंतर मला कळले तेव्हा मला आश्चर्याचा प्रचंड धक्काच बसला. तो नेहमी रात्री येई. आम्ही झोपायच्या तयारीत असू. आई त्याच्यासाठी चमचमीत जेवण तयार ठेवी. खूप मटन किंवा चिकनचे तुकडे, टोमॅटो, गाजर हे मोठ्या पायरेक्सच्या डिशमध्ये ओव्हनमध्ये मंद आचेवर शिजत असे. हे त्याचे एका वेळचे जेवण, आम्हा सर्वांना अनेक दिवस पुरले असते! दोघेही खूप वेळ स्वयंपाकघरात असत. तो येण्याच्या आधी बराच वेळ आई कामाला लागे. त्याच्या सेवेत काही कमतरता राहू नये, म्हणून तिची धडपड असे. ती ज्या पद्धतीने त्याच्या पुढे पुढे करत असे, ते पाहून 'बाबांना मारणारी आई, ती हीच का?' असा प्रश्न पडे. वाटेल तशी शिवीगाळ, मारामारी, भांडणे, इतकेच नव्हे तर बाबांना कात्रीने भोसकण्याइतपत तिची मजल

गेली होती. या मूर्ख, मठ्ठ माणसाला मात्र तिने डोक्यावर चढवले होते. ईस्टमन येणार असला की आम्हाला त्यांच्या बाजूला अजिबात फिरकायचे नाही अशी सक्त ताकीद मिळत असे. आम्हाला लवकर झोपावे लागायचे. घर स्वच्छ आणि नीटनेटके ठेवण्याविषयी ती आम्हाला बजावायची. त्याचे आमच्या घरी वारंवार येणे मला मुळीच आवडायचे नाही. बाबांना कळले तर त्यांना काय वाटेल असेही मला सारखे वाटायचे. ईस्टमन आम्हा मुलांकडे ढुंकूनही बघत नसे. सुरुवातीला आठवड्यातून एकदा येणारा ईस्टमन, नंतर दोनदा आणि मग तो जवळजवळ रोजच आमच्या घरी यायला लागला. बेम नेहमी स्वत:च्या खोलीतच असे. आईशी बोलताना तो ईस्टमनविषयी 'ब्र'ही काढत नसे. ईस्टमन आला असताना बेम क्वचितच खाली येत असे.

साधारण सहा महिन्यांनी ईस्टमनचे सकाळीही दर्शन होऊ लागले. स्वयंपाकघरात नाश्त्यावर तो यथेच्छ ताव मारत असे. तो तिथे असताना आम्हाला आत पाऊल ठेवायची परवानगी नव्हती. त्याचे खाऊन होईपर्यंत आम्ही ताटकळत बसायचो. आमच्याशी तो कधीच चांगले वागत नसे. एकदा रात्रीचा तो आल्यानंतर आईने नेहमीप्रमाणे आम्हाला झोपायला पिटाळले. मी माझ्या खोलीत गादीवर पडले होते, एवढ्यात दार वाजले. मी गुपचूप पडून राहिले. दरवाजा उघडून ईस्टमन आत आला. मी चादर तोंडावर ओढून स्तब्ध पडले होते. माझी तीन फुटी कॉट खोलीच्या मधोमध होती. खुर्ची कॉटजवळ ओढून तो बसला.

''मला माहिती आहे तू चादरीखाली आहेस ते.'' तो म्हणाला. मी पटकन तोंडावरची चादर बाजूला केली आणि जोरजोरात हसू लागले. तोही हसत होता. खुर्ची अधिकच जवळ ओढून तो इकडचे-तिकडचे बोलायला लागला, 'तू चांगली वागत जा. लवकर झोपत जा. आईला राग येईल, अशी वागूच नकोस, म्हणजे ती रागावणार नाही' वगैरे. मी शब्दही न बोलता त्याची टकळी ऐकत होते. तो पुढे बोलत होताच– 'आईशी चांगली वाग. ती तशी वाईट नाही; पण कधी कधी तिचाही तोल जातो' तो आईची वकिली करत होता.

त्याची बडबड ऐकून मला कंटाळा यायला लागाला. त्याच्याकडे दुर्लक्ष करून खाली पडलेली माझी बाहुली घेण्यासाठी, मी पुढे वाकले. डॉलीला उजव्या हाताने उचलताना माझा तोल गेला. अंगावरची चादर घसरून खाली पडली. माझ्या अंगावर कपडे नव्हते. चादर सरकल्याने माझा पार्श्वभाग उघडा पडला. हात आणि गुडघे जमिनीवर आणि पाय कॉटवर अशा अवस्थेत मी उठण्यासाठी धडपडत होते. तशीच मागे मागे सरकत मी कॉटवर चढले. ह्या सर्व गोंधळात ईस्टमनला माझे गुप्तांग दिसले. मी झाकायला गेले तो त्याने तिथे गपकन पकडले आणि म्हणाला, ''व्वा, काय मस्त आहे तुझी लहानशी...'' मी घाईघाईने चादर गळ्यापर्यंत ओढून

घेतली. काहीच झाले नाही असे दाखवत तो काहीबाही बोलायला लागला. मी एक अक्षरही न बोलता निर्विकारपणे त्याच्याकडे पाहत राहिले.

"काय झालं ते मम्मीला सांगू नकोस. तू किती खोटारडी आहेस हे साऱ्यांना माहिती आहे. तुझ्यावर कोणीही विश्वास ठेवणार नाहीच, फुकटचा मार मात्र मिळेल." असे धमकावून तो निघून गेला. मी उठून ब्लँकेट दुमडून तीन वेळा स्वत:भोवती घट्ट लपेटून घेतले आणि मगच झोपले.

सकाळी नाश्त्याच्या वेळी ईस्टमन रात्रीच्या प्रकाराविषयी अवाक्षरही बोलला नाही. आम्ही नाश्त्यासाठी कॉर्नफ्लेक्स, किंवा अंडी वा टोस्ट खायचो. ह्या लाटसाहेबाला मात्र फ्राईड राईस आणि अंडी असा भरभक्कम नाश्ता मिळत असे. एकंदरीतच आमच्या घरातील त्याचा मुक्काम अत्यंत आरामदायी झाला. एकदा सकाळी अचानक बाबा आम्हाला भेटायला आले. बेल वाजलेली कोणी ऐकली नाही. मात्र मीच दार उघडले. "कशी आहेस क्लिअरी?" म्हणत बाबा आत आले. स्वयंपाकघरात ईस्टमनचा नाश्ता सुरूच होता.

त्याला पहून बाबा भडकले. त्यांनी आईच्या नावाने बोंब मारली. एकीकडे ते ईस्टमनला शिवीगाळ करत होते. "अजून खात बसला आहेस?" असे दरडावून त्यांनी ईस्टमनला बुकलायला सुरुवात केली. ईस्टमनही हात चालवू लागला. प्रकरण चांगलेच हातघाईवर आलेले पाहून आई मध्ये पडली. तीही बाबांना मारू लागली.

आरडाओरडा ऐकून जॉर्जी पॉर्जी आणि रोझ धावतच स्वयंपाकघरात आले. आम्ही बाबा आणि ईस्टमनला आवरायचा प्रयत्न केला, पण तिकडे दुर्लक्ष करून दोघेही एकमेकांना बदडत होते. शेवटी दोघेही दमले असावेत. कारण त्यांनी स्वत: होऊनच मारामारी थांबवली.

"पुन्हा इथे पाय ठेवलास तर याद राख," आईने बाबांना दम भरला आणि खरोखरच ६, बर्नेट स्ट्रीटच्या घरात बाबा पुन्हा कधीही आले नाहीत. या प्रकारानंतर ईस्टमनचीही आमच्याकडे फिरकायची कित्येक दिवस हिंमत झाली नाही.

त्यांच्या मारामारीनंतर लवकरच इना बकलेही दुसरीकडे राहायला गेली. तिनेच ईस्टमनला प्रथम आमच्या घरी आणले होते. तिनेच त्याची आईशी ओळख करून दिली होती. आईच्या काय भानगडी चालल्याहेत हे तिला चांगले माहिती होते. या साऱ्यामुळे बाबा इनावर अतिशय नाराज होते. आपण इथून पळावे, हेच बरे, असे तिने ठरवले असावे.

जॉर्जी पॉर्जी आणि रोझदेखील काही काळासाठी स्कॉटलंडला गेले. इथे राहत नसतानाही भाडे भरण्याचे त्यांनी मान्य केल्याने, ते परतल्यानंतर खोली त्यांना परत देण्याचे आईने मान्य केले. वाजवी भाडे आणि आईशी सलोख्याचे संबंध, यामुळे

त्यांना आमच्याच घरी राहायचे होते. इतर भाडेकरूंविषयी खबरी मिळवायच्या हेतूने आई अनेकदा त्यांना चहाला बोलवायची. कधी ड्रिंकचा कार्यक्रमही व्हायचा. आईची सटरफटर कामे जॉर्जी पॉर्जी तत्परतेने करून देई. त्याच्या निरपेक्ष सेवेचे आईला फार कौतुक वाटत असे. एकदा एका शुक्रवारी जॉर्जी पॉर्जी भाडे द्यायला आला असताना आईने त्याच्यासाठी चहा बनवला. ''बरं वाटत नाही,'' असे तिने म्हणताच ''बागेतून पुदिना आणतो, पुदिन्याचा चहा पी, म्हणजे बरं वाटेल,'' असे जॉर्जीने सुचवले. पाने खुडायला मीही त्याच्याबरोबर गेले. बागेत पुदिन्याच्या रोपांच्या लांबच लांब रांगा होत्या. ''मी इकडून सुरुवात करतो. तू त्या बाजूला जा.'' जॉर्ज म्हणाला. ''मोठी पानं, देठांसकट तोडायची.''

मी कामाला लागले. मला पुढच्या बाजूला असलेल्या रोपांची पानेच खुडताना पाहून जॉर्ज म्हणाला, ''क्लेअर त्या बाजूच्या मोठ्या रोपांची पानेही तोड ना.''

''मला नाही जायचे तिथे.''

''का बरे?''

''किडे, अळ्या माझ्या खांद्यावर चढतील ना,'' मी घाबरून म्हणाले.

''वेडी आहेस की काय? अळ्या-बिळ्या काही नाही तिथे,'' त्याने समजावले.

''जॉर्जी पॉर्जी, तो सुरवंट नाही का माझ्या मानेवर सापडला? आठवते ना तुला? जादूने, अचानक तो माझ्या मानेवर चढला. तो कधीही, कुठेही जाऊ शकतो.''

''अरे हो, तू म्हणतेस ते अगदी खरंय क्लेअर. मी तर साफच विसरून गेलो होतो. तुझी स्मरणशक्ती फारच तल्लख आहे. नीट जपून चालायला हवे; पण त्या सुरवंटाची काळजी करायचे कारण नाही.'' तो म्हणला.

''का?''

''मला माहितीय तो कुठे आहे ते!''

''कुठे आहे? सांग ना लवकर.'' मी उत्सुकतेने विचारले.

''आता झोपलाय तो. तू शहाण्यासारखी वागलीस तर दाखवीन.''

''उठवायचे का त्याली जॉर्जी पॉर्जी? आता उठवू या ना.'' मी उतावीळ झाले.

''ठीक आहे; पण त्याला उठवणे इतके सोपे नाही. खूप दमलाय तो. त्याला प्रेमाने कुरवाळलेस तर हळूहळू उठेल. सुरवंटांना प्रकाश सहन होत नाही महितीय ना? म्हणून तर तो लपून बसलाय.''

''बरं, जॉर्जी पॉर्जी. पण आता दाखव ना.''

जॉर्जी पॉर्जीने त्याच्या पँटचा पट्टा काढून खाली टाकला. पँटचे वरचे बटण काढले.

''जॉर्जी पॉर्जी काय करतोस तू?''

''मी त्या लब्बाड सुरवंटाला बाहेर काढतोय.'' असे म्हणून तो बाकीची बटणे

काढू लागला. "चल ऊठ, झोपा काय काढतोय? क्लेअरला बघायचंय तुला."

"तो सुरवंट तुझ्या पँटमध्ये कसा गेला जॉर्जी पॉर्जी?" मी निरागसपणे विचारले.

"त्याला झोप आली ना. पँटमध्ये छान उबदार वाटतेय त्याला." असे म्हणत जॉर्जी पॉर्जी एकेक बटण काढत होता.

"जॉर्जी पॉर्जी, झोपू दे त्याला. उगीच कशाला त्याला त्रास द्यायचा?" मी त्याला अडवण्याचा प्रयत्न केला.

"त्रास वगैरे काही नाही. इथे हात ठेव ना. बघ कसा छान उबदार लागतोय सुरवंट." असे म्हणून त्याने पँट उघडली. माझ्या मानेवर सापडलेल्या सुरवंटासारखा केसाळ पुंजका मला दिसला.

"मला सुरवंट मुळीच आवडत नाही." असे म्हणून मी धावतच घरात गेले. काहीतरी थातूरमातूर बोलून जॉर्जी पॉर्जीही निघून गेला.

१९६४ नोव्हेंबरमध्ये आम्ही पुन्हा घर बदलून सदरलँड स्क्वेअरला राहायला गेलो. ज्या तऱ्हेने नव्या घरी राहायला गेलो त्या आठवणी अजूनही ताज्या आहेत. आईने टप्प्याटप्प्याने घर बदलले. सर्वप्रथम तिने ख्रिस्तिन आणि डेनिसला आपल्याबरोबर नेले. त्या रात्री रोझ आमच्या सोबतीला होती. दुसऱ्या दिवशी आईबरोबर दोन्ही मुलगे गेले. तिसऱ्या दिवशी पॉलिन आणि पॅटसीचा नंबर लागला. उरले मी! त्या रात्री रोझही नव्हती, असे वाटते. आईने आपला कोट आणि बॅग उचलली. दरवाज्याजवळ जाऊन ती मला म्हणाली, "मी जातेय. पुन्हा येणार नाही." बाहेर पडून तिने दार ओढून घेतले. घरात उरले मी एकटीच!

दाराला टेकून मी रात्रभर बसून होते. अंधार दाटत गेला. सकाळी कुलपात किल्ली फिरवल्याच्या आवाजाने मला जाग आली. आई आली होती. ती दार उघडण्याचा प्रयत्न करत होती, ते उघडेना. तसे तिने आत डोकावून पाहिले. मला खाली दाराला टेकून बसलेली पाहून तिने सर्व शक्तिनिशी दार ढकलले, मी भिंतीवर आपटले. माझ्याकडे संपूर्ण दुर्लक्ष करून ती तरातरा वर गेली. दिवसभरात ती माझ्याशी अवाक्षरही बोलली नाही. संध्याकाळी निघताना मला म्हणाली, "तयार आहेस का?" बाहेर पडून दोघींनी सदरलँडला जाणारी बस पकडली.

बाबांच्या पैशांवर डल्ला मारून जमवलेल्या पैशांतून आईने हे घर विकत घेतले होते. ते तिच्या मालकीचे असल्याने बाबांना त्यांच्या मर्जीनुसार येण्याजाण्याची मुभा नव्हती. आईने सुरुवातीला बेमलादेखील आमच्याबरोबर नव्या घरी नेले नव्हते.

आईबाबांच्या भांडणामध्ये नेहमीच त्याला कोणाची चूक होती हे विचारले जात असे; पण दोघांचाही स्वभाव माहिती असल्याने कोणा एकाची बाजू न घेता तो तटस्थ राहत असे. आईला या गोष्टीचा खूपच राग येत असे. बेम आपला विश्वासघात करतो असा ग्रह करून घेऊन तिने, 'इथे राहू नकोस' असे त्याला बजावले. बाबांनी त्यांच्या मालकीच्या एका घरी बेमला राहायला जागा दिली. काही काळानंतर मात्र बेम आमच्याकडेच राहायला आला. जॉर्जी पॉर्जी आणि रोझ बर्नेट स्ट्रीटच्या घरीच राहिले. बेम आणि ही दोघे आमच्याबरोबर नसल्याने आईला मोकळे रान मिळाले. कारण असो अगर नसो, ती सतत माझ्यावर ओरडत असायची, गुद्दे मारायची, धपाटे घालायची. तिचा पारा कायम चढलेला असे. तेवढे एक सोडले तर सदरलँडचे हे घर खूप छान होते. तीन मजली इमारत होती. भोवती सुंदर बागही होती. खेळायला भरपूर जागा होती. माझी खोली दुसऱ्या मजल्यावर मागच्या बाजूला होती.

घरातील सर्वांत चांगली बैठकीची खोली आईने स्वत:साठी घेतली. तिच्या परवानगीशिवाय आम्हाला तिथे प्रवेश नव्हता. या खोलीत पडदा लावून तिने तिचे दोन भाग केले होते. आमच्या मागे ईस्टमनही टपकला. पूर्वी तो आमच्या अध्यात-मध्यात नसे, पण या घरी तो मालकाच्या रुबाबात वावरत असे. आमचे भले करण्याचा आव आणून तो आईकडे आमच्या चुगल्या करायचा. तसे केल्याने आई खूष होईल असे त्याला वाटत असावे. त्याच्या ह्या आगाऊपणामुळे आम्हा सर्वांनाच तो खुपू लागला. आम्हाला शिस्त लावायला तो काही आमचा बाप नव्हता आणि संधी मिळेल तेव्हा आम्ही त्याला हे ठणकावून सांगत असू.

फ्रेडरिक क्रेसेंटवरच्या ॲडव्हान्स लाँड्रीमध्ये ईस्टमन कामाला होता. तो सकाळी लवकर जात असे आणि उशिरा घरी परतत असे. त्याचा सकाळचा नाश्ता होईपर्यंत आम्हाला स्वयंपाकघरात पाऊल टाकायची परवानगी नसे. आई त्याच्यासाठी भरपेट नाश्ता बनवत असे, शिवाय बरोबर नेण्यासाठी मोठा थर्मास भरून चहाही देत असे. तो परत येईपर्यंत गरमागरम चमचमीत जेवण – पायरेक्सची डिश भरून – ओव्हनमध्ये तयार असे. तो आल्यापासून आमची कामे खूप वाढली होती. त्याला भरपूर जेवण लागत असल्याने खूप बटाटे सोलावे लागत. तांदूळही खूपच निवडावे लागत, कणकेचा भलामोठा गोळा मळावा लागे. यामध्ये आमचा खूप वेळ जात असे.

काही महिन्यांनंतर त्याची कटकट सुरू झाली. "तू आणि तुझ्या मुलांमुळे माझं दिवाळं निघेल. मी ह्या पोरांचा बाप नाही; मग माझ्या कष्टाचे पैसे त्यांच्यावर का खर्च करू?" असे तो सरळ तोंडावर बोलू लागला. आई कायम त्याला खूष ठेवू बघे. त्याची खाण्या-पिण्याची चंगळ असे. स्वयंपाकघरातील कपाटात त्याच्या

खायच्या वस्तूंसाठी राखीव जागा होती. त्याच्या परवानगीशिवाय या वस्तूंना हात लावणे आमच्यासाठी वर्ज्य होते. अर्थात आम्हाला खायला काही नसले तरीही त्या कपाटातले काहीही मिळत नसे. कार्नेशन मिल्क, चहा, साखर, ब्रेड, जॅम, बिस्किटे, फळांचे डबे अशा नाना वस्तूंनी ईस्टमनचे कपाट शिगोशिग भरलेले असे. आम्हाला खायला काही नसले की तो कपाटातून बिस्किटे काढून आमच्यासमोर खात बसे. आई आमच्यासाठी बिस्किटे, वेफर्स, चॉकलेट्स असे काहीही स्वयंपाकघरातील कपाटात ठेवतच नसे. हा सगळा माल तिच्या खोलीत कडीकुलपात असायचा. कपाटाची किल्ली ती ब्राच्या पट्ट्यात अडकवून ठेवायची. आम्ही कधीही ईस्टमनच्या वस्तूंना हात लावू नये, याचा आईने पुरेपूर बंदोबस्त केला असला तरी 'तो नाराज तर होणार नाही ना' याची तिला सतत धास्ती वाटत असे. आम्हा सर्वांच्या खाण्याचा खर्च भरपूर असल्याने आईलाही असे नियंत्रण ठेवणे फायद्याचे होते.

ईस्टमन आम्हा सर्वांआधी त्याच्या खास पायरेक्स डिशमधून जेवून घ्यायचा. आईही त्याच्याबरोबर जेवायची. उरलेसुरले अन्न आम्हाला मिळे. आम्ही मुले आशाळभूतपणे त्यांचे जेवण संपायची वाट बघायचो. ईस्टमनला कसे खूष ठेवायचे हे आईला बरोबर माहिती होते. आईने 'सर्व' तऱ्हेने त्याच्याकडे लक्ष दिले की त्याची काही तक्रार नसायची. एकूण परिस्थितीमुळे आम्ही मात्र फारच दुःखी झालो होतो. शिवाय त्याला एवढे डोक्यावर बसवले आणि सगळे त्याच्या मनासारखे केले, तरी तो आमच्याबाबतीत काही ना काही खुसपटे काढत राहायचाच.

मला सात वर्षं पूर्ण झाली होती. माझ्या मनात नेहमी एक विचार घोळत असे; खास माझ्यासाठी कोणीतरी नवीन ड्रेस आणला तर किती छान होईल! फार महाग हवा असे नाही– पण तो नवाकोरा, पूर्वी कोणीही न वापरलेला असावा. पांढराशुभ्र मऊ सुती फ्रॉक, त्यावर छोटी छोटी हिरवी फुले. निळा रंगही चालेल. माझा आवडता रंग आहे तो. मला तो खुलून दिसतो. त्या रंगाचे जुने फ्रॉक अनेक वेळा वापरलेत मी... पण नवीन ड्रेस आणि त्याबरोबरच नवीन शूजदेखील मिळाले तर किती मज्जा येईल! शूज एक-दोन आठवडे वापरलेले असले तरी चालतील, पण ते माझ्या मापाचे हवेत. लहान किंवा मोठे होणारे नकोत. उंच टाचांचे देखील नकोत, नाहीतर धडपडून मान मोडायची. गुलाबी किंवा चंदेरी रंगाची केसांची क्लिप, सुंदरसा कार्डिगन, तोही गुलाबी किंवा हिरव्या रंगाचा हवा. निळा असेल तर फारच छानच!

मला कान टोचून घ्यायचीही हौस होती, पण आई फारच भडकली असती. त्यापेक्षा मी माझ्या ओठांचा आकार ठीक करून घेऊ का? हल्लीच कुठल्याशा मासिकात वाचले होते की शस्त्रक्रिया करून ओठांचा, नाकाचा आकार सुधारता

येतो. तसे केल्यावर तरी कदाचित आईला मी थोडीशी तरी आवडेन. शस्त्रक्रिया करून सुंदर दिसायला लागले तर मी सरळ घरातून पळूनच जाईन. कोणी सांगावे, अन्य कोणत्या तरी कुटुंबात माझे प्रेमाने स्वागत होईल. वेडीबिंद्री दिसणारी मुले कोणालाच आवडत नाहीत. हे अगदी खरे आहे. आई माझ्या दिसण्यावरून सारखी मला घालूनपाडून बोलत राहायची, "काय कुरूप ध्यान आहे हे. अग्ली!" सर्वांनाच नकोशी आहे मी...

मी साडेसात वर्षांची झाले तेव्हा परिस्थिती अधिकच बिघडली. मारझोड, टोचून बोलणे यांना दाद न देता माझे अंथरूण भिजवणे चालूच होते. हे पाहून आईने पवित्रा बदलला. त्या शनिवारी रात्री आम्ही सारे जेवण्यासाठी टेबलाभोवती बसलो होतो; पण आईने माझी प्लेट बाजूला काढली. माझ्याकडे संपूर्ण दुर्लक्ष करून सर्वांना जेवण वाढले. उकडलेले बटाटे, चिकन, गाजरे, रताळी, कांद्याच्या फोडी आणि त्याबरोबर रस्सा. सगळेजण जेवू लागले. वाट पाहून मी आईला विचारले, "माझे जेवण?"

"तू जेवलीस ना, तर सारे खाली उतरेल आणि अंथरूण ओले करशील," असे बोलून तिने माझ्यासमोरचा संत्र्याच्या रसाचा ग्लास उचलून एका झटक्यात रिकामा केला. वर म्हणाली, "निदान आज तरी लघवी करणार नाहीस."

बाकी सारे हा प्रकार मुकाटपणे पाहत होते. वाद घातला तर आई बदडून काढेल, या भीतीने मीही गप्प बसले.

"मला पुदिन्याचा चहा प्यायचाय," असे म्हणून तिने छातीवर हात ठेवून मोठा ढेकर दिला. चकार शब्दही न बोलता सर्वजण जेवत होते. "जा गं, तू पानं घेऊन ये." आईने हुकूम सोडला. मी बागेतून पाने तोडून आणली. एव्हाना सर्वांची जेवणे आटोपली. बहिणी काहीतरी खायला देतील, अशी मला अंधुकशी आशा होती, पण आई काकदृष्टीने पाहत असल्याने त्या गुपचूप निघून गेल्या.

निराश होऊन मीही निघाले, तसे आईने मला अडवले, "चाललीस कुठे? टेबल आवर आणि सगळ्या प्लेट वगैरे धुऊन टाक." हे ऐकून मात्र मला राहवले नाही.

"मी तर जेवलेही नाही. मग मी का भांडी घासायची?" असे माझ्या तोंडून निघायचाच अवकाश, तिने धापकन माझ्या पाठीत धपाटा घातला. "अगदी चूप! आवर सगळं." तिने दरडावले.

मी प्लेट धुऊन, पुसून जागेवर लावून टाकल्या. माझ्या खोलीत झोपायला गेले तेव्हा नऊ वाजायला आले होते. आई आज तरी येणार नाही असा विचार करतेय तोच ती वेगाने आत आली.

''कपडे घालून झोपायचं नाही. एवीतेवी भिजवशीलच.'' असे म्हणून तिने मला गपकन धरले. ओरबाडूनच माझे कपडे काढले आणि विजयी स्वरात किंचाळली, ''पॉलिन, पॅट्सी, कार्ल – लवकर या इकडे या. तुमची बहीण बघा कशी नागडी झालीय. बघा, बघा.''

पॉलिन आणि पॅटसी खाली येऊन दारातच उभ्या राहिल्या. आम्ही नि:शब्दपणे एकमेकींकडे पाहिले. शरमेने चूर होऊन मी कपाटाजवळ कशीबशी उभी होते. दोन्ही हातांनी गुप्तांग झाकण्याचा प्रयत्न करत होते. आई जबरदस्तीने हात बाजूला करत होती. आईने बोलावल्यामुळे आलेल्या दोघीजणी मागच्या मागे पसार झाल्या. आईने माझ्या पोटावर, मांडीवर जबरदस्त गुद्दे मारले.

''कधी थांबवणार आहेस कार्टे? कधी?'' असे तारस्वरात किंचाळून तिने फाडकन माझ्या मुस्काटात मारली. उजव्या खांद्यावर ठोसा लगावला.

''बोल की... कधी थांबणार हे?'' मार चुकवण्यासाठी मी मागे मागे सरकत होते.

''मला नाही माहीत... लवकरच... नाही. आतापासूनच मी अंथरूण ओलं करायचं थांबवणार. अगदी आताच.'' मी घाईघाईने म्हणाले.

''खोटारडी! आता थांबवते म्हणे! तुझे घाणेरडे, कुबट कपडे धुवायला किती पाणी आणि साबण वाया जातो कल्पना आहे का तुला?''

''नाही...''

''नाही? तुला कसे माहीत असेल? तुला फक्त अंथरुणात लघवी करायची माहिती आहे. बाकी तुला कसलीच चिंता नाही. रोज अंथरुणात लघवी करायची एवढेच काम न चुकता करतेस. यापुढे हे एकदम बंद. समजलीस?'' दात ओठ खात आईने माझ्या खांद्यावर जोरात धपका घातला तशी मी धडपडले. पुढची थप्पड चुकवण्यासाठी मी हात उंचावला तसे आईने माझे गुप्तांग पकडून करकचून पिरगाळले.

''यापुढे अंथरुणात कधीही लघवी करायची नाही. काय म्हणतेय मी? समजले?''

गुप्तांग पकडूनच तिने मला खेचले. अतीव वेदना होत असल्याने जराही विरोध न करता मी पुढे सरकले. ती गुप्तांग वरच्या दिशेला खेचत होती त्यामुळे मी टाचांवर चालत होते. खोलीच्या मध्यावर असलेल्या कॉटकडे ती मला ओढत होती. अचानक तिने गुप्तांगात नखे खुपसली. मला अतिशय दुखत होते. मी तिचे हात घट्ट पकडले, त्याबरोबर तिने गुप्तांग सोडून माझ्या उजवा उरोज मुठीत धरला. तिने तसे करू नये अशी मी आत्तापर्यंत प्रार्थना करत होते; पण कसले काय? प्रचंड कळा येत होत्या. मी तिचे हात दूर सारण्यासाठी धडपडत असतानाच तिने दुसरा उरोजही पकडला. तेवढ्याने समाधान न होऊन तिने माझी दोन्ही स्तनाग्रे चिमटीत

पकडून करकचून पिरगळली. प्राणांतिक वेदनांनी मी कळवळत असताना आई माझी स्तनाग्रे चिरडत होती, चिमटीत पकडून ओढत होती. एकीकडे तोंडाचा पट्टा चालू होता, "कधी थांबणार आहेस लघवी करायची? कधी? सांग की कार्टे?"

अतीव वेदनांमुळे मला बोलणे सुचत नव्हते. त्यामुळे ती अधिकच पिसाळली, "तोंड उचकटून बोल की क्लेअर... कधी थांबवणार आहेस?"

मग मला सोडून आईने कॉटकडे मोर्चा वळवला. एका फटक्यात तिने कॉट वाकडी केली. गादी खाली पडली. अलार्मही निघाला. मग मोठ्या चेवाने आई गादी फरफटत बाहेर काढू लागली. किती मूर्ख आहे ही बाई! गादी नसली तरी मला फरक पडत नाही हे कुठे तिला माहिती आहे? आईविषयी पराकोटीचा तिरस्कार माझ्या मनात दाटून आला. शेवटी गादी बाहेर काढण्यात यशस्वी होऊन आई गादीसकट निघून गेली.

हुश्श! शेवटी एकदाची शांती मिळाली. मी कपडे घातले. कपाटात पडलेल्या जुन्या कपड्यांच्या थप्प्या रचून जमिनीवर गादी तयार केली. झोपून मी दिवा मालवला. तेवढ्यात पॉलिन आत डोकावली.

"क्लेअर, बरी आहेस ना?" तिने हलक्या स्वरात विचारले.

"ठीक आहे मी."

"तू उलटी उत्तरे देतेस ना ते तुझे चुकते."

माझे डोके प्रचंड ठणकत होते. स्तनाग्रांतून कळा येत होत्या. गुप्तांग आणि त्या भागात, मांड्यांमधून असह्य वेदना होत होत्या. बाकी मी ठीकच होते! पॉलिन मोलाचा सल्ला देऊन निघून गेली. ब्लँकेट डोक्यावर ओढून मी झोपी गेले. चोंबडी चारडोळी! खबर काढायला आली होती तर!

दुसऱ्या दिवसाची सुरुवातच वाईट झाली. काही न खाता-पिता झोपले तरी रात्री मला लघवी झालीच होती. खालचा गालिचाही भिजला होता. आई ताजीतवानी होऊन सकाळीच हजर झाली. 'लघवीचा वास येतोय.' असे म्हणून तिने माझ्या ब्लँकेटचा, गादी बनवायला घेतलेल्या जुन्या कपड्यांचाही वास घेतला.

"शी, घाण वास येतोय तुझा," आईने खसदिशी ब्लँकेट ओढले. मी कपड्यांच्या ढिगावरून खाली गडगडले. ब्लँकेट घेऊन आई निघून गेली. अशी सारखीच माझी ब्लँकेट आणि जुने कपडे घेऊन गेली तर मी काय करू? उन्हाळा जवळ येतोय आणि बाबा नेहमी आमच्यासाठी याच वेळी नवीन कपडे घेत, ही एक जमेची बाजू होती.

याच सुमारास ईस्टमनने आमच्यावर नजर ठेवायला सुरुवात केली.

एकदा मी आदल्या रात्री भिजवलेली चादर बदलत असताना ईस्टमन आला. "कार्मेन, लवकर इकडे ये." तो किंचाळला. तीही क्षणार्धात आत आली. "बघ

कार्मेन, मुतून गादी कशी भिजवलीय हिनं.''

आईने गपकन माझी छाती पकडून मला पुढे ओढले, ''का भिजवलीस गादी?'' तिने चिडून विचारले.

''मला नाही माहीत,'' असं उत्तर मिळताच तिने फाडकन माझ्या डोक्यावर मारले. आणि ती निघून गेली. नंतर मी मुकाट्याने चादर बदलत होते. तर ईस्टमन दाराच्या फटीतून माझ्याकडे पाहत होता.

''तू काय पाहातोयस? दुसरीकडे जा आणि चोंबडेपणा कर!'' मी त्याच्यावर चांगलीच भडकले होते.

''काय म्हणालीस? पुन्हा बोल? काळी कुत्री...'' असे म्हणून तो आत आला. माझ्या पाठीत त्याने असा जोरात धपाटा घातला की मी कॉटवरच पडले. ''मूर्ख कुठला.'' मी म्हणाले. आला तसा तो चालता झाला. त्याला 'मूर्ख' म्हणून मी स्वतःचे समाधान करून घेतले.

आमच्यावर बारीक नजर ठेवून आईकडे चुगल्या करायचा ईस्टमनचा उद्योग चालूच होता. 'आम्ही खूप खातो-पितो' अशी त्याची कायम तक्रार असे. बारीक-सारीक कागाळ्या करण्याच्या त्याच्या सवयीमुळे आम्हाला आईकडून सतत शिक्षा होत असे. ख्रिसमस जवळ आला तसा त्याने नवीनच प्रकार सुरू केला. कोणीही असपास असले की त्याची बडबड सुरू होत असे, 'बाप रे, केवढा खर्च होतोय! ईस्टमन, तू गाढव आहेस. दुसऱ्यांच्या कार्ट्यांसाठी तू का पैसे खर्चतोस? बंद कर. तब्बल सहा तोंडं आहेत खाणारी! शिवाय त्यातलं एकही माझं नाही. जा तुमच्या बापाला सांगा. मी मूर्ख नाही त्याची पोरं पोसायला!' कधी तो धमकी देई, 'ह्या ख्रिसमसला टर्की खायला मिळेल असा विचारही मनात आणू नका.'

याचा अर्थ स्पष्टच होता. ख्रिसमससारख्या सणाला बाबांनी सोय केली नाही, तर आम्ही उपाशी राहू, हे आम्ही आमच्या बाबांना भेटून सांगावे, अशीच त्याची इच्छा होती.

ख्रिसमस धमाल

१९६५

अखेर ख्रिसमसचा दिवस उजडला. घर एकदम चकाचक करायचे असल्याने आईने आम्हाला भल्या पहाटे उठवले. आम्हा मुलींना कामाला लावून ती पुन्हा झोपी गेली. ख्रिसमस असल्याने मी खूप आनंदात होते. खाण्यापिण्याची चंगळ, खूप साऱ्या भेटवस्तू मिळणार होत्या. किती मज्जा! मी उत्साहाने सफाईला लागले. प्रथम जिना, हॉल, माझी खोली स्वच्छ केली. बैठकीच्या खोलीचा कानाकोपरा, तिथले सर्व फर्निचर झाडून-पुसून घेतले. नंतर स्वयंपाकघराची सफाई करू लागले. तिथे तर खूपच पसारा होता, पण मी करीन सारे असा विचार करून उरकू लागले. बहिणींनी आपापल्या खोल्या आणि बाथरूम आवरले आणि मग त्या माझ्या मदतीला आल्या. तिघींनी मिळून प्लेट, भांडी धुऊन पुसून जागच्या जागी लावली. लादी पुसून घेतली. आजच्या खास मेजवानीसाठी लागणाऱ्या सर्व वस्तू, साईडबोर्डवर काढून ठेवल्या. सारे आटोपल्यावर आमचा नाश्ता झाला. कॉर्नफ्लेक्स, दूध, साखर आणि एकेक टोस्ट. बाबांनी टर्की, बटाटे, गाजरे, तांदूळ वगैरे वस्तू आणून टाकल्या होत्या. त्यांनी आणलेली जॅमी डॉजर्स बिस्किटं, क्रीम क्रॅकर्स मात्र गायब झाली होती. चालेल, निदान ईस्टमनने धमकावल्याप्रमाणे उपाशी तरी राहावे लागणार नव्हते. नाश्त्यानंतर आम्ही टीव्हीवर 'लॅसी' पाहत बसलो. लिझ टेलरने त्यामध्ये किती छान काम केले होते. 'व्हिसल डाऊन द विंड' पाहिला. त्यात दाखवल्याप्रमाणे मलाही जीझस भेटला, तर किती बरे होईल. 'मला कधी सुख लाभणार आहे?' हे मी त्यालाच विचारीन.

बऱ्याच वेळानंतर आईने आम्हा तिघींना खाली बोलावले. ख्रिसमसची खास जेवण बनवण्याची तयारी सुरू झाली. ईस्टमननेही टर्की आणली होती. ती मरतुकडी, एवढीशी होती आणि कुठल्यातरी रोगाने पिसं झडलेली होती. बाबांनी आणलेली भली मोठी टर्की त्या एवढुशा टर्कीसमोर ठेवल्यानंतर दोघी 'मायलेकी' वाटू लागल्या! आम्ही आमच्या टर्कीची पिसे काढून ती साफ केली. अचानक माझ्याात काय संचारले कोणास ठाऊक, लाकडी चमचा घेऊन मी ईस्टमनच्या

टर्कीला जोरदार फटका लगावला. "वाईट, लबाड टर्की! आता तुला खाऊनच टाकतो आम्ही. मग चांगली खोड मोडेल!" मी त्या टर्कीला बजावले.

खूप कामे पडली होती. मी बटाटे सोलायला घेतले. पॅटसीने भातासाठी तांदूळ निवडून स्वच्छ धुऊन ठेवले. ब्रसेल स्प्राऊटच्या वरच्या शिरा काढून तिने त्याला देठाच्या बाजूने चिरा पाडल्या. खायच्या वेळी खिमा कटलेट गरम केले की झाले! आज ईस्टमन आमच्या भानगडीत पडला नाही. बाबांनी ख्रिसमससाठी भरपूर सामान आणून देऊन बाजी मारली होती. ईस्टमनचा आवाज त्यामुळे अगदीच बंद होता. त्याने आणलेली बिचारी टर्कीही तशीच पडून होती. आम्ही तिला हातही लावला नाही. पाहिजे तर त्यानेच बनवून खावी! आमची टर्की रोस्ट करायला ओव्हनमध्ये टाकल्यावर मी वरच्या मजल्यावर गेले. कधी एकदा प्रेझेंट उघडायला मिळतील असे मला झाले होते.

एवढ्यात बाबा आमच्यासाठी प्रेझेंट घेऊन पुढच्या दरवाज्यात आले. डेनिसला वगळून त्यांनी बाकी सर्वांसाठी काही ना काही आणले होते. डेनिस आमच्यासाठी अस्तित्वातच नव्हती. बाबांनी दरवाजा ठोठावला आणि प्रेझेंट आणलेली पिशवी पायरीवर ठेवून दार उघडण्याची वाट पाहू लागले. ईस्टमनने झाडूचा लांब दांडा हातात घेऊनच दार उघडले. आईही त्याच्या पाठीशी होतीच. मी जिन्याच्या वरच्या पायरीवर बसले. बहिणीही मागून डोकावत होत्या.

"काय पाहिजे रे तुला, इथं काय काम आहे तुझं?" ईस्टमनने तावातावाने विचारले.

"शहाणा असशील तर तोंड बंद ठेव. अगदी चूप!" बाबांनी ठणकावले.

"इथं तुझं कोणीही राहत नाही. चल नीघ इथून. चालता हो." ईस्टमन अजूनही भांडणाच्या मूडमध्ये होता.

"फार तोंड वाजवतोस तू." जॉर्जही भडकला.

आता आईने मध्ये तोंड खुपसले, "ईस्टमन, कशाला त्याच्या नादी लागतोस? चल आत."

"माझ्या दारातून चालता हो, नीघ म्हणतो ना," असे म्हणून ईस्टमनने काठी उगारली. बाबांनी काठी पकडली आणि ते आत घुसले. आई ईस्टमनच्या मदतीला गेली. तिघांची चांगलीच जुंपली. बाबांनी फटाफट ईस्टमनच्या कानाखाली वाजवल्या. तशा आईने बाबांना लाथा घातल्या. उडी मारून ती बाबांच्या पाठीवर चढली. बाबांनी पुढे वाकून तिला खाली पाडले. ती अर्धी ईस्टमनच्या अंगावर आणि अर्धी खाली पडली. हाऽऽ गोंधळ माजला.

त्यांना तसेच सोडून बाबा पुन्हा दाराजवळ गेले. जाता जाता आमच्याकडे पाहत ओरडले, "इकडे या, प्रेझेंट घ्या लवकर."

आम्ही धाडधाड जिना उतरलो, पण तेवढ्यात आई ओरडली, ''खबरदार पुढे आलात तर...'' आई उठली तरी ईस्टमन अजूनही खालीच पडून लांब फेकली गेलेली काठी शोधत होता. आईने पुन्हा आम्हाला दरडावले. ''अजिबात हलायचं नाही.''

बाबाही कमी नव्हते. ''चला, चला लवकर तुमची प्रेझेंट घ्या.'' त्यांचे चालूच होते. हे पाहून ईस्टमन संतापला. ''जरा थांब, तुला आता दाखवतो. काठी कुठं आहे? इथंच तर होती, की कोणी घेतली? तू इथंच थांब. मी आलोच.'' असे म्हणून दुसरे हत्यार शोधायला तो मागच्या बाजूला गेला. इकडे आईही आतून भला मोठा – किमान नऊ इंची – खिळा घेऊन आली. ईस्टमनने तीन फूट लांबीचे फळकूट आणले.

बाबा अजूनही दारात उभे राहून 'प्रेझेंट घ्यायला या.' असे म्हणत होते.

आई चांगलीच पिसाळली. ''तुला सांगितलं ना आत येऊ नकोस म्हणून!'' ती तारस्वरात किंचाळली. खिळा भाल्याप्रमाणे पकडून ती सावधपणे बाबांवर चाल करून गेली. ईस्टमनही शेपटासारखा तिच्या मागे होताच.

बाबांनी पिशवीतून भले मोठे पॅकेट काढून दारातूनच हॉलमध्ये फेकले, ''पॉलिन, हे तुझ्यासाठी आहे बेटा! आणि हे तुझ्यासाठी.'' असे म्हणून त्यांनी मोठे लंब गोलाकार प्रेझेंट आईकडे फेकले. गात गातच बाबांनी पुन्हा पिशवीमध्ये हात घतला. ''पॅटसी, तुझ्यासाठी काही आणले नाही असे वाटले की काय तुला? माझ्या छोट्या बाळीला कसं विसरेन?'' असे म्हणत त्यांनी ईस्टमनच्या छाताडावर एक पॅकेट फेकले. त्यांचा मारा चुकवण्यासाठी आई आणि ईस्टमन मागे सरकले.

ही संधी साधून आम्ही धावतच खाली आलो आणि आपापली प्रेझेंट उचलून त्याच वेगाने वर पळालो. बाबा पिशवीतून काहीतरी काढत असताना ईस्टमन फळी घेऊन पुढे सरकला.

''मूर्खपणा बस झाला. जा तुझ्या म्हतारीबरोबर दारू पिऊन ख्रिसमस साजरा कर.'' बाबा म्हणाले.

ईस्टमनने मारायला हात उगारल्याबरोबर बाबांनी जोरात दार ढकलले. त्यासरशी ईस्टमन मागे हटला. कार्ल आणि मार्टिन हे माझे भाऊ या सर्व गोंधळात कुठेही नव्हते. बहुधा लपले असावेत. बाबांनी बाकी सर्व प्रेझेंट हॉलमध्ये उडवली. 'मेरी ख्रिसमस, मुलांनो' असे म्हणून ते गेले. जाता जाता ईस्टमनला म्हणाले, ''ईस्टमन, काही दम नाही तुझ्यात. फुसका आहेस तू एकदम.'' शेवटी ''कार्मेल, भेटू लवकरच.'' असे म्हणून ते गाडीत बसून निघून गेले. आम्ही तिघी खिडकीशी धावलो. ते दिसानासे होईपर्यंत आम्ही तिथेच उभ्या होतो.

आई आणि ईस्टमन खालीच होते. आम्ही प्रेझेंट उघडली. सर्वांसाठी नवीन

शूज, कपडे, लाकडी खेळणी, ट्रेन सेट, खेळातल्या इमारती बनवायच्या विटा, पेन्सिली ठेवण्याचा बॉक्स आणि खाऊही होता. त्या दोघांचे तोंड बघायला नको, म्हणून आम्ही बराच वेळ वर थांबलो. खेळणी, खाऊ, कपडे बघण्यात आमचा वेळ खूपच मजेत गेला; पण हा आनंद फार वेळ टिकला नाही. आई अचानक आत डोकावली. आम्ही पुतळ्यासारखे स्तब्ध होऊन तिच्याकडे पाहत राहिलो. ''तुमचं झालं की खाली या,'' एवढेच बोलून ती गेली.

साधारण बारा वाजता मी, पॉलिन, पॅटसी आणि कार्ल खाली गेलो. इतरांप्रमाणे एकत्र बसून आम्ही आनंदाने प्रेझेंटची खोकी उघडली, असे आजतागायत घडले नव्हते. आमच्या खानदानात अशी प्रथाच नव्हती! आईच्या खोलीमध्ये आमची प्रेझेंट ठेवलेली ट्रॉली पायाशी घेऊन ती बसली होती. ''इकडे ये पी,'' असे म्हणून तिने पॉलीनच्या हाती एक पाकीट ठेवले. पॅटसीलाही प्रेझेंट मिळाले. दोघींनीही 'थँक्यू मम्मी' म्हणून तिचे आभार मानले. ''क्लेअर, हे घे तुला,'' माझीही पाळी आली. पाकीट घेऊन मी माझ्या जागी गेले, तर ''आणखी एक प्रेझेंट आहे तुझ्यासाठी,'' असे म्हणून तिने दुसरे पाकीट दिले. मीही थँक्यू मम्मी म्हणून तिचे आभर मानले.

आम्ही आपापली प्रेझेंट उघडली. पॉलिनला नवीन शिवणयंत्र मिळाल्याने ती एकदम खूष झाली. पॅटसीलाही शिवणयंत्र मिळाले. मला माझी जुनीच 'डॉली' आईने पाकिटात घालून दिली होती.

बर्नेट स्ट्रीवर राहत असताना याच काळ्या बाहुलीशी मी खेळायची. मी पुन्हा एकदा आईचे आभार मानले.

''काय मिळालं तुला? दाखव ना?'' पॉलिनने उत्सुकतेने विचासले.

''डॉली,'' मी उत्तरले.

''पण गेल्या वर्षीही हीच डॉली तुला मिळाली होती का?''

''हो, आणि त्या आधीच्या वर्षीदेखील...''

दुसऱ्या पाकिटात भोवरा होता. हादेखील जुनाच, माझ्या वयाच्या पाचव्या वर्षी मिळाला होता. भोवरा मला विशेष आवडायचा नाही, पण माझी लाडकी डॉली परत मिळाली म्हणून मी आनंदात होते. पिवळ्या रंगाचा, रेषांचा सुंदर फ्रॉक, गळ्याभोवती नाजूक लेस आणि सफेद रंगाची चड्डी अशी ती होती. माझ्या डॉलीची चड्डी थोडी मळली होती, पण स्वच्छ धुतली की छान दिसेल...

नतंर थोडा वेळ आम्ही टीव्ही पाहत बसलो. रात्री जेवताना ईस्टमनने आवाज केला नाही, कारण तो खात असलेले अन्न बाबांनी आणलेले होते. त्याची त्याला लाजही वाटत नव्हती, कारण जेवणावर त्याने चांगलाच हात मारला! बाबांना घाणेरड्या शिव्या घालून, त्यांच्याशी हाणामारी करून आता तो त्यांनीच आणलेल्या

टर्कीवर तुटून पडला होता. खूप खाणे-पिणे झाल्याने मला चांगलीच सुस्ती आली. माझी डॉली, भोवरा, बाबांनी दिलेली प्रेझेंट असे सारे घेऊन मी झोपायला गेले. झोपेत लघवी होऊन अलार्मचा ठणठणाट होऊ नये म्हणून मी देवाची प्रार्थना केली. क्रॉसची खूण करून मी झोपी गेले.

पण माझी प्रार्थना फोल ठरली. 'बॉक्सिंग डे'ला जाग आली तीच अलार्मच्या कर्कश आवाजाने! डोळे उघडले तर आई समोर उभीच होती. तिने माझा नाईटड्रेस ओरबाडूनच काढला आणि पायातील चपलेने माझ्या कुल्ल्यावर सटासट रट्टे हाणले. मी कळवळले. ''घाणरेडी कुत्री! आता तरी गादीत मुतणं बंद कर.'' असे म्हणून तिने माझ्या हातावर फटके मारले. ओली झालेली चादर ओढून काढली. त्याबरोबर अलार्मचा घणघणाट बंद झाला. माझे ब्लँकेट, चादर आणि नाईटड्रेस गोळा करून आई गेली. कपाटातून दुसरा नाईटड्रेस काढून मी घातला. जुने कपडे गादीवर अंथरले. आईची स्वयंपाकघरात खुडबूड चालली होती. त्यामुळे खोलीतच राहणे चांगले, असा विचार करून मी अंथरुणात पडून राहिले.

बऱ्याच वेळाने मी बहिणींच्या खोलीत गेले. आई मला मारायची तेव्हा त्या मध्ये पडायच्या नाहीत, कारण मग ती अधिकच चिडायची. त्यांच्याबरोबर मी लापशी आणि टोस्ट असा नाश्ता केला. नंतर घरातील कामे उरकून आम्ही टीव्ही बघत बसलो. आई आणि ईस्टमन बैठकीच्या खोलीतच होते. आम्ही काय करतोय हे दाराच्या फटीतून पाहत असताना मी ईस्टमनला दोन वेळा पकडले. चहाडकुत्रा! आम्ही त्याला 'क्रीप' म्हणजे 'लुब्रा'च म्हणायचो. कालच्या मेजवानीमधील टर्की, बटाटे, गाजर असे बरेच काही शिल्लक होते. तेच आम्ही रात्री खाल्ले. बाबांनी खूप फळे आणि सुका मेवाही आणला होता, त्यामुळे आमची चंगळ झाली होती.

रात्री झोपायच्या तयारीत असताना आई आत आली. तिच्या हातात काळी प्लॅस्टिकची पिशवी हीती. ती जवळ आली तशी माझी छाती धडधडू लागली. ''झोपणार वाटतं आता?'' असे विचारून तिने पिशवी उघडली. आतमध्ये आणखी एक पिशवी आणि त्यामध्येही एक पिशवी होती. एकूण चार पिशव्या होत्या. चौथीमधून तिने माझा काल भिजलेला नाईटड्रेस, चादर आणि ब्लँकेट काढले. चिंब ओले, लघवीचा वास मारणारे!

''झोपणार ना?'' तिने पुन्हा विचाले.

''हो.''

मी गादीवर अंथरलेले जुने कपडे तिने बाजूला सारले. ओली चादर अंथरली, त्याबरोबर अलार्म ठणठणायला लागला. आईने झटकन प्लग काढला. मग खूप काळजीपूर्वक चादर घालून वर उशी आणि ओले ब्लँकेट ठेवले.

''चल, हा घाल.'' म्हणून तिने ओला, कुबट वास मारणारा नाईटड्रेस मला

दिला. मी तिच्याकडे नजर टाकली. ''चल, घाल मुकाट्यानं,'' असे म्हणून तिने मला धक्का मारला.

मी तो नाईटड्रेस चढवला. ओला भाग अंगाला चिकटू नये म्हणून मी प्रयत्न करीत होते पण ते शक्यच नव्हतं.

ते कपडे घालून होताच आईने हुकूम सोडला, ''चल, गादीवर झोप.''

मी मुकाट्याने आडवी झाली. आईने ब्लँकेट माझ्या गळ्यापर्यंत ओढून घातले.

''व्वा! हे छान झालं! क्लेअर, तू नंतर हे कपडे बदललेस तर परिणाम फार भयंकर होतील, एवढं लक्षात ठेव.'' अशी धमकी देऊन ती निघून गेली. मी बराच वेळ तशीच पडून होते. बराच वेळ सगळीकडे शांतता होती. कोणी नाही असे पाहून मी हळूच उठले. ओली चादर एका बाजूला केली. ब्लँकेटची जास्त ओली बाजू पायाकडे ठेवली. नाईटड्रेस खालच्या बाजूला फारच ओला होता. तेवढा भाग एकत्र करून गाठ मारून टाकली. शेवटी चादरीच्या सुक्या भागावर, एका कुशीवर वळून झोपले. आई दोनदा डोकावून गेली. मी डोळे घट्ट मिटून पडून राहिले.

थोड्या वेळाने मी लघवी करण्यासाठी उठले. जिन्यावर पाऊल टाकले तोच ईस्टमन कोकलू लागला, ''कार्मेन, कार्मेन, इकडे ये लवकर, ती कुत्री खोलीबाहेर आलीय,'' आई धावतच बाहेर आली. ''चल खोलीत चालती हो,'' ती ओरडली.

मी मुकाट्याने परत फिरले. ती निघून गेली. दार किंचित उघडे होते आणि ईस्टमन हळूच डोकावून पाहत होता. मी कॉटवर उभी राहिले आणि मुद्दाम त्याच्या देखतच ब्लँकेटवर लघवी केली. आम्ही एकमेकांकडे न बोलता पाहत होतो. लघवी करून होईपर्यंत तो गुपचूप बघत होता. आश्चर्याची गोष्ट म्हणजे त्याने आईच्या नावाने बोंबा मारल्या नाहीत. उलट तो चोरपावलांनी तसाच निघून गेला. लुब्रा, चहाडखोर मेला!

कुरूप

१९६६

एके संध्याकाळी ईस्टमन कामावरून परतला. स्वयंपाकघरात गेल्यावर काही मिनिटांत त्याची बोंबाबोंब सुरू झाली. "कार्मेन, कार्मेन, आधी इकडे ये, ऐकलंस की नाही? लवकर ये."

"हो, हो, आलेच. ईस्टमन, धीर धर जरा." आई धावतच स्वयंपाकघरात गेल्याचा आवाज मी ऐकला.

"कार्मेन, हा काय प्रकार आहे?" डिशचे झाकण बाजूला सारून ईस्टमन म्हणाला, "एवढेच जेवण माझ्यासाठी? मी काय लहान बाळ आहे? मला कसे पुरणार हे? माझे पोट भरणार का एवढ्याशाने?"

""नाही. तो काटा दे इकडे," आई म्हणाली. थोड्या शांततेनंतर ती म्हणाली, "ह्यातले दोन बटाटे, एक कोफ्ता आणि अर्धं रताळं कमी झालंय."

"कार्मेन, त्या ब्रिस्कोच्या कार्ट्यांचंच हे काम!" (ब्रिस्को हे आमचे आडनाव होते)

"ईस्टमन, थांब जरा. मी आत्ताच याचा सोक्षमोक्ष लावते."

आई चामड्याचा पट्टा हातात घेऊनच माझ्या खोलीत आली. मी जमिनीवर पालथी पडून गृहपाठ करत होते.

"ईस्टमनच्या डिशमधले कोफ्ते खाल्लेस तू?" तिने विचारले.

"नाही."

"बटाटे?"

"नाही."

"रताळी?"

"मी कशाला खाऊ त्याच्या डिशमधलं?" मी स्पष्ट नकार दिला.

खोलीबाहेर जाऊन तिने दार लोटून घेतले. वरच्या मजल्यावरच्या बहिणींकडे तिचा मोर्चा वळला. 'मी खाल्लं' म्हणून कोण कशाला कबूल करेल? कोफ्ते कोणाच्या पोटात गेले ते मला माहिती होते. मीच तर मटकावले होते ते! पण

बटाटे खाल्ल्याचे आठवत नव्हते. खरे तर एवढा आरडाओरडा करायची जरुरीच नव्हती. डिशमध्ये भरपूर अन्न शिल्लक होते. खरे तर ईस्टमनने कमीच खायला हवे होते. खाऊन खाऊन चांगलाच जाड्या झाला होता तो!

"इकडे माझ्यासमोर उभी राहा. नीट पाहू दे मला."

मी आईसमोर 'अटेंशन' मध्ये दोन्ही हात खाली करून उभी राहिले. ईस्टमन, पॉलिन, पॅटसी आणि कार्लदेखील स्वयंपाकघरात होते. माझ्या वर्गाचे फोटो मी आईला दाखवायला आणले होते. एक मोठा आणि पाच लहान कॉपीज. फोटो हवे असतील तर माझ्याबरोबर शाळेने पाठविलेल्या लिफाफ्यामधून पैसे पाठवायचे होते. आईला पैसे द्यायचे नसतील तर तीन दिवसांच्या आत फोटो परत करायचे होते.

"बघू बरं कशी दिसतेस?" असे म्हणून आईने मोठा फोटो माझ्या चेहऱ्याजवळ धरला. "हलू नकोस. नीट पाहू दे मला. पॉलिन, तू इकडे ये. नीट बघ काय दिसतंय तुला?"

"अगं, नीट पाहा ना. पी, पुन्हा बघ." आईने असे म्हटल्यावर पॉलिनने पुन्हा एकदा माझ्याकडे आणि फोटोकडे निरखून पाहिले.

"मम्मी, क्लेअरच आहे ती."

"मला दिसतंय ते तुला दिसत नाही की काय? ईस्टमन, तू बघ बरं, काय दिसतंय तुला?"

"अरे बापरे! मेलोच मी! किती कुरूप दिसतेय ही!" तो धक्का बसल्यासारखे करून म्हणाला.

माझ्या थोड्याही हालचालीने आईचा मूड जाईल, या भीतीपोटी मी अगदी स्तब्ध उभी होते. चेहऱ्यावरची रेषही न हलवता मी तिच्याकडे पाहत राहिले. डोळयांवर विश्वास बसत नसल्याच्या आविर्भावात ईस्टमनने डोळे चोळले. मग आईला म्हणाला, "आण इकडे तो फोटो." डोळ्यांच्या अगदी जवळ धरून त्याने फोटोचे बारीक निरीक्षण केले. मग म्हणला, "एक गोष्ट मात्र खरी आहे. तू कमालीची कुरूप आहेस. कार्मेन, दिसायला इतकी वाईट मुलगी पाहिलीस तू कधी? नीट बघून घे." असे म्हणून त्याने फोटो आईकडे दिला.

आईने फोटोकडे नजर टाकली आणि ती बडबडू लागली. "अरे देवा, या विद्रूप, कुरूप मुलीला खरोखर मीच जन्म दिलाय? इतकी भयंकर कुरूप कशी काय झाली ही? देवा, अरे मीच हिला जन्म दिलाय म्हणून, नाही तर कोणी इतकं वेडंविद्रं दिसू शकतं यावर माझा विश्वासच बसला नसता. मी काय पाप केलं होतं, म्हणून अशी डुकरासारखी कुरूप मुलगी माझ्या पोटी जन्मली? अहाहा, काय हे

नाक! माझं नाक एवढं मोठं असतं तर मी ते अर्धं कापूनच टाकलं असतं!''

ईस्टमनने त्यात आणखी भर घातली, ''कार्मेन, नाकापेक्षा तिचे ते रबरासारखे जाड ओठ पाहा ना. माझे ओठ असे असते ना तर मी कधीही माझा फोटो काढू दिला नसता आणि हिला वाटतंय तू तो विकत घ्यावास आणि क्लेअर, तुझ्या चेहऱ्यावर हे डाग कसले? त्यांच्यामुळे तुझा चेहरा बटाट्यासारखा दिसतोय.''

''ईस्टमन, तू बोलतोस ते अगदी खरंय! तू म्हटल्यावर ते माझ्याही लक्षात आलं, काय ते जाड जाड ओठ! आणि हे भद्दाडं नाक!'' आईने मधल्या बोटाने माझे नाक जोराने दाबल्यावर मी कोलमडलेच. ''कुठे चाललीस? मी बोलतेय ना तुझ्याशी?'' असे बोलून तिने मला पुढे खेचले. ''आता सांग, तो फोटो मी विकत घ्यावा असं खरंच तुला वाटतंय? क्लेअर, बोल लवकर!''

''परत देता येतील ना ते फोटो. मी उद्या घेऊन जाईन. विकत घेतलेच पाहिजेत, असं नाही.'' मी कशीबशी म्हणाले.

''पण क्लेअर, तू खरोखरच दिसायला किती वाईट आहेस. तू अलीकडे कधी तुझा चेहरा पाहिलायस का? बघ जरा.'' असे म्हणून आईने फोटो माझ्यासमोर धरला. मी पाहिले तर खरेच मी खूप विद्रूप दिसत होते. खूप जाड ओठ आणि मोठ्ठं पसरट नाक आणि संपूर्ण चेहऱ्यावर डाग! फोटोतील माझ्या चेहऱ्यावर हसूही नव्हते.

''कधीपासून मी तुझ्या कानीकपाळी ओरडतेय की तू दिसायला अतिशय वाईट आहेस. कधीपासून? अनेक वर्षांपासून मी हेच सांगत आलेय; पण तू कधीही लक्ष दिलं नाहीस. नीट ऐकलं असतंस तर आज हा फोटो विकत घ्यायला सांगायची तुझी हिंमत झाली नसती. मी पैसे देऊन हे फोटो विकत घ्यावे असं खरोखरच तुला वाटतंय?'' असं विचारून तिने लिफाफ्यातून छोटे फोटो काढले. ''एक, दोन, तीन, चार आणि पाच!'' फोटो मोजून झाल्यावर ती खदाखदा हसत सुटली. ''क्लेअर, ह्या असल्या फोटोंसाठी मी पैसे मोजावे असं वाटतंय तुला?''

आता बाकीचे सगळेही जोरजोरात हसू लागले. आई मला ओरडत-मारत नव्हतीच. उलट माझ्यावर विनोद करून साऱ्यांना हसायला, लावत होती.

''तू नको विकत घेऊ हे फोटो.'' मी म्हणाले.

''का नको?'' आईने उलट विचारले.

''तू पैसे फुकट घालवावेस असं मला वाटत नाही.''

''आणखी काय?''

''शिवाय मी खूप कुरूप आहे. माझे फोटो कशाला घ्यायचे?''

आईने स्वयंपाकघरातील टेबलवर टाकलेले फोटो गोळा करून मी लिफाफ्यात ठेवले आणि दुसऱ्या दिवशी शाळेत परत देऊन टाकले. माझा शाळेचा फोटो आई

घेईल असे वाटले, हा माझाच मूर्खपणा होता. ह्यापूर्वी कधीही तिने फोटो घेतला नव्हता आणि यावेळीही ती घेणार नाही हे मला चांगलेच माहीत होते; पण शाळेतल्या शिक्षकांना मी हे कारण कशी सांगणार होते? वर्गात माझे नाव पुकारले गेले तेव्हा मी फोटो देऊन टाकले.

"क्लेअर, लगेचच परत आणलेस?"

"हो, मिस. आई म्हणाली फोटो खूपच काळपट आलेत. मी त्यात चांगली दिसत नाही असंही ती म्हणाली."

त्या दिवशी मी शाळेत नेटबॉल खेळले. समोरच्या संघाला आम्ही हरवले. नाही तरी त्यांचा खेळ अगदी बेकार होता. घरी आल्यावर कपडे बदलून मी कामाला लागले. कपडे धुतले, सुकत घातले, बाकीची झाडझूड करून जिनेही झाडले. हे सर्व झाल्यावर गृहपाठ केला. आईच्या नजरेस पडू नये याची खबरदारी घेतल्याने सारे आलबेल होते!

आज स्वयंपाक करण्याची माझी पाळी असल्याने मी लवकरच खाली गेले. चिकन बनवायचे होते. ईस्ट स्ट्रीटवरील बाजारातून आईने आणलेल्या चिकनची पिसे नीट काढलेली नव्हती. चिकन गॅसवर धरून मी पिसे जाळली. मग मसाले लावून ठेवले. बटाटे सोलून मिठाच्या पाण्यात ठेवले. गाजरेही साफ करून ठेवली. अशी सारी तयारी झाली. तेवढ्यात आई हजर झाली. मी काय करतेय हे तिने माझ्या खांद्यावरून डोकावून पाहिले. "चिकनला मसाले लावले का?" तिने विचारले.

"हो." मी उत्तरले.

"चिकन साफ केलीस?"

"हो." आता मला घाम फुटायला लागला होता.

"नीट बघ– साफ केली आहेस?"

मी काळजीपूर्वक पाहिले. मला तर काही चुकलेय असे वाटले नाही.

तिने माझे डोके खाली वाकवले, "बघ आता. काय दिसतंय?" तिने पुन्हा विचारले.

"मला तर काहीच दिसत नाही."

"काय म्हणालीस?" ती ओरडली.

आता मात्र मी फारच लक्ष देऊन बघितले, तेव्हा चिकनच्या पाठीवर तीन पांढरे केस दिसले. खालच्या बाजूलाही चार-पाच केस होते. अरे देवा, आधी कसे लक्षात आले नाही माझ्या? मी घाईघाईने ते केस उपटायला सुरुवात केली.

"हे केस कसे काय राहिले कोणास ठाऊक?" मी घाबरून म्हणाले. "बहुधा खालच्या बाजूला असावेत."

ते केसही असे चिवट, की निघतच नव्हते. माझ्या बोटातून निसटत होते. मी सुरीने काढायचा प्रयत्न केला, पण व्यर्थ! मी पुन्हा ते बोटाने उपटायची धडपड करत असतानाच आईचा तोफखाना सुरू झाला.

''तुला केस दिसले नाहीत? कसं शक्य आहे? मला तर नीट दिसताहेत. हा बघ इथं एक आहे. दिसला का तुला?'' तिने चेवाने तो केस उपटला आणि माझ्या चेहऱ्याजवळ आणला. तो ओलसर केस माझ्या गालावर चिकटला.

''आता दिसतोय ना?'' असे विचारून तिने माझा उजवा कान पकडला आणि मला तशीच ओढत टेबलाजवळ घेऊन गेली. ''ये अशी इकडे. तुला ते केस दिसले नाहीत ना? मग मीच चांगले दाखवते.''

आईने मला ढकलूनच खुर्चीवर बसवले. स्वतःही माझ्यासमोर प्लॅस्टिकचे कव्हर लावलेल्या खुर्चीवर बसली. छोटी धारदार सुरी टेबलावर पडली होती. मघाशी बटाटे चिरायला घेतलेली.

''ही सुरी दिसतेय ना तुला?'' असे म्हणून आईने सुरी उजव्या हातामध्ये धरली. ''दिसतेय की नाही? तुझे डोळे फुटलेत का? अरे देवा, मला वाटतं क्लेअर आंधळीच आहे. काय गं, काय विचारतेय मी? काय आहे माझ्या हातात?''

''सुरी दिसतेय मला,'' मी घाईघाईत म्हणाले.

''ते मलाही माहिती आहे; पण तुला दिसतेय का? नीट दिसतेय सुरी?'' आईचा आवाज टिपेला पोचला होता.

''हो, हो, मला दिसतेय ना सुरी. तुझ्या हातात आहे.''

''अच्छा म्हणजे तुला दिसतेय तर! छान. हाताला लागतेय का?'' असे म्हणून तिने झटकन माझा हाता पकडला. ती माझा हात टेबलावर ठेवायला बघत होती पण मी सर्व शक्तिनिशी तिला विरोध केला. तिला जमेना तशी तिने 'हात टेबलावर ठेव' असा हुकूम सोडला. तरीही मी ऐकत नाही, हे पाहून चपळाईने माझा डावा हात पकडून तिने तो टेबलावर दाबून धरला. त्यावर तिने कोपर टेकून ठेवल्याने मी पूर्णपणे जेरबंद झाले. नेमके काय चाललेय हेच मला कळेना. एकाएकी तिने माझा हात सोडला आणि बाजूलाच असलेली दुधाची रिकामी बाटली उचलून माझ्या बोटांच्या पेरांवर हाणली. मी कळवळून हात मागे घेतला.

''लागलं ना चांगलं? अरे वा, म्हणजे तुला लागतंय तर! चल, हात खाली ठेव.'' तिने टेबलाकडे बोट दाखवले. माझे डोळे भरून आले.

''मी तुला पुन्हा सांगणार नाही. हात खाली ठेव.'' ती शब्दाशब्दावर जोर देत जरबेने म्हणाली.

मी मुकाट्याने हात टेबलावर ठेवला. पुन्हा तिने धाडकन बाटली बोटांवर मारली. माझ्या डोळ्यातून अश्रुधारा वाहू लागल्या.

"मोठेपणी भरपूर कारणं मिळतील रडायला. त्यासाठी राखून ठेव तुझे अश्रू! रडणं बंद कर." आई ओरडली. तिने पुन्हा हात टेबलवर ठेवायला सांगितला. मी 'कशाला?' असं विचारल्यावर खेकसली, "सांगते तसं कर मुकाट्याने." मी हलू नये म्हणून तिनं माझ्या बूट घातलेल्या पायांवर आपले पाय रोवले. "हात खाली ठेवतेस की नाही? मला उठायला लावू नकोस!" आई चिडून म्हणाली.

मी माझे दोन्ही हात तळवे वरच्या बाजूला करून टेबलावर ठेवले.

"काय बरं सांगत होते मी?" असे म्हणत आईने सुरी उचलली. "अरे हो, तुला चिकनवरचे केस दिसले नाहीत. नाही का? ठीक आहे. पुन्हा अशी चूक होऊ नये, म्हणून थोडीशी अद्दल घडवलीच पाहिजे तुला." बोलताना उजव्या हातात सुरी पकडून आई हवेत गोल गोल फिरवत होती. सुरीशी खेळता खेळता तिने तीक्ष्ण टोक माझ्या हाताजवळ आणले. मी तरीही बेफिकीर होते. आई नेहमीप्रमाणे मला घाबरवतेय, असेच मला वाटत होते. माझे सारे लक्ष बाटलीकडे आणि माझ्या पायांवरच्या आईच्या पायाकडे एकवटले होते. आई एवढी क्रूर होणार नाही, असे मन सांगत होते; पण तेवढ्यात आईने सुटीचे टोक माझ्या मनगटात खुपसले.

"आता नाही ना विसरणार? चिकनवरचे सर्व केस काढशील व्यवस्थित? की विसरशील?"

"नाही विसरणार." मी उत्तरले.

आईने मनगटावरच्या सुरीचा दाब अधिकच वाढवला. रक्त पायापर्यंत उडाले.

"का नाही विसरणार?" तिने दरडावले.

"नाही विसरणार, कारण नीट आठवण ठेवीन."

तिने मनगटावर दाबलेले सुरीचे टोक सर्रकन वर हातावर ओढले. खोल ओरखडा पडून रक्ताच्या थेंबांची रेषा उमटली. टेबलवरच्या प्लॅस्टिक कव्हरवर रक्त टपकले.

"बघ काय केलंस तू," आईच्या आवाजात अतीव तिरस्कार भरला होता. "माझा टेबलक्लॉथ घाण केलास. हे सारं रक्त साफ कर, आताच्या आता." अशी तंबी देऊन ती निघून गेली.

टेबलक्लॉथवरचे रक्त साकळून घट्ट झाले होते. माझे मनगट अतिशय दुखत होते. बोटांची हालचाल केल्यावर रक्त वाहू लागत होते. मी नळाच्या थंडगार पाण्याखाली हात धरला. रक्तात पाणी मिसळल्यानंतर सुंदर गुलाबी रंगाचे छोटेसे तळे सिंकमध्ये तयार झाले. त्यावर चिकनचे उपटलेले थोडे केसही तरंगत होते. खाली जाऊन मी टॉयलेट रोल घेऊन आले. तो रक्ताळलेल्या हातावर गुंडाळून मी पुन्हा स्वयंपाकाला लागले. चिकनचे उरलेसुरले केस गॅसच्या जाळावर जाळून टाकले आणि नंतर सुरीने त्यांची मुळंही उपटून काढली. शेवटी जेवण तयार

झाले– संपूर्णपणे केसरहित चिकन, बटाटे, गाजरे आणि वाटाणे.

नेहमीप्रमाणे ईस्टमन आणि आईने आधी जेवून घेतले. आम्ही स्वयंपाकघराबाहेर ताटकळत होतो. त्यांचे झाल्यानंतर आम्हाला आधी टेबल साफ करावे लागे. नंतर आम्ही जेवायला बसत असू.

जेवणे सुरू झाली तेवढ्यात पॉलिनने मला विचारलं, ''हाताला काय झालं?''

''काही नाही.''

''मग टॉयलेट पेपर कशासाठी गुंडाळला आहेस?'' तिच्या चौकशा चालूच होत्या.

''कापलं थोडंसं.''

''कसं कापलं?''

''माहीत नाही. असंच कापलं.''

''असंच कसं कापेल?''

तेवढ्यात आई आत आली. आमची प्रश्नोत्तरे ऐकल्यावर तिनेही आपली टिप्पणी दिली, 'काहीही करताना नीट काळजी घ्यायला हवी. पुढच्या वेळी भाजून घेशील स्वत:ला!' ती अगदी सहज बोलत होती.

त्या रात्री मी गादी भिजवली. खालचा गालिचाही भिजवला. गालिचा विविध रंगी असल्याने नेमका कोठे ओला झालाय, हे समजत नसले तरी खूपच दुर्गंधी येत होती. मी घाईघाईने उठले. सकाळचे जेमतेम सहा वाजले असतील. दुर्गंधी कमी व्हावी म्हणून मी आधी खिडकी उघडून टाकली. ओले कपडे कपाटात लपवून दार बंद केले. गादीवर कोरड्या कपड्यांची थप्पी रचली. गादी खिडकीजवळ आणून ठेवली. आई खोलीत आलीच तर तिचा मोर्चा प्रथम गादीकडेच वळणार हे नक्की, म्हणजे कदाचित तिला भिजलेला गालिचा दिसणार नाही. कुबट वासामुळे पत्ता लागला तरच, नाहीतर काळजीचे कारण नव्हते.

आई सकाळी सकाळी मोठ्या उत्साहानेच खोलीत आली. उघडी खिडकी पाहून ती काहीच बोलली नाही. ती माझ्याजवळ आली आणि खाली वाकून तिने माझ्या ब्लँकेटचे टोक पकडून जोरात खेचले. मी उठून बाजूला पळाले. ब्लँकेट घेऊन ती आली तशी निघून गेली.

आईने सुरीने केलेली जखम दुसऱ्या दिवशीही खूप दुखत होती. मी हळूहळू शाळेची तयारी केली. चेहरा नीट धुतला, बॅग भरली. आई स्वयंपाकघरात असल्याने तिथे जाण्यात शहाणपणा नव्हता. त्यामुळे नाश्ता केलाच नाही. मी बहिणींबरोबर बसस्टॉपवर गेले. कालच्या घटनेबाबत कोणी ब्र ही काढला नाही. अर्थात अशा गोष्टींविषयी आम्ही कधीच चर्चा करत नसू. शाळेत मात्र छान वेळ गेला. लंचला सॉसेज, पाय, चिप्स, स्पॉटी डॉग, पिंक कस्टर्ड आणि ऑरेंज केक असे मस्त

खायला होते. ह्याहूनही चांगली गोष्ट म्हणजे माझ्या अभ्यासातील प्रगतीनुसार मला 'ए' स्ट्रीममध्ये बढती द्यायचा शिक्षकांनी निर्णय घेतला होता. उत्साहाने माझे मन भरून आले.

घरी परतल्यानंतर माझ्या डोक्यात विचारचक्र सुरू झाले. रोज मार-झोड,जुनेपाने कपडे, पोट भरून जेवण नाही या साऱ्याचा मला कमालीचा वीट आला होता. काय हे माझे जीवन! त्यापेक्षा कुठेतरी पळून जावे, नोकरी करावी आणि एक खोली घेऊन मजेत राहावे, असे मी ठरवले. त्याच दिवशी आई माझ्या गादीत लघवी करण्याच्या सवयीबद्दल सल्ला घेण्यासाठी मला एका तज्ज्ञाकडे घेऊन गेली होती. "ही घाबरलेली, कसल्यातरी चिंतेनं ग्रस्त वाटतेय. तिला भीती वाटण्याजोगं काही कारण आहे का?" अर्थातच आईने 'नाही' असे उत्तर दिले. या भेटीतून एवढेच निष्पन्न झाले, की माझ्यासाठी एक नवीन अलार्म बसवण्यात आला. अर्थात त्याचा काहीही फायदा होणार नाही हे मला मनोमन माहिती होते.

दुसऱ्या दिवशी शाळेत 'धार्मिक शिक्षण' या विषयावर आमच्या शिक्षकांनी 'देव, बेबी जीझस आणि स्वर्ग' ह्या संकल्पनांवर वर्ग घेतला. आमच्या शिक्षिका म्हणाल्या, "आपण सर्व कॅथलिक, तेही रोमन कॅथलिक आहोत आणि आपणा सर्वांसाठी स्वर्गाचं द्वार खुलं आहे; पण त्यासाठी टेन कमांडमेंट्सचं पालन करणं जरुरी आहे. एक चांगला कॅथलिक म्हणून जगलात तरच स्वर्गात जागा मिळेल हे निश्चित. अन्य धर्मांमध्ये असं आश्वासन मिळत नाही. स्वर्गामध्ये ताबडतोब प्रवेश मिळण्याएवढे पुण्यवान नसाल तर काही काळ 'गार्डन ऑफ पीस' मध्ये व्यतीत करावा लागतो. त्यानंतर तुम्ही स्वर्गात जाता. लहानमोठी पापं करणाऱ्यांना मात्र 'पर्गेटरी'मध्ये जाळून पापक्षालन केलं जातं. बाकी सर्वांना बाहेर रोखण्यासाठी 'गार्डन ऑफ पीस' भोवती भलीमोठी भिंत बांधलेली आहे." त्यानंतर त्यांनी देवांविषयी माहिती दिली. देवाने सर्व गोष्टींचा, स्वत:च्या एकुलत्या एका पुत्राचाही, त्याग केला होता. आपल्या सर्वांसाठी, हे विश्व चांगलं बनवण्यासाठीच देवाने हा महान त्याग केला.

तुमच्या मातापित्यांना सन्मानाने वागवा. कोणचीही हत्या करू नका. अन्य कोणाच्या जीवनाचा अंत केलात तर तुम्हाला स्वर्गामध्ये प्रवेश मिळणार नाही. किडामुंगीसारख्या छोट्या जीवाची हत्या करण्याचाही तुम्हाला अधिकार नाही. लहानमोठ्या सर्वांनाच जगायचा पुरेपूर हक्क आहे." त्या पुढे सागंत होत्या.

"पण मिस, स्वत:चंच जीवन संपवलं तर? आपल्या जीवनाचं तुम्ही काहीही करू शकता की नाही? त्यामुळं तर पाप लागणार नाही ना?" मी विचारले.

"जीवन देण्याचा आणि ते परत घेण्याचा अधिकार केवळ ईश्वरालाच आहे. हत्या – मग ती आत्महत्या असो वा एखाद्या मुंगीची हत्या – ती करणे हे अत्यंत

मोठे पाप आहे. क्षुद्र मुंगीला मारले, तरी देवाच्या कामातील ढवळाढवळ ठरते. तेवढ्यानेही तुम्हाला स्वर्गाचे दार बंद होऊ शकते.'' मिसने समजावून सांगितले. मला त्यांचे म्हणणे विशेष पटले नाही. देवाने दिलेले आयुष्य त्यालाच परत दिले, तर ते पाप कसे? ह्या माझ्या प्रश्नावर मिसने ठासून तेच सांगितलं, ''हे ठरवायचा अधिकार फक्त देवालाच आहे. त्याच्या इच्छेविरुद्ध आपण गेलो तर स्वर्गात जाणं अशक्य आहे.''

''पण मिस, आयुष्य खूप दुःखी असेल, तर ते देवाला परत देण्यात काय गैर आहे? देवाला राग येईल का? देव तर खूप दयाळू आहे ना? स्वर्गात गेलेल्या काही लोकांना मी ओळखते– माझा भाऊ विन्स्टन आहे तिथे. आहे त्यापेक्षा स्वर्गातलं जीवन चांगलंच असेल. मला इथं राहायचंच नसेल तर? आत्महत्या करून जीवन लवकर संपवलं, केवळ एवढ्याच कारणासाठी मला स्वर्गात प्रवेश मिळणार नाही असं थोडंच आहे? मिस, तुम्हीच सांगा माझं म्हणणं बरोबर आहे की चूक?''

''क्लेअर ब्रिस्को, एकदम चूप राहा. देव तुला क्षमा करो. किती कृतघ्न आहेस तू!''

''पण मिस, तुम्हाला पाहिजे तसं आयुष्य जगता येत नसेल, जगण्यात थोडाही आनंद मिळत नसेल तर? स्वर्गामध्ये आनंदीआनंद असतो असं तुम्हीच म्हणालात ना? स्वर्गात प्रवेश मिळेपर्यंत मी बाहेर 'गार्डन ऑफ पीस' मध्ये खेळेन. स्वर्गात मला छान फ्रॉक, नवीन शूज घालायला मिळतील. किती मजा येईल, मिस. मी...''

''क्लेअर ब्रिस्को, आताच्या आता हेडमास्टरच्या ऑफिसमध्ये जा. 'देवाविषयी तुझ्या मनात आदराची भावना नाही' असं मी म्हणाले, असं सांग त्यांना. जा आता.'' माझा एकूण रागरंग पाहून मिसने माझी रवानगी हेडमास्तरांकडे केली.

मी त्यांच्या ऑफिसबाहेर जाऊन थांबले. थोड्या वेळाने मला नुसती उभी राहण्याचा कंटाळा आला तशी मी वर्गात जाऊन बसले. मनात विचारचक्र सुरूच होते. स्वर्गात नेहमी सगळे चांगलेच घडते. याचा अर्थ माझे अंथरुणात लघवी करणे बंद होईल. छान, उबदार ब्लँकेटमध्ये मी गाढ झोपी जाईन. शिवाय तिथे आईची गरज भासणार नाही. स्वर्गात बहुतेक मुलांच्या आया नसणार, कारण ती मुले आधीच स्वर्गात गेलेली असणार. विन्स्टनची मम्मी कुठे आहे स्वर्गात? तो स्वर्गातच आहे हे मला माहिती आहे. मी त्याच्याशी खेळेन. मी डॉली आणि भोवरा घेऊन गेले तर तो भोवऱ्याशी आणि मी डॉलीशी खेळेन. व्वा! किती मजा येईल! पण मी स्वर्गात लवकर गेले म्हणून देव माझ्यावर रागावणार नाही ना? राग आला म्हणून तो स्वर्गाचे दार बंद नाही ना करणार?

पण हा धोका पत्करायलाच हवा. मला इथे राहायचेच नाही. मी पटकन निघून गेले तर कोणाला कळणारदेखील नाही. मला माझे घर आवडत नाही. आई,भावंडे कोणीही आवडत नाहीत. माझ्या एकूण जीवनाचा मला तिटकाराच आलाय. मी चर्चमध्ये जाऊन देवाची मनापासून करुणा भाकली तर कदाचित देव मला क्षमा करेल आणि माझ्यासाठी स्वर्गाचे दार खुले होईल. चर्चमध्ये वारंवार जायला हवे हेच खरे! त्यानंतरच्याच शुक्रवारी मी सेक्रेड हार्ट चर्चमध्ये गेले. स्वर्गात गेल्यावर देवाने मला ओळखावे. या उद्देशाने मी लवकर जाऊन पुढच्याच रांगेत बसले. प्रार्थना झाल्यानंतर मी शाळेत गेले. 'मी आळशी आहे. नीट अभ्यास करत नाही' असे मिस म्हणाल्या; पण मला घरी किती कामे करायला लागतात हे त्यांना कुठे माहिती होते?

दुपारी पुन्हा 'धार्मिक शिक्षणाचा' तास होता. मिसने मला एका बाजूला नेऊन विचारले, ''तुला काही सांगायचंय का?'' मी 'नाही' म्हटले.

''क्लेअर, देवाने तुला आयुष्याची एवढी चांगली देणगी दिलीय. ती तुला का नकोय? एक तरी कारण सांग!''

''मिस, मला देवाची देणगी नकोच आहे. खरंच!''

''क्लेअर ब्रिस्को, तू ऐकणार आहेस की नाही? तू नेहमीच पऱ्यांच्या जगात वावरत असतेस.'' मिस अजूनही मला समजवायचा प्रयत्न करीत होत्या.

''पऱ्यांच्या जगात नव्हे तर देवदूतांच्या जगात मला राहायचं आहे,'' मी मिसला सांगण्याचा प्रयत्न केला पण त्यावर 'तुझं डोकं तपासायला हवं' एवढेच त्या म्हणाल्या.

दुपारच्या जेवणाला भात, चिली कॉन कार्न, लेमन मेरिंग्यू पाय आणि कस्टर्ड होते. तेवढाच काय तो दिलासा!

नवीन शूज

१९६७-६८

दुपारची वेळ होती. मी माझ्या खोलीत गृहपाठ करत असताना दारावर थाप पडलेली मी ऐकली. मी तिकडे लक्ष दिले नाही. थोड्या वेळाने बेल वाजली. दार उघडायला मी खाली जात होते, तेवढ्यात आईनेच दार उघडले.

''क्लेअर माझ्याशी खेळायला येईल का?'' एका मुलीचा आवाज ऐकू आला.

''कोण, क्लिअरी-डिअरी?'' आईने विचारले. ''मला वाटतं ती कामात आहे.''

यापूर्वी कधीही कोणीही मला भेटायला आले नव्हते. आवाजही ओळखीचा वाटत नव्हता. जिन्यावर उभी होते तिथून ती मुलगी दिसत होती. बहुधा ती मेरीच असावी. शाळेत खेळताना तिचे -माझे वाजले होते. आधी तिने मला ढकलले होते मग मी तिला ढकलले होते. तिने मला मारल्यावर मीही तिला मारले होते. दोघी कचाकचा भांडलो होतो आणि नंतर आमचा अबोला सुरू होता. आमच्या मनात एकमेकींविषयी प्रचंड आकस होता, हे मात्र खरं!

''येतेस का खेळायला?'' तिने सरळ मलाच विचारले. माझ्या मनात आले, 'मी आता खेळायला जाऊ शकते, अगदी सहज, पण हिच्याबरोबर नाही.' मी मनात म्हटले, 'तुझ्याबरोबर खेळन असं तुला वाटलंच कसं? तू मार खायच्या लायकीचीच आहेस. जगातल्या इतर कुठल्याही मुला-मुलीबरोबर मी खेळेन. पण तुझ्याबरोबर कधीही खेळणार नाही.'

''मी नाही येत. मला काम आहे. खूप गृहपाठ करायचाय.'' तिला अशी झटकून टाकून मी जाण्यासाठी वळले. एवढ्यात आई तिला म्हणाली, ''आत ये ना. तू क्लिअरीची मैत्रीण आहेस, हे मला माहितीच नव्हतं. तुला क्लेअरशी खेळायचंय?''

''हो.''

''तू तिची मैत्रीण आहेस होय?''

''हो.''

"अरे वा, मग आत ये ना. तुझी मैत्रीण कशी राहते, याविषयी तुला उत्सुकता असेल ना? तू तिची झोपायची खोली पाहिली नसशील ना?" आईने उत्साहाने विचारले.

"नाही."

मी मेरीकडे डोळे वटारून पाहिले.

"नको, राहू दे. क्लेअर, आपण उद्या शाळेत भेटू." असे म्हणून मेरी जाऊ लागली.

"अगं ये ना बाळे, थांब की थोडा वेळ. तुझ्या मैत्रिणीशी गप्पा तर मार." आईने तिला प्रेमळ आग्रह केला.

या प्रेमळ आग्रहाबरोबर आईने तिचा हातही घट्ट पकडला, त्यामुळे मेरीचा नाइलाज झाला. ती आत आल्यावर आई म्हणली, "तुझ्या मैत्रिणीची खोली पाहायची असेल ना तुला? बरं, ये ना मग–" मेरी आईच्या मागे जिना चढू लागली. मी वरतीच उभी होते.

"मला नाही वाटत मेरीला थांबायचंय." माझ्या म्हणण्याकडे दुर्लक्ष करून आई मेरीला म्हणाली, "तू ये गं." दोघी जिना चढत होत्या. आता सुटका नाही हे जाणवून मी धावतच खोलीत गेले. जमेल तशी घाईघाईने पसारा आवरू लागले. जमिनीवर पडलेले कपडे उचलून कपाटात कोंबतेय तोच दोघी आत शिरल्या.

आईने मेरीला पुढे ढकलले, "ही बघ हिची खोली! तुझी खोलीही अशीच आहे का?"

मेरीने सर्वत्र नजर फिरवली. कॉटच्या बाजूला खाली जमिनीवर ठेवलेल्या मोठ्या बॉक्सवर तिची नजर स्थिरावली. माझा अलार्म होता तो! ती तिकडे कुतूहलाने पाहत होती. "ते काय आहे?" तिने विचारले. मी आईकडे रोखून पाहात होते.

"ते होय? तिचा अलार्म आहे तो." आईने तत्परतेने माहिती पुरवली. "ती अजूनही अंथरुणात लघवी करते हे सांगितलं नाही तिने?" आईने बॉक्सला लाथ मारताच अलार्मचे दिवे चमकू लागले. "पाहिलंस ना? हे काहीसं रस्ता पार करण्यासारखंच आहे. फरक इतकाच की तुम्हाला गाडीनं उडवण्याऐवजी तुम्ही बुडून जाण्याचा धोका अधिक आहे."

"क्लेअर, तू अजूनही गादी भिजवतेस?" हे विचारताना मेरी मागे मागे सरकत होती.

"क्वचित कधीतरी. तू नाही भिजवत?" मी विचारले.

"मुळीच नाही. ही रोज गादी भिजवते. रोज रात्री दोन वेळा!" आई विजयी स्वरात म्हणाली.

"नाहीच मुळी," मी कशीबशी बोलले.

आमचा हा संवाद मेरीने ऐकला नसावा. कारण तिने पुन्हा विचारले, "तू अजूनही गादी भिजवतेस?" तिच्या चेहऱ्यावर भयंकर आक्रित पाहिल्याचे भाव होते. माझ्याकडे अविश्वासाने पाहत असतानाच तिला हसू फुटायला लागले. शेवटी हसून हसून तिची मुरकुंडी वळली. श्वास अडकला. आईने तिच्या पाठीवर धपके मारले तेव्हा कुठे ती शांत झाली.

तरीही तिने पुन्हा विचारलेच, "तू अजूनही गादी भिजवतेस?"

अति हसल्याने तिच्या गुबगुबीत गालांवरून अश्रू ओघळत होते. नाकामधूनही पाणी वाहत होते. चेकाळल्यासारख्या तिने टाळ्या वाजवल्या, मग स्वत:च्याच गालावर थपडा मारून घेतल्या. हवेत एक बोट रोखून म्हणाली "काय मज्जा! तू अजूनही गादी भिजवतेस?" तिचे गोबरे गाल आता लालीलाल झाले होते.

"कसली मज्जा गं?" आईने तक्रारवजा गळा काढला, "तुझ्या मैत्रिणीने मला केवढा त्रास दिलाय म्हणून सांगू! आम्ही किती उपाय केले, पण तिचं लघवी करणं चालूच आहे. थांब हं जरा, तुला काहीतरी दाखवते." असे म्हणून ती घाईघाईने बाहेर आली.

ती परत येईपर्यंत मेरी माझ्याकडे एकटक पाहत होती. तिला पुन्हा हशाच्या उकळ्या फुटायला लागल्या. तोंडावर हात धरून ती म्हणाली, "ॲनला ही गंमत सांगायलाच हवी."

आता सर्व वर्गालाच हे कळणार ह्या जाणिवेने माझ्या काळजाचे पाणी पाणी झाले.

"मी गादी भिजवत नाही." मी कशीबशी म्हणाले. "पूर्वी भिजवायची, पण आता थांबलंय. कधीकधी होतं तसं..." माझे बोलणे अडखळत सुरू असतानाच

आई परतली. तिच्या हातात पाण्याचा जग होता. तिने गादीवरची चादर काढली. खाली आणखी एक चादर आणि तिच्याखाली अलार्म होता.

"आता मजा दाखवते तुला!" असे म्हणून तिने चादरीवर भसदिशी पाणी ओतले. झालं! एकच कल्लोळ माजला. अलार्म ठणाठणा वाजू लागला, दिवे चमकू लागले. हा ठणठणाट एवढा जबरदस्त होता की मेरीची बोलती बंद झाली! अलार्मचा गोंगाट आणि दिव्यांची उघडझाप ती भयचकित होऊन पाहत राहिली.

मग तिला वाचा फुटली, "हे सर्वांना सांगीन ना तेव्हा काय धमाल येईल..."

"अगं, हे तर काहीच नाही. हे बघ" असे म्हणून आईने मला बाजूला ढकलले. खाली वाकून गादीखाली हात खुपसून तिने माझे सगळे कपडे बाहेर काढले. "अरे देवा! वास तर घेऊन बघ." असे म्हणून तिने माझा नाईटशर्ट मेरीसमोर धरला. आई काय दाखवतेय हे बघायला तीही खाली बसली होती. ती घाईघाईने मागे सरकली आणि त्या गोंधळात कोलमडून पडली. तशीच हातांवर

सरपटत ती मागे मागे सरकत होती.

"अगं, घाबरतेस कशाला? हा शर्ट तुला काही चावणार नाही. वासामुळे बेशुद्ध पडशील फार तर!" आईने तिला धीर दिला.

मेरीला आता सारेच असह्य झाले असावे. ती उठून म्हणाली, "मिसेस ब्रिस्को, मला आता जायला हवं. तुम्हाला भेटून खूप आनंद झाला. क्लेअर, उद्या शाळेत भेटू या." खाली उतरून ती दारात पोचली.

तोच आई ओरडून म्हणाली. "मी येते ना खाली सोडायला. पुन्हा ये ह्या बाजूला कधी आलीस तर!"

बाहेर पडून मेरी धावतच सुटली. घरापासून खूप लांब जाईपर्यंत ती धावत होती. आईने बाहेर काढलेले सारे ओले कपडे मी गादीखाली सारले आणि अभ्यासाला लागले. नंतर शाळेची तयारी. युनिफॉर्म स्कूलबॅगजवळ काढून ठेवला. झोपण्यापूर्वी गादीवरची चादर उलट करून घातली.

शाळेत गेल्यानंतर गृहपाठ मिसकडे दिला. छोट्या सुट्टीत माझी नजर मेरीला शोधत होती, पण ती दिसली नाही. नाही तरी, भेटली असती तर मी तिला काय सांगणार होते? सुट्टीनंतर 'इंग्लिश कॉम्प्रिहेन्शन'चा गृहपाठ परत मिळाला. मला 'उत्कृष्ट' शेरा मिळाला होता. दुपारच्या जेवणाला स्पगेटी बोलोनिज होते पण ह्यात स्पगेटी जास्त आणि बोलोनिज नावालाच होते. नंतर जॅम टार्ट आणि कस्टर्ड होते. मी सगळे संपवून खेळायला पळाले. तिथे नेमकी मेरी होती, तिच्याबरोबर तिचे मित्रमंडळ होते.

"मला एक गंमत माहितीय, मला एक गंमत माहितीय," माझ्याकडे बोट रोखून मेरी गायला लागली.

"काय? सांग ना लवकर?" तिच्या चमच्यांनी कलकलाट केला.

मेरीचे गाणे सुरूच होते. माझ्या अगदी जवळ येऊन ती नाक खिजवत म्हणाली. "मी सांगितलं नाही तर काय देशील?"

मी साऱ्यांकडे दुर्लक्ष करून पुढे गेले तोच तिने माझ्या पाठीत जोराचा धपका घातला. मी गर्रकन वळले. तिचे चमचे ओरडत होते, "मेरी, आणखी एक धपका घाल चांगला!"

"तू मला मारलंस तर ती गोष्ट मी सर्वांना सांगीन." मेरीने धमकावलं.

"सांग ना मेरी, आम्हाला ऐकायचंय." सारे ओरडले. "मेरी, काय सांगणार आहेस?" मी विचारले. "तुझ्या आईने सांगितले तेच सांगायचेय."

"सांगून दाखवच," मी म्हणाले.

मी मेरीच्या पाठीवर जोरात गुद्दा लगावला. ते नेमके आमच्या बाजूला येणाऱ्या मिसनी पाहिले. मेरी कळवळून डोके धरून बसली होती.

"तिनंच मारलं मिस." सर्व मुलांनी माझ्याकडे बोट दाखवले.

"हो, मी स्वत: पाहिलं. क्लेअर, वर्गात जा आणि तुझ्या मिसना सांग तू काय केलंस ते!" त्या म्हणाल्या.

मला वर्गाच्या मिस भेटेपर्यंत खेळाच्या मिसनी त्यांना सर्व तपशील सांगितला होता. 'मेरी पाठमोरी असताना मी तिला धपका मारला. मेरीने काहीही आगळीक केली नव्हती. अचानक कारणाशिवाय मारल्यामुळे तिला फारच धक्का बसला.' हे ऐकल्यावर मिस म्हणाल्या, "ह्याबद्दल तुला शिक्षा झालीच पाहिजे." मला हात पुढे करायला सांगून त्यांनी हातावर पट्टीने जोरदार फटका मारला.

"पुन्हा असं करू नकोस. क्लेअर, 'तू' अशी वागशील हे पटतच नाही. जा, पळ आता!"

मी क्षणाचाही विलंब न करता पळाले.

३१ जानेवारीला माझ्या भावाचा वाढदिवस. आईने त्याच्यासाठी रिमोटवर उडणारे विमान आणले होते. ती रिमोट कसा वापरायचा हे त्याला बाहेरच्या खोलीमध्ये दाखवत असताना मी तिथे गेले. आईने जाणूनबुजून विमान माझ्या दिशेने सोडले. माझ्या डाव्या गालाला चाटून विमान वेगाने पुढे गेले. वळून ते परत आईकडे गेले. आईच्या हातात रिमोट होताच. तिने ते पुन्हा माझ्या दिशेला वळवले. याही वेळी ते माझ्या डाव्या गालाला जखम करून पुढे गेले. भळाभळा रक्त वाहू लागले. भावाला ही गंमत आवडली. तो खदखदा हसायला लागला.

"चालती हो इथून. तुझं इथे काय काम आहे?" आई खेकसली.

मी गुपचूप खोलीतून बाहेर गेले. विमान अजूनही भिरभिरत होते. माझ्या खोलीत जाऊन पाहते तर दोन्ही जखमा चांगल्याच खोलवर झालेल्या होत्या. वेगाने वाहणारे रक्त थांबवायला मी जखमांवर घट्ट दाबून धरले आणि तशीच खाली गेले. पॉलिनने माझी परिस्थिती पाहिली. तशी धावत जाऊन ती पट्ट्या घेऊन आली. जखमा बांधायला तिनेच मदत केली.

असेच दिवस चालले होते. आई आणि ईस्टमनच्या वाटेला न जाण्याची खबरदारी मी घेत होते. मला त्याच्याविषयी वाटणारा तिरस्कार मात्र कमी झाला नव्हता. आमचे नेहमीच वाजत असे. एकदा मला बेदम मारण्याची त्याने धमकी दिल्यावर मात्र पॉलिनने बाबांना कळवले. त्यानंतर एका रात्री, बाबा जरा उशिराच आमच्या घरी आले. "तुझी बॅग भर आणि गाडीत बस." असे त्यांनी सांगताच मी जराही उशीर न करता माझे सामान बॅगेत भरून निघाले.

बाबांनी मला मिस लिंडसे नावाच्या महिलेकडे काही दिवस ठेवले. ओव्हलमध्ये

तिचा फ्लॅट होता. मिस लिंडसे स्वभावाने खूप प्रेमळ होत्या. त्यांच्या घरी मला स्वतंत्र खोली मिळाली होती. शाळेतून आल्यावर माझ्यासाठी जेवण तयार असे. ''गादी भिजवली तरी हरकत नाही.'' असे तिने सांगूनच टाकले होते आणि नवल म्हणजे तिच्याकडे मी आठवडाभर राहिले; पण एरवी न चुकता रोज अंथरुणात लघवी करणारी मी, तिथे मात्र फक्त एकदाच अंथरूण भिजवले. तिने काही न बोलता चादरी बदलल्या. इतकेच नव्हे– मी सॉरी म्हणाले तर, 'माफी मागायची काहीही गरज नाही' असेही ती म्हणाली. मला तिच्याजवळ राहायला खूप आवडले होते. कधीकधी बहिणींची आठवण येत असे, पण इथे मी खूप आनंदात होते.

पण पुन्हा माझे दुर्दैव आडवे आले. साधारण आठवड्यानंतर मला घरी परतावे लागले. मिस लिंडसेने आईला मिळणाऱ्या फॅमिली अलाउन्समधून माझा हिस्सा मागितला. झाले! ''तुला हवे तर क्लेअरला ठेवून घे, पण चाईल्ड बेनिफिट मुळीच देणार नाही.'' असे आईने तिला ठणकावून सांगितले, ''हे पटत असेल तर ठीक, नाहीतर क्लेअरला परत पाठवून दे.'' असे तिने म्हटल्यामुळे माझी आईकडे रवानगी झाली. रविवारी बाबांनी मला पुन्हा आणून सोडले. मला दाराशी सोडून आणि मी घरात शिरल्याची खात्री करून घेऊन ते निघून गेले.

१९६८. माझे सेंट जोजफ प्राथमिक शाळेतील शेवटचे वर्ष होते. शाळा चांगली होती, सौहार्दपूर्ण वातावरण होते. आम्हा सर्व बहिणींना इथे उत्कृष्ट प्राथमिक शिक्षण मिळाले होते. याआधी पॉलिन आणि पॅटसी इथले शिक्षण संपवून मोठ्या शाळेत गेल्या होत्या. आता माझी पाळी होती. पॉलिन आणि पॅटसी कॅम्बरवेल न्यू रोडवरच्या सेक्रेड हार्ट स्कूलमध्ये जात. आमच्या भागातील सर्वांत चांगली कॅथलिक शाळा अशी 'सेक्रेड हार्ट' ची ख्याती होती. मुलांना सफेद हातमोजे, गोल टोपी घालणे सक्तीचे होते. त्या शाळेतून शिकून बाहेर पडणारी मुले फार हुशार म्हणून प्रसिद्ध नसली, तरी 'सच्चे कॅथलिक' मात्र नक्कीच मानली जात असत. ह्याचे कारण दर गुरुवारी, शुक्रवारी, आणि रविवारी मुलांना चर्चमध्ये नेले जात असे.

सेक्रेड हार्ट शाळेनंतर मला युनिव्हर्सिटीत जायचे होते. हे खूळ माझ्या डोक्यात कुठून आले कोणास ठाऊक! 'फार हुशार मुलांनाच युनिव्हर्सिटीमध्ये प्रवेश मिळतो' असे आमचे सर्वच शिक्षक सांगत. ''मला युनिव्हर्सिटीत प्रवेश मिळेल का?'' असे मी विचारले. ते ऐकताच मिस म्हणाल्या, ''अगं, नाईलाजाने 'इलेव्हन प्लस'ची परीक्षा नापास झालात, तर ह्या शाळेत जायला लागते.'' साहजिकच नंतर युनिव्हर्सिटीला प्रवेश मिळणे शक्य नाही. मी कधीही त्या परीक्षेविषयी ऐकले नव्हते. मला 'नॉत्र दाम' ह्या ग्रामर स्कूलमध्ये जाण्याची इच्छा

होती. माझ्या सर्व मैत्रिणींनी तिथेच अर्ज केले होते, त्यामुळे मलादेखील त्यांच्याबरोबर त्याच शाळेत जायचे होते.

"सेंट जोजफनंतर मला कोणत्या शाळेत पाठवणार?" असे आईला विचारल्यावर ती म्हणाली, "अर्थातच, तुझ्या बहिणी गेल्या त्याच शाळेत – सेक्रेड हार्ट."

"पण मला त्या शाळेत नाही जायचं."

"अच्छा? मग तुला कोणत्या शाळेत जायचंय?"

"माझ्या सर्व मैत्रिणींबरोबर नॉत्र दाम शाळेत जायचंय."

"सेक्रेड हार्ट शाळेत का नाही? तुझ्या दोघी बहिणी तिथेच जाताहेत. त्या दुसऱ्या शाळेत गेल्या तेव्हा केवढा दंगा केला होतास तू! मग आताच काय झालं?"

मी पुन्हा कारण सांगितले, "माझ्या सर्व मैत्रिणी नॉत्र दाम शाळेत जाणार आहेत. मलाही तिथे नक्कीच प्रवेश मिळेल, कारण मीही त्यांच्यासारखीच हुशार आहे."

"पण क्लेअर, ती शाळा फक्त ग्रामर स्कूलच्या मुलींची आहे. तू ग्रामर स्कूलची विद्यार्थिनी नाहीस. तेवढी हुशार नाहीस तू. तुझ्या बहिणींना तिथे प्रवेश मिळाला नाही मग तुला कसा मिळेल? तू तर मठ्ठ आहेस. तुझ्या बहिणींची सेक्रेड हार्ट शाळेत जायला हरकत नाही मग तू कोण लागून गेलीस? तू स्वत:ला फार शहाणी समजतेस का?" आई तणतणली.

पण आता मी तशी हार मानणार नव्हते. मी घोडे पुढे दामटत म्हटले, "पण त्यांना मुळात नॉत्र दाम शाळेत जायचंच नव्हतं, मग त्या कशाला हरकत घेतील? पण मला जायचंय..."

आई एव्हाना चांगलीच वैतागली होती. "चालती हो इथून. माझं डोकं खाऊ नकोस."

तरीही मी विनवणी चालूच ठेवली, "नॉत्र दामचा विचार करायला काय हरकत आहे? समजा तिथे नाहीच प्रवेश मिळाला तर सेक्रेड हार्ट स्कूल आहेच की!"

"अरे वा, म्हणजे बाकी सर्वांपेक्षा तू स्वत:ला फार शहाणी समजतेस वाटतं? पण तुझ्या अंथरुणात लघवी करण्याबद्दल काय सांगणार आहेस? ग्रामर स्कूलमधली मुलं असं काही करत असतील असं मला वाटत नाही. तुझा कुबट वास त्यांना सहन होईल का? तुझ्या अंगाचा वास मारतो हे तुला माहिती आहे ना? कधीमधी नव्हे, तर कायमच तो वास येत असतो. इकडे ये." आईने फर्मावले.

मी तिच्या पुढ्यात जाऊन उभी राहिले. चिमटीमध्ये माझा शर्ट पकडून तिने मला जवळ खेचले. दोन वेळा दीर्घ श्वास घेऊन तिने माझा शर्ट सोडला.

"मी काय म्हणते समजलं का तुला? लघवीचा वास येतोय तुझ्या अंगाला. स्वत:च्या अंगाचा वास घेतलायस का कधी? घे, वास घेऊन बघ." असे म्हणून

तिने माझ्या नाकाजवळ शर्ट आणण्याचा प्रयत्न केला. ते जमेना म्हणून तिने माझे डोके खाली वाकवले. ''घे वास आणि सांग आता कसला वास येतोय?'' तिने विचारले आणि स्वत:च उत्तर दिले, ''लघवीचा वास येतोय ना? नीट वास घे. उगीच मी खोटं बोलतेय असं म्हणायला नको...''

मी शर्टचा वास घेतला. किंचित कुबट वास येत होता, नाही असं नाही, पण आई अतिच करत होती.

''येतोय खरा वास,'' मी म्हटले, ''पण त्या शाळेत जाईपर्यंत मी गादी भिजवणं थांबवेन.'' मी प्रयत्न करणे सोडले नव्हते.

''क्लेअर, ११ वर्षांची घोडी झालीस आता. तरीही अंथरुणात लघवी करायचं काही बंद होत नाही. जाग आली नाही तर बुडशील एवढी लघवी करत असतेस! एवढं बदाबदा, गळ्यापर्यंत लघवी करणारी पोर निदान मी तरी पाहिलेली नाही अजून! मुलगा असतीस तर लघवीची जागा गच्च बांधूनच ठेवली असती... तरी आताही काही बिघडत नाही म्हणा, अतिच करायला लागलीस, तर बूच घालून ठेवीन.'' आईला भलताच जोर आला होता; पण मी माघार घेणार नव्हते.

''प्लीज, नॉत्र दामला प्रयत्न करून पाहू या ना? मला माझ्या मैत्रिणींबरोबर शाळेत जायचंय.''

''अच्छा? क्लेअर ब्रिस्को, तू स्वत:ला काय समजतेस? तुझ्या बहिणी जातात त्याच सेक्रेड हार्ट शाळेत जायचं मुकाट्यानं. ती शाळा त्यांना चालते तर तुला का चालणार नाही? तिथंच जायचं तू. हा विषय आता बंद.''

बस्स! नॉत्र दामसाठी प्रयत्नही केला नाही. त्या शाळेसाठी मी अर्जही भरला नाही किंवा प्रवेश परीक्षाही दिली नाही. सेक्रेड हार्टमध्ये मला प्रवेश मिळाला होताच. ॲन कोडी वगळता माझ्या बाकी सर्व मैत्रिणी नॉत्र दामला गेल्या. ह्या सर्व माझ्या शाळेतील मैत्रिणी. त्यांच्यापैकी एकही घरी येणारी मैत्रीण नव्हती. मेरीच माझ्या घरी न बोलवता आली होती आणि ती माझी कधीच मैत्रीण नव्हती.

शाळा संपली. उन्हाळ्याची सुट्टी सुरू झाली. आता मैत्रिणी कधीही भेटणार नाहीत, या विचाराने मी अतिशय दु:खी झाले. अर्थातच आईने नॉत्र दामचा विषय काढला नाही आणि मीही इतकी निराश झाले, की मलाही पुन्हा त्याविषयी बोलावेसे वाटले नाही. माझे नशीब चांगले म्हणूनच मला सेक्रेड हार्टमध्ये प्रवेश मिळाला.

सेंट जोजफ शाळा सोडताना आमच्या मनामध्ये संमिश्र भावना दाटल्या होत्या. मनासारख्या शाळेत ज्यांना जायला मिळाले, त्या मुली खूष होत्या आणि नाइलाजाने दुसऱ्या शाळेत जाणाऱ्या माझ्यासारख्या मुलींची अंत:करणे दु:खाने भरून आली होती. 'एकमेकींना विसरायचं नाही, पत्रं लिहायची' अशी वचने दिली-घेतली; परंतु तसे होत नाही, हे आम्ही मनोमन जाणून होतो.

सुट्टीचा पहिला आठवडा संपला. त्यानंतरच्या सोमवारी मी आणि माझ्या बहिणी शाळेतर्फे मिळणारी मोफत जेवणाची कुपने कोणत्या केंद्रावर वापरता येतील, हे शोधायला बाहेर पडलो. दर सुट्टीमध्ये अशी कुपने आम्हाला मिळत. सुट्टीत मोफत जेवण देण्यासाठी ठरावीक शाळांमध्ये केंद्रे उघडली जात. नेमलेल्या वेळी तिथे जाऊन कूपन द्यायचे आणि जेवायचे, अशी पद्धत होती. आमच्यासारखी सामाजिक परिस्थिती असलेल्या मुलांना सुट्टीमध्ये निदान एक वेळ तरी पोटभर जेवण मिळावे, हा ह्यामागील हेतू होता. आमचे एक वेळचे जेवण परस्पर बाहेर सुटतेय म्हणून आईला आंनद होई!

शाळेच्या गणवेषासाठीही कुपने मिळत. ती मिळाल्यानंतर गणवेष निवडायचा असे. आई आम्हा तिघींना त्यासाठी दुकानात घेऊन गेली. सेक्रेड हार्ट शाळेचा गणवेष प्रथमच मिळणार असल्याने मी खूप उत्सुक होते. काळ्या रंगाचा ब्लेझर, सफेद शर्ट, राखी रंगाचा प्लीट्सवाला स्कर्ट, त्याच रंगाचा जंपर, टाय, सफेद मोजे; शिवाय खेळासाठी वेगळा स्कर्ट आणि राखाडी रंगाच्या निकर, किती छान! नवीन कपडे मिळणार म्हणून मी फारच खुषीत होते. आयुष्यात प्रथमच माझ्यासाठी नवीन कपड्यांची खरेदी होत हाती.

दुकानात गेल्यावर आईने पॅटसीसाठी ब्लेझर काढायला सांगितला. पण पॅटसीला तर गेल्याच वर्षी नवीन ब्लेझर घेतला होता. एक वर्षाआड तिला नवीन कपडे मिळत. ह्यावर्षी पॉलिनला नवीन जंपर, स्कर्ट आणि ब्लेझर मिळायला हवा होता. आणि माझ्यासाठी सर्वच नवीन कपडे घ्यायचे होते.

त्या दोघी नवीन गणवेष घालून पाहत होत्या. मी आईकडे आशाळभूतपणे बघत होते. शेवटी न राहवून मी विचारलेच, ''मलाही नवीन ब्लेझर घ्यायचा ना?''

''कशाला? पॅटसी नाही तर पॉलिनचा ब्लेझर वापर. तसे नवीनच आहेत ते अजून.'' तिने मला उडवून लावले.

नशिबाने त्या दोघींचे स्कर्ट अणि शर्ट मला झाले नाहीत, केवळ म्हणूनच तिने मला नवीन घेऊन दिले. माझ्यासाठी राखी जंपर आणि बेरेटचीही खरेदी झाली. चला, निदान थोडे तरी नवीन कपडे मिळाले, म्हणून मी खूष झाले.

शाळा सुरू व्हायला दोन आठवडे असताना आईने फर्मान सोडले– बाबांना फोन लावून सांगा शाळेसाठी नवीन शूज हवेत. काही दिवसांनी बाबा पैसे देऊन गेले– साठ डॉलर्स. आमच्या घराजवळच्या बाजारात शूजची खूप दुकाने होती. छान, नवनवीन प्रकारचे शूज तिथे मिळत. शनिवारी किंवा रविवारी खरेदीला जायचे ठरले. बाबांनी दिलेले पैसे 'सुरक्षित' ठेवण्यासाठी आईने आमच्याकडून घेतले. तिने बटने काढून ब्लाऊज उघडला. ब्रेसियरचा डावा पट्टा पुढे ओढला, पट्ट्याला दोन घट्ट गाठी मारून अडकवलेला रुमाल काढला, रुमालामध्ये बराच माल होता, वीस

आणि दहा डॉलर्सच्या नोटा, दागिने आणि एक किल्ली. त्यातच तिने आमचे पैसेही ठेवले. मग रुमालाला गाठ मारून तो पुन्हा ब्रेसियरच्या पट्ट्याला बांधून टाकला.

गणवेष, शूजची सोय झाली तरी पेने, पेन्सिलींचे बॉक्स, दफ्तरे आणि सफेद हातमोजे घ्यायचे होते. पॉलिनने मला तिचे जुने दप्तर दिले. थोडे खराब झाले होते, पण पॉलिश लावून चमकवता येईल, असा मी विचार केला. शाळेची बहुतेक सारी तयारी झाली. फक्त शूज घ्यायचे बाकी होते. मोठे बकलवाले फ्लॅट हिलचे शूज मला फार आवडले होते. थोडे महाग असले तरी त्यांना खूप मागणी होती.

''आम्हाला शूज खरेदी करायला जायचंय, पैसे दे.'' मी आईला म्हणाले.

ती काहीच बोलली नाही. तिने ऐकले नसावे, असे वाटून मी पुन्हा पैशाची मागणी केली. 'मी आता चहा पितेय. अर्ध्या तासानंतर याविषयी बोलू या.' असे म्हणून तिने मला हाकलले. साधारण पंचेचाळीस मिनिटांनी मी पुन्हा तिच्या खोलीत गेले. ती अजूनही त्याच जागी बसलेली होती.

''आता तरी पैसे दे ना. आम्हाला खरेदीला जायचंय.'' मी विनवले.

शेवटी आई जागेवरची उठली. 'इकडे ये' असे म्हणून ती मला बाजूच्या खोलीत घेऊन गेली. बॅगा, कपडे, जुने-पाने सामान, नको असलेल्या वस्तूंनी भरलेली ही अडगळीची खोली होती. आई एकामागोमाग एक बॅगा रिकाम्या करून काहीतरी शोधत होती. तिने खाली गालिच्यावर काढलेले सामान पुन्हा बॅगेत भरायचे काम मी करत होते. भरपूर शोधाशोध करून तिने शूजच्या तीन जोड्या बाजूला काढल्या. त्या उचलून मला म्हणाली, ''चल आता. झालं काम.'' जिना चढत असताना मी दार हळूच बंद झाल्याचा आवाज ऐकला. म्हणजे माझ्या बहिणी चोरून सारे पाहत होत्या तर! आईकडून पैसे काढणे मला जमले नाही, हेही त्यांना कळलेच होते.

आई आणि मी स्वयंपाकघरात गेलो. सिंकखालच्या शूबॉक्समधून तिने काळ्या पॉलिशची डबी आणि फडके काढले. शूजच्या तिन्ही जोड्या, जमिनीवर वर्तमानपत्रावर ठेवून तिने मला विचारले, ''यातले कोणते शूज तुला आवडलेत?

खरे म्हणजे मला त्यातील एकही जोडी आवडली नव्हती. ते शूज अगदी जुन्या फॅशनचे होते. त्यातल्या त्यात मधलेच थोडेसे बरे वाटले. मी तसे सांगताच आईने त्यांना पॉलिश करायला सुरुवात केली. जुने शूज ती कशासाठी पॉलिश करतेय असा विचार करत मी उभी होते. तिने शूज मस्त चमकवले हे मात्र खरं! ती मध्ये मध्ये त्यावर थुंकून पुन्हा कपड्याने घासत राहिली.

''चल, घालून दाखव,'' ती म्हणाली.

उजव्या पायातला मोजा काढून मी पाऊल आत सरकवायचा प्रयत्न केला पण शूज खूपच लहान होते. माझ्या टाचा बाहेरच राहत होत्या.

''अगं नीट घाल ना. पाय पुढं ढकल जरा.'' आई मला तशी सोडणार नव्हती. मी पाऊल शूमध्ये घालायचा प्रयत्न केला पण व्यर्थ! तिने शूजना स्वयंपाकात वापरले जाणारे तेल लावले आणि म्हणाली, ''आता घालून बघ.'' आणि खरोखरच दोन्ही पाय व्यवस्थित आत गेले. दुसरा पाय घालताना मला बाजूच्या खुर्चीचा आधार घ्यावा लागला होता.

''वा! छान, चांगले दिसतायत.'' आई खूष झाली. ''आता थोडे दिवस शूज घरात घालून फीर, म्हणजे सवय होईल. चल जा आता.'' तिने फर्मावले.

आईकडे आमचे पैसे मागण्याची संधी मिळालीच नाही. ही बातमी देण्यासाठी मी दोघींना शोधत गेले. शूज अजूनही घट्ट होत होते. माझी पावले आवळली जाऊन दुखत होती. बहिणींच्या खोलीत पोहोचेपर्यंत फारच त्रास होऊ लागला. मी घाईघाईत काढून टाकले.

''आईने पैसे दिले नाहीत, पण मी नंतर पुन्हा प्रयत्न करीन.'' मी चारडोळी आणि प्रेशस पुसला बातमी दिली.

पॉलिन काळजीत पडली. बाजारातील सर्व दुकाने एक वाजता बंद होत होती. चार ठिकाणी हिंडून शूज निवडायचे, म्हणजे लवकरच निघायला हवे होते.

दाराबाहेर काढून ठेवलेले शूज आणून मी त्या दोघींना दाखवले, ''मम्मीने मला काय दिलं पहा,'' मी उत्साहाने म्हणाले.

''हे तुला कुठे मिळाले?'' पॅटसीने विचारले.

''मम्मीने दिले.''

''अरे हो, माझेच आहेत ते. सहा महिन्यांपूर्वी – फार तर वर्ष झाले असेल, ते मीच वापरत होते. मला लहान झाले. तुला ते येतायत का?''

''नाही, मलाही घट्ट होतात. मम्मीने वापरायला सांगितलंय.''

''कशासाठी?'' पॉलिनने विचारले.

''मला माहिती नाही. मी तिला विचारलं नाही.''

थोड्या वेळाने मी खाली गेले. आई बाथरूममध्ये मशिनमध्ये कपडे धुवायला टाकत होती.

''आमचे पैसे देतेस का आता?'' मी विचारले, ''आम्हाला खरेदीला जायचंय.''

''पैसे? कोणते पैसे?''

''बाबांनी आम्हाला दिले होते ना? ते पैसे...''

''कोणते पैसे?'' आईने पुन्हा तोच प्रश्न केला.

''बाबांनी नवीन शूज घ्यायला दिले ते पैसे. दे ना, आम्हाला शूज घ्यायला जायचंय.''

''कशाला?''

"शाळेत जायला शूज हवेत."
"कशाला?"
"कशाला म्हणजे काय?"
"तुला शूज कशाला हवेत?"
"माझ्याकडे शाळेत जायला शूज नाहीत." मी चिवटपणे म्हणाले.
"नाहीत कसे? मी आताच तुला नवीन शूज दिले ना? ते काय वाईट आहेत?"
"तू मला नवीन शूज कधी दिलेस?" मी आश्चर्याने विचारले. त्याचवेळी आजूबाजूचा एखादा नवीन शूजचा बॉक्स नजरचुकीने राहिला तर नाही ना हेही पाहिले.
"मघाशी घातले होतेस ना? मिळाले ना नवीन शूज? आणखी कशाला हवेत? तू कोण लागून गेलीस? इतरांना एक जोडी शूज मिळायची मारामार आणि तुला दोन जोड्या हव्यात?" आईने भडिमार केला.
"तेच माझे 'नवीन' शूज आहेत हे मला माहिती नव्हतं. शिवाय त्यामुळं काय फरक पडणार आहे? कारण बाबांनी साठ डॉलर्स दिलेत ना शूज घ्यायला? आमचे आहेत ते पैसे. आम्हाला नवीन शूज घ्यायचे आहेत. दे ना ते आमचे पैसे." मी मुळीच माघार घेत नव्हते.
आईने माझ्याकडे रागाने बघितले. "चालती हो इथून." ती ओरडली.
"माझे पैसे दे, मग जाते."
"शेवटचे सांगतेय, निघतेस की नाही?" आई ओरडून म्हणाली.
मी न डगमगता माझे तुणतुणे वाजवत होते. आई वॉशिंग मशिनजवळ उभी होती. तिने मशिनमध्ये हात घालून एक चिंब भिजलेला शर्ट काढला. आणि काय होतेय हे कळायच्या आत सपकन माझ्या चेहऱ्यावर त्याने फटका मारला.
"मिळालेत ना शूज? मग आणखी शूज कशाला हवेत? मूर्ख कुत्री! तोंड काळं कर आता." असे किंचाळून तिने पुन्हा एकदा शर्ट मारला; पण आता मी तयारीत होते. धावतच मी बाथरूमबाहेर पळाले. वर जाऊन माझा भिजलेला फ्रॉक बदलला आणि बहिणींच्या खोलीत गेले.
"काय म्हणाली ती?" पॉलिनने विचारले.
"ती म्हणाली तुझ्याजवळ शूज आहेत. नवीन घ्यायची गरज नाही."
"शूज आहेत? कुठे आहेत ते?" दोघींनी एकसुरात विचारले.
मी समोरच पडलेल्या शूजकडे बोट दाखवले. "तुम्हा दोघींसाठीदेखील तिनं असेच शूज काढलेत. तुम्हाला बरोबर झाले तर तेच शूज घालावे लागतील." मी खबर दिली. त्यांनी शूजचे वर्णन करायला सांगितले. पण ते काळ्या रंगाचे आहेत

एवढेच मी सांगू शकले.

'जुने शूज नीट बसले नाहीत तरच नवीन मिळणार' हे निश्चित असल्याने मी दोघींना एक युक्ती सांगितली एकावर एक असे तीन जोडी पायमोजे घातल्यावर पावले त्या जुन्या शूजमध्ये शिरणार नाहीत आणि आईला झक्कत नवीन शूज घ्यावेच लागतील. त्याप्रमाणे तयार होऊन दोघी खाली गेल्या. आता बाजारात जाऊ का? असे विचारता आईने माझ्यावर केला तोच प्रयोग, तिच्या खोलीत नेऊन त्यांच्यावरही केला, "हे शूज घालून बघा." ती म्हणाली. मी जिन्यावरून ऐकत होते. पॉलिनने शूज घालायच्या प्रयत्न केला.

"नीट नाही जात," पॉलिन विजयाने म्हणाली.

"जोरात पाय पुढं ढकल ना." आमची आई म्हणाली. "नीट प्रयत्न कर म्हणजे बसतील."

"खरंच पाय जात नाहीत." चारडोळीसाठी तेलाचा प्रयोग झाला नाही. पॅटसीनेही नकारघंटा वाजवली. आई वैतागली. "म्हणजे नवीन शूजसाठी पैसे द्यावेच लागणार तर..." अखेर ती नाइलाजाने म्हणाली, "दोघींचे शूज घ्यायला किती पैसे लागतील?"

पॉलिनने विचार केला. "नेमके किती लागतील मला माहिती नाही; पण एका जोडीला तेरा ते पंधरा डॉलर्स लागतीलसं वाटतंय. उरले तर परत आणेन." ती साळसूदपणे म्हणाली.

रडतखडत का होईना, अखेर त्या दोघींना शाळेचे नवीन शूज घेण्यासाठी सव्वीस डॉलर्स मिळाले. मीही त्यांच्याबरोबर बाजारात गेले. दोघींनी पेंटट लेदरचे; तसेच काळ्या रंगाचे, चंदेरी लेसवाले सुंदर शूज घेतले.

आईकडे माझ्या शूजसाठीचे माझ्या वाट्याचे पैसे मागण्यात अर्थच नव्हता.

शाळेचा पहिला दिवस उजाडला. मला जाग आली तीच अलार्मच्या ठणठणाटामुळे आणि दिव्यांच्या उघडझापीमुळे. गादी भिजली होती. आता उठावेच लागणार होते. मी ओल्या झालेल्या चादरी गोळा करून बाथरूममध्ये कोपऱ्यात टाकून दिल्या. एव्हाना अलार्म बंद झाला होता. नव्या शाळेत जायचे म्हणून मी फारच उतावीळ झाले होते. लगेच मी तयारीलाच लागले. शाळेच्या बॅगेत सर्व नीट ठेवलेय की नाही हे तपासले. गणवेष काढून ठेवला. नव्या ब्लाऊजच्या पिना आणि प्लॅस्टिकच्या पट्ट्या काढण्यात बराच वेळ गेला. व्हेस्ट, ब्लाऊज, स्कर्ट आणि मोजे घालून मी तयार झाले. जंपर छान दिसत होता. शूज चढवले. अजूनही घट्टच होत होते. तेलही नव्हते. नाइलाजाने तेच शूज घालावे लागले. शेवटी टाय बांधून मी बाकीचे कधी जागे होतायत याची वाट पाहत बसले.

सगळे उठले तेव्हा एकच गोंधळ माजला. पॉलिन आणि पॅटसीने शाळेचा गणवेष काढून तयार ठेवला नव्हता. त्यांची शोधाशोध, धावपळ चालू झाली. सरतेशेवटी दोघी तयार झाल्या. मी माझी बॅग घेऊन खाली गेले. माझा शाळेचा पहिला दिवस म्हणजे आई मला शाळेत घेऊन जाणार असे मला वाटत होते. आई स्वयंपाकघरात होती. तिथे जाऊन मी म्हणाले, ''मम्मी, मी तयार आहे.''

''तयार आहेस? कशासाठी?''

''शाळेत जायचंय ना?''

''मग जा की. कसली वाट बघतेस?'' ती म्हणाली.

''पण आज माझा शाळेचा पहिला दिवस आहे.''

''मग काय झालं?''

''पण तू नेहमी पहिल्या दिवशी शाळेत येतेस. पॉलिन, पॅटसी, कार्ल, मार्टिन सगळ्यांच्या बरोबर तू गेली होतीस.'' मी आशेने म्हणाले.

''मूर्ख कार्टे, तुझ्या दोघी बहिणी त्याच शाळेत जाताहेत. त्या तुला घेऊन जातील. मी कशाला हवी?'' मला बाजूला ढकलून ती वरती गेली. जाता जाता म्हणाली, ''मी कामात आहे, ते दिसत नाही का तुला?''

''चल क्लेअर, आमची तयारी झाली.'' पॉलिन म्हणाली.

आम्ही बस स्टॉपवर गेलो. पॉलिन आणि पॅटसीने नवीन ब्लेझर घातले होते. जुना ब्लेझर घातलेली मी त्यांच्यापुढे चांगलीच बावळट दिसत असणार या विचाराने मी खूपच अस्वस्थ झाले होते... घट्ट शूजमुळे पाय खूप दुखत होते. बसमधून उतरल्यावर थोडे चालेपर्यंत माझे पाय अतिशय ठणकायला लागले. मी हळूहळू लंगडत चालत होते. तशीच शाळेत पोहोचले. बहिणींच्या जुन्या मैत्रिणींनी त्यांचे उत्साहाने स्वागत केले. त्या दोघी मैदानाकडे गेल्या आणि मी एकटीच मुख्य सभागृहामध्ये गेले. आम्हाला एक रांग करून समोर येण्यास सांगण्यात आले.

आमचे मुख्याध्यापक श्री. टिमन्स ह्यांनी नवीन विद्यार्थी आणि त्यांच्या पालकांचे स्वागत केले. त्यांनी माझे नाव पुकारले, तेव्हा मी उभी राहिले.

''तुझ्याबरोबर कोण आहे?'' त्यांनी विचारले.

''मी एकटीच आलेय, सर,''

''तुझे आईवडील कुठे आहेत?''

''माझी आई घरी आहे, सर.''

''पण तू कोणाबरोबर आली आहेस?''

''माझ्या बहिणी बाहेर आहेत, सर. पॉलिन आहे ना माझ्याकडे लक्ष द्यायला.''

मुख्याध्यापकांनी मला जवळ बोलावले. त्यांच्याशी हस्तांदोलन करण्यासाठी मी पुढे गेले खरी, पण दुखऱ्या पायांमुळे मी लंगडत होते.

''बाळ, तुझ्या पायांना काय झालंय?'' त्यांनी प्रेमाने विचारले.

''सर, माझे शूज लहान आहेत, म्हणून पाय दुखताहेत; पण मला नवीन शूज मिळणार आहेत. माझ्या बाबांनी त्यासाठी आईला पैसे दिलेत.'' मी म्हणाले. त्यांच्याशी हस्तांदोलन करून मी लंगडत परत फिरले.

नंतर आमच्या वर्गशिक्षिकेने सर्वसाधारण सूचना दिल्या, माहिती सांगितली, सूचनापत्रके वाटली. मला आमची मिस आवडली. पहिला दिवस शाळेची ओळख करून घेण्यातच संपला. शाळा सुटताना मिसने आईला देण्यासाठी बंद लिफाफ्यामध्ये एक पत्र दिले.

मी शाळेच्या फाटकाजवळ बहिणींची वाट पाहत थांबले. तिघी घरी पोहोचलो तेव्हा आई स्वयंपाकघरात जेवण करत होती. मी माझ्या खोलीत जाऊन कपडे बदलले. गृहपाठ करून टाकलेला बरा म्हणून मी बॅग उघडली. मिसने आईसाठी दिलेला लिफाफा दिसला, तशी तो घेऊन मी धावतच स्वयंपाकघरात गेले.

''हे तुला दिलंय मिसने,'' मी म्हणाले.

तिने लगेच लिफाफा उघडला. पत्र वाचून तिने माझ्याकडे मोहरा वळवला. ''बाबांनी तुझ्यासाठी नवीने शूज घेण्यासाठी पैसे दिले होते पण मी घेतले नाहीत, असं तू मिसला सांगितलंस?'' तिने रागाने विचारले.

''नाही. असं काही मी बोलले नाही.''

''मी नवीन शूज न घेता लहान होणारे जुने शूज घालून तुला शाळेत पाठवलं असं तू मिसला सांगितलंस की नाही?''

''खरंच नाही सांगितलं.''

''खोटारडी!'' आई कडाडली. ''खोटं बोलायला लाज नाही वाटत?'' आईने लाकडी डाव उचलून जोराने माझ्या डोक्यावर घातला. माझ्या डोळ्यांसमोर काजवे चमकले.

''पहिल्याच दिवशी शाळेत माझी लाज घालवून आलीस आणि वर खोटं बोलतेस?''

पुढच्याच आठवड्यात पायांना छान बसणारे 'नवे शूज' मला मिळाले. अर्थात ते दुकानातून विकत आणलेले नव्हते. आईने राजम्याच्या बिया प्लॅस्टिकच्या पिशव्यांत भरून त्या पिशव्या माझ्या जुन्या शूजमध्ये ठेवल्या. मग त्या पिशव्यांमध्ये पाणी ओतले. पूर्ण आठवडाभर तिचा हाच उद्योग चालू होता. रोज राजम्यामध्ये पाणी टाकायची. राजमा फुगून हळूहळू शूज मोठे होत गेले. त्यानंतर मी ते घातले तेव्हा पायाला छान बसले. आईचा प्रयोग यशस्वी झाला होता. अर्थात शूजचे चामडे थोडे खडबडीत दिसत होते; पण काही आठवड्यांनंतर ते ठीक झाले आणि अखेर मला 'नवीन शूज' मिळाले!

जादूटोणा

१९६८

माझी आई नेहमी परमेश्वराविषयी बोलत असे. त्यासंबंधीची ही हकिकत. एके दिवशी दारावर थाप पडली. कोणीही दार उघडले नाही. पुन्हा एकदा दार वाजले. त्या पाठोपाठ तीन वेळा बेलही वाजली. मी धावत जिना उतरले आणि दार उघडले, पण अर्धेच! बाहेर दोन धिप्पाड निग्रो स्त्रिया उभ्या होत्या. चेहऱ्यावर भरपूर रंगरंगोटी केलेली होती आणि त्यांनी अतिशय सुंदर विग घातले होते. एकीने बेटी डेव्हिससारखा विग घातला होता. काळ्या रंगाचा, बार्बी डॉलसारख्या कुरळ्या केसांचा. कुरळे केस निळ्या रिबिनीने मानेवर बांधले होते. विगवर काळ्या रंगाची जाळी आणि त्यावर भली मोठी सफेद रंगाची हॅट घातलेली होती. हॅट डोक्यावर दाबून बसवली होती. विग आणि केसांची जाळी हॅटमध्ये कोंबल्यामुळे विग भुवयांपर्यंत आला होता. तिने घाणेरड्या हिरव्या रंगाचा स्कर्ट घातला होता. तिचे पोट चांगलेच सुटलेले होते. सफेद रंगाच्या टाईट्सचा रंग काळ्या पायांमुळे बदामी वाटत होता. लाल चुटुक रंगाच्या लिपस्टिकमुळे ती लॉलीपॉप खात असल्याचा भास होत होता. ‘‘प्रेझ द लॉर्ड! गोड मुली, घराची मालकीण कुठे आहे?’’ तिने विचारले.

माझी नजर तिच्यावरून हटत नव्हती, कारण हे असले प्रकरण मी आयुष्यात प्रथमच पाहत होते. तिच्याबरोबरची दुसरी बाई बुटकी आणि जाडी होती. तिनेही नीट न बसणारा विग घातला होता. अंगाने ऐसपैस असली तरी तिचा चेहरा मात्र बारीक होता. रंग चॉकलेटी होता. तिने पेन्सिलीने एलिझाबेथ टेलरसारख्या भुवया कोरल्या होत्या– खूप जाड, मधोमध जोडलेल्या आणि टोकाला निमुळत्या होत गेलेल्या. दुसऱ्या जाड्या बाईपेक्षा हिचे कपडे जरा बरे होते. हिनेदेखील प्लीटचा काळ्या-पांढऱ्या रंगाचा स्कर्ट घातला होता. त्यावर काळे जॅकेट घातले होते. हिनेही हॅट घातली होती, पण जी बरीच लहान आकाराची होती. विगवर घट्ट बसवलेल्या हॅटला मागच्या बाजूने मोठी हॅटपिन लावली होती. हातामध्ये एक मासिक होते.

‘‘प्रेझ द लॉर्ड. बाळा, तुझी मम्मी आहे का?’’ उंच बाईने पुन्हा विचारले.

‘‘कोण आलंय म्हणून सांगू?’’

बुटक्या बाईने खाली घसरलेला विग अंगठ्याने वर ढकलला आणि म्हणाली, ''घराच्या मालकिणीला सांग की आम्ही देवाकडून संदेश घेऊन आलोय. या घरासाठी आम्ही खूषखबर आणली आहे. बरोबर सांगतेय ना, सिस्टर?'' असे म्हणून तिने उंच बाईकडे प्रश्नार्थक नजर टाकली.

तिने आपले दोन्ही हात एकमेकांमध्ये गुंफले आणि मस्तक झुकवून म्हणाली, ''प्रेझ द लॉर्ड, सिस्टर, प्रेझ द लॉर्ड. होय तू सांगतेस ते बरोबर आहे. आमेन.'' ह्यानंतर दोघींनी आपली शरीरे जोरात हलवली – प्लेटमध्ये ठेवलेल्या जेलीसारख्या त्या थुलथुलीत होत्या – ते झाल्यानंतर उंच बाई म्हणाली, ''मला देवाचं अस्तित्व जाणवतंय – तुलाही ते जाणवतंय का, सिस्टर?''

''होय सिस्टर, मलाही त्याचं अस्तित्व जाणवतंय. देव आता इथे आपल्याजवळच आहे, असं वाटतंय.'' बुटकीनं दुजोरा दिला.

दोघींनीही हात ऊंचावले आणि त्या पुन्हा घुमू लागल्या. ह्यावेळी भूकंप झाल्याप्रमाणे त्यांची शरीरे थरथरत होती.

''बाळा, तुझ्या आईला बोलावून आण.''

आई वरती जिन्यावर उभी राहून ओरडली, ''कोण आलंय?''

''प्रत्यक्ष देव तुझ्या दारी आलाय. इकडे ये – तुझ्यासाठी संदेश आणलाय.'' बुटकी म्हणाली.

आईच्या बोलण्यात सतत, 'स्वीट जीझस, गुड लॉर्ड,' असे शब्द येत असत. त्यामुळे देव दारापाशी उभा आहे हे ऐकून तिला आनंद होईल असे मला वाटले; पण तिने बुटकी काय म्हणाली हे बहुधा ऐकलेच नसावे. कारण ती पुन्हा ओरडली, ''कोण आहे ते?''

उंच बाईच्या हातामध्ये मासिकावर काय लिहिलेय. हे वाचण्याचा मी प्रयत्न केला. मला ते Witchcratf असावे असे वाटले. ''जादूटोणा. जादूटोणा करणाऱ्या बायका आल्या आहेत.'' मी आईला बातमी दिली.

हे ऐकून बुटकीने देवाला नमस्कार केला. उंच बाईचा चेहरा वेदनांनी पिळवटला.

''विचक्राफ्ट? जादूटोणा? काय बोलतेस बाळा? अरे देवा. दया कर आमच्यावर, कृपा कर. सैतानापासून आमचं रक्षण कर. बाळ, लवकर तुझ्या आईला बोलाव.''

दोघी पुन्हा जेलीसारख्या थरथरायला लागल्या. तोंडाने घुमल्यासारखा आवाज येत होता. अचानक त्या नाचायला लागल्या. मुठी आवळून, हात उंचावून त्या गोल गोल फिरत होत्या. तोंडाने जप चालू होता. ''देवा, आमच्यावर कृपा कर.'' मी उंच बाईच्या हातातील मासिकावर पुन्हा नजर टाकून नाव वाचायचा प्रयत्न केला. अरेच्चा, मगाशी मी चुकीचे वाचले होते तर! 'विचक्राफ्ट' नव्हे तर 'वॉचटॉवर' नाव होते मासिकाचे!

"माफ करा हं." मी त्या दोघींची माफी मागितली. मग आईला ओरडून सांगितले, 'Witchcralf' नाही, 'Watchtower' आहे. त्यांनी देवाला बरोबर आणलंय."

"वॉचटॉवर? वॉचटॉवर?" माझी आई किंचाळली. " 'जेहोवाज विटनेसेस' आलेत? त्यांचं माझ्याकडे काय काम? चालत्या व्हा इथून. दार बंद कर." आई चांगलीच भडकून शिवीगाळ करू लागली.

त्या दोघींचा नाच तत्क्षणी थांबला. बुटकीने विग नीट केला. लिपस्टिकचे डाग असलेला मोठा पांढरा रुमाल काढून चेहरा पुसला. ओठांवरची लिपस्टिकही पुसून काढली. उंच बाई धापा टाकत दाराला टेकून उभी होती.

"बाळा, कोण होती ती? घरमालकीण का?" बुटकीने विचारले.

"हो."

"बाळा, काय म्हणाली ती?"

तेवढ्यात आईने पुन्हा बोंब मारली. कमरेवर हात ठेवून ती जिन्यावर युद्धाच्या पवित्र्यात उभी होती. दाराजवळून आम्हाला तिचे फक्त पाय आणि कमरेवरचे हात दिसत होते.

"क्लेअर, या घरात ख्रिस्तासाठी जागा नाही हे सांग त्यांना. ख्रिस्तासाठी वेळ नाही मला. दारावर पाटी लावली आहे का 'ख्रिस्ता, आमच्या घरी ये' म्हणून? दरवाजा बंद कर." आईने चांगलेच तोंड सोडले होते.

वळून मी त्या दोघींकडे नजर टाकली. उंच बाई गुडघ्यांवर टेकून बसली होती. बहुधा प्रार्थना करीत असावी, कारण आईची भाषा ऐकून तिला चांगलाच घाम फुटलेला दिसला. बुटकीने हॅट काढली होती. एव्हाना तिचा विग खूपच खाली घसरून डोळ्यांवर आला होता. उजव्या हातामध्ये हॅट पकडून ती टेनिसच्या रॅकेटप्रमाणे पुढे मागे हलवत होती.

"देवा, मला वाचव. मला मदत कर. ह्या घरावर तुझी कृपा असू दे. आतमध्ये वावरणाऱ्या दुष्ट शक्तींचा विनाश कर." एक हात विगवर ठेवून दुसऱ्या हातातील हॅटने दुष्ट शक्तींना ती हाकलत असल्याचे दृश्य फारच विनोदी दिसत होते. गुडघ्यावर बसलेल्या उंच बाईला ती म्हणाली, "सिस्टर, तू तरी मला मदत कर. ऊठ ना. 'होली स्पिरिट'सारखी तूही ऊठ. मला मदत कर." तिचे प्रोत्साहित करणारे बोल ऐकून उंच बाई हळूहळू उठून उभी राहिली. बुटकीचे हॅट हलवणे चालूच होते. "सिस्टर, देवाचं अस्तित्व जाणवतंय ना?" तिने विचारले.

"सिस्टर, देव आहेच." उंच बाई उत्तरली.

"इथे कोणी ख्रिस्त वगैरे राहत नाहीय. दार बंद कर." आई चांगलीच शिव्या देत होती. ती चवताळली होती.

बुटकी तिच्या मैत्रिणीकडे पाहून म्हणाली, ''सिस्टर, प्रार्थना करायला वेळ नाही. ऊठ लवकर.''

उंच बाईने रुमाल काढून घामेजलेल्या भुवया हलकेच पुसल्या. त्याबरोबर भुवयांवर कोरलेल्या काळ्या पेन्सिलीचा रंग पुसला गेला. त्याच रुमालाने तिने कपाळ पुसल्याने खऱ्या भुवयांवर आणखी एका भुवयांची जोडी दिसू लागली. तिने तीन वेळा असे केल्याने कपाळभर भुवयांच्या रांगा तयार होऊन ती साय-फाय सिनेमातील पात्राप्रमाणे दिसू लागली.

रुमाल बाजूला ठेवून ती म्हणाली, ''आज साक्षात परमेश्वराचं दर्शन मला झालंय.'' मग आकाशाकडे पाहून उद्गारली, ''आज मला माझं उद्दिष्ट सापडलं. तुझं कार्य तडीस नेण्यासाठी मला शक्ती दे.'' एवढे बोलून तिने उठण्यासाठी हात खाली टेकवून पृष्ठभाग वर उचलला. ह्या भानगाडीत तिचा विग आणि हॅट खाली पडली, नेमकी माझ्या पायाशीच!

''आलेच मी सिस्टर, आलेच,'' असे म्हणत ती एकदाची उभी राहिली.

''सिस्टर,'' बुटकी म्हणाली, ''मला मदत कर. देवाचं काम तडीला नेलंच पाहिजे.'' हे म्हणताना तिची हॅटरूपी टेनिस रॅकेट हवेत फिरवणे चालूच होते.

एवढा आरडाओरडा करूनही त्या बायका हलत नाहीत, हे पाहून आई अधिकच खवळली. जास्तीच जोरात ओरडून ती म्हणाली. ''मीही आलेय आता, नालायक साली, मीही आलेच.'' ती धडधडत जिना उतरू लागली. बुटकीने वर पाहिले आणि आईचा अवतार बघून ती दचकून मागे सरकली. अर्धवट उघडलेले दार मी संपूर्ण उघडले.

''खबरदार सैताना, पुढे येऊ नकोस. देवाच्या दासाशी मुकाबला करायचा असेल तरच पुढे ये. सिस्टर आयसिस, देवाची प्रतिष्ठा राखण्यासाठी पुढे हो आणि मला मदत कर.'' बुटकी त्वेषाने म्हणाली.

सिस्टर आयसिसने विग घातला. खाली हॅटपिन ती शोधू लागली. बुटकीने एव्हाना टेनिस खेळणे थांबवले होते. डोळे गरागरा फिरवत ती आकाशाकडे पाहत होती. आई दारात उभी राहून त्या दोघींचे उद्योग पाहत होती.

आयसिसने आता 'स्वीट जीझस'लाच गाऱ्हाणे घातले. ''मला शक्ती दे. मला तुझी गरज आहे. मला संकटसमयी एकटीला सोडून जाऊ नकोस...'' तिने हॅट छातीशी घट्ट पकडली होती. केसांना बांधलेली सुंदर रिबिन सुटली होती. लाल लिपस्टिकचे असंख्य डाग असलेल्या रुमालाबरोबर ती रिबिनदेखील खाली पायरीवर पडली होती. आई दोघींकडे लक्ष देऊन पाहत होती. उंच बाईला विगवर हॅट बसवणे जमत नव्हते. बुटकीच्या चेहऱ्यावर एखाद्या मोहिमेवर निघावे, असे भाव होते.

"काय मूर्खपणा चाललाय?" आई किंचाळली. "दोन भुतं देवाचं काम करायला निघालीत!"

'भुतं' हा शब्द ऐकताच पॉलिन धावतच खाली उतरली. "कुठे आहेत भुतं, मम्मी?" तिने उत्सुकतेने विचारले.

"ही बघ ना! हे एक आणि हे दुसरं! कोण कोणाला घाबरवतंय हेच कळत नाही." आईने तिचे शंकानिरसन केले.

उंच बाईने बुटकीला धीर दिला, "सिस्टर, विरोध झाला तरी मागे हटायचं नाही." ती म्हणाली.

बुटकी समाधिवस्थेतून जागी झाली आणि हातातील वॉचटॉवर मासिकाने जोरजोराने वारा घेऊ लागली. मग खांदे ताठ करून पोट पुढे काढून ती आत्मविश्वासाने आईजवळ गेली. पण दोन पावले टाकून ती जणू काही समोर अदृश्य भिंत आडवी यावी त्याप्रमाणे थबकली.

"बाईसाहेब, आम्ही तुम्हाला वाचवू शकतो. देवाला तुमच्या हृदयामध्ये स्थान द्या. तुम्ही काळोखाच्या दरीत खोल चालला असलात तरी घाबरण्याचं कारण नाही."

आईने त्या दोघींकडे पाहिले आणि मग आम्हा दोघींकडे बघून तिने विचारले, "किती वाजलेत?"

"देवाची प्रार्थना करायची वेळ झालीय." उंच बाईने मध्येच नाक खुपसलं.

"आठ वाजून पंधरा मिनिटं झालीत" मी उत्तरले.

"फक्त सव्वाआठ झालेत? इतक्या सकाळी तुम्ही मला वाचवायला आलात? क्लेअर, दार लाव."

"देवाला असं नाकारू नकोस. अंधारात चाचपडत राहू नकोस." बुटकीने ज्ञान पाजळले.

"देवाचा स्वीकार कर," उंच बाईने त्यात भर घातली.

आई तरातरा जिना चढू लागली. "देवाला नाकारू नकोस काय? मी अंधारात चाचपडायला लागले तर तुम्हाला समजेलच. पण तेव्हा माझ्या वाटेत येऊ नका. बजावून ठेवतेय. क्लेअर, दार बंद करतेस की नाही? मी पुन्हापुन्हा सांगणार नाही."

मी दार बंद करताना बाहेर पाहिले तर त्या दोघी स्वत:च्या अंगावर पवित्र करण्याच्या खुणा करीत होत्या.

"बाळा," बुटकी मला म्हणाली. "तुला देव भेटलाय का?"

"मी कॅथलिक आहे. ह्या साऱ्याशी माझा संबंध नाही." मी उतरले.

"बाळा, देवाची ओळख करून घे."

"मला देवाची माहिती आहेच." मी ठामपणे म्हणाले आणि दरवाजा लावून घेतला. आई स्वयंपाकघरात कामाला लागली होती. वरती माझ्या खोलीच्या बाहेरच

पॉलिनची गंमत चालू होती– उशीचे कव्हर डोक्यावर घालून आणि हात पसरून ती 'भूत' झाली होती.

"मी भूत आहे. मी तुला अंधाराच्या खाईमधूनही शोधून काढीन." ती बडबडत होती.

"मीही भूत आहे." मलाही स्फुरण चढलं. "मी अंधाराच्या खाईमध्ये तरंगते आहे." कंबरेवर हात ठेवून मी कुल्ले हलवू लागले. त्या दोघींची नक्कल करत मी म्हणाले, "सिस्टर, आलेच तुला पकडायला."

पॉलिन खदाखदा हसत होती. अचानक माझ्या डोक्यावर जोराचा फटका बसल्याने मी मटकन खाली बसले. मागे वळून बघते तो लाकडी चमचा परजत आई उभी होती.

"मी भूत नाही. चल, शाळेच्या तयारीला लाग." ती गरजली. एव्हाना चारडोळी पसार झाली होती.

मला आईचा अतिशय राग आला. फटका मारलेल्या जागी चांगलेच दुखत होते.

"माझ्या मुलांना मी कधीही मारणार नाही." रागाच्या भरात माझ्या तोंडून निघून गेले.

"काय म्हणालीस? कोणाला मारणार नाहीस?"

"माझ्या मुलांना मी कधीही मारणार नाही."

"काय? तुला मुलं हवीत? अजूनही अंथरुणात मुततेस आणि मुलांच्या गोष्टी करतेस?" आईला हसू आवरेना. एका हाताने चुटकी वाजवत ती म्हणाली, "चल, आणच तुझ्या मुलांना! च्यायला, मला आजी व्हायचंच आहे. तुझ्या एकेका कार्ट्याला दोरीला अडकवून खांबाला टांगून ठेवीन. त्यांना मारण्याचा तुझा त्रास तरी कमी होईल; नालायक बांडगूळ कुठली! फालतूपणा बस झाला. शाळेत जाणार की माझ्याशी वाद घालणार आहेस? लवकर बोल, मला कामं आहेत भरपूर."

हे बोलताना ती हातातल्या लाकडी चमच्याबरोबर खेळत होती. ते पाहून मी शहाण्यासारखी खोलीत जाऊन तयारीला लागले. देवाचा संदेश घेऊन आलेल्यांचा विषय असा संपला होता.

मला नेहमी एक स्वप्न पडते. मी जमिनीवर लोळत पुस्तक वाचत असताना किंवा नुसती आराम करत असताना अचानक नजरेसमोर दृश्य दिसू लागे– मी पाच-सहा, फार तर सात वर्षांची असते, माझी उंची जेमतेम तीन फूट असते. स्वप्नात मी नेहमी एकच गोष्ट त्याच पद्धतीने करते. ढगळ, स्मॉकिंग केलेला पीटर पॅन कॉलरचा, गुडघ्यापर्यंतचा लांब फ्रॉक माझ्या अंगात असतो. गळ्यापासून खालपर्यंत बटने असलेल्या या फ्रॉकचा रंग मळकट पिवळा असतो. त्यावर उभ्या-

आडव्या पट्ट्या असतात. उभ्या पट्ट्या आडव्या पट्ट्यांपेक्षा जाड असतात. हिरव्या रंगाच्या उभ्या-आडव्या पट्ट्यांचे आयताकार चौकोन आणि दोन रेषांमध्ये फिकट पिवळ्या रंगाची रेघ. असे या फ्रॉकवर डिझाईन असते.

स्वप्नात मी कोणत्यातरी जिन्याखाली भिंतीकडे पाठ करून उभी असते. जिन्याला सात पायऱ्या असतात. वरती दार आणि दाराखाली प्रकाशाची तिरीप दिसते. मी खाली उभी राहून कसलीतरी वाट पाहत असते. तळघराच्या जिन्याखाली मी उभी राहिलेली असते. माझे रडणे आता थांबलेले असते. अचानक माझे पाय जमिनीवरून उचलले जातात आणि मी हवेत तरंगू लागते. दोन्ही हात पसरून मी सहा इंच उंचीवर तरंगू लागते. किती वेळ कोणास ठाऊक! थोड्या वेळाने मी हलकेच खाली येते. प्रत्यक्षात तळघरात असताना मी कधीच तरंगले वगैरे नव्हते; पण स्वप्नात मात्र मी तळघरात असते आणि तरंगते.

सर्वप्रथम मला तळघरात कोंडले तेव्हा आईने सांगितले म्हणून मी बटाटे आणायला तिथे गेले होते. तळघरात थंड असायचे म्हणून बटाट्याचे पोते तिथे ठेवलेले असे. बटाटे ठेवायला आईने भांडे दिले होते, ते घेऊन मी तळघरात उतरले. दिवा लावून मी अतिशय काळजीपूर्वक जिना उतरत होते. बटाट्यांचे पोते अन्य सटरफटर वस्तूंबरोबर कोपऱ्यात होते. मी नऊ-दहा बटाटे भांड्यात काढून घेतले आणि परत वळले. जिन्याच्या वरच्या पायरीवर आई उभी होती. मला तिचे पाय दिसत होते. अचानक तिने दिवा बंद केला आणि मागे सरकून तळघराचे दार बंद केले. मी धावले पण तोपर्यंत दार बंद झाले होते. "मला बाहेर येऊ दे," अशी विनवणी मी करत होते, पण तिकडे दुर्लक्ष करून ती सरळ निघून गेली. माझे काही चुकल्याचे तर मला आठवेना, मग ही शिक्षा का? मला रडू कोसळले. घाबरून मी दारावर धक्के मारू लागले. आई शिव्या देत म्हणाली, "शहाणी असशील तर गप्प बस. आवाज करू नकोस."

मी मुकाट्याने दाराला टेकून बसून राहिले. त्यातल्या त्यात चांगली गोष्ट म्हणजे दिव्याचे बटण आत असल्याने अंधारात बसावे लागले नाही. थोड्या वेळाने कडी काढल्याचा आवाज आला. मी धावतच तळघरातून बाहेर पडले. कडी काढून जाणाऱ्या आईच्या मागे जाऊन मी विचारले, "तू मला तळघरात कोंडलं होतंस हे माहितीय ना तुला?"

"चल नीघ माझ्यासमोरून," ती तुसडेपणाने एवढेच म्हणाली. त्यानंतर अनेकदा तिने मला तळघरात कोंडून ठेवले होते. शेवटी मीही हुशारी दाखवून तळघरात जाताना बहिणीला किंवा भावाला बरोबर घेत असे. त्यांना ती कधीही बंद करत नाही, हे मला बरोबर माहिती होते.

साधारण तीन फूट लांब आणि दोन-तीन इंच रुंदीची ती वस्तू आईच्या हातात

मी पाहिली होती. त्या रात्री नेहमीप्रमाणे माझा अलार्म वाजला. नशिबाने मला पटकन जाग आली. टुणकन उडी मारून मी उठले आणि अलार्म बंद केला. झोपमोड होऊन कोणीतरी येईल, म्हणून वाट पाहत उभी राहिले, पण कोणीही आले नाही; पण बाहेरून काहीतरी जड वस्तू ओढण्याचा आवाज मला आला. मी स्तब्ध उभी राहून ऐकत होते. आई अलार्मच्या आवाजाने उठली नसावी, नाहीतर एव्हाना माझी खबर घ्यायला ती नक्कीच आली असती. मी दबल्या पावलांनी दाराजवळ जाऊ लागले, थबकत थबकत... कानोसा घेत मी एकेक पाऊल टाकत होते. बाहेरून येणारा जड वस्तू ओढण्याचा आवाज थांबला. कोणीतरी स्वयंपाकघरात गेल्याचा, खण उघडून बंद केल्याचा आणि नंतर खाली उतरण्याचा असे आवाज येत होते. जरा वेळाने पुन्हा तो खेचण्याचा आवाज सुरू झाला. माझी उत्सुकता चाळवली होती. मी हळूच दार उघडले. रांगतच जिन्याच्या कठड्याजवळ जाऊन खाली डोकावून पाहिले.

आई जिन्यावरचा गालिचा काढण्याच्या खटपटीत होती. लाकडी चमच्यासारख्या हत्याराने ती प्रत्येक पायरीवरील गालिचा वर उचलायची. तिसऱ्या पायरीवरचा गालिचा निघत नव्हता. आईने हत्यार चौथ्या पायरीवर ठेवले आणि जिना उतरून खाली गेली. शेवटच्या पायरीवरचे गालिच्यांचे टोक पकडून जोरात खेचल्यावर चौथ्या आणि पाचव्या पायरीवरचा गालिचा निघाला. नंतर हत्याराच्या साह्याने तिने तिसऱ्या पायरीची फळी उखडून काढली. फळी साधारण तीस इंच लांब आणि चार इंच रुंद होती. फळीला आधीच भेग पडलेली होती. आईने जोर लावून फळीचे दोन तुकडे केले. मोठा तुकडा जिन्यावर ठेवून दिला आणि लहान फळकुटाचे आणखी तुकडे केले. पुन्हा त्यातले लहान फळकूट पायरीवर ठेवले आणि गालिचा पहिल्यासारखा व्यवस्थित घालून ठेवला. मी गुपचूप सारा प्रकार बघत होते. आई नेमके काय करतेय हे पाहायची उत्सुकता मला स्वस्थ बसू देत नव्हती. ती अशी विचित्रासारखी काय करतेय हे मला कळत नव्हते.

प्रत्येक पायरीवरचा गालिचा तिने कधी पायाने दाबून तर कधी लाथा मारून नीट बसवला. चौथ्या पायरीवर तिने दोन वेळा उड्या मारल्या, मग टाचा उंचावून गालिचा छान दाबून बसवला. एवढी मोठी आई, टाचा उंचावून हे काय करतेय ह्याचे मला नवलही वाटत होते आणि काहीसा रागही येत होता. अशी काय लहान मुलीसारखी वागतेय आई? असे विचार मनात घोळत असताना आईने मोडका-मोडका फळीचा तुकडा (दोन वेळा मोडल्यामुळे मी त्याला मोडकं-मोडकं फळकूट म्हणत असे) अचानक आपल्याच हातावर मारला. तेवढ्यानेही समाधान न होऊन तिने स्वत:च्या पृष्ठभागावर त्या फळकुटाचा जोरदार फटका मारला. तत्क्षणी आता आपली धडगत नाही, हे मला समजून चुकले.

एक चांगली कॅथलिक मुलगी

१९६८

'कॅथलिक' असल्याने तुम्हाला ख्रिश्चन धर्माची दीक्षा मिळते. उत्तम कॅथलिक शाळेत जायला मिळते हे तर झालेच, पण एकूणच कॅथलिक असणं हा एक संपूर्ण जीवनानुभव असतो. कॅथलिक शाळेतील सर्व मुलांना 'फर्स्ट कन्फेशन' आणि त्यानंतर 'फर्स्ट होली कन्फेशन' द्यावे लागते. 'फर्स्ट कन्फेशन' म्हणजे धर्मगुरूंसमोर आपण केलेल्या पापांचा पाढा वाचायचा. धर्मगुरू अंधाऱ्या खोलीत बसलेले असतात आणि तुम्ही दुसऱ्या बाजूला. चूक कबूल केल्याने मनावरचा भार हलका होतो असे मला वाटते. माझे पहिले कन्फेशन खूप चांगले झाले. चर्चमध्ये गेल्यावर स्वत:ला पवित्र करून मी कन्फेशन बॉक्समध्ये गेले. पलीकडे धर्मगुरू ऐकत होते. मी कबुलीजबाब द्यायला सुरुवात केली.

"फादर, माझ्या हातून पाप घडलंय. मला आशीर्वाद द्या."

"बाळा, काय केलंस तू?"

"फादर, मी अजूनही गादी भिजवत असते. 'मुद्दाम गादी भिजवत नाही' असं आईला खोटंच सांगते. शिवाय बहिणीच्या पाठीत बुक्का मारला. तिला शिव्या दिल्या."

"कोणत्या शिव्या दिल्यात, बाळा?"

"मी तिला 'ढापणी, चार डोळी' म्हटलं. शिवाय बाटलीच्या काचांवाली चष्मिष असंही म्हणाले."

"असं का म्हणालीस?" धर्मगुरूंनी प्रश्न केला.

"कारण तिचे डोळे खारीच्या डोळ्यांसारखे आहेत. तिचा चष्मा बाटलीच्या काचांसारखा दिसतो."

"आणखी काही सांगायचंय?"

"होय फादर. मला माझी आई अजिबात आवडत नाही आणि मला तिच्यापासून दूर पळून जावंसं वाटतं."

"बाळ, असं बोलू नये. आईवडिलांचा आदर करायला हवा."

"फादर, माझ्या आईचा आदर करणं मला मुळीच जमणार नाही. मी बोलतेय

ते चुकीचं आहे. 'टेन कमांडमेंट्स'मधली एक कमांडमेंट मी मोडलीय हे मला कळतंय; पण तरीसुद्धा आईवर प्रेम करणं शक्य नाही, कारण तीही माझ्यावर मुळीसुद्धा प्रेम करत नाही.''

''तू जास्त क्षमाशील, सहृदय होण्याचा प्रयत्न करायला हवा. त्यातच तुझं भलं आहे. आणखी काही सांगायचंय?''

''होय फादर. मी एकदा आत्महत्या करायचा प्रयत्न केला होता; पण मला यश मिळालं नाही.''

''सच्च्या कॅथलिकला आपलं आयुष्य संपवण्याचा अधिकार नाही, हे तुला माहितीय का?''

''हो फादर.''

''तसं केल्याने तुला स्वर्गात जागा मिळणार नाही हेही तुला माहिती आहे?''

''हो फादर.''

''असं असेल तर मी तुला क्षमा करतो. प्रायश्चित्त म्हणून चार वेळा 'हेल मेरी' म्हण.''

''धन्यवाद फादर.'' असे म्हणून मी कन्फेशन बॉक्समधून बाहेर पडले. चर्चसमोर जाऊन मी चार वेळा 'हेल मेरी' म्हणाले. पापांचा कबुलीजबाब दिल्याने मला खूपच बरे वाटत होते.

काही आठवड्यानंतर 'होली कम्युनियन' होणार होते.

मी अति उत्सुकतेने त्या दिवसाची वाट पाहत होते. केवळ त्याच दिवशी मला पांढरा शुभ्र ड्रेस घालायला मिळणार होता. ड्रेस, जाळी, मोजे, हातमोजे आणि शूज सारे काही सफेद रंगाचे. वर्गातील सर्वच मुलेमुली असाच पोशाख घालणार होती. माझ्या बहिणींनीही त्यांच्या कम्युनियनच्या वेळी पांढरेशुभ्र ड्रेस घातले होते. लग्नाच्या गाऊनप्रमाणे ड्रेस पायघोळ नव्हते, पण एरव्ही त्या लग्नासाठी तयार झाल्यात असे वाटत असे. कम्युनियनसाठी आम्ही सर्वांनीच खूप झटून तयारी केली होती. एक उत्तम कॅथलिक होण्यासाठी गेल्या दोन महिन्यांपासून आमचे प्रयत्न चालू होते. पूर्वीपासून शुक्रवारी चर्चला जात असूच; पण आता दर रविवारीही चर्चला जात होतो. कम्युनियनसाठी शाळेत घेतले जाणारे खास वर्ग आम्ही कधीही चुकवत नव्हतो.

माझ्या दोन्ही बहिणींनी अतिशय सुंदर ड्रेस घातले होते. खरे तर पॅटसीने ढापणीचाच जुना ड्रेस घातला होता. आईने पॉलिनचा ड्रेस नीट घडी करून बॅगेत ठेवून दिला होता. रेशमी, नाजूक लेस लावलेला, आतून टाफेटाचे सात थर. ड्रेस अंगाला चिकटू नये, फुललेला दिसावा म्हणून आतल्या पेटिकोटलाही लेस लावली होती. ड्रेस फारच आकर्षक होता, सिंड्रेलाच्या बॉलगाऊनसारखा. फिक्या

गुलाबी रंगाची छोटी छोटी गुलाबाची फुलं ड्रेसच्या घेरावर खाली शिवली होती. छोट्या, फुगा असलेल्या बाह्या. त्यावर सफेद रिबन. समोर वरपासून खालीपर्यंत बटनांच्या चार रांगा. ही बटने केवळ शोसाठी लवलेली होती. अति सुंदर शिंपल्यांची चकचकीत बटणे होती. त्यांच्या दोन्ही बाजूंना चमकत्या सफेद रंगाच्या अति तलम रेशमी कापडाच्या पट्ट्या शिवलेल्या होत्या. डोक्यावर घेण्यासाठी अत्यंत सुरेख जाळी होती. तिच्यावर फिक्या सफेद रंगाचे मणी लावलेला आकर्षक चंदेरी हेडबँड होता. जाळीच्या किनारीवर वेलबुट्टीचे भरतकाम केलेले होते. घोट्यांपर्यंत पोहोचणारे पायमोजे आणि त्यांच्यावर अर्धा इंच रुंदीची लेस होती. सफेद शूज होते. पांढऱ्याशुभ्र कपड्यांमध्ये परीसारख्या दिसणाऱ्या आपल्या लेकींना पाहून आयांच्या डोळ्यांत अश्रू येत. सगळ्यांचे बाबादेखील मोठ्या गंभीरपणे मुलींकडे पुन:पुन्हा पाहत राहत.

...आणि आता काही दिवसांनी माझं 'फर्स्ट कम्युनियन' होणार! रंगीत तालमी छान झाल्या होत्या. वर्गातल्या साऱ्या मैत्रिणी मोठ्या आनंदाने आणि आतुरतेने त्या दिवसाची वाट पाहत होत्या. ''त्या दिवशी मी कोणता ड्रेस घालू?'' असे आईला विचारल्यावर तिने चक्क दुर्लक्ष केले. ''सफेद शूज आणि मोजे अणायला कधी जायचे? बहिणींचे शूज बरोबर होणार नाहीत. शिवाय तू अजूनही त्यांचे शूज ठेवले असशील असे वाटत नाही. असे मी तिला विचारलेच. त्यावर, ''मला त्रास देऊ नकोस.'' असे म्हणून आईने मला पिटाळून लावले. होली कम्युनियनला चारच दिवस उरले. आई बैठकीच्या खोलीत चहा पीत बसली होती. तिथे जाऊन मी तिला म्हटले, ''ह्या आठवड्यात माझे 'फर्स्ट कम्युनियन' आहे.''

''मग?''

''मला पांढरा ड्रेस हवाय.''

''आणखी?''

''पांढरा ड्रेस, शिवाय मोजे, शूज आणि जाळी हे सगळं हवंय. सफेद हातमोजे आहेत माझ्याजवळ.''

''बरं मग?''

''आताच सर्व तयारी करून ठेवली तर बरं होईल. आयत्या वेळी गोंधळ होणार नाही.''

''बरं मग?''

''आता ड्रेस घालून बघायला मिळाला, तर व्यवस्थित बसतोय की नाही ते कळेल.''

''तुझा ड्रेस आहे.'' आई एवढेच म्हणाली.

''पण तो नीट झाला नाही तर?''

''न व्हायला काय झालं?''

"शिवाय माझ्याकडे जाळीही नाही."

"आहे माझ्याकडे."

"पॉलिन आणि पॅटसीने घातलेलीच ना?"

"आहे म्हटलं ना?"

"मम्मी, माझ्याकडे शूज नाहीत."

"अस्सं?"

"म्हणजे सफेद शूज नाहीत."

"अस्सं?"

"हो आणि मोजेही नाहीत."

"अच्छा? खूप सफेद शूज पडलेत. त्यातलेच शोधून घे."

"पण मला नवीन हवेत."

"अच्छा?"

"मम्मी, मला ड्रेस तरी घालून बघू दे ना."

"आता जा इथून. कटकट करू नकोस." ती खेकसली.

"पण ड्रेस नुसता घालून बघते ना. नीट झाला नाही तर?"

"मी सांगतेय ना होईल म्हणून?" तिने दराडावून विचारले.

"पण घातल्याशिवाय कसं समजणार?"

"होईल म्हटलं ना? चालती हो आता."

"सफेद शूज कधी घ्यायचे?"

"मला जास्त डिवचू नकोस हं. नीघ इथून."

"माझ्या फर्स्ट कम्युनियनला तू येशील ना?" मी आशेने विचारले.

"डोकं फिरलंय का तुझं?"

"मग आता मी काय करू?" मी हताश झाले होते.

"खूप काही करता येईल. जा आणि घरातली साफसफाई कर. केव्हाची फर्स्ट कम्युनियनविषयीची पिरपिर चाललीय. जसा काही खुद्द परमेश्वरच तुझ्यासाठी अवतरणार आहे. सगळे सोडून तो तुझ्यासाठी येणार! कधी आरशात स्वत:चा चेहरा पाहिला आहेस का? किती कुरूप दिसतेस तू. काय ते ओठ! माझ्या पुऱ्या खानदानात असे ओठ पाहिले नाहीत कोणाचे! खरंच, किती वाईट दिसतेस तू! टायरसारखे जाडेजाडे ओठ रबरासारखे कुठेही चिकटतील. मला चिकटू नकोस म्हणजे झालं! तुंबलेलं सिंक साफ करायला वापर तुझे ओठ. आता फार झालं. तोंड काळं कर." एवढं बोलून आईचा तोफखाना थांबला.

मी एवढंसं तोंड करून पॉलिनला सगळी हकिकत सांगितली.

"तू काळजी करू नकोस. आम्ही वापरलेला ड्रेस तिनं ठेवला असणार. अगं,

आपण एवढी सारी भावंडं आहोत. प्रत्येकासाठी होली कम्युनियनच्या वेळी नवीन ड्रेस घ्यायला लागली तर मम्मीला कितीतरी खर्च येईल.'' तिने मला समजावले.

मीही मग हा विषय सोडून दिला. नाहीतरी दुसरे काय करणार होते मी? मी जेवून घेतले. झोपण्यापूर्वी काहीही प्याले नाही तरी गादी भिजवलीच. होली कम्युनियनविषयी चिंता वाटत होती म्हणून बहुधा तसे झाले आसावे. त्या रात्री अलार्म चक्क चार वेळा ठणठणला. पहिल्या वेळी तर मी चांगली जागीच होते. अचानक अलार्म वाजू लागला तेव्हा मला कळले की मी लघवी केली. मी ताडकन उठून गादीवरची चादर ओढून काढली. तरीही अलार्म बंद होईना. खालची चादरही काढली आणि अलार्मवर जोरात थपडा मारल्या तेव्हा कुठे तो आवाज थांबला. मी स्तब्ध उभी राहून वाट पाहात होते; पण आईच्या पावलांचा आवाज आला नाही. बहुधा 'जागी असताना तरी मी गादी भिजवणार नाही.' असा विचार तिने केला असावा. 'शाब्बास क्लेअर,' मी स्वत:चीच पाठ थोपटून घेतली. निदान आज तरी मार खाणे चुकले म्हणायचे.

घरात खूपच शांतता होती. बहिणींचे वरच्या मजल्यावर काहीतरी चालले असावे. आई खाली होती आणि मी मध्ये – माझी ओली गादी आणि मला गोत्यात आणणारा अलार्म! मी चादर उलट्या करून टाकल्या. भिजलेला भाग घडी करून ठेवला. असा सगळा बंदोबस्त करून मी झोपी गेले.

सकाळी लवकरच उठले. तोंड वगैरे धुऊन तयार झाले. सकाळचा नाश्ता केला आणि बहिणींबरोबर शाळेत गेले. शाळेत मात्र चांगला वेळ गेला. 'मी हुशार आहे पण आळशीपणामुळे नीट अभ्यास करत नाही.' असे मिस मला म्हणाल्या. मी सत्राशेसाठ कारणे सांगितली.

'पण मिस, मला वेळच मिळाला नाही. कितीतरी कामं करायची होती म्हणून गृहपाठ केला नाही. कपडे धुवायचे, सुकवायचे, चादरी धुवायच्या, जिने झाडायचे, स्वयंपाक करायचा... हे आणि ते.' ह्यापैकी एकूण एक कारणे खरीच होती. मला खरोखरच ही सारी कामे करावी लागली होती; पण मिसला वाटले, की मी थापा मारते आहे. गृहपाठ वेळेवर पूर्ण केला नाही म्हणून माझ्या सुपीक डोक्याचा हा कल्पनाविलास आहे. असेच तिला वाटत होते. क्लेअर थापा मारण्यात पटाईत आहे. नेहमीच ती घरकामाचं कारण देते. घरकाम कमी करून गृहपाठाकडे जास्त लक्ष द्यायला हवं.' असे तिने मला सुनावले.

फर्स्ट कम्युनियनला दोन दिवस असताना त्याची रंगीत तालीम करण्यासाठी आम्ही सारेजण चर्चमध्ये गेलो. शाळेच्या असेंब्ली हॉलपासून बाजूला असलेल्या चर्चपर्यंत जायचे होते. एका रांगेत, जोडीने, ड्रेस घालून – आणि नंतर चर्चसमोरच्या बाकड्यांवर बसायचे होते – घरच्या माणसांसाठी तिथे राखीव जागा होती. सारे असे

तोंडावर आले असूनही मला माझा ड्रेस आणि इतर वस्तू बघायलाही मिळाल्या नव्हत्या. पुन्हा माझा मोर्चा आईकडे वळला. ती बैठकीच्या खोलीत होती.

"उद्या माझा ड्रेस मिळेल का?" मी अजिजीने विचारले. "आता फारच कमी वेळ राहिलाय. त्या आधी सगळे कपडे घालून बघायला मिळाले तर बरं होईल." मी हळूच म्हटले.

आईने कपाटाकडे बोट दाखवून आत टांगलेली जाळी काढायला सांगितली. मी कपाट उघडले. कपड्यांच्या गर्दीमध्ये जाळी आणि प्लॅस्टिकच्या आवरणात टांगलेला ड्रेस दिसला. खालीच पांढरे शूज आणि त्यांच्यातच खुपसून ठेवलेले पांढरे हातमोजे आणि मोजे.

"मी घालून बघते." मी उत्साहाने म्हणाले.

"काही नको. त्याच दिवशी घाल." आईने नकारघंटा वाजवली.

मी साऱ्या वस्तू पूर्ववत कपाटात ठेवून दिल्या, आईचे आभार मानले आणि गृहपाठ करायला माझ्या खोलीत गेले.

दुसऱ्या दिवशी आईच्या खोलीत जाऊन माझे सर्व कपडे घेऊन माझ्या खोलीत आले. शूज आणि मोजे छान झाले. जाळीही व्यवस्थित होती. हीच जाळी माझ्या बहिणींनीही घातली होती. चला, इथपर्यंत सगळे छान झाले. आता ड्रेस बघू या म्हणून मी प्लॅस्टिकमधून तो बाहेर काढला. ड्रेस माझ्या आठवणीपेक्षा वेगळाच दिसत होता. अर्थात ड्रेस सुंदर होता, परंतु रंगामध्ये गडबड होती. फार फार पूर्वी पांढऱ्या रंगाचा असावा, परंतु आता त्यावर घाणेरडा पिवळा रंग चढलेला होता. रंगीत कपड्यांबरोबर धुतला असावा असे वाटत होते. ड्रेसला आतून राखी रंगाच्या बऱ्याच झालरी होत्या. पुढील भागावर शिवलेल्या रेशमी गुलाबपाकळ्या फिक्या पडल्या होत्या. चुरगळल्या होत्या. ड्रेसच्या मागील भागावर भला मोठा वर्तुळाकार डाग पडला होता, जणू काही ड्रेस घालून कोणीतरी चुकून डबक्यात बसले असावे तसा. बाह्या आणि किनारी काही ठिकाणी जीर्ण झालेल्या होत्या. सुतं लोंबत होती थोडीफार शिवणही उसवत आली होती.

मी ड्रेस अंगावर चढवला. छातीवर जेमतेम नीट झाला पण खूपच लांब, गुडघ्यांच्याही बराच खाली येत होता. जाळी घातल्यानंतर ड्रेस आणखीच वाईट दिसू लागला. जाळी पांढरीशुभ्र तर ड्रेस विचित्र पिवळसर रंगाचा. स्कर्ट फुलायला हवा होता, पण तोही मरगळल्यासारखा सपाट पडला होता. ड्रेस दाखवण्यासाठी मी बहिणींच्या खोलीत गेले. मला पाहताच धक्का बसून त्यांनी भला मोठा आ वासला.

"हा कुठे मिळाला तुला?" पॉलिनने विचारले.

"हा माझ्या फर्स्ट कम्युनियन ड्रेस आहे."

"हो, पण कुठे मिळाला?"

"मम्मीच्या कपाटात."

"आणि तिला कुठे मिळाला?"

"ते तिने सांगितलं नाही मला."

"बहुतेक जुन्या वस्तूंच्या सेलमधून तिनं तो घेतला असावा," पॉलिन टर उडवत म्हणाली. "फर्स्ट कम्युनियनला तू हा असला ड्रेस घालून जाणार आहेस की काय? मम्मीला सांग, आम्ही घातलेला ड्रेस पाहिजे." पॉलिनने सल्ला दिला.

ड्रेस आणि जाळी घालूनच मी आईच्या खोलीत गेले. जाळी माझ्या चेहऱ्यावरच होती. मी दारावर टकटक केले आणि तिने बोलावल्यावर मी म्हणाले, "मम्मी, मला वाटतं तू मला चुकीचा ड्रेस दिलायस." मी गोल फिरून तिला ड्रेस दाखवला.

"मला नाही वाटत तसं," तिने मला उडवून लावले.

"हा पॉलिन आणि पॅटसीने घातलेला ड्रेस नाही."

"पण मी कुठे म्हणाले, हा त्यांचा ड्रेस आहे? त्यांचा नाहीच आहे. तुझाच ड्रेस आहे तो."

"पण त्याच्यावर डाग पडलेत. त्याचा रंगही पांढरा नाही. तूच बघ नीट."

आईने ड्रेसकडे नजर टाकली. "कुठे आहे डाग? थोडासा रंग उडालाय एवढंच, पण चालेल." ती म्हणाली.

"पण पॉलिन, पॅटसीने घातलेला ड्रेस मला का देत नाहीस?"

"कारण तो तुझा नाही."

"पण हा ड्रेसदेखील नवीन नाही. कुठून आणलास तू?"

"जुन्या कपड्यांच्या दुकानातून."

"का?"

"कारण तुला ड्रेस हवा होता."

"पण असला ड्रेस नको मला. पांढराशुभ्र हवा. हा पांढरा नाही."

"कोणाला कळणारही नाही, पांढरा आहे की पिवळा. तुझ्याकडं कोणाचं लक्षही जाणार नाही."

"हा मी नाही घालणार."

"तुझ्याकडे दुसरा ड्रेस नाहीय. तुला हाच घालावा लागेल."

"तो दुसरा ड्रेस कुठे आहे?"

"तो तुला मिळणार नाही."

"पण ह्याच्यावर मागच्या बाजूला मोठा डाग पडलाय. कोणाला वाटेल, की लघवी करूनच तो भिजवलाय. रंगही पिवळा पडलाय."

"छान! म्हणजे ह्या ड्रेसची आधीची मालकीणदेखील तुझ्यासारखीच होती तर! कपड्यांमध्ये मुतणारी! झालं का तुझं? जा आता. मला कामं आहेत."

मी परत बहिणींच्या खोलीत गेले. त्या माझी वाटच पाहत होत्या.

"मम्मीने तो ड्रेस जुन्या कपड्यांच्या दुकानातूनच घेतलाय. उद्या मला तोच घालावा लागणार."

त्यावर दोघी काहीच बोलल्या नाहीत. मी ड्रेस आणि जाळी कपाटात नीट गुंडाळून ठेवून दिली. त्याही रात्री अलार्म वाजलाच – भीतीमुळे की फर्स्ट कम्युनियनविषयीच्या उत्साहामुळे अंथरुणात लघवी झाली कुणास ठाऊक! शेवटी तो दिवस उजाडला. पहाटेच उठून मी उत्साहाने तयारीला लागले. तोंड धुतले, दात घासले, केस विंचरले. ड्रेस घातला, मोजे आणि शूज चढवले. डोक्यावर जाळी घातली. हातमोजे घातले. झाली माझी तयारी. प्रार्थनेचे पुस्तकही बॅगेत ठेवले. बस पकडून आम्ही शाळेत गेलो. शाळेच्या सभागृहात मी इतर मुलांबरोबर पवित्र कम्युनियन सुरू होण्याची वाट पाहत थांबले. माझा ड्रेस पिवळट आहे, शुभ्र पांढरा नाही या गोष्टीचा मला विसर पडत नव्हता. ते लपवण्यासाठी मी जाळी शक्यतो लांब ओढून ड्रेस झाकायचा प्रयत्न करत होते.

ॲन माझ्याकडे पाहून म्हणाली, "हाय क्लेअर!"

मी तिची नजर चुकवून 'हलो' म्हणाले.

"तुझा ड्रेस जरा वेगळाच वाटतोय, क्लेअर."

"हो आहे."

"कोणत्या रंगाचा आहे?"

"मलाही माहीत नाही. पांढरा असावा बहुतेक." मी उत्तरले.

"अच्छा? माझा ड्रेस पांढरा आहे." ॲन म्हणाली. यावर काही न बोलता मी एका जागी गुपचूप बसून राहिले. इकडे तिकडे फिरण्यात अर्थच नव्हता, त्यामुळे सर्वांचेच लक्ष ड्रेसकडे गेले असते. भिंतीकडे पाठ करून आणि जाळी शक्य तेवढी पसरून मी बसून होते. चर्चमध्ये जाण्यासाठी मिसने बोलवले, तेव्हाच मी उठले. दोघी-दोघींच्या जोडीने आम्ही एक रांग करून निघालो. कपडे न घालता दरबारात आलेल्या राजाची गोष्ट तुम्हाला माहीत आहे ना? सगळेजण त्याच्याकडे पाहत राहिले होते. माझेही तेच झाले होते. सगळे माझ्याकडे टक लावून पाहत होते. चर्चमध्ये सर्व जण आपापल्या जागेवर स्थानापन्न झाले. सगळ्यांचे आईबाबाही आले होते. माझ्या मम्मीला वेळ नव्हता. तिच्याऐवजी माझ्या बहिणी आल्या होत्या. कार्यक्रम सुरू झाला; पण माझ्या मनात ख्रिस्ताऐवजी माझ्या विचित्र ड्रेसविषयीचेच विचार घोळत होते. पवित्र कम्युनियननंतर आम्ही पुन्हा शाळेत गेलो. सॅन्डविच आणि ऑरेंज ज्यूसचा आस्वाद घेताना सारे जण मजेत हसतखिदळत होते. एकमेकांचे अभिनंदन करत होते. मी मात्र एकटीच कोपऱ्यात उभी होते. हिरमुसल्या मनाने, खिन्नपणे!

घरी पोहोचल्यानंतर मी ड्रेस काढून हँगरला अडकवून प्लॅस्टिकच्या कव्हरमध्ये ठेवला आणि तो घेऊन आईच्या खोलीत गेले.

"मम्मी, ह्याचं काय करायचं?"

"टाक खाली." तिने खाली बोट दाखवले.

"कपाटात टांगून ठेवू का?"

"नको, तिथं फेकून दे." ती पुन्हा म्हणाली. "मी नंतर ठेवीन."

खाली काय टाकायचा? कदाचित मी नीट ऐकले नसावे असा मी विचार करतेय तोच तिने ड्रेस खस्सकन माझ्या हातातून खेचून घेतला आणि जमिनीवर फेकला.

"आणखी काय?" ती खेकसली.

"जाळीचं काय?" मी विचारले.

"म्हणजे काय?"

"ती कुठे ठेऊ?"

"ठेव तिथंच." ती अर्धवट वळून म्हणाली.

"आज माझा दिवस चांगला गेला." मी लोचटपणे म्हणाले.

"अच्छा?" आई म्हणाली. "जाताना दरवाजा लावून घे."

"आज माझं फर्स्ट कम्युनियन होतं." मी नेटाने म्हणाले.

"बरं झालं सांगितलंस. नाही तर मला कळलंच नसतं." आई खवचटपणे म्हणाली. "जा, चालती हो आता."

"फार कामं होती म्हणून तुला यायला जमलं नाही ना?" मी अजूनही माघार घ्यायला तयार नव्हते, "पण ते बरं दिसलं नाही,"

"आता जातेस की नाही?" तिने रागाने ओरडून विचारले.

मी मुकाटपणे बाहेर आले.

अखेर मी कायद्याचा आधार घेतला

१९६९

मी बारा वर्षांची होईपर्यंत माझे आणि ईस्टमनचे संबंध फारच बिघडले. एकदा आमचे भांडण चालू असताना त्याने मला एक गुद्दा लगावला. मीही कमी नव्हते. एक ठोसा मीही मारला. त्याने मला पकडले. तशी मी त्याच्या पोटावर गुद्दा लगावला. त्याच्या मोठ्या भद्दाड्या पायांवर चांगली नाचले. मी धावत माझ्या खोलीत गेले तसा तोही माझ्या मागोमाग आलाच. आईही त्याच्याबरोबर होती. आमची मारामारी चालू झाली. त्याने कमरेचा पट्टा काढून माझ्या चेहऱ्यावर दोन वेळा फटाफटा मारले. वर पुन्हा ठोसेही लगावले. पट्ट्यावर तांब्याचे मोठे बकल होते. त्याने पुन्हा मला मारण्यासाठी पट्टा उगारला, तशी आई ओरडली, "चेहऱ्यावर मारू नकोस, ईस्टमन. पोलीस मला पकडून नेतील ना. तोंडावर मारू नकोस. अरे देवा, आजची रात्र मला तुरुंगात काढावी लागणार. ईस्टमन, काय करतोस? चेहऱ्यावर मारू नको म्हणून सांगितलं ना? तुरुंगात जायचंय का? बस कर आता." तिने त्याच्या हातातला पट्टा घट्ट पकडून ठेवला. ईस्टमनने माझ्या पायांवर जोरदार लाथ मारली आणि ते दोघेही गेले.

घरात छळ सुरू होता, पण शाळेत मात्र माझा वेळ छान जात होता. एकदा शाळेतून परतल्यानंतर मी नेहमीप्रमाणे घराची साफसफाई केली. जिना झाडून काढला आणि ईस्टमनशी भांडण झाले! तो स्वयंपाकघरातून बाहेर पडला तेव्हा मी हळूच म्हणाले, "मूर्ख, बावळट!" त्याने नेमके ते ऐकले आणि माझ्या पाठीत धपाटा घातला. मीही परतफेड केली. त्याने बोंब मारून आईला बोलावले आणि चुगली केली. आईने माझी बाजू ऐकण्याची तसदीही न घेता माझे कान पिरगाळले आणि दंडाला चिमटे काढले.

"कुत्री, एवढीशी आहेस पण फार तोंड चालवतेस. ईस्टमन, तिच्याकडे लक्ष देऊ नकोस. गोत्यात आणेल ती एक दिवस. तिच्या नादी लागू नकोस."

"खरंय तिचं." मीही माघार घेतली नाही, "माझ्या नादाला लागू नकोस, मूर्खा. धड वाचताही येत नाही तुला, इतका मठ्ठ आहेस तू."

तो चवताळून माझ्या अंगावर धावून आला, ''काय म्हणालीस? पुन्हा बोल? घाणेरडी काळी कुत्री. तुझा बाप वाटलो का वाटेल तसं बोलायला? हरामखोर कुत्री.''

''मला हरामखोर म्हणतोस? तू स्वत:च हरामखोर आहेस. थोबाड बघ स्वत:चं! एवढा मोठा झालास पण वाचताही येत नाही, बेअक्कल, मूर्ख कुठला! मी जर फ्राईंग पॅनमध्ये तुझं नाव शिजवून घातलं, तर तेही तू अन्न म्हणून खाशील, कारण तुला अक्षरओळखच नाही.''

''मला मूर्ख म्हणतेस? मूर्ख?'' असं म्हणून त्याने तोंडातली जळती सिगारेट हातात घेतली.

''ईस्टमन, मी तुला नुसता मूर्ख म्हणाले नाही. बेअक्कल, मूर्ख म्हणाले.''

ईस्टमनने सिगारेट उजव्या हातात पकडली. ''अच्छा? मी मूर्ख आहे का? मग आता बघूयाच कोण मूर्ख आहे ते.'' असे म्हणून त्याने टेबलावरच्या माझ्या हातावर सिगारेटचा चटका दिला. ''कळलं का कोण मूर्ख आहे ते? ऑ? नीट कळलं का?''

मी त्याला ठोसा लगावला आणि धावतच आईकडे गेले. मी दारावर टकटक केली. तिने आत बोलावल्यावर मी तिला म्हणाले,

''मम्मी, ईस्टमनने काय केलंय बघ. माझ्या हातावर त्यानं सिगारेटचा चटका दिला.'' जळल्यामुळे माझ्या हातावरची वर्तुळाकार कातडी निघून आली होती. जखमेतून रक्तही वाहत होते. मी ते आईला दाखवताच ती कंटाळून म्हणाली, ''हात बाजूला काढ आणि चालती हो इथून.''

''पण त्यानं माझ्या हातावर सिगारेटचा चटका दिला. हा बघ.'' मी म्हणाले.

''तुला ऐकू आलं नाही? हात बाजूला काढ. चालती हो. रात्री गादीत लघवी केली असशीलच, हलकट घाणेरडी. काळं कर तुझं तोंड इथून.'' असे म्हणून तिने पॉलिनला जोराजोरात हाका मारल्या. ''पीऽऽ! पी, लवकर इकडे ये, पी.''

पॉलिन धावतच खाली आली. आज्ञाधारकपणे आईसमोर उभी राहून म्हणाली, ''काय मम्मी?''

''बाळा, माझ्यासाठी पुदिन्याचा चहा कर थोडा. जरा बरं वाटत नाही मला.''

''हो, मम्मी.'' असे म्हणून पॉलिन चहा करायला गेली.

''आई, माझ्या हाताला काय झालंय पाहा ना. काही तरी कर ना.''

माझी आई सावकाश उठली, मला दाराबाहेर ढकलून तिने दार लावून घेतलं.

ईस्टमन बाहेर उभाच होता. ''कोण मूर्ख ठरलं? तुला काय वाटलं, तुझी आई मला मारेल? काळी कुत्री.'' तो मला वेडावत म्हणाला.

''ईस्टमन, असा मूर्खपणा करण्यापेक्षा तू पुस्तक का वाचत नाहीस?'' मी उट्टे काढले.

मी बाबांना झाला प्रकार कळवला. काही आठवड्यांनी ते मला भेटले तेव्हा भाजलेला हातही दाखवला. "मी बघतो काय करायचं ते," असे ते म्हणाले, पण त्यांनी काही केले असेल असे वाटले नाही. हळूहळू जखमेवर खपली आली. ती सुकून पडली. त्या जागी गोल व्रण पडला. ईस्टमनचे कधीही चुकत नाही याची सतत आठवण देणारा व्रण होता तो.

त्या प्रसंगानंतर घरातील वातावरण कायमच तापलेले असायचे. माझी ईस्टमनशी नेहमीच जुंपायची आणि आईही त्याचीच बाजू घेत असे. नाही तरी आई माझा इतका राग राग करायची की तिला माझी बाजू पटवण्यात अर्थच नव्हता. ती माझे काही ऐकूनच घेत नसे.

एव्हाना माझे अंथरूण भिजवणे मर्यादेपलीकडे गेले होते. आईच्या मारझोडीमुळे अनेकदा परिस्थिती अधिकच बिघडायची. माझे भिजलेले कपडे ती अनेकदा प्लॅस्टिकच्या पिशवीत भरून ठेवी, कपडे ओलेच राहावेत म्हणून पिशवीला दोन गाठीही मारायची, आठवण आली की ते कपडे, माझ्या गादीवर घालायची आणि मला त्यावर झोपायला लागायचे. ओले कपडे थोडे तरी सुकावेत म्हणून मी रात्री खिडकी उघडी टाकून झोपायला सुरुवात केली. संधी साधून मी तिच्या खोलीत जाऊन प्लॅस्टिक पिशवीला भोके पाडू लागले. त्यामुळे आतले कपडे सुकतील अशी पोकळ आशा मला वाटत असे. माझे आयुष्य असे 'सुरळीत'पणे सुरू होते.

एके दिवशी माझे ईस्टमनबरोबरचे भांडण फारच विकोपाला गेले. तळमजल्यावरील खिडकीजवळ आमची मारामारी चालली होती. ईस्टमनने त्वेषाने माझ्या हनुवटीवर ठोसा मारला. त्याचबरोबर माझे डोके खिडकीच्या काचेवर आपटले. काचा फुटून माझे डोके रक्तबंबाळ झाले.

आई क्षणभर स्तंभितच झाली आणि मग भानावर येऊन जोराने किंचाळली, "बापरे! ईस्टमन, काय करतोयस तू हे?"

ईस्टमनने हात खाली घेतला. चरकून तोही एक पाऊल मागे सरला.

"अरे देवा, ईस्टमन, हे काय करून बसलास तू? आता काय करायचं?"

मी कमालीची सुन्न झाले होते. केसामध्ये अडकलेले काचेचे तुकडे झटकण्याचा प्रयत्न करत असताना रक्ताचे ओघळ वाहू लागले. ते पाहून ईस्टमन प्रचंड घाबरला. आई त्याला घेऊन वर गेली. मी कोट चढवला आणि तशीच बाबांना शोधायला घराबाहेर पडले. माझे डोळे चांगलेच सुजले होते, कपाळावर रक्ताचा मोठा ओघळ जमला होता. ह्याच अवस्थेत मी सदरलँड स्क्वेअरपासून २१५ फॅंबरवेल न्यू रोडपर्यंत चालत गेले. तिथे बाबा भेटले नाहीत; पण तिथे राहणाऱ्या त्यांच्या एका भाडेकरूने मला ४१ ऑफ्ले रोडवर गाडीतून नेऊन पोहोचवले. माझ्या चेहऱ्यावरून रक्ताचे ओघळ वाहत होते. केसांमध्ये काचेचे तुकडे चमकत

होते. जॉर्जने माझ्याकडे एकदाच पाहिले आणि ते तसेच तळघरात कुऱ्हाड आणायला धावले. ती गाडीत ठेवून त्यांनी विचारले, "काय झालं?"

"ईस्टमनबरोबर माझी मारामारी झाली. त्याने माझं डाकं खिडकीवर आपटलं." मी उत्तरले. "मी उद्या सकाळी काय करायचं ते बघते. तुम्ही मध्ये पडायची गरज नाही." मी पुढे म्हणाले!

त्या रात्री मी जॉर्जकडेच राहिले.

दुसऱ्या दिवशी सोमवार होता. मी बाबांना मला कॅम्बरवेल ग्रीन मॅजिस्ट्रेट्स न्यायालयात सोडायला सांगितलं. तिथे पहिल्या मजल्यावरील 'सर्व प्रकारची चौकशी' अशी पाटी लिहिलेल्या खिडकीजवळ मी गेले. तिथे असलेली घंटी वाजवल्यावर खिडकीमागे एक महिला अवतीर्ण झाली.

"हॅलो, काय हवंय तुला?" तिने विचारले.

"माझा सावत्र बाप माझ्याशी सतत वाईट वागत असतो. मारहाण करतो. मला त्याच्याविरुद्ध काही कारवाई करता येईल का ह्याची चौकशी करायची आहे."

"कधी मारलंय त्याने?"

"काल. कालच मारलं." मी म्हणाले.

"लगेच आलीस ते बरं झालं. आपल्याजवळ वेळ आहे. तुला खाजगीरित्या खटला दाखल करता येईल. मी अर्ज घेऊन येते."

ती आत जाऊन बरेच फॉर्म घेऊन आली. तिच्या मदतीने मी ते सर्व फॉर्म भरले. फी भरली की नाही हे आता आठवत नाही, पण खूप कागदपत्रांवर सह्या केल्या हे नक्की! माझा सावत्र बाप आणि आई कुठे आहेत असे मला कोणीही विचारले नाही."

"चला, झालं सगळं." ती म्हणाली. "त्याला आठ दिवसांत नोटिस मिळेल. तारखेप्रमाणे तुम्हा दोघांना त्या दिवशी न्यायालयात यावं लागेल. त्यावेळी तू न्यायाधीशांना हवं ते सांगू शकतेस."

मी घरी आले. ईस्टमनला न्यायालयाचे समन्स यायला आठवडा होता. काय केले, हे मी कोणालाही – बाबांनादेखील – सांगितले नाही.

पाहता पाहता आठवडा उलटला आणि ते पत्र आले. अर्थातच ईस्टमनला लिहिता वाचता येत नसल्याने आईनेच त्याला ते वाचून दाखवले.

"अरे देवा, ईस्टमन, हे बघ काय झालं... क्लेअरने तुला कोर्टात खेचलंय. जीझस ख्राईस्ट, हे काय करून बसलीय ती? अरे देवा, कुठे आहे ती कार्टी? जीझस ख्राईस्ट, ईस्टमन, तुला तुरुगांची हवा खायला लागणार." आईला काय करावे ते सुचत नव्हते.

"मी काय केलं? माझी काय चूक? मी तिच्यावर हल्ला केला असं म्हणतेय ती? कधी मारलं तिला? कार्मेन, तू पाहिलंस का मला मारताना? तिनेच मला

मारलं. तिनं मला इथे लाथ मारली.'' ईस्टमनची चांगलीच तंतरली होती.

दोघेही माझ्या खोलीत आले. आईच्या हातात पत्र होते आणि ईस्टमन तिच्या मागे उभा राहून ते वाचत असल्याचा आव आणत होता.

''अच्छा, म्हणजे तू ईस्टमनला न्यायालयात खेचणार तर!'' आई म्हणाली.

''गेली कैक वर्षं मी ह्या देशात राहतोय. आत्तापर्यंत एकदाही न्यायालयात गेलो नाही आणि आता हिच्यामुळे मला जावं लागणार.'' ईस्टमन संतापला होता. ''तुझ्यामुळे माझ्यावर न्यायालयात जाण्याची वेळ आली.''

''अरे देवा, ईस्टमन तू तुरुंगात जाणार?'' आई फारच काळजीत पडली.

''मी नाही तुरुंगात जाणार. मी न्यायालयातही जाणार नाही.'' ईस्टमन शौर्याचा आव आणत म्हणाला. पण त्यावेळी तो थरथरत होता. हे मात्र खरं!

''मग काय करशील ईस्टमन? दुसऱ्या खिडकीच्या काचेवर माझं डोकं आपटशील? तुझी सारी कारणं न्यायालयात सांगायला राखून ठेव. पुन्हा मला हात लावशील तर खबरदार! मी पुन्हा न्यायालयात जाऊन तक्रार करीन. मग कर काय करायचं ते!'' मी धमकावणीच्या सुरात म्हणाले.

''आगाऊ साली!'' ईस्टमन प्रचंड चिडून माझ्यावर धावून आला; पण आईने त्याला आवरले, ''ईस्टमन, तिला हात लावू नकोस. आणखीच गोत्यात येशील. तिच्या वाट्याला जाऊ नकोस.'' आईने ईस्टमनला बजावले.

''ईस्टमन, चल मला मारून दाखवच तू–'' मी त्याला भरीस घालत होते. ''नाहीतरी मी न्यायालयात गेलेच आहे. तू पुन्हा मारलंस हे या खटल्याच्या वेळी पुन्हा सांगता येईल.'' मी त्याला म्हणाले.

आईने रागरंग ओळखून ईस्टमनला माझ्या खोलीतून बाहेर काढले. त्यानंतर न्यायालयात जाण्याचा दिवस उजाडेपर्यंत त्यांनी मला अजिबात त्रास दिला नाही. शाळेचा गणवेष घालून बुधवारी मी न्यायालयात जाण्यासाठी तयार झाले. बाबा न्यायालयाबाहेरच माझी वाट पाहत थांबले होते. बहिणींनी त्यांना ही खबर दिली होती.

''क्लिअर, बरी आहेस ना तू?'' त्यांनी विचारले.

''हो. मी बरी आहे; पण तुम्ही आत येऊ नका.'' खटला दाखल केल्यामुळे मी आधीच अडचणीत आले होते. बाबाही माझ्याबरोबर आहेत आणि त्यांच्या मदतीनेच मी हा निर्णय घेतला, असा आईचा समज झाला, तर स्फोटच झाला असता! हे भांडण केवळ माझे आणि ईस्टमनचेच होते.

माझे नाव पुकारले गेले, ''ब्रिस्को आणि ईस्टमन.'' मी एकटीच आत गेले. बाजूच्या दरवाज्यातून ईस्टमन आत आला. आई त्याच्याबरोबर होतीच. मी गोल कठड्यात उभी राहिले. न्यायाधीश बुटके, जाडे आणि लालबुंद चेहऱ्याचे होते. केसांचा त्यांनी मधोमध भांग पाडलेला होता.

"तू तक्रार केली आहेस, तेव्हा तपशील तूच सांग." असे ते मला म्हणाले.

"ईस्टमन माझा सावत्र बाप आहे," असे सांगून मी माझ्या हातावरचा भाजलेला डाग दाखवला, "त्याने अनेकदा मला मारहाण केली आहे, खिडकीच्या काचेवर त्याने माझं डोकं आपटलं."

"तुला काय हवंय?" न्यायाधीशांनी विचारले.

"मला हे सारं थांबायला हवंय." मी म्हणाले. "सतत मार खाऊन दमलेय मी. सर, आता मला हे सहन होत नाही. थांबवा हे सारं."

"आणखी काही?"

"सर, मला अनाथाश्रमात राहायला आवडेल."

"ते नंतर पाहू. एकावेळी एकाच प्रकरणावर विचार करू या." ते म्हणाले. "गारफिल्ड सेंट क्लेमेन्टस ईस्टमन, तुम्हाला याबाबत काय म्हणायचंय?"

"काचेवर तिचं डोकं आपटलं हा केवळ अपघात होता. माझी चूक नाही." ईस्टमन म्हणाला.

"आणि तिला मारझोड करता त्याचं काय?" न्यायाधीशांनी विचारलं.

"मारझोड? मी तिला कधीही मारझोड केलेली नाही, न्यायाधीश महाराज." ईस्टमनने स्पष्ट इन्कार केला.

"श्रीयुत ईस्टमन, मी काय सांगतो ते नीट ऐका. एक वर्षासाठी मी चांगल्या वर्तणुकीची तुमच्याकडून अपेक्षा करतो आहे. ह्याचा अर्थ ह्या काळात ब्रिस्को यांना तुम्ही बोटही लावायचं नाही. ही अट तुमच्यावर बंधनकारक आहे. ही अट मोडलीत तर तुम्हाला तुरुंगात जावं लागेल, हे लक्षात ठेवा. समजलं का?" न्यायाधीशांनी विचारले.

"होय." ईस्टमन उत्तरला.

"चांगल्या वर्तनासाठी दोनशे डॉलरची रक्कम हमी म्हणून द्यायला तुम्ही तयार आहात का?" न्यायाधीशांनी त्याला विचारले.

"पण माझ्याकडे पैसे नाहीत." ईस्टमन रडगाणे गात म्हणाला.

"त्याची काळजी करू नका. ठरलेल्या कालावधीतून तुमच्या हातून गुन्हा घडला तरच ही रक्कम भरावी लागेल. श्रीयुत गारफिल्ड सेंट क्लेमेंटस ईस्टमन, आता तुम्ही घरी जाऊ शकता. एक लक्षात ठेवा, तिला हात लावायचा नाही. रजिस्टरवर सह्या करून तुम्ही जाऊ शकता." न्यायाधीशांनी सांगितल.

आम्ही निघालो. आईने ईस्टमनचा हात धरला होता. न्यायालयाबाहेर बाबा त्यांच्या कारमध्ये बसून माझी वाट पाहत होते. न्यायाधीश काय म्हणाले, हे मी त्यांना सांगितले.

संपूर्ण वर्षभर मार खाणं बंद! किती छान! शेवटी मला निदान वर्षभरासाठी तरी

शांतता मिळाली होती. जॉर्जने मला शाळेत सोडले. उशीर झाल्याबद्दल मी माफी मागितली. जेवायला फिशकेक, चिप्स आणि मटर होते. नंतर खायला सेमोलिना आणि जॅम! वा, आजचा दिवस फारच छान गेला. मला मारलं तर तुरुंगाची हवा खाली लागेल, ह्या विचाराने ईस्टमन प्रचंड घाबरला होता. माझ्या दोन्ही आत्यांना– इना आणि जोसेफाईन यांना ही गोष्ट कळली तर त्या काय म्हणतील ह्याची आईला चिंता लागली होती. तिच्या याराने मला इतके मारले आणि तरीही आईने त्याला रोखले नाही, ह्यासाठी त्यांनी तिला नक्कीच दोष दिला असता. 'साऊथ लंडन प्रेस' मधून ही बातमी समजली असती तर त्यांना अधिकच राग आला असता आणि हे माझ्या आईला लाजिरवाणे वाटत होते.

एक-दोन दिवसांनी माझ्या आत्यांचे आगमन झालं. दाराबाहेर मी जोसेफाईनचा धारदार आवाज ऐकला. हॉलमधून मी त्या दोघींचे बोलणे ऐकत होते.

"अरे देवा," जोसेफाईन दीर्घ श्वास सोडत म्हणाली, "घरामध्ये फारसा पसारा नसेल अशी आशा करतेय."

"तू असं का म्हणतेस?" इना म्हणाली. "देवाने दिलेल्या परिस्थितीप्रमाणे सर्वांना राहायला लागतं. कार्मेनला थोडंच असं आयुष्य जगायला आवडत असेल?"

"अरे देवा, पण कार्मेनने आपली परिस्थिती सुधारायला हवी असं नाही तुला वाटत? तिने प्रयत्न केला, तर ते होऊ शकेल. आपण इथे येऊनही काही फरक पडेल असं वाटत नाही." जोसेफाईन म्हणाली.

दार उघडावे, असे मला वाटले, पण विचार बदलून मी हळूच घराच्या मागच्या बाजूला गेले. त्यांनी पुन्हा दार ठोठावले. मी पुन्हा दुर्लक्ष केले. मला त्या दोघीही आवडत नसत. इना अति धार्मिक होती आणि जोसेफाईन स्वत:ला फार शहाणी समजायची. जगाची मालकीण असल्याप्रमाणे तिचे वर्तन असे.

आवाज ऐकून अखेर ईस्टमन बाहेर आला. "कोण आहे?" ह्या त्याच्या प्रश्नावर कोणीही उत्तर दिले नाही. "बोलता येत नाही का? लवकर सांगा कोण आहे? नाहीतर दार उघडणार नाही. कोण आहे?" ईस्टमनची बडबड चालू झाली.

"ईस्टमन, स्वीटी, अरे आम्ही आहोत– जो आणि इना."

त्याने दार उघडले. आई बैठकीच्या खोलीतून डोकावून पाहत होती.

"अच्छा, तुम्ही आहात होय?" ईस्टमन म्हणाला.

"हॅलो ईस्टमन," जोसेफाईन म्हणाली.

"प्रेझ द लॉर्ड, ईस्टमन," इनाने सलामी दिली.

त्यांना आत यायला रस्ता देण्यासाठी ईस्टमन बाजूला झाला. दारामागून डोकावणाऱ्या आईला दोघींचे दर्शन झाले.

जोसेफाईनकडे पाहून आईने टिप्पणी केली, "नवीन विग!"

जोसेफाईनला वाटायचे, आपल्याला फॅशनमधले फार कळते. तिचा विग नेहमीच पिना वगैरे लावून व्यवस्थित बसवलेला असे. आज तिने ग्रेटा गार्बोसारखा विग घातला होता.

"अंऽऽ होय. असाच मागंही एकदा घेतला होता." जोसेफाईनने तोऱ्यात उत्तर दिले. उगीचच पुढे आलेली बट बाजूला केली. तिच्या खोट्या पापण्यांवर चमकती पावडर टाकलेली होती. जोसेफाईन भडक रंगाचा ब्लाऊज, मोठं प्लॅस्टिकचं फूल, मोठमोठे कानातले, सफेद स्कर्ट आणि सोनेरी रंगाचे उंच टाचांचे शूज अशा रंगीबेरंगी वेषात सजली होती. त्यात भर म्हणून डोक्यावर भलीमोठी गवती हॅट आणि लांब कृत्रिम नखांशी संगती जुळवणारी गुलाबी लिपस्टिक तिने लावली होती.

"हॅलो कार्मेन, कशी आहेस?" तिने आत येताना विचारले.

आई तिच्या अवताराकडे नवलाने बघत होती. "नीट बघू दे तुझ्याकडे. इना, तूही ये ना आत. तुमचा देव काय म्हणतो?" तिने विचारले.

"देव स्वर्गात आहे." इना उत्तरली.

आपल्या मुलांसोबत घरी राहण्याऐवजी इना बराच वेळ चर्चमध्येच असे. मुलांकडे, घराकडे नीट लक्ष देण्यापेक्षा चर्चमध्ये जाणे तिला जास्त आवडत असे. तिचे लग्न झाले नव्हते, तरीही तिला चार मुले होती. आपल्या मुलांना ती आमच्यात मिसळू देत नसे. आमच्याशी खेळणे, एकमेकांच्या घरी जाणे या गोष्टींना मनाई होती, कारण आम्ही 'पापी' आहोत असे तिचे मत होते. 'ती स्वतःच पापी आहे' असे आई म्हणे.

"देव नेहमी तुझ्याजवळ असू दे, कार्मेन." तिने आईला आशीर्वाद दिला.

"काय सांगतेस?" आई हसत म्हणाली, "मला वाटलं तो कायम तुझ्याजवळच असतो."

इना चांगलीच धिप्पाड होती. पिवळसर वर्ण आणि आखूड कुरळे केस. ती अजिबात रंगरंगोटी करीत नसे. भुवया कोरणे, लिपस्टिक लावणे म्हणजे देवाच्या कामात ढवळाढवळ असे तिचे मत होते. देवाने जसे जन्माला घातले त्याच नैसर्गिक रूपामध्ये मी अजूनही आहे, असे ती नेहमी सांगत असे.

"इना, हे काय? तुझ्या पिशवीत काय आहे?" ईस्टमनने विचारले. तिची टर उडवत तो पुढे म्हणाला, "देवाला पिशवीत घालून आणलंस की काय? चल बाहेर काढ त्याला."

"तू मूर्ख आहेस म्हणून सोडून देते." इना त्याचे बोलणे मनावर न घेता म्हणाली.

"आई गं, कार्मेन, ह्या उंच टाचांच्या शूजमुळे पाय दुखायला लागलेत. बसते

जरा वेळ.'' असे म्हणून जोसेफाईन शूज काढायला खाली वाकली.

''तुला पायाची नखं रंगवायला बरा वेळ मिळतो!'' आई कुजकटपणे म्हणाली.

''अगं कार्मेन,'' जोसेफाईनने समजावून सांगितले, ''नेहमी चांगलं दिसायला हवं. ते फार महत्त्वाचं असतं.'' एकीकडे ती शूजचे पट्टे काढायच्या खटपटीत होती. तिच्याने ते निघत नव्हते हे पाहून आईने, ''काय झालं?'' असे विचारले.

''हे पट्टे निघतच नाहीत.'' जोसेफाईन म्हणाली.

''तशाने नेलपॉलिश खराब होईल. त्यापेक्षा सरकवून काढ ना.'' आईने सुचवले.

''तसं करून चालणार नाही गं, बये! काल रात्रीच ही कृत्रिम नखं चिकटवलीत. जरा जास्तच लांब आहेत, तुटायला नकोत.'' असे म्हणून तिने आईला दोन्ही हात दाखवले. मोतिया रंगाने रंगवलेली ती नखे चांगली इंचभर लांब होती.

''बापरे! तू खरोखरच ही नखं चिकटली आहेस की काय? वेडबीड लागलंय की काय तुला?'' आईचा विश्वास बसेना.

''वा, असं कसं? बाईने सुंदर दिसायचा प्रयत्न करायला नको का?'' तिने लांब नखांचे समर्थन केले.

''पण घरकाम कसं करतेस?'' ईस्टमनने भोचकपणा केलाच.

''असत्य गोष्टीपासून सावध रहा,'' इना मध्येच पचकली.

''तुला शूज काढता येत नाहीत तर राहू दे,'' आई म्हणाली.

''देवाची करणी कोणालाही कळत नाही.'' इना अजूनही स्वत:च्याच तंद्रीत होती. ''स्वत:ला देवाच्या चरणी समर्पित करा. देवाच्या घरी सर्वांचंच स्वागत होतं,''

''इना, आत ये. मी चहा करते.'' आई म्हणाली.

सगळ्यांनी बैठकीच्या खोलीकडे कूच केले. दार बंद झाल्याबरोबर मी वर पळाले. गृहपाठ करायला घेणार तोच आईने हाक मारून खाली बोलावले.

''हॅलो क्लेअर, कशी आहेस?'' जोसेफाईनने विचारले.

''मी बरी आहे.''

''शाळा कशी चाललेय?''

''चांगली चाललेय.''

''अरे बापरे, चांगलीच उंच झाली आहेस. इकडे ये ना. नीट बघू दे मला.''

मी खोलीच्या मध्ये जाऊन उभी राहिले.

''जा, आमच्यासाठी चहा बनवून आण.'' आईने फर्मावले.

''माझ्याजवळ ये. बघू दे मला नीट.'' असे म्हणून इनाने मला जवळ ओढले. माझे हात-पाय चाचपून पाहिले, कोपरे दाबली आणि म्हणाली, ''देवाची करणी

कोणालाही समजत नाही.''

''पण तुझ्याबाबतीत त्याची करणी स्पष्टपणे समजून येते. तुला त्याने बिनडोक बनवलंय हे लपून राहिलेलं नाही.'' ईस्टमन तिची टर उडवत म्हणाला. त्याच्याकडे दुर्लक्ष करून तो म्हणाली, ''क्लेअर, देवाला तुझ्या हृदयात स्थान दे. देव तुझ्या हृदयात आहे का?''

''माझ्या हृदयात देव आहे का हे मला खरंच माहीत नाही.'' मी कंटाळून उत्तरले.

''चहा हवा असेल तर त्या पोरीला जाऊ दे,'' असे म्हणून आईने नारिंगी रंगाच्या टी-सेटकडे बोट दाखवले. मी निमूटपणे त्यातल्या चार कपबश्या, दुधाचा जग, साखरेचा वाडगा आणि टी-पॉट काढून घेतला, मागच्या खोलीचा पडदा सरकवून मी आत जाऊन दूध आणि साखर घेतली. हा सारा सरंजाम घेऊन मी स्वयंपाकघरात गेले. सर्वांसाठी छान कडक चहा बनवून मोठ्या ट्रेमध्ये कपबश्या ठेवून, टी-पॉटने ट्रे सजवून मी तो बाहेर घेऊन गेले. हा टी-सेट आमच्याकडे येणाऱ्या प्रतिष्ठित पाहुण्यांसाठी होता.

इनाची सरबत्ती लगेच सुरू झाली. ''गोड आहेस. चर्चमध्ये जातेस का?''

आईचा संयम संपला असावा. ती तडकून बोलली, ''अर्थात ती चर्चमध्ये जाते. तुला काय वाटलं, तू एकटीच देवाची लाडकी आहेस?''

''कार्मेन, ती पापी आहे.''

''इना, तूच पापी आहेस. चार पोरं झाली, पण एकाच्याही बापाचा पत्ता नाही. सर्वांनीच पापं केली आहेत. एकटी तूच देवाची भक्त आहेस असं समजू नकोस.''

इनाने तिच्याकडे संपूर्णपणे दुर्लक्ष केले. ''क्लेअर, तुला आमच्या चर्चमध्ये यायला आवडेल का?'' तिने मला विचारले.

''हो, येईन की.''

इकडे जोसेफाईनचे ओठ रंगवणे चालू होते. बॅगेतून आरसा काढून तिने चेहऱ्याचे निरीक्षण केले. ''आता छान दिसतेय,'' ती समाधानाने म्हणाली. मग पुन्हा आठवण येऊन ती म्हणली, ''कार्मेन, माझे पाय प्रचंड दुखताहेत.''

''जोसेफाईन, अगं शूज काढून टाक ना. अशी काय विचित्र वागतेस?'' आई तिच्यावरही खेकसली.

मी चार कपांमध्ये चहा ओतला.''इना, चहा घेणार?''

''होय बाळा. 'मी तहानलेल्यांची तहान भागवतो.' '' तिने वचन उद्धृत केले.

''इना, साखर किती?''

''तीन चमचे घाल बाळा.''

मी साखर घालून चहा ढवळला आणि इनाला दिला.

“थँक्यू बाळा, देव स्वर्गामध्ये तुला नक्कीच चांगलं बक्षीस देईल.”

“जोसेफाईन, साखर?” साखरेचा वाडगा उचलायला मी खाली वाकले तो काहीतरी वस्तू माझ्या डोक्यावरून झपकन गेली. अचानक जोसेफाईन जोरजोरात विव्हळायला लागली. “अगं आई गं, हे काय झालं? असं कसं घडलं?” आई ताडकन उठली. इनाने क्रॉसचे चिन्ह केले.

“अगं, काय झालं?” दोघी एकसुरात किंचाळल्या.

जोसेफाईन बसल्या जागी वाकली होती. ती काहीच बोलली नाही.

“डॉक्टरला बोलवू का?” आईने विचारले.

इनाने जोसेफाईनच्या कपाळावर हात टेकवला.

“जोसेफाईन, तुला साखर हवी का?” मी विचारले.

“अरे देवा!” ती एवढेच बोलली.

“उगीचच देवाचं नाव घ्यायचं नसतं.” इना म्हणाली.

जोसेफाईन ताठ बसली. माझ्या दिशेने बोट दाखवून ती म्हणाली, “नाही, नाही, माझा विश्वासच बसत नाही अजून.” तिच्या बोटावरचे नख नाहीसे झाले होते. शूज काढताना तिचे कृत्रिम नख निघाले होते. “हे बघा, नख हरवलंय.” हात पुढे करून ती किंचाळली. “कृपा करून कोणीही जागेवरून हलू नका. इथेच कुठेतरी पडलं असणार ते.”

“मला वाटतं माझ्या डोक्यावरून उडून पलीकडे पडलंय,” मी म्हणाले.

काहीतरी गडबड आहे हे जाणवून आईने जोसेफाईनला कप खाली ठेवायला सांगितले.

“माझ्या कपावर ओरखडा पाडू नकोस.” ती म्हणाली.

“काय करू नको म्हणालीस?” जोसेफाईनचा आपल्या कानांवर विश्वास बसेना.

“माझ्या कपावर आरेखडा पाडू नकोस. खाली ठेव तो.” असे म्हणून आईने तिच्या हातातली कपबशी काढून घेण्याचा प्रयत्न केला. जोसेफाईनला नखाची काळजी वाटत होती.

“हलू नकोस. माझ्या नखावर पाय ठेवशील ना!” ती ओरडली. ‘बिवेअर ऑफ फॉल्स गॉड्स’ इति इना!

“साखर हवीय का?” मी माझे काम सुरू केले.

“कोणीही हलू नका,” जोसेफाईन रडायच्या बेतात होती. मी पुतळ्यासारखी स्तब्ध उभी राहिले. जोसेफाईनने अजूनही कप खाली ठेवला नव्हता.

“कप खाली ठेव.” आईला तिच्या किमती कपाची चिंता होती.

“कार्मेन, तुझं डोकं-बिकं फिरलंय की काय?” नख सोडून आई कपाला

महत्त्व देतेय हे जोसेफाईनला खरेच वाटत नव्हते.

"तुझ्या कृत्रिम नखांनी माझ्या कपाला ओरखडा पाडू नकोस." आईने बजावले.

"कोणीही हलू नका. क्लेअर बेटा, माझं नख शोधून देतेस का?" जोसेफाईनने दुसऱ्यांदा माझ्या दिशेने बोट करून विचारले.

"हो, देते की." असे म्हणून मी गुडघ्यांवर बसून गालिच्यावर बघू लागले. तिथे सापडले नाही. तशी मी, 'बहुधा सेटीच्या मागे पडलं असावं' असे म्हणून रांगत रांगत सेटीच्या मागे गेले. रांगतच मी दुसऱ्या बाजूने बाहेर पडले. काचेच्या टेबलाभोवती शोधावे, म्हणून मी पुढे निघाले तशी जोसेफाईन म्हणाली, "सर्वांनी पाय वर करा." यावर इनाने ईस्टमनकडे पाहिले, त्याने आईकडे पाहून म्हटले, "सगळ्यांनाच वेड लागलंय."

असे असले तरी सर्वांनी आपापले चहाचे कप टेबलावर ठेवले आणि मागे झुकून पाय वर घेतलेच. मी टेबलाभोवती, खाली आणि त्यांच्या पायाखालून रांगत शोधत होते; पण ते कृत्रिम गुलाबी नख काही सापडले नाही.

इनाने परमेश्वराचा धावा सुरू केला. डोळे गरगर फिरवत आणि पाय हवेत उंचावून ती एकीकडे प्रार्थना म्हणत होती, "बिवेअर ऑफ द सिनर्स..."

"इना," आईने तिला थांबवायचा प्रयत्न केला. इनाचे चालूच होते. "फॉर दे शॅल इनहेरिट द अर्थ..."

"गप्प बस." आई तिला आवरत होती.

"ब्लेस्ड आर दोज, हू कम इन माय नेम..."

"अरे देवा, केवळ एका नखासाठी देवाला कशाला भरीस घालतेस?" जोसेफाईनलाही चीड आली.

"सर्वांनीच तोंड बंद ठेवलं तर शांती लाभेल आणि पायही खाली ठेवता येतील." असे म्हणनू इना समाधी अवस्थेतून बाहेर आली. मी नखाचा शोध घेत अजूनही रांगतच होते.

"इथे नाहीये ते," मी जाहीर केले.

"बायांनो, काही फायदा झाला नाही. पाय खाली ठेवा आता." जोसेफाईन निराशेने म्हणाली.

साऱ्यांचे पाय खाली आले.

"सगळ्यांचं डोकं फिरलंय. एका फालतू कृत्रिम नखासाठी पाय हवेत करून बसलेत सारेजण! असला वेडगळपणा पाहिला नव्हता यापूर्वी. जोसेफाईन, चिकटवलेली बाकीचीही नखं काढून टाक!" ईस्टमनने मौलिक सल्ला दिला.

मी शोकेसजवळून रांगत गेले. "हे पहा मिळालं!" नख उचलून मी साऱ्यांना दाखवले.

"अरे वा! थँक्यू!" जोसेफाईनचा जीव भांड्यात पडला.

इतक्यात इनाने चपळाईने ते नख माझ्या हातातून खेचून घेतले. "बिवेअर ऑफ दोज, हू वर्शिप फॉल्स गॉड्स." तिने जोसेफाईनला बजावले.

"अरे देवा, इना, तुझं सुरू झालं का! आण ते नख इकडे."

"तू अजूनही स्वत:ला सुधारू शकतेस. देवाच्या दरबारात सर्वांचंच स्वागत होतं." इनाने दिलासा दिला.

"पण मला सुधारायचंच नाही." जोसेफाईनने नकार दिला. "माझं नख दे."

"पापी आहेस तू. पापं केल्याचा पश्चात्ताप कर." इना अजूनही उपदेश करण्याच्या मूडमध्ये होती.

"एक वेडी आणि दुसरी अतिशहाणी! तुम्ही दोघीही एकाच देवाला भजता हे खरंच वाटत नाही. इना, जोसेफाईनचं नख परत दे. तू अशी विचित्र का वागतेस?" आई वैतागून म्हणाली.

"कार्मेन, मी देवाचा संदेश लोकांपर्यंत पोहोचवते." इना म्हणाली.

"मलाही देवाने तुझ्यासाठी संदेश दिलाय. जोसेफाईनचं नख परत देऊन टाक." आई इनाला म्हणाली.

आता इनाने माझ्याकडे मोर्चा वळवला, "माझ्या मुली, देवाच्या घरी तुझं स्वागत होईल हे माहितीय ना तुला?"

"हो, माहितीय."

"परमेश्वर अतिशय सहिष्णु असतो."

"हो, मला माहिती आहे."

"तो परमेश्वर दर शनिवारी तुझी वाट पाहील. आपण दोघी बरोबरच जाऊ. आपल्या जगन्नियंत्याला भेटायला. तुझी तयारी आहे ना?"

"माझी हरकत नाही."

"देवाची करणी कोणालाही समजत नाही."

"हो."

"आणि तो सदैव तुझ्याजवळ असतो, हे तुला माहीत आहे?"

"हो."

"तुला देवाजवळ काही मागायचं आहे का?"

मी थोडा वेळ विचार केला. अंथरूण भिजवणे थांबवण्यासाठी देवाने मला मदत केली तर किती छान होईल.

"हो, मागायचं आहे." मी उत्तरले.

"ठरलं तर मग. पुढच्या आठवड्यात आपली देवाशी भेट होणार हे नक्की."

"बरं."

इनाने नख टेबलावर ठेवले. जोसेफाईनने जराही विलंब न करता ते उचलून ब्रामध्ये ठेवून दिले.

"हॅलिलुय." जोसेफाईनने देवाचे आभार मानले. ब्रा वर दोन वेळा टिचक्या मारून ती म्हणाली, "नवीन नखं घ्यायचा खर्च वाचला, नशीब माझं!"

शेवटी सारे स्थिरस्थावर झाले, तशी मी माझ्या खोलीत गेले. बराच अभ्यास अजून करायचा होता. मी चटचट पुस्तके काढली. जमिनीवर पसरली आणि खाली पालथी पडून अभ्यासाला सुरुवात केली. केव्हापासून सुरू असलेला गोंधळ शांत झाला होता आणि शिवाय आता माझी देवाबरोबरची भेटही निश्चित झाली होती.

जॅक्सनची जादू

१९६९

लंडनमध्ये सर्वांनाच जॅक्सनचे वेड लागले होते. त्यापायी प्रत्येक जण केस वाढवून मोठी अॅफ्रो फॅशनची केशरचना ठेवायला लागला होता. वेस्ट एंडमधील हिल्टन हॉटेलमध्ये पाचही जॅक्सन भावंडे येणार आहेत, ही बातमी आमच्या शाळेत पसरली होती. दुसऱ्या दिवशी शाळा सुटल्यानंतर त्या हॉटेलात जायचे असे मी आणि माझी मैत्रीण शर्ली विल्यम्सने ठरवले. त्यापूर्वी 'जॅक्सन फाईव्ह'चा विग घेणे भागच होते! सकाळी नेहमीप्रमाणे शाळेत गेलो, वर्गात बसून अभ्यास केला. जेवणाच्या सुट्टीत शर्ली म्हणाली, की तिच्याजवळच्या पैशांनी मी 'मायकेल जॅक्सन' विग घेऊ शकते. त्याबदल्यात मी तिच्या डिटेंशनच्या शिक्षा – कधी मिळल्याच तर – भोगाव्यात. झाले. आमच्यात असा करार झाला.

शर्लीला मोठा भाऊ होता. आम्ही त्याला मस्का मारून त्याची मैत्रीण माझ्यासाठी विग खरेदी करेल का हे विचारायला सांगितले. शर्लीला विग घ्यायची गरज नव्हती. तिला सुंदर अॅफ्रो केसांची नैसर्गिक देणगी मिळाली होती. त्या उलट माझे केस– आखूड आणि थोडेसेच कुरळे होते. हॉटेलात जॅक्सनला बघायला जायचे तर थोडेफार त्याच्या फॅनसारखे दिसायला नको का? शाळा सुटल्यानंतर मी नेहमीप्रमाणे बहिणींबरोबर घरी गेले. दुसऱ्या दिवशी विग आणायचे शर्लीने कबूल केले होते.

घरी गेल्यावर माझी नेहमीची कामे केली. स्वयंपाकघराची फरशी धुऊन काढली, गॅसची शेगडी साफ केली, जिने झाडले. भांडी, काटे, चमचे, प्लेट धुऊन, पुसून, जागच्या जागी ठेवायची माझी पाळी दर तिसऱ्या दिवशी येत असे. आई घरात नसल्याची संधी साधून मी रात्री लघवीने भिजवलेल्या चादरी धुवायला टाकल्या. ती येण्यापूर्वी धुऊन सुकवल्या तर तिला पत्ता लागला नसता. गेल्या दोन दिवसांपासून या ओल्या चादरींवरच मी झोपत होते. त्या धुतल्यामुळे मी काही चुकीचे करतेय वा कोणाचे नुकसान करतेय असे मला वाटत नव्हते. ओल्या चादरीमुळे मी लघवी केली नाही तरीसुद्धा अलार्म ठणठणायला लागे. सुदैवाने, आई येण्यापूर्वीच चादरी धुऊन आणि सुकवून झाल्या आणि मी त्या गादीवर

घालूनही टाकल्या. चादरी पूर्णपणे सुकाव्या म्हणून खिडक्याही उघडल्या.

ओल्या चादरींवर झोपायलाही माझी हरकत नव्हती पण अंगाला कुबट वास येऊ नये एवढीच माझी इच्छा असे. सर्वांत महत्त्वाचे म्हणजे अलार्म वाजू नये, बाकी काहीही चालेल अशी मी सतत प्रार्थना करीत असे. झोपेत असताना आईने मला खसकन गादीवरून ओढून काढणे, थडाथड मारणे, ढकलणे हे सर्व मला असह्य होई. अर्थात हे थांबवणे माझ्याच हाती होते. गादी भिजवणे बंद केले की झाले! आई हेच म्हणायची आणि खरेच तिचे म्हणणे चुकीचे नव्हते; पण तसे न करता मी रोज अंथरुणात लघवी केली तर त्याची शिक्षा मला मिळणारच! पॉलिन, पॅटसी कधीच अंथरुणात लघवी करत नसत. मी एवढी मोठी झाले तरीही, आई म्हणायची तशी, काहीही कारण नसताना हा प्रकार चालूच ठेवला होता. त्यासाठी डॉक्टर, अलार्म यावर भरपूर पैसे खर्च होत होते. आईच्या मते मी जाणूनबुजून, मुद्दामच अशी वागत होते.

ओल्या गादीवर झोपायचे हे माझ्यासाठी थंड पाण्याने अंघोळ करण्यासारखे होते. थंड पाण्याचा स्पर्श सुरुवातीला नकोसा वाटतो, पण नंतर त्याची सवय होते. पाण्याचा थंडपणा जाणवेनासा होतो. ओल्याचिंब गादीवर, चादरीवर झोपायचीही मला अशीच सवय होऊन गेली होती. गादी उबदार आहे की गार आहे इकडे जराही लक्ष न देता मी झोपी जायची. मला झोपण्यासाठी गादी मिळते हे मी माझे नशीब समजावे, असे ती म्हणायची.

कदाचित मोठी झाल्यावर मला ऐसपैस, जाळीदार पडदे असलेली छानशी कॉट आणि तिच्यावर मऊ, कधीही न भिजणारी गादी मिळेल, अशी स्वप्ने मी रंगवत असे. लघवी झाली तरी क्षणार्धात ओल नाहीशी होईल अशा जादूई गादीवर झोपायची मला तीव्र इच्छा होती. अलार्म वाजण्याअगोदरच ओली गादी सुकून जाईल तर किती छान होईल, असे मला वाटे. बेड अलार्मवर मी तर बंदीच घातली असती. कोणाही लहान मुलाला अलार्मच्या बागुलबुवाची कधीही भीती नसावी, अशी छान, जादूई गादी आणि दोन अतिशय मऊ उश्या, मोठी उबदार दुलई, उश्यांना अनुरूप, कडांना भरतकाम केलेली कव्हरे आणि कव्हरांना गोड बो असले तर फारच छान झाले असते. सर्वांत महत्त्वाचे म्हणजे मध्यरात्री लघवी होऊ नये. देवा, गादी न भिजवता मी शांत झोपू शकेन असा निदान एक आठवडा तरी मिळू दे. त्यापायी होणारी मारहाण नको, ते चिमटे, थपडा काहीही मला आता नको होते. कोणी सांगावे, त्या आठवड्यात आईला मी आवडेनसुद्धा! ती माझा राग-राग करणार नाही. ओल्या चादरी, गादीपासून एक आठवड्यासाठी सुटका व्हावी, एवढीच छोटीशी अपेक्षा बाळगण्यात काय गैर आहे? फक्त सात दिवस मला सर्वसामान्य मुलांप्रमाणे जगायचे होते.

दुसऱ्या दिवशी नेहमीप्रमाणे तयार होऊन शाळेत गेले. दुपारी शर्लीने एक प्लॅस्टिकची बॅग माझ्या हाती दिली, ''चार वाजता गेटजवळ भेट.'' असे म्हणून ती निघून गेली.

मुलींच्या स्वच्छतागृहात जाऊन मी बॅग उघडली. आतमध्ये अतिशय सुंदर विग होता. ''सावधान मायकेल जॅक्सन, तुझ्याशी स्पर्धा करायला आता मी येतेय.'' मी मनातल्या मनात त्याला धोक्याचा इशारा दिला. विग डोक्यावर घातला. वा, एकदम मस्त बसला. काय छान दिसत होते मी! कानांमागे ओढून मी विग ठीकठाक केला. जरा चापूनचोपून बसवला की छानच दिसेल. मी माझ्या विगवर एकदम खूष होते. अगदी सुरेख!

ठरल्याप्रमाणे चार वाजता शर्ली शाळेच्या गेटजवळ भेटली. ''क्लेअर, वा, वा, चांगलीच चमकतेयस विगमध्ये!'' तिलाही विग आवडला. मायकेल जॅक्सनला भेटायला आम्ही वेस्ट एंडची बस पकडली. कोणीतरी तो जिथे उतरला होता ते हॉटेल दाखवले. झाले! आम्ही दोघी गेटपाशी उभ्या राहून वेड्यासारख्या किंचाळायला, उड्या मारायला लागलो. आमच्यासारखेच आणखीही काही वेडेपीर जमले होते. एक-दीड तास आम्ही घसा कोरडा केला, पण मायकेल जॅक्सनचे दर्शन काही झाले नाही. निराश होऊन आम्ही घरी निघालो. त्या निमित्ताने मला विग तरी मिळाला. यापुढे शाळेत जाताना तो घालायचा असे मी ठरवून टाकले. फुललेला विग थापटून मी दाबून बसवला.

घरी पोचले तेव्हा कोणीही माझ्याकडे ढुंकूनही पाहिले नाही. मी विग घातल्याचे त्यांच्या लक्षातदेखील आले नव्हते. दुसऱ्या दिवशी विग घालूनच शाळेत गेले. मी आणि शर्लीने सर्वांसमोर जॅक्सन यंव आणि जॅक्सन त्यंव अशा खूप फुशारक्या मारल्या; पण अगदी प्रामाणिकपणे सांगायचे तर तो खरोखर तिथे होता की नाही याविषयी शंकाच होती. काही थोड्याशा मुलींनी 'माझ्या केसांवर नवी चमक आली आहे' वगैरे टिप्पण्या केल्या, पण एरव्ही माझी नवी केशरचना तशी दुर्लक्षितच राहिली. दुपारच्या जेवणाला ॲप्रिकॉट क्रम्बल आणि आईस्क्रीम मिळाले. मला खूप आवडले. दुसऱ्या दिवशी जेवणात शेफर्ड्स पाय, वाटाणे, गाजरे आणि रताळी होती. शिवाय जेली आणि आईस्क्रीमसुद्धा मिळाले.

शाळा मला खूप आवडायची. माझ्या गृहपाठाला खूप चांगला शेरा मिळाला. 'ए++' आणि 'मी प्रयत्न केला तर याहूनही अधिक प्रगती करण्याची माझी क्षमता आहे' असे शिक्षकांचे मत होते. अभ्यास, खेळ साऱ्यातच मी चांगले यश मिळवत होते. शाळेत मी फारशी कोणामध्ये मिसळत नसे परंतु नेटबॉल, ॲथलेटिक्सि अशा खेळांमधील नैपुण्यामुळे मी मुलांमध्ये चांगलीच प्रिय होते. शाळा मला खूप आवडायची आणि तिथे मी खूप आनंदात असे, कारण तिथे मला मार मिळत

नव्हता. घरी पोहोचल्यावर मात्र माझा सारा आनंद नाहीसा होई. आई येता जाता विनाकारणच माझ्या डोक्यावर टपला मारायची. ती असे का करायची हे मला अजूनही कळलेले नाही. तिनेच एकदा म्हटल्याप्रमाणे बहुधा माझे निव्वळ अस्तित्व, मी जिवंत आहे हीच गोष्ट तिला खटकत होती.

ईस्टमनला कोर्टात खेचल्यापासून बिघडलेले आमचे संबंध नंतर सुधारलेच नाहीत. मला तो मुळीच आवडत नव्हता आणि ह्या भावनेत कधीही फरक झाला नाही. मी त्याच्या वाऱ्यालाही उभी राहायची नाही, कधी समोर आलाच तर त्याच्याकडे मी ढुंकूनही पाहत नसे. मी जवळून गेले तर तो हळूच काहीतरी बडबडत असे. मात्र त्याहून अधिक काही खोड्या काढायच्या भानगडीत तो पडायचा नाही. याउलट आई माझ्याविषयीचा राग उघडपणे व्यक्त करीत असे. ईस्टमनला मी न्यायालयात खेचले, या गोष्टीबद्दल तिने मला कधीही माफ केले नव्हते आणि त्याचा सूड घेण्याची एकही संधी ती वाया घालवत नव्हती.

स्प्रिंग टर्म जवळ आली असताना आईने मला सांगितले, की यापुढे दर शनिवारी मी नोकरी केली पाहिजे. ही नोकरी कुठे आहे असे विचारल्यावर "ईस्टमनबरोबर सकाळी साडेसात ते दुपारी साडेतीनपर्यंत काम करायला जायचंय." असे तिने सांगितले. ईस्टमनने लाँड्रीचे काम सोडून इमारतीच्या बांधकामावर नोकरी धरली होती. त्या ठिकाणी कामगारांसाठी असलेल्या उपाहारगृहात मला काम करायचे होते.

शनिवारी अलार्म वाजल्याने मी लवकरच उठले. भिजलेली चादर उलटी करून पुन्हा अंथरली, अलार्म बंद केला आणि थोडा वेळ पुन्हा अंथरुणावर पडून राहिले. माझ्या जीवनात नवीन पर्व सुरू होणार होते. नवीन लोक, नवीन कपडे आणि नवीन पैसेसुद्धा! अर्धा तास मी हाच विचार करीत होते. त्यानंतर उठून मी दात घासून, तोंड वगैरे धुतले. केस विंचारले. लांब बाह्यांचा टी-शर्ट, जीन्स आणि शूज घालून तयार झाले. माझ्या खोलीतला दिवा मालवून मी खाली गेले तेव्हा पहाटेचे सव्वापाच वाजले होते.

ईस्टमनही उठून स्वयंपाकघरात खुडबूड करीत होता. थर्मासमध्ये चहा आणि दूध भरून त्याने हॅट डोक्यावर चढवली आणि दाराबाहेर पडून स्क्वेअरची वाट पकडली. मी त्याच्यामागे निघाले. जवळजवळ पंचेचाळीस मिनिटे आम्ही निःशब्दपणे चालत होतो. शेवटी एकदाचे बॅसॉल रोडवर पोहोचलो. तिथली बहुतेक सर्वच घरे पाडून नवी बांधली जात होती. ह्या सगळ्या भागाला लोखंडी कुंपण घातलेले होते आणि 'बांधकाम चालू आहे.' अशा पाट्या ठिकठिकाणी लावलेल्या होत्या. आम्ही पुढे चालतच होतो, साधारण सहा-सात फूट उंचीचे कुंपण खूप दूरपर्यंत पसरले

होते. ईस्टमन प्रथम उजवीकडे आणि नंतर डावीकडे वळला आणि 'नॉक लाऊडली' असे लिहिलेल्या पाटीसमोर थांबला. तिथे लिहिल्याप्रमाणे त्याने दरवाज्यावर जोरात थापा मारल्या. एका तेलकट, दाढीवाल्या, जाडजूड माणसाने दार उघडले.

"काय सेंट ई. कसा आहेस?" त्याने स्वागत केले.

"बरा आहे. ठीक चाललंय." ईस्टमन उत्तरला.

सेंट ईस्टमन? ईस्टमनला संत माणूस म्हटलेले ऐकून मला आश्चर्यचा धक्काच बसला.

"आणि बरोबर कोणाला आणलंयस? तुझं नाव काय?"

"क्लेअर."

"वा, छान आहे नाव." तेलकट दाढीवाला म्हणाला. "आणि तू एवढ्या सकाळी इथे का आली आहेस?"

"मला दर शनिवारी काम करायचं आहे इथं. तशी नोकरी मिळालेय मला."

"बरं. सेंट ई, हे सगळं काय आहे?"

"मला माहिती नाही. ही तिच्या आईची शक्कल आहे."

"मी सॉसेजिस बनवते."

"आणखी काय येतं तुला?"

"अंड्याचे ऑम्लेट आणि चहा बनवता येतो."

"सेंट ई, हे सगळं काय चाललंय, ते मला जरा नीट सांग."

ईस्टमनने जोरजोरात मान हलवली. तो म्हणाला, "मला यातलं खरंच काही माहिती नाही. तिचा वेळ चांगला जावा, म्हणून तिच्या आईच्या डोक्यातून आलेली ही कल्पना आहे. मी तिला हे चांगलं नाही, म्हणून सांगितलं होतं. त्यामुळे याविषयी मला दोष देऊ नका."

मग त्या दाढीवाल्याने मला विचारले, "तुझं वय काय?"

"तेरा वर्षं!"

"सेंट ई जरा माझ्याबरोबर इकडं ये आणि बाळा, तू जरा स्वयंपाकघरात जाऊन माझी वाट बघ."

त्याने आपल्या डोक्यावरची हॅट काढून ती माझ्या डोक्यावर ठेवली, जणू काही त्याने आपली साहाय्यक म्हणून माझी निवड केलीच होती! नंतर तो गेला. ते हॉटेल मोठे होते. तिथे बरीच टेबले मांडलेली होती. खाणे बनवण्याच्या काऊंटरमागे तीन मोठी सिंक होती. एक मोठा फ्रीज होता. सुमारे आठ बर्नरची शेगडीही होती.

तो दाढीवाला एकटाच माझ्याकडे आला आणि म्हणाला, "तू इथं कशाला आलेस असं तुला वाटतंय?"

"मी कामाला आलेय. सॉसेज बनवायचे, चहा बनवायचा ही कामं करणार आहे. त्याचे मला पैसेही मिळणार आहेत." मी अभिमानाने म्हणाले.

"तुला स्वयंपाक करता येतो?"

"हो, त्यात काय विशेष? अगदी सोप्पं आहे ते."

"छान. पण इथं तुला नोकरी नाही, हे तुला माहितीय का? तुझ्या आईबाबांना वाटलं म्हणून त्यांनी तुला इथं पाठवलंय."

"तो माझा बाबा नाही." मी फटकन म्हणाले.

"ते काही असो, पण तुम्ही दोघांनी काही वेळ एकत्र राहावं, असं तुझ्या आईला वाटतं. इथं येणारच आहेस, तर थोडीफार मदत कर. त्याबद्दल तुला थोडासा 'पॉकेट मनी' मिळेल. त्यामुळे तू खूष होशील असं तुझ्या बाबांना वाटतंय."

"तो माझा बाबा नाही." मी पुन्हा म्हणाले.

"नऊ पौंड चालतील का? बरं चल, कामाचे दहा पौंड मिळतील, ठीक आहे?"

"ठीक आहे. काय करायचं आहे?" मी विचारलं.

तेलकट दाढीवाल्याने माझे हेल्मेट घेतले आणि तो आत गेला. तो जॉनला घेऊन परत आला. जॉनने स्वत:ची 'एकमेवाद्वितीय' अशी ओळख करून दिली, पण, "जॉन म्हटलं तरी चालेल." अशी पुस्ती जोडली. जॉनने बटणे ओढून दिवे चालू केले. दिव्यांच्या रांगा झगझगू लागल्या. त्यानंतर त्याने फ्रिजमधून अंडी, बेकन, सॉसेज, मश्रूम अशा वस्तू बाहेर काढून ठेवल्या. स्वयंपाकघराच्या मागे कोठीची खोली होती, तिथून बेक्ड बीन्सचे दोन डबे आणायला त्याने मला पाठवले. तिथे बेक्ड बीन्सचे मोठमोबे डबे – एक फूट उंच आणि आठ इंच रुंद असे होते. सॉसच्या बाटल्याही खूप मोठ्या होत्या. सॉसचा ड्रम तर चांगला दोन फूट उंच असावा. त्याला मोठी तोटीही होती. या ड्रममधूनच बाटल्यांमध्ये सॉस भरायचा, असे. 'ओल्ड इंग्लिश मस्टर्ड' फारसे लोकप्रिय नसावे. त्याचे वीस ते तीस भरलेले डबे एका कोपऱ्यात पडले होते. बीन्सचे डबे खूप जड असल्याने दोन डबे न्यायला मला दोन फेऱ्या माराव्या लागल्या.

"छान!" जॉन म्हणाला, "तू सॉसेज चांगले बनवतेस असं ऐकलंय मी."

"हो, खरंच मी चांगले बनवते; पण मला इतरही अनेक गोष्टी येतात. मला चिकन बनवायला जमतं."

"नक्कीच चांगलं बनवत असशील," असं म्हणून जॉन मोठ्याने हसला. तेलकट दाढीवाल्याने माझ्या मदतीने नाश्त्याची तयारी सुरू केली, कारण साधारण अकरा वाजता सर्व कामगार नाश्त्यासाठी येणार होते. स्टीलचे मोठे फ्राईंग पॅन

स्टोव्हच्या बाजूला ठेवले होते. फ्रिजमधून काढून ठेवलेले सॉसेज धारदार सुरीने वेगळे करायचे हे माझे काम होते. एका पॅनमध्ये अठरा सॉसेज एकावेळी मंद आचेवर शिजत होते. तेलकट दाढीवाला दुसऱ्या पॅनमध्ये अंडी फोडून घालत होता. आम्ही दोघांनी मिळून मशरूम बनवून ते बटरमध्ये घोळून सॉसेजच्या बाजूला लावून ठेवले.

बीन्सचे डबे गोल फिरणाऱ्या टेबलावर ठेवले होते. त्यातच बसवलेला ओपनर टेबलाच्या कडेला होता. मंद गतीने गोल फिरणाऱ्या टेबलवरच्या डब्यांची झाकणे एकामागोमाग कापली जात होती, चहा बनवण्यासाठी भांडे कसे भरायचे हे जॉनने मला शिकवले. झारीसारखी दिसणारी तीन भांडी होती. डब्यातले ब्रेड काढून बाहेर ठेवले. टोस्टरही चांगलाच मोठा होता– एका वेळी आठ टोस्ट सहज करता येत होते.

टोस्टरशिवाय टोस्ट बनवण्यासाठी एक पट्टाही होता. जॉन त्याला 'वॉर्म बेड' म्हणायचा. हा पट्टा मंद गतीने गोल गोल फिरायचा. त्यावर ब्रेडची एक स्लाईस ठेवायची. गरम बोगद्यामधून पट्टा फिरायचा तेव्हा त्यावरचा ब्रेड चांगला भाजला जाई. बोगद्यातून बाहेर पडलेला टोस्ट खाली असलेल्या प्लेटमध्ये पडत असे.

फ्रिजमधून बेकन काढून मी ग्रिल करायला ठेवले. तेलकट दाढीवाला मी बरोबर करतेय की नाही यावर लक्ष ठेवून होता. सर्वांनाच 'बेकन बटी' आवडतात असे जॉन म्हणाला, त्यामुळे आम्ही डझनावारी रोल बटर लावून बर्नरजवळ ठेवून दिले. जॉनने इशारा केला की बेकनचे तीन स्लाईस रोलच्या मध्ये ठेवायचे आणि 'बेकन बटी तयार आहे.' अशी आरोळी ठोकायची, हे माझे काम होते. साडेदहापर्यंत सर्व काही तयार होते. वेळ कसा गेला हे समजलेच नाही. जॉन माझ्याशी खूपच छान वागला होता. त्याने मला खूप मदत केली. सर्व यंत्रे कशी चालवायची, आग विझवायचे साधन कसे वापरायचे हे समजावून सांगितले.

"चल, थोडा वेळ बसू आता. सगळे जण यायच्या आत एकेक कप चहा घेऊ या." जॉन म्हणाला.

मी फ्रिजमधून दूध काढले. जॉनने दोन कप घेतले.

"बशी नसली तर चालेल ना? इथे झकपक काही मिळणार नाही." तो म्हणाला.

चहा प्यायला आम्ही आमनेसामने बसलो.

"नाश्ता केलास का?" त्याने विचारले.

"नाही, पण मला भूक नाही."

"सर्वांचा नाश्ता झाला की आपण खाऊ या. आता तुला नक्की काही नकोय? सॉसेज बटी?" त्याने पुन्हा आग्रह केला.

“खरंच नको, थँक्यू.”

इथे आल्यापासून एकदाही ईस्टमनचे दर्शन झाले नव्हते. मला त्याची आठवणही झाली नव्हती. पुढच्या शनिवारीही येणार का असे जॉनने विचारले.

“मला यायला आवडेल; पण यायला मिळेल की नाही माहिती नाही.” असे मी त्याला सांगितले.

साधारण पावणेअकरा वाजले होते. आम्ही स्टोव्हवरचे पदार्थ व्यवस्थित शिजताहेत की नाही हे पाहिले. सॉसेज काट्याने टोचून ते फिरवायचे होते. साडेअकरा वाजता एकामागून एक कामगार येऊ लागले.

“एक ब्रेकफास्ट स्पेशल आणि चहा.” पहिल्याने ऑर्डर दिली. जॉनने प्लेटमध्ये दोन सॉसेज, अंडी, बेकनचे दोन तुकडे, मशरूम आणि डावभरून बेक्ड बीन्स वाढले. दुसऱ्या प्लेटमध्ये भरपूर बटर लावलेले ब्रेडचे दोन जाडजूड स्लाईस ठेवले. जॉन त्याच्याकडून पैसे घेत असताना मी पुढच्या कामगाराला “काय हवंय?” असे विचारले. त्यालाही तोच नाश्ता हवा होता. जॉनचे पाहून मी पटापट ब्रेकफास्ट स्पेशलच्या दोन प्लेट तयार केल्या. माझी हुशारी पाहून जॉन खूष झाला. त्याने मागायच्या आतच बटर लावलेले ब्रेडचे स्लाईस मी प्लेटमध्ये घातले.

“बेकन बटी,” जॉनने आरोळी ठोकली.

“तयार आहे.” मी म्हणाले.

“सॉसेज बटी,”

“तयार.”

“दोन सॉसेज बटी हव्यात, पोरी.”

“दोन सॉसेज बटी तयार!” मी जोशात होते.

फ्राईंग पॅनमध्ये मी आणखी सॉसेज तळायला घातले.

“एकावेळी आठ सॉसेज पॅनमध्ये टाकत जा.” जॉन म्हणाला.

गरम पट्ट्यावरून पडणारे गरमागरम ब्रेडचे स्लाईस पटापट संपत होते.

“टोमॅटो केचप हवाय का कोणाला?” मी विचारले.

“दे थोडासा.”

धावपळ करायला मला खूप मजा येत होती. नाश्त्यानंतर सर्वांनी चहा घेतला. मी चटपटीतपणे कप भरत होते. एका पाठोपाठ एक येऊन सर्वांनी चहा-नाश्ता केला. सरतेशेवटी स्वयंपाकघरात मी आणि जॉन उरलो. एक वाजला होता. ईस्टमन अजूनही दिसला नव्हता.

“बेकन बटी खाणार?” जॉनने विचारले. “आणि मस्त गरम चहा? तू सर्व काम खूप लवकर शिकलीस. चांगलीच हुशार आहे तू, पोरी,” त्याने शाबासकी दिली.

मी बेकन बटीचे तुकडे करून कडांना चिकटलेले फॅट काढून टाकले. सुरीच्या

मागच्या टोकाने रोलवरचे बटर खरवडून काढले. फॅट आणि बटर काढून टाकायचे कारण– मला जाड व्हायचे नव्हते. बटी खाऊन आम्ही मोठा मग भरून चहा प्यायलो. खाऊन-पिऊन झाल्यावर जॉनने आरामात टेबलावर पाय ठेवले, खिशातून सिगारेटचे पाकीट काढून एक सिगारेट शिलगावली.

''भरपूर काम केल्यानंतर असं शांत बसायला मला फार आवडतं.'' तो समाधानाने म्हणाला. तो सिगारेट ओढत असताना मी डिशवॉशरमध्ये भांडी टाकली, सगळे पदार्थ जागच्या जागी ठेवून दिले. ओटे साफ करायला घेतले. एव्हाना जॉनने दुसरी सिगारेट शिलगावली होती. मी कोठाराच्या खोलीत डोकावले, तिथे सर्व ठीकठाक आहे की नाही हे पाहिले, केराच्या टोपल्या रिकाम्या केल्या. झपाट्याने मी कामे उरकत होते.

''जॉन, फडका कुठे आहे?'' मी उत्साहाने विचारले. ''लादी पुसून घेते.''

''अगं पोरी, पुरे झालं. आता आराम कर. एवढी कामं कशाला करतेस?'' तो प्रेमळपणे म्हणाला.

मीही आज्ञाधारकपणे खाली बसले. आणखी एक कप चहा घेतला. मी कामचुकारपणा करते असा ईस्टमनने आरोप करू नये, एवढीच माझी इच्छा होती. थोडा वेळ आराम केल्यानंतर आम्ही पुन्हा कामाला लागलो. दोघांनी मिळून स्वयंपाकघर, तेलकट, चिकट झालेला स्टोव्ह, ओव्हन साफ केलं. लादी झाडून, पुसून घेतली. एवढे करतोय तोच मालक आत आले. त्यांनी हॅट घातली होती आणि हॅटवर 'बॉस' असे लिहिले होते.

''कसं काय चाललंय काम?'' त्यांनी विचारले.

''चांगलं चाललंय, थँक्यू.'' मी म्हणाले.

''काही तक्रार तर नाही ना तुझी? जॉन वगैरे सारे तुझ्याशी नीट वागतायत ना?'' त्यांनी मला विचारले.

''सगळं काही छान चाललंय.''

मी असे म्हटल्यावर त्यांनी जवळ येऊन माझ्या हातत एक खाकी रंगाचे पाकीट दिले. ''तू पुन्हा येशील अशी आशा आहे.'' एवढे बोलून ते निघून गेले. मी ते पाकीट माझ्या खिशामध्ये ठेवून दिले आणि पुन्हा जॉनला मदत करू लागले. सारे सामान जागच्या जागी लावून झाले. मी माझा कोट कोठाराच्या खोलीत टांगून ठेवत असताना बाहेरून ईस्टमनचा आवाज आला, ''ती कुठे आहे?''

''ती म्हणजे क्लेअर ना? आत आहे. येईलच ती इतक्यात.''

''कसं काय काम केलं तिनं?''

''खूप चांगली मुलगी आहे ती.'' जॉन म्हणाला.

''असं वाटतंय तुला? असेल बुवा! पण असं फक्त तुलाच वाटू शकतं.''

मी हे ऐकत होते. त्यानंतर थोड्या वेळाने मी बाहेर आले.

"क्लेअर, झालं का सगळं? निघायचं?" ईस्टमनने विचारले.

"जॉन, मी तुझी खूप आभारी आहे." मी जॉनला म्हटले.

"मलाही तुझ्याबरोबर काम करायला आवडलं. पुन्हा ये नक्की."

ईस्टमन निघाला. त्याच्यापाठोपाठ मीही काही अंतर ठेवून निघाले. काही न बोलता आम्ही केनिंग्टनच्या गल्ल्यांमधून चालत होतो. लॉरीमोर रस्ता पार करून सदरलँड चौकातून आम्ही उजवीकडे वळून आमच्या १९ नंबरच्या घरासमोर थांबलो. ईस्टमनने जवळच्या किल्लीने दरवाजा उघडाला. पुलाखाली माझी बहीण उभी आहे, असे वाटल्याने मी डावीकडे वळून पाहत असताना दरवाजा धाडकन बंद झाल्याचा आवाज आला. ईस्टमनने आत जाऊन दार लावून घेतले होते. मी दार वाजवले. दहा मिनिटे वाट पाहून पुन्हा दार ठोठावले. दार उघडेल, म्हणून मी जवळजवळ वीस मिनिटे ताटकळत उभी होते. शेवटी कोट काढून त्याची घडी केली. जमिनीवर ती घडी ठेवून मी त्यावर बसले. कोणीतरी, कधीतरी दार उघडेलच असा विचार करून मी दाराला टेकून शांतपणे बसून राहिले. आता कितीही वेळ लागला असता तरी मला त्याची पर्वा नव्हती. अशीच काही मिनिटे गेली. जरा वेळाने बाजूच्या खिडकीतून आईने डोकावून पाहिले. मी बसलेली असल्याने तिला दिसले नाही. खिडकीतून बाजूला होऊन ती दार उघडायला आली. मी दाराला टेकून बसलेली असल्याने दार उघडताच ती माझ्यावर धडपडली.

"काय हवंय तुला?" ती तडकली.

"काही नको. मी आत येऊ का?" मी विचारले.

"कशाला आत यायचंय?"

"तसं काही खास कारण नाही."

"मग बस बाहेरच!" असे बोलून तिने फटकन दार लावून घेतले. मी मुकाट बसून राहिले. थोड्या वेळाने दार उघडले. मात्र कोणीही बाहेर आले नाही. दार बंद होणार नाही ह्याची मी काही वेळ थांबून खात्री करून घेतली आणि मगच उठले, कोट उचलला आणि मी आत गेले. वर माझ्या खोलीत गेल्यानंतर पगाराचे पाकीट घेऊन गादीवर पहुडले. खूप जपून पाकीट उघडले. आतमध्ये किती पैसे आहेत हे बघणार तोच आई आत आली. बाप रे! मी ताडकन उठले. तिने खसकन मला जवळ ओढले. आम्ही अगदी समोरासमोर उभ्या होतो. भीतीने माझे काळीज धडधडत होते.

"आता मी काय केलं?" मी कसेबसे विचारले.

"छान! आता उलटून विचारायला लागलीस? घाण वास नाही येत तुझ्या अंगाचा?"

“पण मी सकाळी तोंड, हात, पाय नीट धुतले होते.”

“आणि तेवढ्यानं वास जाईल असं वाटलंच कसं तुला? तुझं नाक काम करत नाही वाटतं? नीट वास घे स्वत:चा.”

मी दीर्घ श्वास घेतला.

“खरंच, कसला तरी वास येतोय!”

“तुझाच वास आहे तो. गटारासारखी दुर्गंधी येतेय. तू स्वत:च एक घाणेरडं गटार आहेस. चल जा, वॉश घे चांगला.”

मी मागे सरकले. आईने पकड ढिली केल्यावर मी दाराकडे जाताना म्हटले, “स्वच्छ हात-पाय धूते, नाही, अंघोळच करते चांगली.” मी खाली जाण्यासाठी दोन पायऱ्या उतरलेसुद्धा, पण आई तिच्या खोलीत गेल्यावर मी पुन्हा हळूच खोलीत गेले आणि पाकीट उघडले. आत पाच पौंड होते. फक्त पाच? दहा ठरले होते ना? पाचही कमी नाहीत, पण दहा मिळतील, असे त्यांनी मला सांगितले होते. पैसे पर्समध्ये ठेवून माझ्या कपाटातील खालच्या खणात मी ती लपवून ठेवली.

अंघोळ आटोपून मी काम करायला स्वयंपाकघरात गेले. खूप पसारा पडला होता. फरशी धुवायची होती. खरकट्या भांड्यांचा ढिगारा होता. भांडी धुवायला लागले, तेवढ्यात पॉलिन आत आली.

“तू ईस्टमनबरोबर काम का करतेस? मला वाटतं की तो तुला आवडत नाही.” ती म्हणाली.

“नाहीच आवडत.” मी उत्तरले.

“मग त्याच्याबरोबर कामाला का जातेस?”

“मला माहीत नाही.”

“काय काम केलंस?”

“फक्त नाश्ता बनवला.”

“त्याचे पैसे मिळाले?”

“हो, पाच पौंड मिळाले.”

“अच्छा? पुढच्या आठवड्यातदेखील जाणार आहेस?”

“कोणास ठाऊक? कामाला जायचं मी थोडंच ठरवलंय?”

भांडी धुताना हा संवाद चालला होता. एवढे विचारून पॉलिनने काढता पाय घेतला. ती गेली तेवढ्यात आई हजर झाली. तिने स्वत:साठी चहा बनवला. कपाटातून तांदूळ काढून ओट्यावर ठेवले. मी तिच्याकडे न पाहता भांडी धुण्याचे काम चालू ठेवले. नंतर सिंक साफ केले. एवढ्यात आईने बॉंब टाकला, आता तुला तुझा खर्च द्यावा लागणार. फुकटात काही मिळणार नाही. ही काही धर्मशाळा नाही.

"खर्च द्यायचा म्हणजे काय? मी कुठून पैसे देणार? माझ्याकडे पैसे नाहीत."

"आगाऊ कार्टी, तू माझ्या घरात राहणार, खाणार-पिणार. कुठून येतं सगळं? पैसे झाडाला लागतात का? तुला फुकट पोसायचा मी मक्ता घेतलाय? काम करतेस ना, मग पैसे द्यावे लागतील, तुझे लघवीचे भिजलेले कपडे धुवायला साबण लागतो ना? त्याचेही पैसे दे."

भांडी लावताना मी तिची सारी बडबड ऐकत होते. "किती पैसे हवेत तुला?" मी विचारले.

"अर्धे." आई म्हणाली.

"पण मला फारसे पैसे मिळाले नाहीत. त्यातले अर्धे तुला दिले तर मी माझा बाकीचा खर्च कसा भागवू?"

"या घरात खायचं-प्यायचं असेल, तर मुकाट्यानं पैसे द्यायला लाग. मी पुन्हा सांगणार नाही. माझ्याकडचं खायचं-प्यायचं, माझ्या अंथरुणावर झोपायचं, वर गरम पाणी, लाईट वापरायची आणि त्यासाठी पैसे द्यायचे नाहीत, असं चालणार नाही."

"पैसे देणार नाही असं कुठे म्हणाले? मी जास्त पैसे नाहीत एवढंच म्हटलं." मी म्हणाले.

भांडी लावून झाली. हात पुसून मी माझ्या खोलीत गेले. पाच पौंडची नोट पर्समधून काढली आणि आईला देण्यासाठी बैठकीच्या खोलीत गेले. ती चहा पीत होती. ईस्टमनही तिथेच बसला होता. मी नोट तिच्या हाती दिली.

"त्यातले अर्धे पैसे देतेस ना?" मी विचारले.

नोट घेऊन आईने ब्राच्या पट्ट्याला बांधून ठेवलेला रुमाल काढला. रुमालात रबरबँडने बांधून ठेवलेली नोटांची गुंडाळी होती. त्यातच तिने माझी नोटही ठेवली. रबरबँड लावून नोटा रुमालात बांधून रुमाल पुन्हा ब्रामध्ये अडकवला. एकीकडे ती ईस्टमनशी बोलत होती. चहा पिणेही चालूच होते. त्यांच्या संभाषणात व्यत्यय नको म्हणून मी गुपचूप उभी होते. अशीच दहा मिनिटे गेली असावीत. आता आईला मी तिथे उभी असल्याचे जाणवल्यासारखे दाखवत तिने माझ्याकडे नजर टाकली.

"तू अजूनही इथेच आहेस?" तिने आश्चर्य दाखवत विचारले.

"माझे पैसे देतेस ना?"

"पैसे? कसले पैसे? कोणी तुझं देणं लागतं आहे का?"

"मी तुला पैसे दिले. त्यातले अर्धे तू मला परत द्यायचे आहेस– दोन पौंड आणि दहा शिलिंग."

"चल नीघ इथून," तिने मला हाकलले.

"माझे पैसे दे." मी चिवटपणे म्हणाले.

''चालती हो म्हटलं ना? तुला पोसायला किती पैसे लागतात सांगितलं ना? मग पैसे कसले मागतेस?''

आता काय करावं? पुन्हा पैसे मागावेत की नाही? मी आता विचार करीत उभी असताना आई ताडकन उठली. माझ्याजवळ येऊन म्हणाली, ''एकदम चूप बस. तोंड बंद ठेवायला शिकलीस तर रात्रीचं मुतणंही बंद होईल. खालती शिवूनच टाकायला हवं. चल नीघ आणि दार बंद कर.'' आई कडाडली.

घाबरून मी मागे सरकले, तशीच मागे वळून बाहेर पडले. माझे पैसे आईकडेच होते. माझ्या खोलीत जाऊन मी पडून राहिले.

थोड्या वेळाने आईने हाक मारली, ''क्लेअर, इकडे ये. पुन्हा बोलवायला लावू नकोस.''

पुन्हा मी तिच्या खोलीत गेले.

''तू एक गोष्ट विसरलीस.'' आई म्हणाली.

''मी विसरले?''

''हो.''

''अरे हो. माझे पैसे...'' माझ्या आशा पल्लवित झाल्या.

''काय म्हणालीस? पुन्हा बोल.''

''माझे पैसे.''

''जाताना तू दार बंद करायला विसरलीस. नीघ इथून आणि दार नीट बंद कर, न विसरता.''

तिच्या आज्ञेचं पालन करून मी पुन्हा माझ्या खोलीत आले आणि कॉटवर पडून राहिले. इतक्यात पॉलिन आत आली. खाली जमिनीवरच बसून तिने विचारले, ''मग काय खरेदी करणार? फ्रूट सॅलड आणि सरबताची लिंबू? हवं तर मी जाऊन आणते. की स्ट्रॉबेरी बॉन बॉन आणू या?''

''नको.'' मी जास्त बोलले नाही.

''बरं ते राहू दे. लाईम स्नेक आणि पेअर ड्रॉप्स आणू या?'' पॉलिनचा उत्साह ओसंडून वाहत होता.

''माझ्याकडे पैसे नाहीत.''

''खोटारडी! तुला पैसे काढायचेच नाहीत. दुष्ट कुठली.'' पॉलिनला राग आला.

''अगं खरंच, आईने माझे सगळे पैसे घेतले.''

''चल, ती कशाला असं करील?''

''तिला वाटतं मी तिचं देणं लागतेय.''

''कशासाठी?''

''चादरी धुते त्याच्यासाठी असावं बहुतेक.''

"क्लेअर, हे मात्र खरं. तू फारच लघवी करतेस. पण तिने थोडे तरी पैसे तुला द्यायला हवे होते. फ्रूट सॅलड खाता आलं असतं. चल ठीक आहे. जॅमी डॉजर खाऊ या?"

आम्ही दोघींनी जॅमी डॉजर खाल्ले. पॉलिन निघून गेल्यावर मी विमनस्कपणे पडून राहिले. भल्या पहाटे उठून कामाला गेल्यामुळे खूप थकलेही असल्याने मी गाढ झोपी गेले. किती वेळ झोपले कुणास ठाऊक पण उठले तीच अलार्मच्या ठणठणाटाने! दिवेही चमकत होते. क्षणभर काय झाले हेच मला समजेना. जिन्यावर आईची पावले वाजत होती. मी पटकन चड्डी ओली झालेय का हे चापचून पाहिले. चिंतेचे कारण नव्हते, चड्डी कोरडी होती. आई आत आली तशी मी टुणकन उडी मारून उभी राहिले.

"अरे देवा, परमेश्वरा, क्लेअर, काय करतेस तू?"

"पण मी काहीच केलं नाही."

"जीझस ख्राइस्ट! क्लेअर. तू आता दिवसादेखील गादीत मुतायला लागलीस! जीझस ख्राइस्ट, आता तुला दिवस आणि रात्रीतला फरकही कळेनासा झाला की काय?" आई प्रचंड संपातली होती. तिने खसकन माझा फ्रॉक पकडला.

"मी खरंच अंथरूण भिजवलेलं नाही." मी स्वत:चे समर्थन करायचा प्रयत्न करीत होते.

"गादी भिजवली नाहीस? मग हे काय आहे?" अलार्मकडे बोट दाखवून ती म्हणाली. "दिवे चमकताहेत हे दिसतंय ना तुला? की डोळे फुटले तुझे? अलार्म ठणठणतोय हेही ऐकू येत नाही? बहिरीदेखील झालीस वाटतं? नीट ऐक... आम्हाला ऐकू येतंय आणि तुला नाही?"

आम्ही दोघीही स्तब्ध उभ्या राहिलो. अलार्म वाजत होता हे खरेच होते; पण माझ्यामुळे नाही ह्याची मला खात्री होती. "मी अंथरूण भिजवलेलं नाही." मी पुन्हा म्हणाले.

"तू झोपली असताना दुसरंच कोणी तुझ्या गादीवर मुतलं असं म्हणायचंय का तुला? कोणीही असं का करेल? खोटारडी कुठली." आईने फ्रॉक घट्ट पकडून मला पुढे खेचले.

"हे बघ." असे म्हणून मी फ्रॉक वर केला.

झालं! आईच्या हाती कोलीतच मिळाले.

"पॉलिन, पॅटसी. लवकर या इकडे. क्लेअर मला तिची चड्डी दाखवतेय." तिने बोंब मारली.

दोघीही धावतच आत आल्या.

"चड्डीला काय झालंय क्लेअर?"

''काही झालं नाही. कोरडी आहे बघ.'' एव्हाना आई पायातून चप्पल काढू लागली होती.

''चड्डी सुकी आहे माझी.'' अलार्मच्या गोंगाटामुळे मी ओरडून सांगितले. ''खरंच मी नाही गादी भिजवली. चड्डी ओली आहे का बघ.'' मी मार चुकवायला बघत होते.

''म्हणजे काय? चड्डी काढून मग माझ्या गादीवर तू मुतलीस की काय?'' आई ऐकण्याच्या मन:स्थितीतच नव्हती.

मला चपलेचा फटका हाणायला तिने हात वर केला आणि अचानक अलार्म वाजणे थांबले.

चपापून आम्ही सर्वच अलार्मकडे पाहू लागलो. अचानक वाजायचा थांबलेला अलार्म पुन्हा ठणठणायला लागला.

''बघितलंस? मी अंथरूण भिजवलं नव्हतं. काल, परवा, तेरवाच्या रात्री भिजवलं होतं पण आज नाहीच.'' मी आपले खरे ठरल्याच्या आनंदात म्हणाले.

''घाणेरडी कुत्री – किती वय तुझं? अंथरूण भिजवणं बंद कर आता.'' आई खेकसली.

मी मुकाट्याने खोलीबाहेर पडले. खाली पोहोचले तोच अलार्म पुन्हा वाजायला लागला. बहुधा आईने माझ्या गादीवर लघवी केली असावी, कारण अलार्म आपोआप वाजत नाही असे तीच म्हणायची ना!

दुसऱ्या दिवशी इना मला चर्चमध्ये घेऊन जाण्यासाठी आली. आम्ही बसने पेन्टेकोस्टल चर्चमध्ये गेलो. चर्चचा लहानसा दरवाजा फारसा चांगला नसला तरी आतून ते फारच छान होते. प्रवेश केल्यानंतर लागणारे दालन संगमरवरी होते. दरवाज्यांना हल्लीच रंग दिला असावा. प्रत्येक दरवाज्यावर 'जीझससाठी ह्या दरवाज्याने जा' असे लिहिलेले फलक होते. बाणाने दिशाही दाखवली होती, आम्ही चर्चच्या मुख्य गाभाऱ्यात शिरलो.

''गुड मॉर्निंग!'' एका माणसाने माझे स्वागत केले.

मीही 'गुड मॉर्निंग' म्हणाले.

मग इनाकडे वळून तो म्हणाला, ''गुड मॉर्निंग, सिस्टर बकली.'' तिनेही 'गुड मॉर्निंग' केलं.

''ह्या गोड मुलीशी ओळख करून दे.'' तो म्हणाला.

''ही क्लेअर. माझी भाची.'' इना म्हणाली.

''क्लेअर, देवाच्या ह्या पवित्र घरात कशासाठी आलेय?''

''मला जीझसला भेटायचंय.'' मी सांगितले.

''मग तुला तो नक्की भेटेल. त्याला शोधणाऱ्या प्रत्येकाला तो सापडतोच.

प्रेझ द लॉर्ड.''

असे म्हणून त्याने माझ्या मस्तकावर थोपटले. आम्ही पुढे निघालो. खूप लोक इनाशी बोलत होते, बहुतेक सर्वच तिला 'सिस्टर बकली' असे संबोधत होते. 'ब्रदर अमुक' आणि 'ब्रदर तमुक' असे भाऊही बरेच होते. इनाला इतके भाऊ आणि बहिणी आहेत हे मला तिथेच समजले! सगळ्याच तिच्या 'सिस्टर' आणि सगळेच तिचे 'ब्रदर्स.' मला कोणीच ओळखत नव्हते. तरीही प्रत्येक जण माझे छान स्वागत करत होता. तिथे माझ्या वयाची थोडी मुले होती, पण तरीही मला एकटेपणा वाटू लागला. सगळ्यांचे एकमेकांशी भेटून झाल्यावर बसायला सांगण्यात आले. मी आणि इना चर्चमध्ये पुढच्या बाजूला तिच्या सिस्टरजवळ बसलो. इथेही चौथरा होता, पण कॅथलिक चर्चप्रमाणे बसण्यासाठी बाकडी नव्हे, तर खुर्च्या ठेवलेल्या होत्या.

अचानक एका बंद दरवाज्यामागून मोठी गर्जना ऐकू आली. नंतर दुसऱ्या दारामागूनही तशीच गर्जना झाली. दोन्ही दारांवर 'धिस वे टू जीझस'चे फलक होते. चर्चमधील सर्व भाविक एका स्वरात म्हणाले, ''मी दृष्टिहीन आहे, स्वीट लॉर्ड, मला मार्ग दाखवा.'' माझ्या बाजूची जाडी बाई आणि इना खाली पाहत 'प्रेझ द लॉर्ड, स्वीट जीझस, प्रेझ द लॉर्ड,' असे पुटपुटत होत्या. पुन्हा एकदा बंद दारामागून डरकाळी झाली. तेव्हा ह्या दोघींनी वर पाहिले. हात वर करून, अंग हलवून त्या ओरडल्या, ''मला दिसत नाही, स्वीट लॉर्ड, मला दृष्टी दे.''

मी इनाकडे पाहत होते. मला तिचे डोळे पाहायचे होते कारण 'मला दिसत नाही' असे ती म्हणत असली तरी ती व्यवस्थित पाहू शकते याविषयी मला खात्री होती. पुन्हा एकदा डरकाळीचा आवाज आला पण त्यावेळी त्यामधील शब्द मला समजले, 'तुम्हाला जीझस दिसला का?' इनाने आणि जाडीने पुन्हा छताकडे नजर लावली, हात उंचावून संपूर्ण अंग हलवत त्या ओरडल्या ''मी अंध आहे, स्वीट लॉर्ड, मला दृष्टी दे.''

'डू यू सी जीझस?' असे विचारणाऱ्या पुरुषाचा आवाज चर्चच्या बाहेरही पोहोचत असावा. एकूणच सर्व प्रकाराने मी काहीशी बावरून गेले होते, एवढ्यात इनाने मला कोपराने धक्का मारला आणि म्हणाली, ''क्लेअर, बाळा, प्रेझ द लॉर्ड.'' एकीकडे स्वतःला हलवत आणि डोळे मिटून, मान खाली घालून ती पुन्हा म्हणाली, ''प्रेझ द लॉर्ड.''

''पण इना, मला 'प्रेझ द लॉर्ड कसं करायचं माहिती नाही.'' मी उत्तरले.

''मी करते तसं कर. माझ्याकडे बघ.'' मी म्हणाली.

मीही खाली मान घातली. इनाने अंगांग हलवले, तसे मीही हलवले. काही वेळाने हात उंचावून ती म्हणाली, ''प्रेझ द लॉर्ड.'' मीही तिची नक्कल करायचा माझ्या परीने प्रयत्न करत होते; पण थोडी चूक होत होतीच. इना, ती जाडी आणि

बाकी साऱ्यांनी ''मी अंध आहे, स्वीट लॉर्ड, मला दृष्टी दे,'' असा घोष केला तेव्हा मी त्यांना साथ दिली नाही. हे पाहून इना वैतागली असावी. मला ढोसून ती म्हणाली, ''क्लेअर, एकसाथ आमच्या बरोबरीने म्हण ना.''

''इना, मी प्रयत्न करतेच आहे. पण पुढे काय करायचं ह्याची नक्की कल्पना नसल्याने गोंधळ होतोय.'' मी सांगितलं.

एवढ्यात खाडकन दार उघडून एक अत्यंत जाडा माणूस आत आला. एवढा जाड माणूस मी यापूर्वी पाहिला नव्हता. साऱ्या महिला खाली पाहत होत्या, पण मला हे अपूर्व दृश्य चुकवायचे नव्हते. शरीराच्या मानाने त्याचे डोके फारच चिमुकले होते. डोक्यावर कुरळ्या केसांचा भला मोठा ॲफ्रो होता, माझ्या विगएवढाच मोठा असावा. त्याने सोनेरी आणि काळ्या रंगाची लेस लावलेला जांभळ्या रंगाचा शर्ट घातला होता, त्याखाली अजून एक पांढऱ्या रंगाचा फ्रिलवाला शर्ट होता. काळ्या रंगाचे चामड्याचे शूज घातले होते. शूजना सोनेरी रंगाचे मोठे बकल होते. असेच शूज मी दुकानात माझ्यासाठी पाहिले होते आणि मला ते अतिशय आवडले होते. त्याने आतमध्ये प्रवेश केला तोच दोन्ही हात फैलावून!

''तुम्हाला परमेश्वर दिसतो आहे का?'' त्याने विचारले. खुर्च्यांच्या रांगांमध्ये फिरताना त्याने पुन्हा तोच प्रश्न केला, ''तुम्हाला परमेश्वर दिसतोय का?''

मी अजूनही त्याच्या शूजकडेच पाहत होते. मला त्याचा अतिशय हेवा वाटत होता. ते मला मोठे झाले असते, पण ते मला हवे होते. जाडी आणि इना समाधी अवस्थेत गेल्या होत्या. मी आजूबाजूला नजर टाकली. बाकीच्यांचीदेखील थोड्याफार फरकाने तीच अवस्था होती. सारेजण जमेल तेवढे वाकून, मस्तक गुडघ्याजवळ नेऊन खाली पाहत होते. जाड्या महिला डोके एवढे वाकवू शकत नव्हत्या, तरी जेवढे जमेल तेवढ्या वाकल्या होत्या. मलाही समाधीवस्थेत जाणे भाग होते, पण मी एकटीच ताठ बसून त्याच्या शूजकडे पाहत होते.

''तुम्हाला परमेश्वर दिसतोय का?'' असे ओरडून त्याने सर्वांग हलवायला सुरुवात केली. वाकून बसलेल्या सर्व महिला सरळ झाल्या आणि एकसुरात म्हणाल्या, ''आतापर्यंत मी आंधळी होते, पण आता मला नीट दिसतंय.'' मीही त्यांचे अनुकरण केले. त्या अंग हलवायला लागल्या तशी मीही अंग हलवू लागले. एवढ्यात इना मला ढोसून म्हणाली, ''हे पाद्री आहेत, देवाचा संदेश देणारे...'' एखादा चमत्कार व्हावा त्याप्रमाणे चर्चमधील सर्वच 'अंधांना' दृष्टी प्राप्त झाली होती. सर्वांना परमेश्वर दिसत होता. ''प्रेझ द लॉर्ड!'' सर्वच एका सुरात ओरडले.

''पाहिलंत ना?'' पाद्री म्हणाले. ''तुम्ही कोणताही मार्ग अनुसरला तरी सरतेशेवटी तो तुम्हाला परमेश्वराकडंच घेऊन जातो. प्रत्येक दाराच्या पलीकडं परमेश्वर असतोच!''

हे कसे शक्य आहे? प्रत्येक दाराच्या मागे तर ते स्वत:च होते. सर्वांनीच त्यांना दारामागून डरकाळ्या फोडताना ऐकले नव्हते का?

''आता सर्वांनी मिळून देवाचे आभार मानू या.'' ते म्हणाले. सर्व जण उठून उभे राहून हात उंचावून नाचू लागले, त्यांच्याबरोबर मीही नाचू लागले. एक सद्‌गृहस्थ किंचाळत होते, 'यस, यस, यस.' तर त्याच्या उजवीकडे नाचणारी एक तरुणी 'नो, नो, नो.' असे ओरडत होती! नंतर लेक खुर्च्यांच्या मधल्या जागेतही नाचायला लागले. पाद्रीबुवा सर्वांच्या मधून फिरत होते, अधूनमधून ओरडत होते, ''हॅलेलुय.'' मीदेखील सर्वांबरोबर जोशात नाचत-ओरडत होते.

अखेर दमून सारे बसले. नंतर 'हाव किंवा लालसा' या विषयावर प्रबोधन झाले. ''ऐहिक वस्तूंचा लोभ बाळगू नका. कारण स्वर्गात अनेक चांगल्या गोष्टींचा लाभ होणार आहे.'' त्यांनी सांगितले.

स्वत: एवढे फॅशनेबल शूज घालणाऱ्याने अशी शिकवण द्यावी ह्याची मला कमाल वाटत होती. भाषण संपल्यावर एक मोठे पात्र सर्व लोकांमध्ये फिरवण्यात आले.

''तुमच्याजवळ असलेल्या सर्व ऐहिक वस्तूंचा त्याग करा. त्या बदल्यात स्वर्गात तुम्हाला भरपूर मिळणार आहे हे विसरू नका.'' पाद्रीबुवा सांगत होते.

ते पात्र आमच्यापर्यंत पोहोचले तोपर्यंत त्या पात्रात भरपूर पैसे जमले होते. मी मागे वळून पाहिले. अजूनही दोघे-तिघे लोक ऐहिक वस्तूंचा त्याग करण्याच्या प्रतीक्षेत होते!

''फार छान! जवळ असलेल्या सर्व वस्तूंचा त्याग करा!''

पाद्रीबुवा सर्वांना प्रोत्साहन देत होते. त्यानंतर त्यांच्या सांगण्यानुसार आम्ही पुन्हा एकदा देवाचे आभार मानण्यासाठी हात उंचावून नृत्य सुरू केले. पाद्रीबुवांनी दानपात्र उंचावर धरले आणि सर्वांचे आभार मानले.

''या साऱ्या पैशांचं काय होतं?'' मी इनाला विचारले.

''ते पाद्रीच ठरवतात.'' ती उत्तरली.

पाद्रीबुवा हे पैसे कशासाठी खर्च करतील ह्या गहन विचारात मी बुडाले होते. तोच त्यांच्या ओरडण्याचा आवाज आला, ''आज आपल्याकडे एक पाहुणी आली आहे.''

''प्रेझ द लॉर्ड!'' सारे जण म्हणाले.

''ह्या पाहुणीला जीझसला भेटायचं आहे.''

''प्रेझ द लॉर्ड!''

''आपण तिला मदत करायची का?'' असे बोलत पाद्री माझ्याच दिशेने येत होते. ते अगदी जवळ आल्यानंतर 'ती पाहुणी म्हणजे मीच' हे मला समजले. मी नजर खाली झुकवून उभी राहिले. इना आणि जाडीने गायला सुरुवात केली, ''हेल्प

हर टू फाइन्ड जीझस, हेल्प हर टू फाइन्ड जीझस. ओ लॉर्ड, हेल्प हर ऑन हर वे...'' मीही सूर मिळवला. त्या दोघी गुडघे टेकून बसल्या, तशी मीही बसले. पाद्रीबुवा माझ्यासमोरच उभे होते. त्यांचे जांभळ्या कपड्यांनी झाकलेले पाय मला दिसत होते. माझ्या बाजूला दोघीही अंग हलवत गात होत्या. सर्वांचे लक्ष माझ्याकडे केंद्रित झाले होते.

पाद्रीबुवाही माझ्यासमोर नाचू लागले. दोन्ही हात उंचावून त्यांनी जमलेल्या साऱ्यांना विचारले, ''हिला वाचवायचं का? मोठ्याने बोला, वाचवायचं हिला?''

एव्हाना साऱ्यांनाच उन्माद चढला होता. ''हो, हो,'' सर्व जण एका सुरात ओरडले.

अनपेक्षितरित्या आणि अचानक पाद्रीबुवांनी त्यांचा उजवा हात माझ्या डोक्यावर ठेवला. माझा विग डाव्या बाजूला सरकला. ''तुला परमेश्वराचं अस्तित्व जाणवतंय?'' हे विचारताना ते माझे डोके हलवत होते. तसा विग पुढे मागे सरकत होता. घसरत तो शेवटी माझ्या डाव्या डोळ्यावर आला. इना समोरच मोठा आ वासून उभी होती. शेवटी विग पाद्रीबुवांच्या हातात येणार आणि सगळ्या भावा-बहिणींसमोर इनाची लाज जाणार हे स्पष्टच होते.

ते अजूनही माझे डोके हलवून हलवून विचारत होते, ''तुला ईश्वर दिसतोय का?'' माझा विगदेखील पुढे मागे, बााजूला असा सरकत होता. मी गपकन त्यांचा माझ्या डोक्यावरून फिरणारा हात पकडला.

''मला परमेश्वराचं अस्तित्व जाणवतंय,'' मी ओरडले कारण जितक्या लवकर ते जाणवेल तितक्या लवकर त्यांचा गरगर फिरणारा हात आणि त्याबरोबर माझा विगही फिरायचा थांबणार होता.

''प्रेझ गॉड!'' पाद्रीबुवा समाधानाने म्हणाले.

''मला ईश्वराचं अस्तिव जाणवतंय,'' मी पुन्हा ओरडले. मी डाव्या हाताने विग मागे सरकवला. आता इना माझ्या बाजूला उभी होती. संकट टळल्यामुळे तिने तोंडाचा वासलेला 'आ' बंद केला.

''ईश्वर मला दिसतोय.'' मी बेंबीच्या देठापासून किंचाळले. ''मला दिसतोय, मला दिसतोय.'' आता मला सगळे नीट जमायला लागले होते. मला जणू या सगळ्याची झिंगच चढली होती.

''प्रेझ द लॉर्ड. ह्या मुलीला दिसायला लागलं.'' पाद्रीबुवा म्हणाले. त्यांचा हात अजूनही माझ्या डोक्यावरच होता आणि तो मी उजव्या हाताने घट्ट पकडून ठेवला. आता मी डावा हातही वर ठेवून त्यांचा हात हलवू लागले. त्याबरोबर माझा विग पुढे मागे सरकत होता. असे दोन-तीन वेळा केल्यावर विग डोक्यावर व्यवस्थित बसला. इतक्या लवकर मला ईश्वर दिसल्यामुळे सर्व जण फारच चकित झाले होते.

''इथे आली तेव्हा ही पापी होती. आता तिला परमेश्वराचं दर्शन झालं. ती पवित्र

झाली आहे. ईश्वर आपणा सर्वांबरोबर इथंच आहे. तुला अस्तित्व जाणवतंय ना मुली?'' पाद्रीबुवांनी विचारले.

''हो, मला अस्तित्व जाणवतंय.'' मी उत्तरले. निदान हे तरी खरं होतं! त्यांचं अस्तित्व मला चांगलंच जाणवत होतं. ''मला दिसतंय.'' पाद्रीबुवांचा माझ्या डोक्यावरील हात घट्ट पकडून मी उजव्या बाजूला पाहिले तेव्हा इना आणि डाव्या बाजूला पाहिले तेव्हा ती जाडीही दिसली.

''मला दिसतंय!'' मी किंचाळले. ''मला दिसतंय!''

यावर सारे जण अंग हलवून नाचू लागले आणि परमेश्वराला धन्यवाद देऊ लागले. ''तिला दिसायला लागलंय, स्वीट जीझस, ती अंध होती, पण आता तिला दृष्टी प्राप्त झालीय...''

मी पाद्रीबुवांचा हात सोडायला तयार नव्हते. काहीतरी गडबड आहे हे जाणवून इना लांबच राहिली.

''बाळा, माझा हात सोड.'' ते म्हणाले.

''मला दिसतंय, पाद्रीबुवा.''

''वा, छान, पण आता माझा हात सोड. मला देवासाठी बरीच कामं करायची आहेत.''

त्यांचा हात सोडला तर विग घसरून खाली पडेल म्हणून मी घाबरत होते. एव्हाना साऱ्यांचे लक्ष आमच्याकडेच वेधले होते. मी अति काळजीपूर्वक माझे हात उचलून त्यांचा हात सोडला. काहीतरी गडबड आहे हे पाद्रीबुवांनाही जाणवले; पण त्यांना हळुवारपणे आपला हात माझ्या डोक्यावरून बाजूला केला. सुदैवाने विग निघाला नाही.

''प्रेझ द लॉर्ड!'' असे म्हणून पाद्रीबुवा दुसरीकडे गेले.

सर्व ठीक आहे हे पाहून इना माझ्याजवळ आली. ''तुला दिसतंय ना?'' तिने विचारले.

''हो, अगदी छान दिसतंय.'' मी म्हणाले. आम्ही पुन्हा अंग हलवून गाऊ लागलो. कार्यक्रम संपल्यानंतर बऱ्याच सिस्टर्स आणि ब्रदर्सनी माझ्याजवळ येऊन ''खरोखरच तुला दिसायला लागलं का?'' असे विचारले. मीही मोठ्या आत्मविश्वासाने त्यांना पटवून दिले. हे ऐकून एक सिस्टर म्हणाली, ''परमेश्वराची करणी खरोखरच अगाध आहे.''

दरवाज्याजवळ उभी असताना पाद्रीबुवांना माझ्याकडेच येताना पाहिले. मी घाईघाईने माझा हात डोक्यावर ठेवला. ''बाळा, तू म्हणजे खरोखर एक चमत्कार आहेस. तू अंध होतीस आणि तुला परमेश्वरकृपेने दृष्टी प्राप्त झाली. पुन्हा लवकर इथं ये,'' ते म्हणाले.

मी पुन्हा चर्चमध्ये जावे ह्यासाठी खूप प्रयत्न करण्याचे इनानेही कबूल केले. "इथे फारच छान वेळ गेला." असे म्हणून मी त्यांचे आभार मानले.

घरी परतल्यानंतर कपडे बदलून मी स्वयंपाकघरात कामाला लागले. 'त्या चर्चमध्ये पुन्हा जायचं नाही' असे मी भांडी धुता धुता ठरवून टाकले. सर्व लोक चाांगले होते, पण एकंदरीतच तो अनुभव मला लाजिरवाणा ठरला होता. माझ्या बहिणी घरातच होत्या. मी गृहपाठ करू लागले तेवढ्यात दोघीही टपकल्या.

"काय झालं, क्लेअर? पॉलिनने विचारले.

"काही नाही." मी थोडक्यात म्हणाले.

"कुठं गेली होतीस?"

"इनाच्या चर्चमध्ये गेले होते. माझा विग पडता पडता वाचला." मी म्हणाले.

"तू विगला पिना लावतेस असं मला वाटलं होतं." पॅटसी म्हणाली.

"पाद्रीबुवांनी डोक्यावर हात ठेवून माझा विग पकडला, तेव्हा तो घसरून खाली आला. मी तर प्रचंड घाबरले. इनालाही वाटलं माझा विग निघालाय, निघाला नाही हे माझं नशीब."

"पण त्यांनी तुझा विग का पकडला?"

"कारण ऐहिक वस्तूंचा मोह धरू नये असं त्यांचं म्हणणं आहे आणि मला विग न घालता जीझस भेटावा अशी त्यांची इच्छा असावी." मी खुलासा केला.

"पुन्हा जाणार का तिथं?" पॅटसीने खोदून विचारले.

"मुळीच नाही, मला तिथं जाणं रुचेल, असं मला वाटत नाही."

हे पेन्टकॉस्टल चर्च आमच्या कॅथलिक चर्चपेक्षा खूपच वेगळे होते. आई स्वत: कधीही चर्चमध्ये जायची नाही; पण आम्हा तिघी बहिणींना ती न चुकता दर रविवारी लॉरिमोट रोडवरील सेंट मेरी चर्चमध्ये पाठवायची. चांगले कपडे घालून आम्ही तिघी चर्चमध्ये जात असू. मोठी गुलाबी रंगाची प्लॅस्टिक फुलं लावलेली हॅट, सफेद रंगाचे बकलवाले शूज, शाळेचे सफेद हातमोजे. वेल्वेटचा फ्रॉक, तपकिरी रंगाचा कोट असा माझा रविवारी चर्चला जातानाचा वेष असे. कोटाला कृत्रिम फरच्या झालरी होत्या, त्यामुळे तो काहीसा झाडाच्या फांद्यांसारखा दिसे. पॉलिनची हॅट माझ्यासारखीच, पण हिरव्या रंगाची होती. काळ्या-पांढऱ्या ठिपक्यांचा कृत्रिम फरचा डाल्मेशियन कोट आणि शाळेचे हातमोजे पॉलिन घालत असे. पॅटसीची हॅट फिक्या निळ्या रंगाची होती. आमच्या चर्चमधील पाद्री काळ्या रंगाचा कफनीवजा कोट घालायचे. रेशमी स्कार्फ खांद्यांवर गुंडाळलेला असे.

'त्या' पाद्रीबुवांपेक्षा आमचे पाद्री खूपच वेगळे होते.

सिंड्रेला नृत्याला जाते तेव्हा...

१९६९

"तुला बाहेर जाता येणार नाही. केवढी तरी कामं बाकी आहेत. स्वयंपाकघर साफ केलंस का? जिने झाडून झाले? पॉलिन कुठे आहे? आज जेवण बनवायची पाळी कोणाची आहे? चल जा आता. काहीतरी काम कर." आई मला ओरडत होती.

आईने नकार दिला असला तरी तिचे मन वळवायला शुक्रवारपर्यंत वेळ होता. डलविचच्या चर्चमधील हॉलमध्ये दर शुक्रवारी डिस्को असे. तिथे जाण्यासाठी आईची परवानगी मिळवायची होती. आम्ही तिघींनी मिळून झपाट्याने सर्व कामे उरकली असती तर तिला तक्रारीला वाव राहिला नसता. पॉलिन आणि पॅटसी तिसऱ्या मजल्यावर जिन्यात उभ्या राहून गुपचूप आमचे बोलणे ऐकत असणार याविषयी माझ्या मनात शंका नव्हती. त्या नेहमीच तिथे थांबून चोरून आमचे बोलणे ऐकायच्या. आई निघून गेल्यावर मी कान देऊन ऐकत होते. अपेक्षेनुसार दार बंद केल्याचा आवाज आलाच. दोघी जणींनी खोलीत जाऊन दार लावून घेतले होते.

माझ्या खोलीत जाण्यासाठी जिना चढताना आई काय बोलली हे त्या दोघींना सांगावे असे माझ्या मनात आले कारण आईची परवानगी मी काढावी, ही त्यांचीच कल्पना होती. अर्थात काय घडले हे वेगळे सांगण्याची गरज नव्हती, कारण आईचा आवाज एवढा मोठा होता की तो स्वर्गात बसलेल्या देवालाही ऐकू गेला असेल!

ह्या घराचा, आईचा, माझ्या बहिणींचा सर्वांचाच मला अतिशय वीट आला होता. बहिणी मला मदत करू शकल्या असत्या पण त्यांना आईचा रोष ओढवून घ्यायचा नसल्याने या माझ्याशी फटकूनच राहत. अर्थात त्यांना दोष देण्यातही अर्थ नव्हताच.

आई बाथरूममध्ये होती. तळमजल्यावर एका बाजूच्या खोलीमध्ये बाथरूम आणि तिथेच वॉशिंग मशीन ठेवलेले होते. ही खोली कायम ओलसर असायची

त्याचे एक कारण म्हणजे जमीन कॉंक्रीटची होती आणि दुसरे म्हणजे भिंतींना सफेद रंग लावलेला होता. त्यामुळे गरम पाण्याची वाफ छतापर्यंत पोहोचून तिथे पाण्याचे थेंब जमा होत असत. भिंतीवरही थेंबांची नक्षी तयार व्हायची. अशा ओलसर जागी कपडे धुणे नको वाटायचे पण नाइलाज होता. या ओल्या जागेवरच्या पाण्यात एका बोटाने लिहिताही येत असे.

मी तिसऱ्या मजल्यावर जाण्यासाठी जिन्याच्या पायऱ्या चढू लागले. नशिबाने साथ दिली असती, तर आईचे लक्ष वेधले जाणार नव्हते. जिन्याच्या फळ्यांबाबत आईने नेमका काय उद्योग केला होता, हे एव्हाना मला चांगले समजले होते. कोणी त्याच्यावरून पडून मरावे हा तिचा हेतू नव्हता. तर जिना चढताना उतरताना करकर आवाज यावा ह्यासाठी तिचा तो सारा खटाटोप होता. त्यामुळे कोण कधी वर वा खाली जातेय हे तिला बरोबर समजणार होते.

मी अगदी जपून एक एक पायरी चढत होते. तिसरी पायरी धोकादायक होती. एकदम चौथ्या पायरीवर जाणे आवश्यक होते. त्यासाठी उडी मारायला लागायची. ह्या तिसऱ्या पायरीच्या आवाजानेच मी यापूर्वी पकडली गेले होते. आज तसे होऊन चालणार नव्हते.

हुश्श! चला, पार पडले. आवाज झाला नाही. पहिला जिना चढून झाला. स्वयंपाकघरातही कोणी नव्हते. चोरपावलांनी दुसरा जिनाही चढले. माझ्या आणि बाजूच्या खोलीतही कोणीच नव्हते, हे पाहून मी तिसऱ्या मजल्यावर गेले. आता कसलीच चिंता नव्हती. तिसऱ्या माळ्यावरच्या दोन्ही खोल्यांची दारे बंद होती. समोरची खोली माझ्या बहिणींची होती. दोघींना शांत, छान खोली मिळाली होती. भाऊ मागच्या खोलीत राहायचे. दुसऱ्या मजल्यावरच्या समोरच्या खोलीत माझी तिसरी बहीण ख्रिस्तीन आणि दत्तक घेतलेली डेनिस राहत असत. त्यामागची खोली माझी एकटीची होती, कारण मी अंथरुणात लघवी करत होते. कायम माझ्या अंगाला लघवीचाच वस यायचा, त्यामुळे कोणीही माझ्याबरोबर राहायला तयार नसे.

मी पॉलिन-पॅटसीच्या खोलीचे दार ढकलले पण दारापलीकडच्या बजूला कोणीतरी उभे असावे कारण दार पूर्णपणे उघडत नव्हते. बहुधा आई असावी, ह्या भीतीने त्या दोघी दार उघडत नसाव्यात. मला फटीतून काही दिसतही नव्हते. मी जोरात हँडल फिरवून धाडकन दार उघडले.

''काय हवंय तुला?'' पॉलिनने विचारले. चारडोळी फारच घाबरलेली होती.

प्रेशस पुस– पॅटसी काहीच बोलली नाही.

''ती म्हणाली की आपल्याला घरातली सगळी कामं करायला हवी. नंतर म्हणाली 'माझ्या डोळ्यांसमोरून चालती हो आणि पुन्हा विचारलंस तर थोबाड फोडीन.' तिने घर साफ करायला, भांडी धुवायला आणि स्वयंपाक करायला

सांगितलंय.'' मी एका दमात सगळे सांगून टाकले.

''मी म्हटलंच होतं, तिला विचारायला नको.'' चारडोळी शहाजोगपणे म्हणाली.

''तू खोटं बोलतेस, चष्मिस. तूच मला तिच्याकडे पाठवलंस.'' मी तिचा खोटेपणा का चालवून घेऊ?

सर्व घरकामं, साफसफाई, जेवण बनवणं वगैरे करून मी पुन्हा आईकडे परवानगी मागायला जावे, असे ठरले. हे काम माझ्याकडेच असायचे. कारण एवीतेवी आई माझ्यावर चिडलेलीच असायची, त्यामुळे पुन्हा ती चिडली तरी माझे फारसे काही बिघडत नव्हते. माझ्या बहिणी मात्र तिच्या रागाला घाबरायच्या. मग आई त्यांनादेखील माझ्यासारखीच सतत हिडीसफिडीस करेल, मारेल अशी त्यांना धास्ती वाटायची. आईला कोणी विचारायचे, ह्याविषयी नेहमीप्रमाणे मतदान होऊन सर्वानुमते ते काम माझ्याच गळ्यात पडले होते. त्यानुसार मी पुन्हा खाली गेले. यावेळी आवाज होऊ नये यासाठी चोर पावलांनी जाण्याच्या भानगडीत न पडता मी धडाधड जिना उतरले. दुसऱ्या मजल्यावर माझ्या खोलीचे दार उघडून मुद्दामच धाडकन बंद केले. स्वयंपाकघरात डोकावले. तिथे प्रचंड पसारा पडला होता. पण आम्ही चटचट कामे उरकण्यात पटाईत असल्यामुळे ती चिंता नव्हती. जिन्याच्या पायऱ्यांचा आवाज होईल, याची पर्वा न करता मी खाली उतरले. आवाज करणाऱ्या पायऱ्यांचे गुपित मी कोणालाच सांगितले नव्हते. सात, सहा आणि पाच क्रमांकाच्या पायऱ्या ठीक होत्या, पण चार आणि तीन क्रमांकाच्या पायऱ्या फार आवाज करत. हा सर्वच प्रकार मला विनोदी वाटत होता. तिसऱ्या पायरीच्या आवाजाने आई बाहेर आली. मलूल झालेल्या सूर्यफुलाला अचानक सूर्यदर्शन व्हावे, तसा तिच्या चेहऱ्यावर 'कसं पकडलं' असा भाव होता.

''तुला घर साफसूफ करायला सांगितलं होतं ना? स्वतःला फार शहाणी समजतेस? फार मोठी झालीस वाटतं?'' असे म्हणून तिने हातातले फळकूट पुढे केले.

''जीझस ख्राईस्ट, क्लेअरला वाटतंय ती आता मोठी झालीय. अच्छा? लक्षात ठेव नालायक कार्टे, घरात फक्त एकच मोठी बाई आहे. नालायक, तू तिच्याहून मोठी झालीस की काय? जीझस ख्राईस्ट, परमेश्वरा, क्लिअर स्वतःला फार मोठी समजायला लगलीय.'' आईचा नुसता तिळपापड झाला होता. तिने खसकन माझ्या पीटर पॅन ड्रेसची कॉलर पकडली. जोरात ताणला गेल्याने बटणे आणि नाजूक लेस चुरगाळली गेली.

''जीझस ख्राईस्ट, क्लिअरला वाटतंय फार मोठी झालीय,'' आईने अजूनही तीच रेकॉर्ड लावली होती. एकीकडे ती मला कठड्यावरून खेचत होती आणि मी ड्रेस काढून पळ काढायच्या खटपटीत होते.

''नाही, मी असं काहीही समजत नाहीय. मी मोठी झालेय असं मी कधीही म्हणाले नाही. कोण म्हणालं? मी म्हणाले? मी कधीही असं म्हणालेली नाही. सोड मला'' सुटकेसाठी धडपडत मीही तोंड वाजवत होते.

आईने कॉलर अधिकच घट्ट पकडून मला खेचले. मी अर्धीअधिक कठड्यावर आले होते. ती खालच्या पायरीवर आणि मी तिसऱ्या पायरीवर अशी आमची रस्सीखेच चालू होती. कठड्याला घट्ट पकडून मी ओरडले, ''मी कधीही म्हटलेलं नाही की मोठी झालेय. माझा ड्रेस सोड. सोड म्हणते ना.''

''अच्छा? म्हणजे तू उलटी उत्तरं देण्याएवढी मोठी झालीस तर! बघतेच आता.'' असे म्हणून आई मला फरफटत हॉलमध्ये घेऊन गेली, समोर उभी राहून तिने डाव्या हातातले फळकूट थाडकन माझ्या डाव्या हातावर मारले. मी हात-पाय वाचवायला धडपडत होते पण ड्रेसच्या बाह्या छोट्या असल्याने फटका सरळ हातावर बसला. ड्रेस लांब असल्याने निदान पाय तरी वाचले. तिने दुसरा वारही त्याच हातावर कोपराच्या वरती केला. जणू काही 'तुला घाबरत नाही' हे दाखवायला हातावर मोठा वळ आला.

''मी काय केलं? का मारतेस?'' असे विचारात मी एकेक पायरी चढत होते. ''मी काय केलं नेमकं? मी तर 'तुला चहा हवा का' हे विचारायलाच खाली येत होते. जिन्यावर झाडायचंही होतं. नको असेल तर मी खोलीत जाते.''

''मला चहा हवा आहे हे तुला कोणी सांगितलं? तोही तुझ्या हातचा? मिस पिस द बेड, तू केलेला चहा मी पिईन असं तुला वाटलंच कसं? कायम तुझ्या अंगाला मुताचा वास येतो. चालती हो इथून. दुसरा काहीतरी उद्योग शोध जा.'' असं म्हणून आईने माझी कॉलर सोडली आणि गपकन माझे पुढचे केस पकडले. ''तू कायम मला त्रास देत असतेस. बाकींच्यासारखं नीट का वागत नाहीस? तू पोटात असताना गर्भपात करायला परवानगी नव्हती, नाही तर तुला पाडूनच टाकलं असतं.'' आई कटूपणे म्हणाली. रागानेच तिने मला पुढे ओढले त्यासरशी माझा कठड्यावरचा हात सुटला आणि मी धडपडून पडले. तिने मुठीत धरलेल्या केसांमुळे प्रचंड दुखत होते. मी तिचा हात धरायला गेले तसा तिने फळकुटाचा आणखी एक फटका माझ्या हातावर मारला.

''हात बाजूला कर, कुत्री, काढ तुझा हात. माझ्याशी मारामारी करायचीय? हात सोड म्हणते ना. कुत्री.''

तिचे शिव्याशाप ऐकूनही मी हात सोडला नाही. तिने चिडून फळकूट पाठीत घातले.

''खरं तर गर्भपात कायदेशीर नव्हता हे एका अर्थी बरंच झालं. तुझ्यासाठी मी त्या त्रासातून गेले असते, असं तुला वाटतंय की काय मिस पिस-द-बेड? तुझी तेवढी

लायकी तरी आहे का? तुला जराही मॅनर्स नाहीत. नेहमी उलटी उत्तरं देतेस. मला त्रास देतेस आणि अजूनही अंथरुणात मुततेस. का अशी वागतेस?'' हे बडबडत आई मला फडाफड मारत होती. तिचे अनेक फटके चुकले. शेवटी तर मारण्यासाठी वर उचललेले फळकूट वरती काचेच्या झुंबरामध्ये अडकले. त्यामुळे तिचा पारा अधिकच चढला. झुंबर जोराने हलत होते. त्यामुळे माझ्या पीटर पॅन ड्रेसच्या कॉलरचे एक बटण तुटून तिथेच कुठेतरी पडले, पण मी ते नंतर शोधले असते. आईबरोबरचा सामना अर्धाच सोडायला आज मी तयार नव्हते. मी तिला आज जिंकू देणार नव्हते.

''मी फक्त 'तुला चहा हवाय का' एवढंच विचारलं. त्यासाठी एवढं मारायचं काय कारण? त्यापेक्षा तू मला मारूनच का टाकत नाहीस? चल, एकदाची मारूनच टाक. मग सर्वांना समजेल तू मला कशी वागवायचीस ते. तुलाही मी मेले तर आनंदच होईल. उगीच खोटी नाटकं कशाला? चल, मार ना. का थांबलीस? मला तू अजिबात आवडत नाहीस. वीट आलाय तुझ्या वागण्याचा मला. कळायला लागल्यापासून, तू माझी मम्मी आहेस हे समजायला लागल्यापासून मला तुझ्याविषयी तिरस्कार वाटत आलाय. खरोखर मला मारून टाक, कारण जिवंत ठेवलंस तर सोमवारी शाळेत गेल्यावर मी मिस गोल्डिंगला तुझ्याविषयी सारं काही सांगणार आहे.'' मी आज सीमा पूर्णपणे पार केली होती.

आई पुतळ्यासारखी स्तब्ध उभी होती. फळकूट धरलेला हात तसाच वर होता. झुंबर मंद मंद झुलत होते. एकदम भयानक शांतता झाली. आणि मग वरची दारे बंद झाल्याचा आवाज आला. वरून तमाशा बघणारी माझी सारी भावंडे गुपचूप आपापल्या खोलीत जाऊन दारे बंद करून बसली होती.

''चल, वाट कसली पाहतेस? आज मारूनच टाक मला. नाही तर सोमवारी सांगते की नाही, बघ.'' माझा आवेश ओसरला नव्हता.

माझे बोलून संपेपर्यंत आईने उजव्या हाताने पुन्हा माझी कॉलर आणि डाव्या हाताने ड्रेसचा पुढला भाग पकडला आणि मला जवळ खेचले. आमच्यामध्ये केवळ एखाद्या फुटाचे अंतर असावे. तिने घातलेला गुलाबी कार्डिगन आमच्या फळकुटाच्या झटापटीत केव्हाच खराब झाला होता. मला हा कार्डिगन अतिशय आवडायचा. आईही तो नेहमी घालायची. त्याची फिक्या गुलाबी रंगाची बटणे गुलाबी धाग्याने शिवलेली होती. मी ह्याला आईचा 'पिटाई कार्डिगन' म्हणायची.

''काय सांगशील गं? सांगण्यासारखं काय आहे?'' तिने पुन्हा मला खसकन जवळ खेचले. माझा डावा स्तन मुठीत पकडून तिने जोरात पिरगळला. ''काय सांगणार तू?'' तिने पुन्हा विचारले.

''काही नाही. मी काहीही सांगणार नाही.'' मी कळवळून म्हणाले.

''आता का? का सांगणार नाहीस? का? अगं बोल की, का सांगणार

नाहीस?'' एकीकडे माझा स्तन पिरगाळणे चालूच होते.

''मी सांगू नये, असं तुलाच वाटतंय ना?''

आईने स्तनाची बोंडी पकडून चिरडली. ''मुळीच नाही. सांगू नको असं मी कधीच म्हटलं नाही. सगळं काही सांगच तू. सगळं काही सांग; पण काय सांगशील गं तू? सांगण्यासारखं काय घडलंय? काय केलं मी तुला? सांग की काय झालंय?'' स्तनाच्या बोंडीत नखं खुपसून तिने मला तसेच पुढे ओढले.

असह्य वेदनांमुळे आता स्तनाची बोंडी तुटते की काय असे मला वाटत होते. अश्रूंच्या धारा वाहू लागल्या. ते थेंब हातावर पडून तिथे झालेल्या जखमा झोंबू लागल्या. फळकुटाच्या फटक्यांमुळे हातावर उभे-आडवे वळ उठले होते. डाव्या हाताने पीटर पॅन कॉलर पकडून मी चेहरा पुसला. कॉलरच्या लेसला रक्ताचे डाग लागलेले पाहून मी तोंड पुसणे बंद केले. अतीव वेदनांमुळे मला उभे राहणेही कठीण झाले होते, पण मी हार मानणार नव्हते. खाली बसून चालणार नव्हते; मला तिला विजयाचा आनंद द्यायचा नव्हता. समोरासमोर सामना करायचाच होता.

''काही झालेलं नाही. शाळेत सांगण्यासारखं काहीही घडलेलं नाही.''

''पुन्हा चुकलीस. सांग की सगळ्यांना मी काय करतेय! सांग जा.'' असं म्हणून आईने चिमटीत करकचून पकडलेली स्तनाची बोंडी सोडली आणि मूठ वळवून माझ्या डाव्या स्तनावर जोरात ठोसा मारला. तिच्या हातातली काठी खाली पडली हाती. मी मागच्या मागे कोलमडले. तशीच उठून मी धावतच माझ्या खोलीत गेले. माझे दंड चरचरून झोंबत होते. हात ठणकत होते. ड्रेसचा वरचा भाग फाटला होता पण तो शिवता आला असता. डावा स्तन गांधील माशीने डंख मारल्याप्रमाणे ठसठसत होता. चिमटे काढल्याचे व्रणही दिसत होते. साधारण एक इंच लांबीची जखमही झाली होती. हॉलमधून मला तिने फरफटत आणले, तेव्हा ड्रेसला गालिच्याच्या लोकरीचे तुकडे चिकटले होते. तेव्हाच खालची शिवणही उसवली असावी. अति रडल्यामुळे डोळे भलतेच सुजले होते, पण सूज काही काळाने उतरली असती.

मी आरशात चेहरा बघत होते तेवढ्यात ती दारात येऊन उभी राहिली. हातामध्ये फळकूट होतेच. काहीही न बोलता आम्ही एकमेकींकडे बघत होतो. एक शब्दही न उच्चारता ती माझ्याजवळ आली हात उंचावून तिने फळकुटाचा जबरदस्त रट्टा माझ्या पाठीत हाणला.

''मी तुला पुन्हा सांगणार नाही. काहीतरी काम कर.'' एवढेच बोलून ती गेली. मी दार लावून घेतले आणि पुन्हा आरशात चेहरा न्याहाळू लागले. ड्रेसच्या कोपराने चेहरा टिपला, केस चापूनचोपून नीट बसवले, नाक शिंकरून साफ केले आणि मग खाली गेले. हूव्हर अडगळीच्या खोलीत होता. आई कुठे दिसत नव्हती, बहिणीही

वर दडून बसल्या होत्या. मी हूव्हर तिसऱ्या मजल्यावर नेला आणि तिथून जिन्याची एकेक पायरी साफ करीत खाली उतरू लागले. हूव्हरच्या आवाजाने चारडोळी तिच्या खोलीचं दार उघडून बाहेर आली, ''क्लिअर, तू ठीक आहेस ना? तू गप्प राहायला हवं होतंस.'' ती कुजबुजली.

मी काही न बोलता हूव्हर चालवत होते.

''मदत करू का?'' तिने विचारले. तोच खालच्या मजल्यावर पावलांचा आवाज आला. ''नक्की आईच!'' मी चारडोळीकडे वळले, पण तिने आईची चाहूल लागताच खोलीत जाऊन दार लावून घेतले होते. मी पाठमोरी होते तरी आईची माझ्यावर रोखलेली नजर मला जाणवत होती. मी हूव्हर चालवत, पायऱ्या साफ करत खाली उतरत होते. तिच्याजवळ पोहोचले, तेव्हा तिच्याकडे संपूर्ण दुर्लक्ष करून मी तिच्या पायांच्या पुढे-मागे-बाजूला हूव्हर फिरवला. मनासारखी सफाई झाल्यावर मी जिना उतरू लागले. आम्ही एकमेकींशी अवाक्षरही बोललो नाही.

आई हातांची घडी घालून निश्चल उभी होती. मात्र तिची नजर माझ्यावरच होती. हे मला माहिती होते, आणि ते तिलाही माहिती होते. सफाई झाल्यावर मी हूव्हर ठेवून दिला. आई माझ्या मजल्यावर किंवा माझ्या खोलीतही नव्हती. बहुधा वर असावी. माझ्या खोलीत आल्यावर मी स्कर्टचा कोपरा थुंकीने ओला करून हात पुसले. नंतर पाय आणि हाताचा मागील भागही साफ करून घेतला, मला ठिकठिकाणी जखमा झाल्या होत्या, वळ उठले होते. मन दुःखाने विदीर्ण झाले होते. माझ्या ड्रेसचा फाटलेला भाग छोटीशी गाठ मारून मी गळ्याखाली सरकवला. खाली जाऊन तुटलेले बटण शोधले आणि पुन्हा खोलीत गेले.

तेवढ्यात ती ओरडली, ''कुत्री, क्लेअर, कोंबडीने किती वेळ तुझी वाट पाहायची? खाली येतेस की मीच वर येऊ?

''आज स्वयंपाक करायची पाळी माझी नाही. पॉलिनने जेवण बनवायचंय. नंतर भांडी मी घासणार आहे.'' मी न घाबरता म्हणाले.

''आताच्या आता खाली ये.'' तिने हुकूम सोडला.

नाइलाजाने मी खाली गेले. पॉलिनने आमचा संवाद ऐकला असावा, कारण तीही माझ्याबरोबर खाली आली. आई हॉलमध्ये उभीच होती. मी पुढे आणि पॉलिन माझ्यामागे अशा तिच्या बाजूने स्वयंपाकघराकडे जात असताना आईने माझ्या डोक्यावर मारलं. मी काहीही प्रतिक्रिया न देता पुढे गेले. पॉलिन माझ्यामागे होतीच. सर्व प्रकार मुकाट्याने पार पडला. पॉलिनलाही प्रसाद मिळाला की नाही हे मी मागे वळून पाहिले. आई मूठ आवळून उभी होती पण पॉलिनला तिने मारले नाही.

स्वयंपाकघरात आम्ही दोघी कामाला लागलो. ते पाहून आई तिथून निघून गेली. पॉलिन स्वयंपाकाला लागली. मी मदत करत होते. तिने तांदूळ धुतले. मी

कोंबडी साफ करून दिली. मी भांडी धूत असताना पॉलिनने विचारले, ''शुक्रवारचं काय करायचं? नाद सोडून द्यायचा की प्रयत्न चालू ठेवायचे?''

''चालू ठेवायचे.'' मी निर्णय घेतला ''पण त्यापूर्वी घरातली सगळी कामं व्यवस्थित संपवायची, सर्व कपडे धुवायचे, बैठकीची खोली साफ करायची, सगळ्यांच्या खोल्या नीटनेटक्या आवरायच्या. मग मी पुन्हा आईला विचारीन.'' एवढा मार खाऊनही माझी खुमखुमी जिरली नव्हती.

एवढ्यावरच तो विषय संपला. रात्रीची जेवणे शांतपणे पार पडली. आम्ही सारे जण स्वयंपाकघरात जेवलो, पण मी आईसाठी खास प्लेटमध्ये जेवण वाढून तिच्या खोलीत घेऊन गेले. 'चहा हवाय का' असे विचारले. कपात चहाही देऊन आले. मी अति नम्रपणे 'कंडेन्स्ड मिल्क हवंय का?' असे विचारले. ती 'हो' म्हणाली.

मागच्या बाजूला बागेतल्या खोलीत आई दूध, बिस्किटं, कस्टर्ड, क्रीम, क्रीम क्रॅकर वगैरेचे डबे ठेवायची, तिथे येणाऱ्या थंड हवेमुळे हे सगळे खाऊचे पदार्थ ताजे राहतात, असे तिला वाटायचे. मी जॅमी डॉजर्सचे एक पॅकेट चड्डीत लपवले. नेस्ले कार्नेशन मिल्कचा एक उघडलेला डबा होता. तो घेऊन आईकडे गेले. आईने त्यातले दूध कपात ओतून घेतल्यावर मी डबा पुन्हा खोलीत ठेवून दिला. पुन्हा तिच्या पुढ्यात उभी राहून मी विचारले, ''मी कपडे धुणार आहे. तुझे काही कपडे धुवायचेत का?'' आईने काहीही उत्तर दिले नाही. ''तुझं जेवून झालं की ह्या खोलीत हूव्हर फिरवीन म्हणते...'' मी चिवटपणा सोडला नाही.

कपडे धुऊन झाले, कचऱ्याचे डबे रिकामे केले. बैठकीची खोली हूव्हरने साफ केली. कपडे ड्रायरमधून काढून वाळत घातले. साडेसात वाजेपर्यंत घर एकदम चकाचक झाले. आता विचारायला हरकत नाही, असा विचार करून मी बैठकीच्या खोलीच्या दारावर टकटक केली. आईने बोलवल्यानंतर मी आत गेले.

''आम्ही डिस्कोला जाऊ का?'' मी विचारले.

माझ्याकडे ढुंकूनही न पाहता आई म्हणाली, ''जा आणि काही कामं राहिली असतील, तर ती पूर्ण कर.''

''काहीही कामं राहिलेली नाहीत. आम्ही जाऊ का डिस्कोला?''

''स्वयंपाकघर साफ कर.'' ती म्हणाली.

''केलं.''

''जिन्यावर हूव्हर फिरव.''

''फिरवला.''

''बरं, मग कपडे धुवायचे असतील ना?''

''कपडेही धुऊन झालेत. बैठकीची खोली, बाथरूम, स्वयंपाकघर, सगळ्याची साफसफाई झालीय. जाऊ ना डिस्कोला?''

यावर काय बोलावे हे आईला सुचले नसावे, कारण ती थोडा वेळ गप्पच राहिली. मीही शांतपणे वाट बघत राहिले.

"जायचं तर जा, पण नंतर इथे झोपायला मिळणार नाही हे लक्षात ठेव." आई नाइलाजाने म्हणाली. माझे काम झाले. वरती दोघीजणी माझी वाट पाहत होत्याच.

"काय म्हणाली?" चष्मिस्टरने उतावीळपणे विचारले. मी उत्तर न देता त्यांच्या खोलीत गेले. प्रेशस पुस माझ्या मागे होतीच.

मीही थोडा वेळ त्यांना टांगून ठेवले. मग म्हणाले, "तिने जायला परवानगी दिलीय, पण नंतर इथे झोपायला मिळणार नाही असंही बजावलंय."

ह्याचा अर्थ काय आसावा यावर थोडा वेळ आम्ही डोकेफोड केली, पण डिस्कोला जायला मिळणार या आनंदापुढे तिच्या धमकीला फारशी भीक घातली नाही.

त्या शुक्रवारी मी सेक्रेड हार्ट चर्चमध्ये 'मास'ला गेले. त्यासाठी सफेद हातमोजे, प्लीटवाला स्कर्ट आणि बेरेट घातले होते. तिथून शाळेत. चर्चच्या बाजूलाच आमची शाळा होती. असेंब्लीनंतर मिस गोल्डिंगनी मला एका बाजूला नेऊन विचारले, "काय झालंय? नक्कीच काहीतरी घडलंय." पण मी सर्व काही ठीक आहे. एवढंच सांगितलं.

"क्लेअर, खरं सांगतेस तू?" मिसला अजूनही शंका वाटत होती.

"खरंच मिस, मला काही झालं नाही."

"ठीक आहे. पण क्लेअर, तसंच काही असलं तर मला सांगशील ना? तसं कबूल कर."

"हो मिस, सांगीन."

"मी कधीही तुला मदत करायला तयार असेन हे विसरू नकोस."

"हो, मिस." मी कबूल केले.

"काही सांगायचंय? कशाविषयी बोलायचंय का?"

"नाही मिस."

आम्ही दोघींनी एकमेकींकडे पाहिले. नक्कीच काहीतरी गडबड आहे अशी मिसला खात्रीच होती. म्हणूनच त्या मला इतके खोदून विचारत होत्या; पण मी दाद दिली नाही.

दुपारचे जेवण मस्त होते. जेवणाच्या रांगेत आम्ही नेहमी सर्वांआधीच नंबर लावत असू. पैसे भरून जेवणाऱ्यांपेक्षा आम्हा फुकट्यांना जेवणाची जास्त गरज असे. भरपेट आणि चांगलेचुंगले खायला मिळे. आजदेखील शुक्रवार असल्याने कॅथलिक लोकांसाठी कॉड चिप्स, वाटाणे, दोन गाजरं, दाट कस्टर्ड, ॲपल

क्रम्बल असे छान जेवण होते. मज्जाच मज्जा!

शाळा सुटली, तशा आम्ही तिघी घरी निघालो. यापूर्वी आम्ही कधीही डिस्कोला गेले नव्हतो. हादेखील डिस्को म्हणता येणार नाहीच. डलविचमधल्या चर्चच्या हॉलमध्ये सारे जमायचे. संगीत, सॉफ्ट ड्रिंक्स, नवीन ओळखी असा डिस्को, कॉबलस्टोन प्लेसच्या हॉलमध्ये दर शुक्रवारी असायचा. ही जागा आमच्या घरापासून खूप दूर होती. आम्हाला त्याविषयी कसे कळले कुणास ठाऊक, पण तिथे जायचे हे आमचे नक्की ठरले होते.

घरी गेल्यावर आईच्या आसपासही फिरकायचे नाही, असे आम्ही एकमताने ठरवले. कशानेही तिचा मूड बिघडण्यापेक्षा खोलीतच राहावे हे बरे! चुकून तिच्या नजरेस पडलेच तर खूप कामात आहे असे नाटक करायचे असेही ठरवले. आयत्या वेळी 'नाही' म्हणाली तर सगळेच ओमफस व्हायचे. संध्याकाळी पावणेसात वाजता आम्ही छान ड्रेस घालून पण मेकप न करता डिस्कोला जायला तयार झालो. आता दाराबाहेर पडलो की जिंकले! कामे राहिलेली नाहीत ना, याची आम्ही खात्री करून घेतली, दार वाजवले. ती काहीही बोलली नाही.

''आम्ही निघालो. साडेदहाला परत येऊ.'' मी दाराबाहेरूनच सांगितले. एवढे बोलून आम्ही अक्षरश: पळत सुटलो. आईचा काही भरवसा नव्हता. तिने आणखी काही कामे मुद्दाम काढून आमच्या माथी मारली असती. घरापासून सुरक्षित अंतरावर पोहोचल्यावर आम्ही वेग कमी केला. तासाभरातच आमच्या आयुष्यातल्या पहिल्या डिस्कोला आम्ही पोहोचणार होतो. डलविचला जाणारी १८४ नंबरची बस पकडून आम्ही अंडरहिल रोडला उतरलो. तिथून पाच मिनिटांवर चर्च हॉल होता. आता पॉलिनने सर्व सूत्रे तिच्या हाती घेतली. हॉलमध्ये पोहोचल्यावर कसे वागायचे ह्याविषयी तिने आमचे प्रबोधन केले. अन्य कोणी दिलेले कोणतेही पेय प्यायचे नाही. तिने किंवा आम्ही स्वत: विकत घेतलेले कोल्ड्रिंक प्यायची परवानगी होती. फक्त कोक प्यायचा आणि तोही बाटली आमच्यासमोरच उघडल्यानंतरच! अन्य कोणाच्याही पेयाचा एक घोटही चुकूनसुद्धा घ्यायचा नाही आणि हॉलच्या बाहेरही जायचे नाही वगैरे वगैरे. तिने सगळी बंधने घातली तरी हरकत नव्हती. पुन्हा डिस्कोला यायचे असेल तर आज आमच्याकडून काहीही चुका घडणार नाहीत याची पूरेपूर काळजी घेणे भागच होते. काहीही दुर्घटना न घडू देता घरी परतायचे होते.

हॉलमध्ये जाण्यासाठी प्रत्येकाने एक शिलिंग देऊन रॅफल तिकीट काढले. त्या तिकिटावर एकादाच पुन:प्रवेश करायची मुभा होती. अर्थात हॉलबाहेर जाण्याची गरज नव्हतीच. मुख्य हॉलच्या डाव्या बाजूला एका मोठ्या खोलीत डिस्को होता. कोपऱ्यात मोठे स्पीकर लावलेले होते. ग्रेगरी आयझॅक आणि स्टीव्ही वंडरची गाणी

वाजत होती. खोलीत जवळजवळ शंभर लोक असावेत. काहीजण एकमेकांना अत्यंत लगटून बसले होते. मुली एक तर हॉलमध्ये वा खोलीत मध्यभागी एकत्र जमल्या होत्या. डिस्कोला येऊन पुरुष एका बाजूला उभे होते, त्याचे मला आश्चर्य वाटले. खरे तर त्यांनी सर्वांमध्ये मिसळायला हवे. आम्हा मुलींशी, खास करून माझ्याशी, बोलायला हवे... माझे विचारचक्र चालूच होते.

आम्ही बहिणी एकत्रच उभ्या होतो. पॉलिन आमच्यासाठी कोल्ड्रिंक आणायला हॉलमध्ये गेली. खूप महाग असल्याने तिने दोनच बाटल्या खरेदी केल्या. त्या घेऊन पॉलिन आमच्या दिशेने येत असताना एकाने गपकन तिचा हात पकडला. आक्रमकपणे नसला तरी त्याने तिच्या हात चांगलाच घट्ट पकडला होता. मी सारा प्रकार पाहत होते. तो उंचीला कमी होता. पॉलिनपेक्षा जरासाच उंच असेल तो. पॉलिनने बाटल्या खाली ठेवल्या आणि ती त्या बुटक्याबरोबर नाचू लागली. त्याने एक हात तिच्या मानेभोवती टाकला. पॉलिननेही आजूबाजूला एक चोरटी नजर फिरवून त्याच्या कमरेभोवती हात ठेवला. भावपूर्ण धून मंदगतीने वाजत होती आणि प्रेमी युगुले एकत्रितपणे नाचत होती.

भिंतीला रेललेल्या बुटक्याने पुढे होऊन माझ्या बहिणीच्या मांड्यांमध्ये आपला खालचा भाग घट्ट दाबला. दोघांच्या कमरेखालचा भाग जुळलेला असताना, फक्त खांदे वरखाली हलवत त्याचा नाच सुरू झाला. बहीणही कंबर ताणून त्याला साथ देत होती. मागच्या भिंतीमुळे न धडपडता बुटका मागे पुढे होत होता. त्याचे नेमके काय चालू होते हे स्पष्ट दिसत होते. मंद संगीताच्या तालावर बाकी साऱ्यांचेही हेच चालू होते. संगीत थांबले, तशी पॉलिनने बाटल्या उचलल्या आणि आमच्याजवळ आली. दोघींना ड्रिंक देऊन ते किती प्यायचं त्याच्या सूचनाही दिल्या. आम्ही दोघी काही बोललो नाही. पण शेवटी मला हसू आवरेना.

"तुमचं नेमकं काय चाललं होतं गं? आईला सांगते की नाही बघ. चांगली बडवून काढेल तुला." मी हास्याच्या उकळ्या थांबवत कशीबशी म्हणाले.

"मला नाही, तुलाच मार मिळेल. इकडे येण्यासाठी तूच आईच्या मागे लागली होतीस ना? तू चोंबडेपणा केलास तर ती तुलाच बडवेल." पॉलिन म्हणाली.

हे खरेच होते. चष्मिशने तिचा मूळ रंग दाखवला हेही खरेच होते. चूक तिचीच असली तरी ती कधीही कबूल करत नसे. शिवाय मी आईला खरोखर सांगणार नव्हतेच. माझ्या वाट्याचे ड्रिंक पिऊन मी बाटली तिला दिली. कोणीही माझा हात धरणारे नव्हते. मी दोन्ही हात खिशात घातले. मी एकटीनेच नाचायचं ठरवलं, माझ्याबरोबर कोणीही नाचणार नव्हतेच, मग एकटीनेच का नाचू नये?

वेळ कसा गेला समजलेच नाही. खूप मजा आली. स्वयंपाक, कपडे धुणे,

साफसफाई, भांडी यांना सुट्टी होती. त्याहूनही महत्त्वाचे म्हणजे आई आणि तिच्या मारझोडीपासून सुटका झाली होती. डिस्को फारच लवकर संपला. साऱ्यांबरोबर आम्हीही बाहेर पडलो. बहुतेक लोक निघून गेले. काही थोड्या लोकांबरोबर आम्हीही बससाठी थांबलो. बुटक्याही आमच्याच बसमध्ये चढून पॉलिनच्या बाजूलाच बसला. पॉलिनने त्याच्याकडे दुर्लक्ष केले. आमच्या घराचा पत्ता लागून तो घरी पोहोचला तर आईने त्याला, पॉलिनला आणि मलाही ठार मारले असते. आमचा स्टॉप येण्यापूर्वी कसेही करून त्याला उतरवायला हवे होते. नशिबाने कॅम्बरवेल ग्रीनला तो उतरून निघून गेला. ''पुढच्या शुक्रवारीदेखील डिस्कोला येईन.'' असे पॉलिनने त्याला कबूल केले होते आणि त्या मूर्खाने त्यावर विश्वास ठेवला होता.

सदरलँड स्क्वेअरला पोहोचेपर्यंत सव्वादहा वाजले होते. म्हणजे ठरल्या वेळेपेक्षा पंधरा मिनिटे आधीच आम्ही परतलो होतो. चहूकडे अंधार झाला होता. आई अर्थातच आमची वाट पाहत असणार. आम्ही किती वाजता परतलो, हे कळल्याशिवाय ती झोपणार नाही, ह्याची मला खात्री होती. आम्ही चोरपावलांनी घराजवळ आलो. आवाज होऊ नये, म्हणून पॉलिनने किल्ली हातातच पकडली होती. 'पायऱ्या चढताना आवाज होऊ नये म्हणून शूज काढून ठेवा.' असेही ती म्हणाली. कोणत्याही आवाजाने आईला आम्ही आल्याचे कळू नये ह्यासाठी आमची धडपड होती. तिसऱ्या पायरीवर पाय ठेवू नका असा मोलाचा सल्ला मी दोघींना दिला. मी कारण सांगितले नाही आणि त्यांनीही ते विचारले नाही. मला काहीतरी माहिती आहे हे त्यांना कळले. पण त्याविषयी विचारण्याची ही वेळ नव्हती.

पॉलिनने हलकेच किल्ली कुलपात सरकवून फिरवली. आम्ही तिच्यामागेच उभ्या होतो. किल्ली अर्ध्यावर फिरून अडकली.

''उघडत नाही.'' पॉलिन कुजबुजली. पुन्हा तिने जरा जोरात किल्ली फिरवण्याचा प्रयत्न केला, पण व्यर्थ! पॅटसीची आणि नंतर माझीही किल्ली लावून पाहिली, पण कुलूप काही उघडेना.

''आता काय करावं?'' असा प्रश्नार्थक चेहरा करून आम्ही एकमेकींकडे पाहिले. आम्ही आत येऊ नये म्हणून दरवाजा आतून बंद केला होता हे स्पष्टच होते. एव्हाना अकरा वाजले होते, म्हणजे आम्हाला उशीरच झाला होता. घरात एकही दिवा जळत नव्हता. हलक्या आवाजात आमची खलबते चालू झाली. घराबाहेरच झोपून जावे, आत जाण्याचा प्रयत्न करावा किंवा बेल वाजवावी, असे तीनच पर्याय समोर होते. शेवटचा पर्याय तत्काळ निकालात निघाला. कारण विनाकारण आईचा पारा चढायला नको होता. निदान डिस्कोला जाऊन छान मजा करून आल्यावर तरी नको. बहुधा किल्ली नीट लागली नसावी असा निष्कर्ष काढून आम्ही एकामागून एक आमच्या किल्ल्या फिरवून पाहिल्या. अर्थात निराशाच पदरी पडली.

आम्ही किल्ल्या ठेवत असतानाच दाराच्या पलीकडून हालचाल झाल्याचा भास झाला. भीतीने आम्ही अक्षरश: गारठलो. जराही आवाज न करता आम्ही कान देऊन ऐकत राहिलो आणि जरा वेळाने पुन्हा आतून सळसळ ऐकू आली. मी दाराला चिकटून ऐकत होते. नक्कीच पलीकडच्या बाजूला कोणीतरी होते, कोणीतरी ओळखीचे... दुष्ट भीतिदायक असे त्या बाजूला होते. मी तिला बरोबर ओळखले. मी तोंडावर बोट ठेवून आणि रागीट कटाक्ष टाकून बहिणींना चूप राहण्याची खूण केली. त्यांनी आवाज न करता दाराला कान लावला. मी अतिशय काळजीपूर्वक लेटर-बॉक्सची झडप अगदी जराशी उघडली. फटीतून मला हॉलच्या कोपऱ्यात उभ्या असलेल्या आईचे शूज दिसले. क्षणभर मी विचारात पडले. तिच्याबद्दल बहिणींना सांगावे की सरळ आईलाच हाक मारून दार उघडायला सांगावे? आम्हाला कळू नये म्हणूनच ती अशी चोरट्यासारखी उभी होती, पण मला तिचे वागणे मूर्खपणाचे वाटत होते. कदाचित दार आतून बंद आहे, हे तिला माहितीही नसावे. किंवा कदाचित दार चुकून बंद झाले असेल. कदाचित तसे नसेलही... काय करावे ते सुचत नव्हते.

मी झडप हळूच बंद केली. आता काय करावे? पॉलिनने आणि पॅटसीने 'पुन्हा किल्ली लावून बघ' असा सल्ला दिला; पण मी नकारार्थी मान हलवली. खूपच रात्र झाली होती. आम्हा तिघींना आता चांगलीच चिंता वाटू लागली. 'बेल वाजवावी का?' असाही विचार मनात तरळू लागला. तेवढ्यात दाराची कडी सरकवल्याचा आवाज आला. त्या कोणीतरीने कुलूप तर लावले होतेच आता कडीही लावून घेतली. आम्हाला आत घ्यायचेच नव्हते तर! मी पुन्हा झडप उघडून आत डोकावले. आई निघून गेली असावी. कारण तिचे शूज घातलेले पाय दिसत नव्हते.

"आता घरात जाण्यासाठी प्रयत्न करणेही निष्फळ आहे." मी पॅटसी, पॉलिनकडे वळून म्हणाले. 'कोपऱ्यापर्यंत जाऊन मग ठरवूया काय करायचं ते' असे आम्हा तिघींचेही मत पडले.

आम्ही सदरलँड स्क्वेअरपर्यंत पोहोचलो, मी वळून घराकडे नजर टाकली. आई जुळ्यांच्या खोलीतून डोकावून पाहत होती.

"मला एक आयडिया सुचलीय, आपण घराच्या मागच्या बाजूने जाऊ या. तिकडून घरात शिरता येईल." मी म्हणाले.

"आयडिया चांगली आहे." पॉलिनलाही ती पसंत पडली. आमच्या गल्लीतल्या सर्व घरांपुढे छोट्या छोट्या बागा होत्या. यामधून काँक्रीटची एक छोटीशी पायवाट पुढे लंडन गार्डनला जाऊन मिळे. हे गार्डन आमच्या घरामागील बगीच्यापासून साधारण पन्नास फूट अंतरावर होतं. घरांमागील छोट्या बागा आणि लंडन गार्डनच्या मध्ये फुटबॉल मैदानाएवढी ओसाड जागा होती. तिथे कचरा, रानटी

झुडपे, दगड-विटांचे तुकडे असे काही बाही पडलेले होते. भोवताली पन्हाळ्या असलेले पत्र्याचे कुंपण घातलेले होते– गंज लागलेले, टोकदार कडा असलेले. या कुंपणावरून डिस्कोच्या चांगल्या कपड्यांमध्ये चढणे कठीणच होते. आम्हा तिघींनाही ते जमेना. पॅटसीला प्रथम भिंतीपलीकडे जाऊ द्यावे. तिने त्या बाजूने विटा फेकल्यावर आम्ही त्या विटांवर चढून कुंपण पार करावे, असा पॉलिनने तोडगा काढला.

मी आणि पॉलिनने खाली बसून हात गुंफले आमचे खांदे पकडून पॅटसी ह्या 'पायरी'वर उभी राहिली. मग आम्हीही हळूहळू उभ्या राहिलो. कुंपणाची कडा पकडून पॅटसीने एक पाय भिंतीवर टाकला. ते जमल्यावर दुसरा पाय वर टाकून कुंपणापलीकडे जाणे अगदी सोपे होते. पॅटसीने इकडे तिकडे धावून जुने टायर जमा केले. ते तिने आमच्याकडे फेकल्यावर ते एकमेकांवर रचून पिरॅमिड बनवला. पॉलिन आणि तिच्यानंतर मी आरामात कुंपण चढून पलीकडे गेलो.

मात्र पुढचा प्रवास वाटला तेवढा सोपा नव्हता. एक तर मिट्ट काळोख होता. दगड, धोंडे आणि विटांचे ठिकठिकाणी ढीग पडले होते. मोठमोठ्या रानटी झुडपांमुळे आमचे हात, पाय, चेहरे ओरबाडले जात होते. आम्ही तिघी एका रांगेत हे सारे पार करत पुढे जात होतो. पॉलिन, पॅटसी आणि शेवटी मी. ह्या भयानक काळरात्री भुते, वटवाघळे, ड्रॅक्युला, फ्रँकेन्स्टाईन अशी सगळी मंडळी आमच्यावर झडप घालायला टपलेली आहेत, ह्या कल्पनेने आमची बोबडी वळली होती. तिघी एकमेकींना अगदी चिकटून चाललो होतो. मला वळवळणाऱ्या, सरपटणाऱ्या प्राण्यांचीही प्रचंड भीती वाटत होती. काळोखात एकमेकींवर आपटत, ठेचकाळत चालताना आमची भीती अधिकच वाढत होती. दोघींची पुढे-मागे ढाल करून आपण मध्ये चालावे, यासाठी प्रत्येकीची धडपड चालू होती. सँडविचच्या बाहेरचा ब्रेड आधी खाल्ला जातो, तशीच भुते आधी मागच्या पुढच्या दोघींना खातील ही अंदरकी बात त्यामागे होती. सरतेशेवटी असा खडतर प्रवास संपवून आमच्या घराजवळ पोहोचलो. आमचे घर शोधण्यात अडचण आली नाही. रेल्वे लाईनच्या बाजूचे सातवे घर आमचे होते. आमच्या बागेत शिडी होती आणि सुदैवाने ती माझ्या खोलीच्या खिडकीजवळच उभी केलेली होती. आमच्या शेजाऱ्यांच्या छपरावर काही काम सुरू होते आणि त्यासाठी आमच्या छपरावरून जाण्यासाठी लावलेली ती शिडी अजूनही तिथेच होती.

घरामागच्या भिंतीवर चढून उडी मारणे अगदीच सोपे होते. आईची पुदिन्याची रोपे तुडवली जाणार नाहीत ना इकडे मात्र लक्ष द्यायला हवे होते. शिडीवरून आधी माझ्या खोलीत जायचे आणि नंतर पॉलिन, पॅटसीने तिसऱ्या मजल्यावरची त्यांची खोली गाठायची असे ठरले. 'लाईट लावायचे नाहीत, थोडासाही आवाज करायचा

नाही' ह्या नियमांचे कसोशीने पालन करायचे. त्यांनी शूजदेखील माझ्या खोलीत काढून ठेवायचे. आम्हाला जराही धोका पत्कारायचा नव्हता. आईची खोली बरोबर माझ्या खोलीच्या खालीच होती. तिथून काहीच हालचाल जाणवत नव्हती. मी हॉलमध्ये खरोखरच आईला पाहिले होते की मला भासच झाला? माझ्या मनात क्षणभरच, शंकेची पाल चुकचुकली.

माझ्या खोलीत जायचे असल्याने प्रथम मी वर चढले आणि खिडकी उघडली. आई कोणत्याही क्षणी तिच्या खिडकीतून डोकावून पाहील आणि मी पकडली जाईन ह्याची मला सारखी भीती वाटत होती. माझ्या खोलीच्या खिडक्या अलीकडेच बदलल्या होत्या. पूर्वीची खिडकी वरखाली सरकवता यायची. नवीन खिडकी आतून बाहेर उघडायची. खालचा दोन तृतीयांश भाग साधी काच होती, वरती काचेच्या तीन पट्ट्या होत्या. त्या आतील बाजूला उघडत. दुर्दैवाने मोठी खिडकी आतून बंद होती. काल रात्री भिजलेली गादी सुकवण्यासाठी उघडलेली खिडकी मीच नंतर बंद केली होती. अर्थात इतक्या साऱ्या संकटांचा सामना करत इथवर पोहोचल्यानंतर मी सहजासहजी हार मानणार नव्हते. वरच्या तीन पट्ट्या ढकलून मी कसाबसा हात आतमध्ये सरकावला आणि मोठ्या खिडकीची कडी काढली. जरासाच जोर लावल्यानंतर खिडकी उघडली. मी आणि माझ्यामागे पॉलिन आणि पॅटसीने पटापट आतमध्ये उड्या मारल्या. खिडकी काळजीपूर्वक लावून घेतली. जिंकले!

पडदे ओढून मी शूज काढायला खाली वाकले. एक शू काढलाही. त्या दोघीही शूज काढत होत्या आणि अचानक खोलीतला दिवा लागला. समोर आईच होती. लेटर बॉक्सच्या झडपेतून पाहिले तेव्हाचेच शूज तिच्या पायात होते. आम्ही एकमेकींकडे पाहत होतो. ती तशीच माझ्याकडे पाहत राहिली. जागेवरून थोडीशीही न हलता दारातच उभी राहून ती म्हणाली, "आलात तशाच परत जा."

तिने पुन्हा सांगायची वाट न पाहता मी झटपट शूज पायात चढवले; पडदे, खिडकी उघडून शिडीवरून खाली उतरले. बिचारी पॅटसी! बिचारी प्रेशस पुस! आईला पाहून त्यांचा भीतीने थरकाप झाला होता. तिच्यामागे पॉलिनही उतरली. आईने खिडकी बंद केली, पडदे सरकवले आणि लाईट मालवला. एव्हाना पॅटसी रडकुंडीला आली होती. पॉलिन 'पुढे काय?' असा प्रश्नार्थक चेहरा करून माझ्याकडे पाहत होती. आम्ही परतीच्या प्रवासाला लागलो, आईच्या पुदिन्याच्या रोपट्यावर मी मुद्दामच पाय टाकून ती चांगलीच तुडवली. भिंतीवर चढून पलीकडे उड्या मारल्या. दगड, धोंडे, विटांची अडथळ्यांची शर्यत पार करून भिंतीजवळ पोहोचलो. आमच्या हातांच्या पायरीवर चढून पॅटसीने भिंतीपलीकडे जाऊन टायर आमच्या बाजूला फेकले. त्यांच्यावर चढून आम्ही भिंत ओलांडली. एवढे सारे होईपर्यंत

आम्ही दमून, पुरत्या ढेपाळलो होतो. मूकपणे आम्ही काही वेळ तशाच उभ्या होतो. चहूबाजूला काळामिट्ट काळोख पसरला होता. आता कुठे जावे हेच समजेना. शेवटी लॉरिमोर रस्त्यावरच्या घरांजवळ जाऊन तिथे काहीतरी ठरवावे, असा विचार करून आम्ही पाय ओढत निघालो. पुन्हा एकदा घराचा पुढचा दरवाजा उघडतोय का ते पाहू या ही कल्पना कोणाच्या डोक्यातून आली कुणास ठाऊक! पण एकदा प्रयत्न करून बघू या, कदाचित माझ्या खोलीमधला आवाज ऐकून डेनिस, ख्रिस्तिन यांनी उठून दाराची कडी काढली असेल, अशी अंधूक आशा आम्हाला वाटू लागली.

आमची वरात पुन्हा घराकडे परतली. आम्ही बाहेर आहोत हे आईला माहीत असल्याने आवाज होऊ नये ह्याची काळजी घ्यायचे कारण नव्हते. पॉलिनने कुलपात किल्ली सरकवली. मागच्या वेळी थोडीशी फिरवल्यानंतर किल्ली अडकली होती. ते आठवून पॉलिन किंचित थबकली, पण तसे न होता कुलूप उघडले आणि आम्ही घाईघाईतच आत शिरलो. आई पुन्हा आम्हाला हाकलून देईल ही भीती होतीच! लाईट आर्थातच लावले नाहीत. बाकी काहीही न करता आम्ही सरळ आपापल्या खोल्यांमध्ये गेलो.

मी बाहेरचे कपडे काढून नाईटड्रेस चढवला आणि झोपायला कॉटकडे वळले. कॉट तिथे नव्हतीच! मी लाईट लावला आणि पुन्हा पाहिले, कॉट खरोखरच गायब झाली होती. चादरी, ब्लँकेट आणि उशी खाली जमिनीवर पडलेले होते, पण कॉट आणि गादी अदृश्य झाली होती. एव्हाना दोन वाजत आले होते. मी अतिशय दमले होते आणि आता ह्या वेळी आईला कॉटविषयी विचारून मला तिला भडकवण्याची इच्छा नव्हती. मी मुकाट्याने जमिनीवर जागा केली, ब्लँकेटची घडी करून गादी बनवली, त्यावर चादर अंथरली. एका बाजूला उशी ठेवली. पायाशी चादर आणि ब्लँकेट ठेवून अंथरुणात घुसले. उबदार ब्लँकेटमध्ये गुरफटून मी पॉलिन, तो बुटक्या, संगीत, नाचगाणे ह्या साऱ्याचा विचार करत होते. ती मजा, संगीत आणि शांती अनुभवायला पुन्हा तिथे जायलाच हवे... असा विचार करीत असतानाच मी झोपी गेले.

आणि पलंग अदृश्य झाला

१९६९

दुसऱ्या दिवशी शनिवार होता. झोपेतून उठले तीच दचकून... आधी चादरी चाचपून पाहिल्या. कोरड्या होत्या. मागून माझे कपडे भिजलेत का पाहिले तेही कोरडे होते. मी सुटकेचा निःश्वास सोडून देवाचे आभार मानले. निदान आज तरी मला कोणत्याही प्रकारचा अपघात नको होता. अनेकदा मी छान छान स्वप्ने रंगवत गादीतच लोळत पडून राहायची. त्या सुंदर जगात मी हरवून जायची आणि नकळत लघवी व्हायची. तरीही मला स्वप्नांच्या दुनियेत हरवून जायला आवडायचे.

माझा पुन्हा डोळा लागला असावा, कारण जागी झाले तेव्हा आई समोरच उभी होती. खाली वाकून तिने मी अंगाखाली घेतलेले ब्लँकेट कोपरा पकडून खसकन ओढून घेतले. त्याबरोबर मी गडगडत खाली पडले. ती ब्लँकेट वरपासून खालपर्यंत चाचपून कुठे ओले आहे हे पाहत होती. किती मूर्ख आहे ती! त्यापेक्षा सरळ मला विचारायचे ना! ब्लँकेट भिजलेले नाही हे मला माहिती होते की! तिने ब्लँकेट माझ्या तोंडावर फेकले. पण ती निघून गेल्याची खात्री होईपर्यंत मी ते बाजूला केले नाही. थोडा वेळ मी पडूनच राहिले. आता ती परत येणार नाही, याची खात्री पटल्यावर मी ब्लँकेट काढले. खाली झोपल्यामुळे माझी पाठ दुखत होती. मान भरून आली होती; पण तरीही झोप मात्र छान लागली होती आणि मुख्य म्हणजे अंथरूण भिजले नव्हतेच.

पॉलिन आणि पॅटसी वर त्यांच्या खोलीतच होत्या. अर्थात आई त्यांच्या चादरी चाचपायला जाणार नव्हतीच.

मला उठावेसे वाटत नव्हते. माझ्या खोलीत माझ्या स्वप्नील जगात मी खूष होते. माझ्या स्वप्नातली आई खूप प्रेमळ, मायाळू होती. खोलीतून बाहेर पडायची मला मुळीच इच्छा नव्हती; पण स्वप्नांच्या दुनियेतून बाहेर पडून शेवटी जमिनीवर यावेच लागले.

पॉलिन खाली उतरली. ख्रिस्तीनही उठली असावी. त्या दोघीही स्वयंपाकघराकडे गेल्या. सकाळचा नाश्ता बनवायची पाळी माझी नव्हती ना? मी पालथी पडून

हातांवर डोके टेकून विचारात गुरफटले. कालच्या डिस्कोची आठवण आली. माझी बहीण आणि तो बुटक्या काय करत होते हे आठवून हसू आले.

नाइलाजाने बऱ्याच वेळाने मी खाली गेले तेव्हा आईची चाहूल नव्हती. मी तिसरी पायरी चुकवून खाली उतरले, बाथरूमध्ये जाऊन पटकन अंघोळ केली आणि पुन्हा खोलीत आले. आज कोणता ड्रेस घालावा? मोठ्या बहिणींचे जुने कपडे मला मिळायचे त्याच्यात एक फायदा होता– माझ्याजवळ खूप ड्रेस होते. त्यातला गुलाबी वेल्वेटचा ड्रेस मला खूप छान बसायचा, शिवाय तो खास माझ्यासाठी घेतला असल्याने मला त्याचे जास्त कौतुक होते. ईस्ट एंडच्या बाजारातून बाबांनी आम्हा तिघींसाठी तीन ड्रेस आणले होते. मी तो लगेच घातलाही होता. आज पुन्हा तोच घालावा, असे मी ठरवले. केवळ माझ्यासाठीच घेतलेले कपडे घालायलाच मला आवडत असे, पण एक अपवाद होता– हिरव्या रंगाचा वेल्वेटचा एक ड्रेस मला खूप आवडे. प्रथम पॉलिन, त्यानंतर पॅटसी यांनी वापरलेला हा ड्रेस आता बरोबर माझ्या मापाचा झाला होता. बाह्या थोड्या लांब व्हायच्या, पण मी त्या उलट्या बाजूला वळवून आत सरकवून टाकायची. मला आज खूप छान वाटत होते. त्याप्रीत्यर्थ मी माझ्या आवडीचा हिरवा ड्रेस चढवला.

आता सुट्टीच्या दिवशीच्या कामांना लागावे, असा विचार करून जिने पार वरपासून खालपर्यंत हूव्हर करून स्वच्छ केले, स्वयंपाकघर चकाचक करून टाकले, बाथरूम धुतली. आई अजूनही दिसत नव्हती. बैठकीच्या खोलीतही हूव्हर फिरवायचा होता, पण ते नंतरही करता आले असते. नाश्त्याच्या प्लेटचा सिंकमध्ये ढीग झाला होता. त्या पटापट धुऊन, पुसून जागेवर लावून टाकायच्या होत्या. संडास फारच घाण झाले होते. काँक्रीटच्या गडद लाल रंगाच्या लादीवर ठिकठिकाणी पाण्याचे डाग पडले होते. कोणीतरी खाली लादीवरच लघवी करून ठेवली होती. संडास साफ करायला मला मुळीच आवडत नसे, पण नाइलाजाने सारे धुऊन काढले. पॉटमध्ये एजॅक्स टाकले. कपडेही धुवायचे होते. चादरी वगैरे सुकलेल्या असल्या तरी कुबट वास येत होता. या आठवड्यात मी अनेकदा अंथरूण भिजवले होते. सगळे कपडे धुऊन ड्रायरमधून काढले. इस्त्रीही केली. चला, झाली सगळी कामे!

आता गृहपाठ करावा की नाश्ता? खालच्या भागातील कानोसा घेतला. तेव्हा स्वयंपाकघरात आईची लुडबूड चालल्याचे ऐकू आले. साहजिकच नाश्त्याचा बेत पुढे ढकलला. अशा आणीबाणीच्या प्रसंगी उपयोगी पडावे म्हणून मी माझ्या कपाटात मागच्या बाजूला जिमी डॉजर्सचा साठा लपवून ठेवला होता. त्यातलेच एक खाऊन मी गृहपाठ करू लागले. लादीवर लोळत मी इंग्रजीचा अभ्यास करत असतानाच पॉलिन आली.

"तुझी कॉट कुठे गेली?" तिने विचारले.

"मला नाही माहीत. अचानक गायबच झालीय."

"अशी कशी गायब झाली? शेवटची कधी पाहिलीस कॉट?"

"काल आपण निघालो तोपर्यंत तर इथेच होती." हे ऐकल्यावर ती काहीच बोलली नाही.

"तुझी कॉट आहे?" मी विचारले.

"हो, वरती आहे ना." एवढे बोलून ती गेली. त्यानंतर पाचच मिनिटांनी पॅटसी, ख्रिस्तीन आणि डेनिस आत आल्या.

"तुझी कॉट कुठेय?" ख्रिस्तिनने विचारले.

"कुणास ठाऊक! काल रात्री इथेच होती. परतले तेव्हा नव्हती."

"आम्ही शोधू का तुझी कॉट?" डेनिसने विचारले.

"नको. गेली तशी परत येईल."

काही न बोलता त्या भिंतीला टेकून माझ्याकडे पाहत राहिल्या. अर्थात आणखी काही विचारण्याची गरज नव्हती. कॉट गायब होण्यामागे कोणाचा हात आहे, हे आम्हा सर्वांनाच चांगलेच माहिती होते– दुसरे कोण, अर्थातच आमची आई! दुपारी साधारण एक वाजता आईने गर्जना केली, "क्लेअर, आता खाली येतेस की मी वर येऊ?"

फटकन अभ्यास बाजूला सारून मी खाली गेले. आईने ईस्ट स्ट्रीट मार्केटमधून बरीच खरेदी केली होती. भले मोठे शॉपिंग बास्केट हॉलमध्येच पडले होते. त्यातून बिस्किटे, क्रीम क्रॅकर आणि साखरेची पाकिटे काढून ती मी आईच्या खोलीत फ्रेंच डोअरच्या बाजूला रचून ठेवली. कंडेन्स्ड आणि साध्या दुधाची पाकिटेही तिथेच ठेवली. बटाटे, गाजरे, कांदे आणि मटण स्वयंपाकघरात ठेवले. कोंबडीची मान जांभळी पडली होती, पिसेही नीट काढलेली नव्हती. तिची चोच वासलेली होती, रक्ताचा सुकलेला ओघळही दिसत होता. वेफर्सची पाकिटे आईच्या खोलीत; वाटाणे, तांदूळ, पॉरिज स्वयंपाकघरात ठेवले. सार्सपरिल नेहमी बैठकीच्या खोलीत, काचेच्या शोकेसच्या बाजूला ठेवलेले असे. ऑरेंज ज्यूसदेखील तिथेच असे.

तेव्हाच शोकेसच्या काचेवर माझी नजर गेली. त्यामध्ये चक्क माझ्या गादीचे प्रतिबिंब दिसले. वळून पाहते तो खरोखरच दिवाणाच्या मागे माझी गादी, कॉटचे सुटे भाग असे रचून ठेवलेले होते. अर्थातच आम्ही डिस्कोला गेलो असताना तिने हा उद्योग केला होता. कॉटचे भाग वेगळे करायला खूप मेहनत घ्यावी लागली असणार. एवढी खटपट करण्याऐवजी तिने मलाच सरळ खाली झोपायला सांगितले असते तर तिचा हा सारा त्रास वाचला असता!

सर्व सामान जागच्या जागी लावून झाल्यावर मी आईला शोधत स्वयंपाकघरात गेले. ती तिच्या लाडक्या पॉलिन आणि पॅटसीबरोबर तिथेच बसली होती. 'दोघी किती नशीबवान आहेत! त्यांच्या आयुष्यात माझ्याप्रमाणे कटकटी नाहीत, ताणतणाव नाहीत.' माझ्या मनात विचार आले.

''आणखी काही करायचंय?'' मी आईला विचारले.

''बाथरूम साफ कर जा.''

''कधीच केली. संडासही धुतलाय. सगळीकडे हूव्हर फिरवलाय. सगळे कपडे धुऊन वाळत टाकलेत.'' मी कामांचा पाढा वाचला.

तशी आई वैतागली. ''चालती हो आणि बघ काही करायचं राहिलंय का ते.'' ती ओरडली.

''माझ्यासाठी एक कप चहा केला तर चालेल का?'' मी नम्रपणे विचारले.

माझ्याकडे पूर्ण दुर्लक्ष करून ती पॉलिन आणि पॅटसीबरोबर बोलत राहिली. मी तिच्यापासून सुरक्षित अंतरावर पण तिला दिसेन अशी उभी होते. आईने समोरच्या मोठ्या पिशवीतून अतिशय सुंदर असे ड्रेस काढले हिरवट लिंबू रंगाचा स्कर्ट आणि जॅकेट.

''हे घालून पाहा बरोबर होताहेत की नाही,'' ती पॉलीन आणि पॅटसीला म्हणाली.

त्या तिघी कपड्यांमध्ये गुंग असताना मी हळूच मागच्या बाजूला गेले. किटली चालू करून झटपट एक कप चहा बनवला आणि खाली गेले. अजूनही ती बहिणींबरोबरच बोलत होती. तिचे लक्ष नाहीसे पाहून मी धावतच तिच्या खोलीत गेले. माझ्या कपामध्ये दूध आणि साखर घातली आणि तशीच बाहेर पळाले. बाजूच्या खोलीत जाऊन दार बंद केले आणि एवढे सारे धोके पत्करून बनवलेल्या चहाचा घोट घेतला. कप तिथेच जुन्या कपड्यामागे लपवून ठेवला. मग साळसूदपणे स्वयंपाकघरात गेले. पॉलिनने नवा ड्रेस घातला होता. मध्यम लांबीचा स्कर्ट आणि जॅकेट.

''छान दिसतोय.'' मी म्हणाले. पॅटसीही तिचे कपडे घलून पाहत होती. मला बघताच आईचे पित्त खवळले. ''तुझ्या खोलीत चालती हो. माझ्यासमोर येऊ नकोस.'' ती खेकसली.

क्षणभर घुटमळून मी माझ्या खोलीत गेले. इंग्रजी निबंध लिहून काढला. आता करायला काहीच नव्हते. नंतर आईने कामाला लावलेच असते, पण सध्या तरी मोकळा वेळ होता. कपड्यांमागे लपवलेला चहा संपवला, रिकामा कप माझ्या कपाटात, माझ्या बिस्किटांच्या जवळ ठेवून दिला. नंतर आलबेल असताना स्वयंपाकघरात नेऊन ठेवीन, असा विचार मी केला होता.

काहीही न करता मी स्वस्थ बसले असताना हळूहळू माझे मन नैराश्याने भरून आले. काय हे माझे आयुष्य! काहीही चांगले घडत नाही. आईच्या खोलीतून

बिस्किटे चोरायची, तिच्या नजरेस पडू नये म्हणून धडपडायचे, तिचा मार चुकवायचा– साऱ्याचाच मला प्रचंड कंटाळा आला. मोठ्या बहिणींचे जुने, उतरवलेले कपडे यापुढे नाही घालायचे मला... त्याच क्षणी मी शनिवारी कुठेतरी नोकरी करायचा निर्णय घेतला. ईस्टमनबरोबर एकदाच कमाला गेले होते. तिथेही नंतर बोलावले नाही. कोणतीही नोकरी करायची, पण नवीन कपड्यांसाठी पैसे कमवायचेच असा मी निश्चय केला; पण मला कोण नोकरी देणार? नॅशनल इन्शुरन्स कार्ड वापरावी लागणार नाहीत असं काम कुठेतरी मिळेलच... नवे कोरे कपडे आणि चड्ड्यादेखील विकत घ्यायच्या. यापुढे ढगळ कपडे वा ढगळ चड्ड्या घालणे बंद!

दिवसभर मी शक्यतो माझ्या खोलीतच वेळ काढला. माझी भावंडे वरच्या मजल्यावर होती. बहुधा आईबरोबर टीव्ही बघत असावीत.

माझा सर्व गृहपाठ झाला होता. वह्या दप्तरात भरून ते दारापाशी ठेवले. मोठ्या बहिणीचा कोपरांवर विरलेला, विटका ब्लेझर मला अजूनही खूप ढगळ होत होता. स्कर्टदेखील खूप लांब व्हायचा. कमरेशी चार वेळा दुमडून मी तो घालत असे. तसे केल्याने कमरेशी फुगा यायचा ही गोष्ट वेगळी. काळा ब्लेझर, राखाडी रंगाचा स्कर्ट दप्तराच्या बाजूलाच नीट पसरून ठेवला. शाळेचे शूज दुरुस्तीच्या पलीकडे गेले होते. त्यांची अवस्था अतिशय वाईट असली तरी एखाद्या बहिणीचे मिळेपर्यंत तेच घालावे लागणार होते. साडेनऊपर्यंत शाळेची सगळी तयारी करून झाली. मी अजूनही जेवले नव्हते, पण इलाज नव्हता. तशी फारशी भूकही नव्हती, पण काहीतरी खायला हवेच होते. मी जेवले नाही हे लक्षात आले तर कदाचित माझ्या बहिणी कहीतरी खायला आणतील... जाऊ दे, जास्त विचार करण्यात अर्थ नव्हताच. कधी ना कधी माझ्या इच्छा पूर्ण होतीलच.

असे विचार करत मी उपाशीपोटीच झोपी गेले. नंतर केव्हातरी पॅटसीच्या ढोसण्यामुळे जाग आली. ''क्लिअर, क्लिअर लवकर ऊठ ना.'' ती कुजबुजत्या स्वरात म्हणाली. जेवताना माझी आठवण आली नाही, आता कशाला आलीय? मला तिचा रागच आला. मी काहीच उत्तर दिले नाही. ब्लँकेटवर थोपटून ती निघून गेली. ब्लँकेटमधून डोके बाहेर काढून मी पाहिले तर उशीवर टिश्यूमध्ये गुंडाळलेले दोन डंपलिंग ठेवलेले. 'हंऽ चवदार डंपलिंग... माझ्या तोंडाला पाणी सुटले. म्हणजे माझी आठवण होती तर!' मी आनंदाने उठून बसले. ब्लँकेट लपेटून घेतल्याने मला फारसा त्रास होत नव्हता. मी किती वेळ झोपले होते कुणास ठाऊक, पण बाहेर गच्च अंधार दाटून आला होता.

टिश्यू उघडून मी एक डंपलिंग खायला सुरुवात केली. दिवसभरात एक बिस्कीट खाल्ले होते. त्यानंतर प्रथमच अन्नाचा घास माझ्या पोटात जात होता. मी मन लावून खात असतानाच जिन्यावर आईच्या पावलांचा आवाज ऐकू आला. मी

घाईघाईने डंपलिंग संपवले. दुसरे चड्डीत लपवून ठेवले. मग डोक्यावर ब्लँकेट ओढून भिंतीकडे तोंड करून गुपचूप पडून राहिले. आई आत आली. मी श्वास रोखून पडले होते. ती जवळ येऊन म्हणाली, ''क्लिअर,'' मी अर्थातच उत्तर दिले नाही. तिने पुन्हा हाक मारली, ''क्लिअर,''

आई पिच्छा सोडणार नाही हे माहीत असल्याने मी वळून तोंडावरचे ब्लँकेट बाजूला सारले आणि म्हणाले, ''हॅलो मम्मी.''

ती माझ्याकडे रोखून पाहत होती. ''तुझी कॉट कुठे आहे?'' तिने विचारले.

''कुणास ठाऊक! कालपर्यंत इथेच होती. कशी नाहीशी झाली कळत नाही.''

यावर अवाक्षरही न बोलता ती आली तशीच परत गेली. मी पुन्हा ब्लँकेटखाली लपले.

मग चड्डीत लपवलेले डंपलिंग काढले आणि हळूहळू मोठ्या चवीने ते संपवले.

शनिवारची नोकरी

१९६९

एका रविवारची गोष्ट. आईने मला ईस्ट स्ट्रीट मार्केटमध्ये खरेदीला पाठवले. बरोबर आणायच्या सामानाची हीऽऽऽ मोठी यादी दिली. सगळ्या वस्तू एका जागी मिळणार नव्हत्या. आईने मोठ्या चाकांची ट्रॉलीही दिली. हिची चाके वारंवार अडकायची. ती तशीच ढकलत माझी खरेदी यात्रा सुरू झाली. यापूर्वी अनेकदा आईबरोबर मार्केटमध्ये गेलेले होते. त्यामुळे कोणती वस्तू कुठे मिळते, हे मला चांगले माहिती होते. शिवाय काही दुकानदार माल खपवण्यासाठी भाव पाडून विकत असत. आईने दिलेले अर्धे पैसे पर्समध्ये ठेवून ती मी कोटाच्या आतल्या बाजूला पिन लावून अडकवली, तर उरलेले पैसे शॉपिंग ट्रॉलीच्या तळाला असलेल्या जाड लाईनिंगखाली लपवले. जाताना वाटेत क्वार्टर स्ट्रीट पोलीस स्टेशन लागले. बाहेर एका फलकावर 'हरवला आहे' अशी जाहिरात लावलेली होती. कोणालाही त्या व्यक्तीविषयी माहिती असेल तर कळवावे, असेही त्यामध्ये म्हटलेले होते. लाल रंगात एक फोन नंबरही रंगवलेला होता. 'आपणही हरवून गेलो तर किती छान होईल' माझ्या मनात विचार आला. पण नको. मग सगळे आपल्याला शोधायला लागतील. आई तर प्रचंड संतापेल. 'मी कधीच सापडणार नाही' ह्या विचाराने ती खूप काळजी करेल. कदाचित परतलेच तर पळून जायची काय कारणं सांगेन याची काळजी तिला त्याहूनही अधिक असेल. अरे वा, म्हणजे पळून जाण्याचे असेही फायदे आहेत तर!

ट्रॅफिक सिग्नलला रस्ता पार करून गेल्यावर 'डॉल्सीस' हे शूजचे दुकान लागले. त्याच्यापुढे ईस्ट स्ट्रीट मार्केट आहे. मार्केटमध्ये प्रचंड गर्दी होती.

एक फळवाला गिऱ्हाइकांना आकर्षित करण्यासाठी मोठमोठ्याने ओरडत होता, ''शिलिंगला तीन घ्या. बघा, किती रसरशीत ताजी सफरचंदं आहेत. आया बायांनो, लुटा, उत्कृष्ट इंग्लिश सफरचंदं आहेत. तेवढ्याच पैशांमध्ये जास्त हवीत? तर मग ही परदेशी सफरचंदं घ्या... तुमच्या नवऱ्यांना आश्चर्याचा धक्का बसेल. चला, चला, पर्स बाहेर काढा, पैसे द्या.'' मला तो म्हणाला, ''हॅलो मिस.

तूही परदेशी दिसतेस. तुला कोणती हवीत? इंग्लिश की परदेशी?''

''इंग्लिश, प्लीज.'' मी उत्तरले.

''एका शिलिंगला तीन दिली. कॉक्सेस की स्मिथ्स?''

''सहा कॉक्सेस द्या.''

''एवढी? बरीच हावरट दिसतेस. बायकांनो, आज एका 'परदेशी'ला घरी घेऊन जा. नवऱ्यांना जोरदार झटका बसू दे. डोळे खाडकन उघडतील त्यांचे...'' त्याने सफरचंदे माझ्या पिशवीत टाकली.

माझ्या मागच्या बाईला एक कलिंगड काढून दिले आणि तो पुन्हा ओरडू लागला, ''एकदम चविष्ट, खाऊन बघा, बायांनो, बायांनो, बायांनो... अशी स्वस्त आणि मस्त फळं पाहायला मिळाली नसतील... सगळीच उत्कृष्ट, ताजी... घेऊन बघा... खाऊन बघा...''

त्याची चर्पटपंजरी मध्येच तोडून मी म्हणाले, ''केळी द्या मला.''

''बायांनो, बायांनो, बायांनो, केळी घ्या केळी... छान पिकलेली; मऊ; हिरवीगार; हवी तशी घ्या. हिरवी हिरवी केळी सर्वांत चांगली असतात, हे मी तुम्हाला सांगायला नको. विचार करू नका. चला, उचला. ह्यापेक्षा स्वस्त माल कुठेच मिळणार नाहीत. पिकून छान पिवळी पडतील ह्या गोष्टीची खात्री आहे.'' एकीकडे बडबडत त्याने केळ्यांचा घड खाकी पिशवीत घालून माझ्या ट्रॉलीत ठेवला. ''आणखी काय हवंय पोरी?''

''प्लम द्या थोडी.''

''ओहोहो, बायांनो, बायांनो, बायांनो लालचुटूक, रसदार, आतमध्ये कडक आणि जाड आवरण असं काय असेल? माझी प्लम! बायांनो, चला रांग लावा. अरे बापरे, सगळ्यांनाच माझी प्लम हवीत असं दिसतंय. गर्दी करू नका. रांगेत या. अडीच शिलिंगला सहा प्लम. एकदम मस्त. आणखी काही हवंय, पोरी?''

''हो, तीन पौंड किंग एडवर्ड्स द्या.''

''बायांनो, बायांनो, बायांनो, तुम्हाला माझे किंग एडवर्ड्स हवेत की नको? सर्वांत उत्तम, सर्वांत मोठी आणि सर्वांत स्वस्त! घ्या, घ्या तुला आणखी काय हवंय बाळ?

''आभारी आहे. झालं सगळं घेऊन. आणखी काही नको.'' मी असं म्हटल्यावर त्याने ब्राऊन पेपर बॅगेवर माझा हिशेब केला. मी दिलेल्या दहा शिलिंगच्या नोटेतून उरलेले पैसे मला परत केले. त्याचे आभार मानून मी पुढे निघाले. तशी त्याची टकळी पुन्हा चालू झाली, ''माझं आणखी एक गिऱ्हाईक खूष होऊन चाललंय. सर्वांनाच मी हवाय.'' रांगेतल्या पुढच्या स्त्रीला तो म्हणाला, ''मॅडम, मी तुम्हाला कशा तऱ्हेने खूष करू? तुमच्या नवऱ्याला माहितीय का तुम्ही इथे माझ्याजवळ आहात हे?''

इतर ट्रॉल्यांच्या गर्दीत मीही माझी ट्रॉली ढकलत उरलेली खरेदी करायला पुढे निघाले. कार्नेशन दूध, कन्डेन्स दूध आणि साखर घ्यायची होती. उजवीकडे कुठेतरी असलेल्या स्टॉलवर ह्या वस्तू सर्वांत स्वस्त भावात मिळतात असे आईने बजावले होते. अर्थातच मी तिथेच दूध घेतले. आता कॉर्नबीफ आणि कॉर्नफ्लेक्स घ्यायचे. साऱ्या वस्तू गोळा करत मी इकडे तिकडे हिंडत होते. शी! खरेदी करणे मला मुळीच आवडत नाही. माझ्या वर्गातल्या लिझी लॉकने मला असे रखडताना पाहिले तर? साऱ्या वर्गात ती बोभाटा करेल. तिच्या आईबाबांचे कॉर्नफ्लेक्सचे दुकान टाळून मी दुसऱ्या दुकानाकडे मोर्चा वळवला.

"तीन बॉक्स द्या, प्लीज आणि साखरेच्या तीन बॅग," मी दुकानदाराला म्हणाले.

"तूच एवढी गोड आहेस तर आणखी साखर कशाला?"

"मी काही गोडबीड नाहीये." मी तटकन म्हणाले.

"एवढं चिडायला काय झालं? बरं राहू दे. आणखी काय हवंय?" तो समजूतदारपणे म्हणाला,

"कॉर्न बीफचे तीन डबे द्या." मी अजूनही वैतागलेलीच होते.

"अगं सोने, सारं काही एवढं गांभीर्यानं घ्यायची गरज नाही. चल हस पाहू थोडीशी." तो मला चुचकारत म्हणाला.

मी चेहऱ्यावर हसू चिकटवले आणि त्याच्याकडे पाहून दात दाखवले.

"बाळे, अंकल पीटला सांगणार का काय झालंय?" तो स्वत:च गंभीर झाला होता.

मी अजूनही हसायचा प्रयत्न करत त्याच्याकडे पाहत होते; पण मग अचानक माझा बांध फुटला. मी रडायलाच लागले.

"मला शनिवारी करायला काम हवंय. तुमच्याकडे 'सॅटर्डे गर्ल'साठी नोकरी आहे का?" मी हुंदके देत विचारले.

"नाही गं पोरी, माझ्याकडे काम नाही."

हे ऐकताच माझे डोळे पुन्हा पाण्याने भरले. अश्रूंचा पूरच वाहू लागला. मोठेमोठे थेंब गालावरून ओघळून हातातल्या कॉर्न बीफच्या डब्यावर पडू लागले. अचानक सारेच असह्य घेऊन मी ओक्साबोक्शी रडू लागले. आजूबाजूचे दुकानदार जमा झाले. पीट मला एका बाजूला घेऊन गेला.

"का रडवलंस त्या पोरीला?" एक दुकानदार ओरडला.

"तूच काहीतरी घाणेरडं वागला असशील तिच्याशी. पोलिसांना बोलवा." दुसरा तावातावाने म्हणाला.

पीटने त्यांच्याकडे संपूर्ण दुर्लक्ष केले. साखर आणि जॅमच्या डब्यांच्या मध्ये

नेऊन त्याने मला विचारले, ''पोरी, काय झालंय? मला सांगणार का?''

''मला नाही सांगायचं.''

''घरी काही घडलंय? खूप त्रास होतोय?''

''हो.

''मी काय करू?''

''मला शनिवारची नोकरी द्या.''

''मला खरोखरच सॅटर्डे गर्लची गरज नाही. नाहीतर मी तुला नक्कीच मदत केली असती, देवाशपथ.''

ते ऐकून अर्थातच माझी रडारड चालूच राहिली. शेवटी त्याने मला डोळे पुसायला खाकी कागदाची पिशवी दिली. रडून रडून माझे नाक गळायला लागले होते. पेपर बॅग चुरगाळून मी तिच्यातच नाक शिंकरलं.

''पोरी, मी सांगतो तसं कर. वॉलवर्थ रोडवरून जाताना एका दुकानात जाहिरात लावलेली मी पाहिली... काय बरं त्या दुकानाचं नाव?... लायब्ररीच्या जवळच आहे ते... हो आठवलं, 'रोझेस...' हो, हेच नाव आहे 'रोझेस'... त्यांना सॅटर्डे गर्ल हवी आहे. तिथे जाऊन चौकशी कर ना.''

मी अजूनही रडत होते. त्याने माझ्या खांद्याभोवती हात टाकून मला जवळ घेतले. ''चल, आता हस पाहू.'' असे म्हणून त्याने पिशवी माझ्या हातातून काढून घेतली. तीच थोडी सरळ करून 'रोझेस, लायब्ररीजवळ' असा पत्ता लिहिला आणि पुन्हा घडी करून माझ्या हाती दिली.

''रडणं एकदम बंद कर पाहू. आत्ताच्या आत्ता तिथे जा, नाहीतर दुसरीच कोणी नोकरी पळवेल.''

मी कॉर्न बीफचा डबा ट्रॉलीत ठेवला आणि डोळे पुसले. ओली झालेली पेपर बॅगची घडी खिशात ठेवली. त्याचे आभार मानून मी निघाले तशी तो म्हणाला, ''नोकरीचं काय झालं ते मला सांग हं बाळा आणि तुला माझ्या शुभेच्छा.''

ट्रॉली ओढत ईस्ट स्ट्रीट मार्केटच्या गल्लीत मी उजवीकडे वळले. वॉलवर्थ रोडवरच्या लायब्ररीजवळचा सिग्नल पार केल्यावर पलीकडेच 'रोझेस' हे स्त्रियांसाठीच्या सुंदर, आधुनिक फॅशनच्या कपड्यांचे दुकान होते. काचेच्या खिडकीत भरपूर आकर्षक ड्रेस लावलेले होते. दुकानाचे एकंदर स्वरूप पाहून 'इथे काही आपल्याला काम मिळणार नाही' असा विचार माझ्या मनात आला. एकतर दिसायला मी सर्वसामान्य होते आणि धो धो रडल्यामुळे माझा अवतार अधिकच बघण्याजोगा झाला होता. अशी दिसत असताना त्यांच्याकडे काम मागायला गेले तर माझे हसू होईल. ते मला ताबडतोब बाहेरचा रस्ता दाखवतील यात शंकाच नव्हती.

मी तशीच पुढे जे. वॉल्डविन दुकानापर्यंत गेले. तिथे खिडकीतून आत

डोकावत 'आता काय करायचं?' असा विचार करीत उभी राहिले. रोझेसमध्ये आत्ताच जावे, की नंतर? की न जाण्यातच शहाणपणा आहे? मला समजत नव्हते. आता गेले तर नोकरी मिळायची शक्यता फारच कमी होती. गेलेच नाही तरीही अर्थातच नोकरी मिळणार नव्हती. त्यापेक्षा सर्वांत चांगली गोष्ट म्हणजे नंतरच यावे हे बरे! ठरले तर! आधी घरी जाऊन सर्व सामान ठेवावे आणि पुन्हा 'रोझेस' मध्ये यावे हाच विचार मी पक्का केला.

सामानाने जड झालेली मोडकी ट्रॉली शक्य तितक्या जोरात ढकलत मी घरी परतले. सामान जागच्या जागी ठेवले. आईच्या खोलीत तिच्या वस्तू ठेवल्या. मग आईजवळ जाऊन म्हणाले, ''बटर आणि दूध आणायला विसरले. आता जाऊन आणते.''

''जा, पटकन घेऊन ये.'' ती चिडून म्हणाली. बाथरूममध्ये जाऊन मी थंड पाण्याने चेहरा स्वच्छ धुतला. कोलगेट टूथपेस्टने दात चमकवले, केस नीट विंचरले. चला, आता मी बरी दिसत होते. मी बाहेर पडले.

घामाघूम होईन, म्हणून मी फार वेगाने चालत नव्हते. तिथे पोहोचल्यावर मात्र आत गेल्यावर काय सांगायचे या विचाराने मी थोडा वेळ दारातच घुटमळले. दाराच्या दोन्ही बाजूला काचेच्या दर्शनी खिडक्यांमध्ये अत्याधुनिक ड्रेसेस घातलेल्या सडपातळ मॉडेलचे पुतळे उभे होते. वॉलवर्थ रोडवर अशा कमनीय बांध्याच्या स्त्रिया आढळणे कठीणच!

शेवटी धीर एकवटून मी आत प्रवेश केला. कॅश काऊंटरवर साधारण चाळिशीची स्त्री बसली होती. मी दीर्घ श्वास घेतला आणि सारे धैर्य गोळा करून तिला विचारले, ''एक्सक्यूज मी, बाजारात मला कोणीतरी सांगितलं की तुम्हाला सॅटर्डे गर्ल हवीय. ती जागा अजूनही रिकामी आहे का?''

''कोणी पाठवलं तुला?'' तिने विचारले.

''मला नक्की माहीत नाही, पण त्यांचे नाव पीट असावे.''

''तुझं वय काय आहे?''

''मी पंधरा वर्षांची आहे.''

''पूर्वी कुठे काम केलं आहेस का?''

''हो.''

''कुठे?''

''एका उपाहारगृहात होते– स्वयंपाकी म्हणून.''

ईस्टमनमुळे मिळालेल्या एका दिवसाच्या नोकरीचा कदाचित फायदा होईल असे वाटत होते. आईची चांगली जिरेल! तिने आणखीही काही प्रश्न विचारले. नंतर ती म्हणाली, ''माझं नाव ईलीन. पुढच्या आठवड्यापासून तुला आम्ही

ट्रायलवर नोकरीवर घेत आहोत. दुकानात दोन पूर्ण वेळ काम करणाऱ्या मुली आहेत. शिवाय आणखी एक सॅटर्डे गर्लही आहे.''

ईलीन पुढे म्हणाली, ''नऊ वाजता कामावर यायचं, संध्याकाळी सहा वाजेपर्यंत राहावं लागेल. दुपारच्या जेवणासाठी एक तास सुट्टी मिळेल. जास्त काम असेल त्यादिवशी ही सुट्टी पंचेचाळीस मिनिटांची असेल. चटपटीत राहावं लागेल. दुकानाला बट्टा लागेल असं वागायचं नाही. व्यवस्थित वागायचं.''

''हो, चालेल.'' मी पटकन होकार दिला.

''दुसरं म्हणजे तू ह्या दुकानातून काही खरेदी केल्यास त्यावर पंचवीस टक्के सूट मिळेल.'' ईलीन म्हणाली.

हे ऐकून मी मनातल्या मनात टुणकन उडीच मारली. किती मज्जा! मला नोकरी मिळाली! तिथून बाहेर पडले, तेव्हा आनंदाने काही सुचत नव्हते. एकच अडचण होती– हे आईला सांगावे लागणार होते.

परतले तेव्हाही ती बैठकीच्या खोलीतच होती.

''मम्मी, मला शनिवारची नोकरी मिळाली. पुढच्या शनिवारपासून मी जाणार आहे.'' मी तिला पटकन सांगितले.

''किती पैसे मिळणार आहेत?'' तिने व्यवहारी प्रश्न केला.

''ते मला माहीत नाही; पण पुढच्या शनिवारपासून जाणार.'' अजूनही मी त्याच आनंदात होते.

''तू विचारलं का नाहीस, किती पगार देणार?''

''मम्मी, मला नोकरी मिळालीय.'' मला त्याचेच महत्त्व जास्त वाटत होते.

''किती पैसे मिळणार हेच माहिती नसेल तर नोकरी करायचीच कशाला? तुला तुझ्या राहण्या-जेवण्याचे पैसे लागतील. कायम तुला पोसेन अशी अपेक्षा बाळगू नकोस.''

''तू मला पोसते आहेस हे मला माहीत नव्हतं.''

''काय म्हणायचंय तुला?''

''तू माझ्या जेवण्याचा, राहायचा वगैरे खर्च उचलतेस हे खरोखरच माहिती नव्हतं. माझे डॅड पैसे देतात असंच मला वाटत होतं.''

यावर आई प्रचंड भडकली. ''काळी कुत्री! माझ्याशी असं मूर्खासारखं बोललीस तर याद राख! नोकरी धरलीस तर पैसे द्यावे लागतील आणि पैसे द्यायचे नसतील तर नोकरी करायचीच नाही लक्षात ठेव.''

मी मुकाट्याने खोलीतून बाहेर पडून दार लावून घेतले. बहिणींना ही आनंदाची बातमी सांगितल्यावर त्या मात्र खूपच प्रभावित झाल्या. नाना प्रश्न विचारून यांनी मला भंडावून सोडले. अर्थात सर्वाधिक उत्सुकता तिथे मिळणाऱ्या ड्रेसविषयी होती

आणि या साऱ्याच्या केंद्रस्थानी मी होते– क्लेअर ब्रिस्को, स्वत:च्या हिमतीवर बाहेर पडून नोकरी मिळवणारी पहिली ब्रिस्को. मला स्वत:चा खूप अभिमान वाटत होता आणि यापुढे सगळे चांगलेच घडेल, असेही मनोमन वाटत होते. नोकरी मिळाली त्या शनिवारी, रविवारी माझ्या आनंदाला, उत्साहाला नुसते उधाण आले होते. कधी एकदा पुढचा शनिवार येतोय असे मला झाले होते. शाळेतदेखील मी आदर्श विद्यार्थ्याप्रमाणे वागत होते. गृहपाठ वेळच्या वेळी करून देत होते. शनिवार-रविवारसाठी अभ्यास करायला बाकी ठेवलाच नाही, म्हणजे पूर्ण लक्ष नोकरीवर केंद्रित करता येणार होते. शनिवारी लवकर उठून मी अंघोळ उरकली, माझा निळा वेल्वेटचा ड्रेस घातला. हा मला छान बसायचा. साडेआठ वाजता एक कप चहा पिऊन मी माझा पहिला 'सॅटर्डे जॉब' करायला निघाले.

आठ वाजून पस्तीस मिनिटांनी निघाले होते. केवळ दहा मिनिटांत मी दुकानावर पोहोचले. दुकान अजून उघडले नव्हते; पण ठीक होते. निदान उशिरा तरी पोहोचले नव्हते. थोड्या वेळाने ईलीन आली. मला पाहून तिने, किती वेळ वाट पाहावी लागली असे विचारले.

"आताच आले." मी थाप मारली.

ती कुलूप उघडत असताना मी तिच्या बॅग पकडल्या. 'रोझेस' उघडल्यावर ती आधी अलार्म बंद करायला धावली. ते झाल्यावर तिने दुकानातले सर्व दिवे चालू केले. तिने मला समोरच्या दुकानातून स्वत:साठी चहा आणायला पाठवले. त्यासाठी एक पौंड देऊन ती म्हणाली, "हवा असेल तर तूही घे." चहा घेऊनच निघाले होते, त्यामुळे मी फक्त तिच्यासाठीच चहा आणला. गल्ला उघडायचा होता, चिल्लर मोजायची होती, 'दुकान उघडं आहे' ह्या फलकाचा दिवा चालू करायचा होता. मी पटापट कामे उरकू लागले. साडेनऊपर्यंत बाकीचे कर्मचारी आले. मेरी ही दिसायला छान, शिवाय रॉड स्टुवर्डची चाहती होती. हानेकिया ग्रीक होती. लवकरच तिचे लग्न होणार होते. लिंडाने तिचे सुंदर, रेशमी, सरळ केस सोनेरी रंगात रंगवले होते. तिचे तिच्या बॉयफ्रेंडबरोबर वादळी प्रेमप्रकरण चालू होते. सर्वांनीच माझे मोठ्या प्रेमाने स्वागत केले. प्रत्येकीने माझे वय मी एकटी असताना विचारले. माझे उत्तर ठरलेले होते. पंधरा!

'रोझेस' मध्ये काम करणे अतिशय आनंददायक होते. स्त्रिया खरेदीसाठी येत, ड्रेसचा अंदाज घेत. मी त्यांना त्यांच्या मापाचा ड्रेस शोधून देत असे, कपडे बदलायच्या छोट्या खोलीत त्यांना घेऊन जात असे, तिथले पडदे ओढून घेत असे, गिऱ्हाइकाने ड्रेस घालून पाहिल्यानंतर मी स्वत:ची टिप्पणी द्यायला विसरत नसे– 'अरे वा, छानच दिसतोय.' कधी म्हणत असे. 'हा रंग तुमच्यावर खुलून दिसतोय' किंवा 'मला वाटतं तुम्ही ह्याच्याहून लहान मापाचा ड्रेस घालून पहावा. आणून देऊ का?' विशेषत: हे ऐकून साऱ्याच खूष होत. कोणी ड्रेस घेतला, की मी गिऱ्हाइकाला

ईलीनकडे घेऊन जात असे. पैसे घेऊन पावती द्यायची हे तिचे काम होते. नोकरीवरचा माझा पहिला दिवस फारच छान गेला. अगदी मस्त! दिवसभर बरेच काही घडत होते. नाना तऱ्हेची गिऱ्हाइके. सर्वच तरुण मुलींना वाटायचे, की आपली वक्षस्थळे मोठी आहेत. त्यामुळे त्या मोठ्या मापाचे ड्रेस घालून पाहत. याउलट लठ्ठ स्त्रिया हटकून लहान ड्रेस घालत आणि तो घट्ट झाला की 'वजन वाढलंय' म्हणून कुरकूर करीत. अतिशय आश्चर्याची गोष्ट म्हणजे बहुतेकींना आपली 'साईज' माहीत नसे.

दुपारी इलिनने मला पूर्ण एक तासाची जेवणाची सुट्टी दिली. मला अतिशय छान, हलके वाटत होते. मी वॉलवर्थ रोडवरून चालत निघाले. कडेला कपड्यांची, शूजची अणि पुस्तकांची दुकाने होती. पैसे जमले की इथे खरेदी करता येईल असे विचार मनात घोळत होते. आता मी कमावती आहे. 'डॉल्सीस' मध्ये डोकावून मी आकर्षक शूजवर नजर टाकली.

मी मार्केटमध्ये पोहोचले. मी पीटला शोधत होते. तो त्याच्या स्टॉलच्या मागील बाजूस उभा होता.

"हॅलो, पीट." मी म्हणाले.

आवाज ऐकून तो माझ्याकडे वळला. माझ्यावर नजर रोखून तो म्हणाला, "कोण बरं तू? पाहिलंय तुला यापूर्वी... थांब, थांब, सांगू नकोस. मला आठवू दे." मी स्तब्ध उभी राहिले.

"अरे आठवलं," तो आनंदाने म्हणाला. "तू मागच्या आठवड्यात इथे आली होतीस ना? मला चांगलंच घाबरवलं होतंस. आता कशी आहेस? रडणं बंद झालंय ना?"

"पीट, मला ती शनिवारची नोकरी मिळाली. मी तुझी अत्यंत आभारी आहे, पीट. तुला तेव्हा घाबरवलं म्हणून क्षमा कर." मी म्हणाले.

"असू दे गं." तो सहज म्हणाला. "पण आता कसं आहे? बरंय ना? एवढी ढसाढसा रडलीस... आता परिस्थितीत सुधारणा झालीय का?"

"आता खूप चांगलंय पीट. त्या नोकरीबद्दल सांगितलंस त्यासाठी मनापासून आभार. आजपासूनच चालू झाली माझी नोकरी."

"काय सांगतेस? माझी चेष्टा तर करत नाहीस ना? खरं सांग."

"खरंच पीट, मला मिळाली नोकरी. आता जेवणाची सुट्टी झालीय. मला जायला हवं. उशीर व्हायला नको."

मी निघाले तशी पीटने समोरच्या सफरचंदांच्या ढिगातून एक हिरवे सफरचंद काढून ते एप्रनवर पुसले, नंतर एक संत्रेही निवडून काढले. दोन्ही फळे खाकी कागदी पिशवीत घालून त्याने मला दिली.

"पीटला विसरू नकोस कधीही," तो म्हणाला, "आणि डोळे पुसण्यासाठी खाकी कागदी पिशवीची गरज भासलीच तर माझ्याकडे ये. काय?" त्याने मला हसत हसत सांगितले.

पीटला भेटून मी पुन्हा 'रोझेस' मध्ये गेले. तिथे सँडविच आणि चहा घेऊन कामाला सुरुवात केली. साडेपाच वाजता इलिनने मला आवराआवर करायला सांगितली. ती दिवसभराच्या विक्रीचा हिशेब करत होती. मी कपडे बदलायच्या खोल्यांमध्ये पडलेले कपडे उचलून हँगरला अडकवले. हँगर एका ओळीत व्यवस्थित टांगले. आरसे पुसून घेतले. कचरा बाहेर नेऊन ठेवला. सरतेशेवटी गालिच्यावर हूव्हर फिरवला. सगळे ठाकठीक करेपर्यंत सहा वाजले. इलिन माझ्या कामावर एकदम खूष होती. पगाराचे पाकीट तिने माझ्या हातात ठेवले. तिचे आभार मानून मी पाकीट खिशात ठेवून दिले. बाथरूममध्ये गेल्यावर मी उत्सुकतेने पाकीट उघडले. आतमध्ये आठ पौंड आणि पगाराची पावती होती.

घरी जाताना मी विम्पी बारमधून एक चीजबर्गर आणि चिप्स स्वत: कमावलेल्या पैशांतून विकत घेतले. वा! मला अवर्णनीय आनंद झाला. घरी पोहोचेपर्यंत मी सगळे खाऊन संपवले. खोलीत गेल्यावर मी पैसे कॅटवर पसरून पुन्हा मोजले. माझी कमाई! तेवढ्यात पॉलिन आणि पॅटसी टपकल्या. मी काही टॉफी वगैरे आणलीय का हे बघण्यासाठी कार्लही डोकावून गेला. काय बरे करावे ह्या पैशांचे? प्रत्येक आठवड्याला थोडे पैसे साठवून ठेवीन. बाकीचे माझ्या खाण्यावर खर्च होतील. माझे स्वप्नरंजन चालू होते. पॅटसी, पॉलिननेही 'सॅटर्डे जॉब' शोधण्याचा निर्णय घेतला. त्या निमित्ताने निदान घरातून बाहेर तरी पडायला मिळेल, असाही त्यांनी विचार केला असावा. काही वेळाने आईने माझ्या नावाने बोंब मारलीच. मी पैसे गोळा करून पर्समध्ये ठेवले आणि आईच्या दरबारात गेले.

"आता नोकरीला लागलीस, तेव्हा जेवणावळ द्यावी लागेल." आई मुद्द्याचे बोलली.

"फक्त शनिवारची नोकरी आहे. त्याचे फारसे पैसे मिळणार नाहीत."

"फक्त शनिवारची नोकरी आहे ही सबब चालणार नाही. ह्या घरात सर्वांत जास्त वीज तुझ्यासाठीच जळते. एक तर तुझा अलार्म रोज रात्री सारा वेळ ठणठणत असतो. हे असं वर्षानुवर्षं चालू आहे. हा खर्च कायम मीच करावा अशी तुझी अपेक्षा आहे की काय? अंथरुणात मुतायला मी तर तुला सांगत नाही ना? चल पैसे दे."

"ठीक आहे. किती हवेत तुला?"

"तसं बघायला गेलं तर त्या सर्वच पैशांवर माझाच हक्क आहे."

"तसं असेल तर नोकरी करण्यात अर्थच नाही. काम न करणंच बरं.

“ते तुझं तूच ठरव. मी काही तुला नोकरीला लावलेलं नाही.”

“पण ते माझे एकटीचे पैसे आहेत. मी काम करून कष्टाने मिळवलेत ते.”

“अच्छा? फार शहाणी झालीस... ह्या घरात तूच मोठी आहेस असं समजायला लागलीस वाटतं? तुझ्या मते तुझ्या राहण्या-जेवणाचे किती पैसे होतात?”

“मला वाटतं तीन पौंड बस होतील.”

“तेवढे तर तुझ्या वीजबिलावरच खर्च होतील. ठीक आहे. यापुढे तुझं खाणंपिणं आणि कपडे ह्याचा खर्च तूच करायचा. नोकरी करण्याएवढी मोठी झालीस ना? मग स्वतःचा खर्च उचलण्याएवढी सुद्धा मोठी झाली आहेस.”

आईचा युक्तिवाद बिनतोड होता. तिने मला अन्य काही पर्यायच ठेवला नाही. पण हा अन्याय होता. मेरीही तसंच म्हणाली.

रुग्णालय

१९६९

त्यानंतर काही दिवसांनंतरची गोष्ट असेल. शाळेतून आल्यानंतर मी स्वयंपाकघरात जेवायला गेले. सर्वांची जेवणे झाली असावीत. कारण काहीही अन्न शिल्लक नव्हते. माझ्यासाठी काही ठेवावे, एवढेही कोणाला सुचले नव्हते, आईला विचारण्यात अर्थ नव्हता. कारण तिला काही माहिती असण्याची शक्यता नव्हती. मी माझी पुस्तके नीट ठेवून दिली आणि वर माझ्या खोलीत गेले. माझी कॉट अचानक गायब झाली, तशी अचानक आपल्या जागी परत आली होती. स्वच्छ सुकलेल्या चादरी, अलार्म व्यवस्थित काम करत होता. माझे गादी भिजवणे अजूनही कमी झालेच नव्हते. मी अलार्मचे बटण दाबून वाजतेय का नाही पाहिले, लाईटची उघडझाप होत होती. नाईटड्रेस घालून मी कॉटवरच आडवी झाले. चादर डोक्यावरून ओढून घेतली. स्वच्छ चादरींचा वास खरेच किती छान येतो! ह्यापूर्वी अशा स्वच्छ, सुकलेल्या मंद सुगंध येणाऱ्या चादरींवर कधी झोपले होते हे आठवतही नाही. ह्या चादरी माझ्यासाठी कोणी ठेवल्या कोणास ठाऊक!... पण ते महत्त्वाचे नव्हते. चादरींना डॅझचा मंद दरवळ येत होता. आई तर कपडे धुण्यासाठी पावडर वापरायची. कॉटखाली हात घालून चाचपडून पाहिले, तर माझी पॉटी हाताला लागली. रात्री गरज भासली तर पटकन उठून वापर करावा ह्या उद्देशाने आईने कोणाच्या तरी सांगण्यावरून पॉटी आणली होती. हँडल असलेल्या बादलीसारखी दिसायची! तशी का होईना, मला गरज लागलीच तर उपयोगी पडेल ना!

मी बारा वर्षांची झाले तरी माझ्या स्तनांचा आकार वयानुसार फारसा मोठा झाला नव्हता. शिवाय दोन्ही स्तनांचा आकार साधारणत: सारखाच असेल अशीही माझी अपेक्षा होती; पण दोघांचाही आकार आणि मापे वेगवेगळी होती. अगदी अलीकडेच आईच्या आणखी एका स्तन पिरगळायच्या कार्यक्रमानंतर निरखून पाहिले असताना मला स्तनांमध्ये गाठी आढळून आल्या. आकारही वेडावाकडा दिसत होता. डाव्या स्तनाला जराही स्पर्श झाला तरी तो ठणकायचा. स्तनाची

बोंडीही दुखरी झाली होती. सभोवतालची कातडी जाड झाली होती, ओली झाली की खपल्या निघायच्या. त्यातून द्रव झिरपत राहायचा.

स्तनाच्या वरच्या बाजूला बरीच मोठी उकडलेल्या अर्ध्या अंड्याइतकी गाठ झाली होती. स्पर्श केल्यानंतर ती उजव्या डाव्या बाजूला सी-सॉसारखी हलायची. उजवा स्तन इतका वेडावाकडा झाला होता की त्याला हाताळणे अशक्यच होते. वरती मोठा वळ उमटला होता. तिथली कातडी ओढली गेली होती. पातळ कातडीच्या मागे हळूहळू उडणारी नाडीही दिसत होती. स्तनातील गाठी त्यांना वाटेल तेव्हा इकडून तिकडे सरकत असणार ह्याची मला खात्री वाटत होती. मोठ्या गाठीच्या बाजूला थोडीशी लहान पण तितकीच दुखरी अशी दुसरी गाठ दिसली. ह्या तिन्ही गाठी आईने काढलेल्या चिमट्यांमुळेच झाल्या होत्या. स्तनांची बोंडी घट्ट पिरगळायची, खेचायची, ते वेगळेच! माझ्या दोन्ही बिचाऱ्या स्तनांनी आजपर्यंत फारच अत्याचार सहन केले; पण आता मात्र अति झाले होते. यापुढे आई चिमटे काढणे, पिरगळणे, खेचणे असे प्रकार करायला लागली तर प्रतिकार करायचा असे मी ठरवून टाकले.

मी कर्करोगाच्या गाठींविषयी ऐकले, वाचले होते. माझ्या स्तनांतील गाठी, डॉक्टरांना लवकरात लवकर दाखवायलाच हव्यात असे मी ठरवले. शाळेतही कोणाही मैत्रिणींच्या स्तनांचा आकार असा वेडावाकडा नव्हता. जिमसाठी कपडे बदलताना त्यांच्या वक्षस्थळांकडे लक्ष जाई, तेव्हा त्यांचा नीटस आकार प्रकर्षाने जाणवत असे. घाबरून मी लगेचच डॉक्टर मॅक्मॅनस ह्यांची भेट ठरवली. खूप चांगले होते ते. बहिणीबरोबर मी त्यांच्या वेटिंग रूममध्ये बसले होते. मी इथे का आलेय याची बहिणीला कल्पना नव्हती. माझे नाव पुकारले गेल्यावर बहिणीला बाहेरच थांबायला सांगून मी आत गेले.

डॉक्टर मॅक्मॅनस माझी फाईल बघत होते. ''काय झालंय बाळ?'' यांनी विचारले. ''अंथरूण भिजवणं कमी झालंय की नाही? काळजी करू नकोस. सर्व ठीक होईल. आता कशाला आलीस ते सांग.''

मी काही न बोलता त्यांच्यापुढे बसून राहिले.

''एवढा वेळ रांगेत थांबून, पूर्ण दिवस वाया घालवून तू इथे आलीस ते विनाकारण नक्कीच नसणार. काय झालंय सांग पाहू!'' ते मला चुचकात म्हणाले.

''अलीकडेच माझ्या स्तनांमध्ये मला तीन गाठी आढळून आल्या. अशा गाठी व्हायला नकोत एवढं मला माहीत आहे. कसल्या गाठी आहेत कोणास ठाऊक!'' मी उत्तरले.

"वय काय तुझं? अच्छा, बारा वर्षांची आहेस ना? घाबरण्यासारखं काही नसावं. मला तपासून बघू दे. त्या पडद्यामागे जा आणि तुझा टॉप काढ."

तपासणी करायच्या कॉटकडे त्यांनी बोट दाखवले. मी उडी मारून वर चढले. त्यांनी पडदा ओढून घेतल्यावर मी कोट आणि झंपर काढला, ब्लाऊजची बटणे काढली. थोड्या वेळाने ते आत आले.

"बाळ, कुठे गाठी आहेत दाखव बरं."

मी प्रथम डाव्या स्तनावरची गाठ दाखवली.

"दीर्घ श्वास घे बरं. छान, छान. आता श्वास सोड. पुन्हा एकदा... पुन्हा... ठीक आहे. हे बघ क्लेअर, मी आता स्तनाला हात लावून बघणार आहे. तुला जराही त्रास झाला तर लगेच सांग." त्यांनी स्तनाच्या खालच्या बाजूची तपासणी सुरू केली. एका हाताने थोपटून, दुसऱ्या हाताने ते दाबून पाहत होते. कोणालाही ती गाठ अगदी सहज दिसून आली असती.

"आता दुसरीकडे बघू. श्वास घे, पुन्हा एकदा, पुन्हा. वा, छान. बरं, कधीपासून ह्या गाठी झाल्यात तुला?"

मी काय उत्तर द्यावे असा विचार करीत होते.

"काळजी करण्यासारखं काहीच नाही. तू अजिबात चिंता करू नकोस." त्यांनी मला धीर दिला.

नंतर त्यांनी माझ्या दोन्ही स्तनांची आणि गाठींची मापे घेतली. "तुझी आई तुझ्या बरोबर का आली नाही?" त्यांनी विचारले

"ती स्वयंपाक करतेय." मी ठोकून दिले.

'काळजी करू नकोस.' असे मला एकीकडे सांगत असतानाच डॉक्टरांनी फोन केला. "ऑन्कॉलॉजी इमर्जन्सी," ते म्हणाले. "माझी पेशंट, बारा वर्षांची एक गोड मुलगी आहे. '1c3', तिच्या स्तनांमध्ये तीन मोठ्या गाठी आढळल्या आहेत. डाव्या स्तनावर डाव्याच बाजूला आणि उजव्या स्तनावर वरच्या तसंच खाली उजव्याच बाजूला अशा गाठी आहेत. गाठी मऊ असून सहजपणे वरखाली सरकतात. एवढ्या लहान वयात, पूर्वीचा इतिहास नसताना अशा गाठी होणे ही खूप अपवादात्मक गोष्ट आहे. शक्य तितक्या लवकर तिच्या तपासण्या झाल्या तर बरं होईल. गाठींमुळे वेदना होत असून त्या खूपच वेगाने मोठ्या होत आहेत. उजव्या स्तनावरच्या गाठींमध्ये तीन इंचाचं अंतर आहे. जराही वेळ न घालवता तज्ज्ञ डॉक्टरांनी तिला तपासणं अत्यंत महत्त्वाचं आहे."

मला पुढच्या आठवड्यात भेटीची वेळ मिळाली. डॉक्टरांचे आभार मानून मी निघाले. 'गाठी मोठ्या झाल्या तर ताबडतोब मला येऊन भेटायचं' असे बजावायला ते विसरले नाहीत. बाहेर येऊन त्यांनी पॉलिनला जवळ बोलावले.

''हॅलो पॉलिन. कशी आहेस? घरी गेल्यावर आईला क्लिनिकच्या वेळांमध्ये मला फोन करायला सांगशील का? माझा नंबर तिच्याजवळ आहे. आजच फोन केला तर बरं होईल, नाहीतर उद्या सकाळी तरी फोन कर, असा निरोप सांग.'' त्यांनी आमच्यासाठी दार उघडले. आम्ही दोघी निघालो.

घरी जाताना पॉलिनने विचारले, ''काय झालंय तुला? त्यांना आईशी काय बोलायचंय?''

''मला माहीत नाही. माझ्याविषयी बोलायचं नसेल. मला तिला काही सांगायचं नाही.'' मी उत्तरले.

''तुला काय झालंय ते तरी सांग.''

''काही नाही.''

''काहीतरी झालंय हे नक्की– सांग ना मला.'' ती पिच्छा सोडत नव्हती.

''गादीत लघवी करण्यावर काहीतरी उपाय सापडलाय. त्यासंबंधी बोलायचं असणार डॉक्टरांना.'' मी उडवाउडवीचे उत्तर दिले.

यावर ती गप्प बसली. मी विचार करीत होते. डॉक्टरांनी फोनवर बोलताना गाठींसाठी ट्रॉमा हा शब्द वापरला होता. ट्रॉमाचा अर्थ काय? त्यामुळे मी मरणार की काय? मला चिंता वाटत होती.

घरी पोहोचल्यावर मी सरळ माझ्या खोलीत गेले. पॉलिन आईच्या दारावर टकटक करून आत गेली. मी शाळेचा गणवेष काढून ठेवला आणि घरकामे करायला खाली गेले. स्वयंपाकघराची सफाई झाली, प्लेट धुऊन, पुसून जागच्या जागी ठेवल्या. बाथरूम धुतले, संडासात ब्लीच टाकले. मग हूव्हरने वरपासून खालपर्यंत जिने झाडून काढले. झाली कामे! खोलीत जाऊन गृहपाठ करायला घेतला; पण घरी इतकी कामे असत की मला अभ्यासाला वेळच मिळत नसे. शाळेत माझी प्रगती खूप चांगली होती, पण जमेल तसा, जमेल तेव्हा मी अभ्यास करत असे, त्यामुळे अभ्यासात सातत्य नव्हते. उत्तम प्रगतीमुळे मला वरच्या तुकडीत घालण्याचा निर्णय घेतला गेला होता. कधी ना कधी सर्वांत हुशार मुलांच्या तुकडीत प्रवेश मिळेलच.

अभ्यास झाला. जेवण्यासाठी मी स्वयंपाकघरात गेले. सर्वांनी जेवून घेतले होते. माझ्यासाठी अन्नाचा कणही ठेवलेला नव्हता. माझ्या कपाटात लपवून ठेवलेली बिस्किटे खाऊन मी भूक भागवली. शाळेत भरपेट जेवायला मिळायचे हे नशीब! इतर मैत्रिणींच्या शाळेच्या जेवणाविषयी काही ना काही तक्रारी असत. मला मात्र सारेच पदार्थ आवडत. मी मनापासून सारे संपवायची. विचारले तरच दुसऱ्यांदा घ्यायची. मी हावरटपणा करते असे कोणीही म्हणू नये, म्हणून मी हा प्रयत्न करत असे. शाळेच्या जेवणामुळेच मला निदान एक वेळ तरी पोटभर खायला मिळते,

ही गोष्ट मी कधीही विसरले नव्हते.

रात्री आई माझ्या खोलीत आली. "डॉक्टर माझ्याशी बोलले आहेत. मी तुझ्याबरोबर इस्पितळात येईन." ती म्हणाली.

"त्याची गरज नाही," मी स्पष्टपणे म्हणाले. नाही तरी मी तिला सांगणारच नव्हते, तिने काळजी करण्याचे काहीच कारण नव्हते.

इस्पितळात झटपट काम होईल असे वाटले होते, पण तिथे गेल्यावर बरेच एक्स-रे काढावे लागतील, ते तयार झाल्यानंतरच डॉक्टरांना भेटता येईल, असे कळले. त्यानंतरही कदाचित एक्स-रे काढावा लागेल. आणि शेवटी ते माझ्या डॉक्टरांना तपासण्यांचा अहवाल देतील असेही सांगण्यात आले. कमरेवरचा भाग उघडा करून मी एक्स रे मशिनला चिकटून उभी राहिले. एक्स-रे काढणारी बाई पडद्यामागे पळाली. तिथूनच ती सूचना देत होती. "क्लेअर, आता श्वास घे. हलू नकोस. छान. आता श्वास घेऊन सोड. पुन्हा एकदा श्वास पकडून ठेव. चला, झालं."

पडद्यावरचा लाल दिवा उघडझाप करत होता. तिने एक्स रे मशिनच्या पुढच्या बाजूला असलेली क्लिप उघडून मोठा चौकोनी एक्स-रे फिल्मचा खोका काढला. मी कपडे घालून बाहेर थांबले. काही वेळाने एका नर्सने, "अल्ट्रासाऊंड तपासणी करायला हवी." असे सांगितले. त्या विभागात देण्यासाठी एक कागदही माझ्याकडे दिला. माझा नंबर आल्यावर मी आत गेले. माझ्या दोन्ही स्तनांवर कोणतातरी थंडगार पदार्थ लावून तपासणी सुरू झाली. छातीवरून अल्ट्रासाऊंड मशिनची छडी फिरवल्यानंतर पडद्यावर प्रतिमा दिसू लागली. रेडिओलॉजिस्ट त्या प्रतिमांकडे लक्षपूर्वक पाहत होती.

माझ्याशी कोणीही फारसे बोलत नव्हते. नेमके काय चाललेय हे मला सांगण्यात आले नाही. 'क्लेअर, कशी आहेस?' हे मात्र सगळ्यांनीच विचारले. "तू काहीशी लहानच आहेस." असेही माझी तपासणी करणाऱ्या रेडिओलॉजिस्ट म्हणाल्या; पण नेमकी कोणत्या गोष्टीसाठी मी काहीशी लहानच होते, हे मात्र मला समजले नाही.

तपासणी संपली. मी टेबलावरून उतरले. छातीवरचा चिकट पदार्थ टिश्यूपेपरने पुसून काढला, कपडे चढवले आणि घरी गेले. काही दिवसांनी डॉक्टर मॅक्मॅनस यांचा फोन आला. तू मला त्वरित येऊन भेट असे ते म्हणाले. त्यांनी याआधीही यासंदर्भात एक पत्र पाठवल्याचे त्यांनी मला सांगितले. मी लगेचच गेले. इस्पितळातून तपासणीचा अहवाल आला होता. तसेच तातडीने आणखी तपासण्या कराव्या लागतील असेही त्यांनी सांगितले.

त्यासाठी पुन्हा इस्पितळात जावे लागले. अर्थात, काळजी करण्यासारखे काहीच नव्हते. असेही त्यांनी स्पष्ट केले. ते म्हणाले, ''त्या इस्पितळात वैद्यकशास्त्र शिकवलं जातं आणि तुझी केस अपवादात्मक असल्याने बऱ्याच सर्जननी तुला भेटण्याची इच्छा व्यक्त केली आहे.

माझ्यात नव्हे, तर माझ्या स्तनांमध्ये सर्जनना जास्त स्वारस्य आहे, हे मी जाणून होते! पण तरीही काळजी करण्यासारखे काहीच नव्हते, कारण सर्वच सर्जन खूपच अनुभवी आणि जाणकार होते.

मी निघाले तशी ते म्हणाले, ''दुसरं म्हणजे तिथं वैद्यकशास्त्राचे बरेच विद्यार्थी असतील. ते बहुधा तुझ्यासाठी निधी गोळा करतील.''

मला संकोच वाटू नये, त्यांच्यासमोर कपडे काढण्यासाठी मला प्रवृत्त करावे यासाठी हे पैशांचे अमिष असावे का, असेही वाटले. माझी केस खरोखरच अत्यंत दुर्मिळ होती.

मी इस्पितळात दाखल झाले. लेक्चर हॉलच्या उजव्या बाजूला 'वेटिंग आणि चेंजिंग रूम होती.' मला तिथे नेऊन 'टॉप काढल्यानंतर पुढच्या बाजूने उघडणारा नाईटड्रेस घालायला हवाय का?' असे विचारले गेले. तो घालून मी लेक्चर हॉलमध्ये गेले. अंदाजे सत्तर लोक तिथे हजर होते. सर्वांनी सफेद रंगाचे कपडे घातले होते. फक्त शिकवणाऱ्या सर्जननी पांढरे जॅकेट घातले नव्हते. त्यांचा शिकवण्याचा विषय 'मी' होते!

मी सर्वांसमोर उभी राहिले. काळे कपडे घातलेल्या माणसाने माझ्या छातीवरील गाठी त्यांच्या निदर्शनास आणून दिल्या. ''ही अतिशय अपवादात्मक गोष्ट आहे.'' असेही ते म्हणाले. मागच्या बाजूला फळ्यावर माझ्या स्तनांचे चित्र काढलेले होते. तीन गाठी दर्शवण्यासाठी तीन बाण काढले होते. जागेभोवती फुल्या काढून गाठींभोवतीची जागा उठावदार केली होती. विद्यार्थ्यांना नीट दिसावे म्हणून काळे कपडेवाल्याने मला एका बाजूला उभे केले आणि सफेद रंगाच्या छडीने 'ट्रॉमा' असलेल्या जागा दाखवल्या. हे झाल्यानंतर 'चांगुलपणा आणि सहनशीलता.' दाखवल्याबद्दल त्यांनी माझे आभार मानले. 'इच्छा असेल तर जवळ येऊन माझी तपासणी करू शकता' असे सांगितल्यावर त्यांच्यापैकी काही विद्यार्थी पुढे आले. कोणाच्याही नजरेला नजर न देता मी पुतळ्यासारखी उभी होते. 'मी कोणत्या शाळेत जाते, काय करते, मोठी झाल्यावर कोण व्हायचंय' यासारखे प्रश्न विचारून माझ्या मनावरचा ताण कमी करायचा ते प्रयत्न करीत होते. काही जणांनी जवळ येऊन माझ्या स्तनांचे निरीक्षण केले, स्पर्श करून पाहिला आणि पुन्हा जागेवर जाऊन बसले.

'माझ्या स्तनांना काही ट्रॉमा (अपघात) झाला होता का?' असे काळ्या कपडेवाल्याने विचारले. मी 'नाही' असे उत्तर दिले. एक तर 'ट्रॉमा' म्हणजे काय

हेच मला माहिती नव्हते. अर्थात थोडाफार अंदाज होताच, पण माझ्या घरी काय घडते हे मी त्यांना सांगणार नव्हते. माझे आभार मानून त्यांनी मला कपडे घालायला सांगितले. बाहेर स्वागतिकेने गाठी काढण्यासाठी इस्पितळात पुन्हा केव्हा यायचे तो दिवस आणि वेळ सांगून माझ्या हातात छोटे पाकीट ठेवले. शिकाऊ विद्यार्थ्यांनी कृतज्ञता व्यक्त करण्यासाठी जमवलेले पैसे त्यामध्ये होते. ''नेहमीच्या डॉक्टरांना भेट. ते तुला सर्व काही समजावून सांगतील,'' असेही ती म्हणाली.

त्यानंतरच्या शुक्रवारी चर्चमध्ये गेले. शुक्रवारी चर्चमध्ये जाणे अनिवार्य का असायचे कुणास ठाऊक! सफेद हातमोजे, बेरेट, टाय घालून पुढून तिसऱ्या रांगेत जाऊन बसले. जवळ बसल्याने मी देवाला नीट दिसेन, माझी प्रार्थना ऐकू येईल अशी मला आशा होती. आज मला देवाला काही महत्त्वाचे सांगायचे होते.

'देवा, प्लीज, प्लीज माझी अंथरूण भिजवायची सवय घालवायला मला मदत कर. देवा, एरव्ही मी तुझ्याकडे काहीही मागत नाही; पण ही गोष्ट अत्यंत महत्त्वाची आहे. त्यामुळे माझे अन्य अनेक त्रास वाचतील... देवा, माझी इच्छा पूर्ण होऊ दे. ही सवय बंद होऊ दे देवा. मी तुझी अत्यंत ऋणी होईन. कृपा करून माझ्या मनासारखे होऊ दे. आमिन.' माझे गाऱ्हाणे देवाच्या कानी घालून मी शाळेत गेले.

'तुम्हाला कोणतीही समस्या असू दे, कोणतेही संकट येऊ दे, देव सर्वत्र असतो आणि तो तुम्हाला नक्कीच मदत करील. तुम्ही फक्त त्याला हाक मारा म्हणजे तुमचा प्रश्न सुटला असंच समजा.' शाळेत आमचे मुख्याध्यापकही देवाविषयी असे सांगत होते. चला, देवाला मी माझी समस्या तर सांगितली आहे. तोच सर्व सुरळीत करेल, असा विश्वास मला वाटत होता.

त्या संध्याकाळी इस्पितळात जाण्यासाठी मी बॅग भरली. टूथब्रश, कंगवा, स्वच्छ मोजांची जोडी आणि वास न येणारा नाईट ड्रेस. सहानंतर काहीही खाल्ले नाही. मी इस्पितळात कशी पोहोचले, माझ्याबरोबर कोणी होते की नाही– मला काही एक आठवत नाही. तिथे मला माझी कॉट दाखवण्यात आली हे मात्र आठवतेय. मीच रुग्ण आहे, ह्याची खातरजमा करून परिचारिकेने माझ्या मनगटावर नावाचे कडे अडकवले. का कुणास ठाऊक! पण तिने मीच रुग्ण असल्याची पुन्हा एकदा खात्री केली. नंतर माझे तापमान, नाडी आणि वजन घेतले.

ह्या नेहमीच्या चाचण्या पार पडल्यानंतर डॉक्टर आले. पडदे ओढून घेऊन ते माझ्या बाजूला कॉटवर बसले. ''साधीशीच शस्त्रक्रिया असून ती कधी झाली हे तुला कळणारही नाही. तीन जागी कापून गाठी काढायच्या आहेत. टाके घातल्यानंतर लहानसा व्रण त्या जागी राहील.'' त्यांनी मला नीट समजावून सांगितले.

चिंता करण्यासारखी एकच गोष्ट होती. अनेकदा काळ्या लोकांत जखम सुकल्यानंतर त्याभोवतालची कातडी वर उचलली जाऊन जाडसर वळ पडतो.

दुर्दैवाने माझ्या बाबतीमध्येही तसे घडायची शक्यता होती. पण काळ्या लोकांमध्ये ही बाब नेहमीची होती, तेव्हा फारशी काळजी करण्यासारखे काहीच नव्हते.

डॉक्टरांनी मला सर्व समजावून दिल्यानंतर माझ्यावर शस्त्रक्रिया होणार होती. सर्जन मला भेटायला आले. ''मी तुझ्या गाठी काढून टाकणार आहे. त्यानंतर सकाळी पुन्हा तुला बघून जाईन. तेव्हाच गाठी कर्करोगाच्या की साध्या आहेत, हे तुला सांगितलं जाईल. काहीही असलं तरी तू मुळीच काळजी करू नकोस. सर्व ठीक होईल.'' असे त्यांनी सांगितले.

शस्त्रक्रियेच्या दिवशी सकाळी परिचारिकेने माझ्या कुल्ल्यावर इंजेक्शन दिले. त्यामुळे 'तुझा मानसिक ताण कमी होईल' असे ती म्हणाली पण मला इतकी प्रचंड भीती वाटत होती, की इंजेक्शननेदेखील ताण कमी होईल असे मला वाटत नव्हते. सर्जननी माझ्या मनगटातील कड्यावरचे नाव पाहिल्यानंतर मला नाईट ड्रेस काढायला सांगितला. लाल पेनने माझ्या डाव्या स्तनावर खुणा करून 'एंटर' असे लिहिले. त्यापुढे उजव्या बाजूने असे दर्शवणारा बाण काढला. उजव्या स्तनावरही खुणा केल्या. मात्र दोन ठिकाणी 'एंटर'चे बाण काढले. प्रत्येक 'एंटर'च्या जागेपासून दोन इंच अंतरावर रेषा काढल्या. हातामधील कागदावरील आराखड्यानुसारच ह्या खुणा, रेषा आहेत ना हे पुन:पुन्हा पडताळून पाहिले. नंतर माझे आभार मानून आणि चित्र काढायच्या कौशल्याबद्दल स्वत:ची पाठ थोपटून घेऊन सर्जन बाहेर गेले.

परिचारिकेने मला ट्रॉलीवर चढायला सांगितले. ट्रॉलीवरून आमची यात्रा वॉर्डमधून लिफ्टमध्ये आणि तिथून ऑपरेशन थिएटरमध्ये पोहोचली, सर्जन आणि परिचारिका दोघेही तिथे होते. सर्जननी माझ्या हाताच्या मागच्या बाजूला सुई टोचली आणि मला दहापर्यंत आकडे मोजायला सांगितले. मी किती आकडे मोजले आठवत नाही, पण जाग आली तेव्हा आत्यंतिक वेदना होत होत्या हे मात्र चांगले आवतेय. वॉर्डमध्ये मंद लाईट लागले होते. माझ्या बाजूला बरेच मॉनिटर होते, हातामधून सलाईन चालू होते. संपूर्ण छातीवर बँडेज होती. ब्लँकेट बाजूला सारून मी छातीकडे पाहिले. तीन ठिकाणी रक्त झिरपून बँडेजवर लाल डाग पडले होते. मी बँडेजवरून हात फिरवून पाहिले. उजव्या-डाव्या दोन्ही बाजूला उंचवटे जाणवले. चला, म्हणजे माझे स्तन शाबूत होते तर!

दुसऱ्या दिवशी सकाळी डॉक्टर मला पाहायला आले. त्यांच्याबरोबर सफेद कोटवाले आणखी तीन डॉक्टर होते. ''मी बरी आहे.'' मी साऱ्यांना आत्मविश्वासाने सांगितले.

''पूर्ण बरं वाटायला लागल्यावर तुला घरी पाठवू,'' डॉक्टर म्हणाले; पण अजूनही मॉनिटर आणि सलाईन चालू असल्याने किमान पाच दिवस मला इथेच राहायला लागणार होते. मी आनंदाने 'चालेल' असे म्हणाले. मला तर इथे कायमचे

राहायलाही आवडले असते. त्या घरी मला कधीही परत जायचे नव्हते. तसे झाले असते तर किती बरे झाले असते!

डॉक्टर पुढे म्हणाले, "तुला कर्करोग नाही, पण शस्त्रक्रिया खूपच कठीण होती. सगळ्या गाठी काढून टाकल्या आहेत. लवकरच तू संपूर्ण बरी होशील."

त्यांचे शब्द कानावर पडत असतानाच कधीतरी मला झोप लागली. हॉस्पिटलमध्ये मला कोणीही भेटायला आले नाही. संपूर्ण वेळ मी पाठीवर पडून असायची. जराही इकडे-तिकडे वळले तर प्रचंड वेदना होत. दोन दिवसांनंतर माझ्या स्तनांमध्ये निचरा होण्यासाठी घातलेल्या ट्यूब काढण्यात आल्या. तीन दिवसांनी मला घरी जाण्याची परवानगी मिळाली.

"सुरक्षितता आणि आधार मिळण्याच्या दृष्टीने बँडेज असलेले चांगले, शिवाय त्यामुळे जंतुसंसर्ग होणार नाही." असे सांगितल्यामुळे मी बँडेज बांधूनच घरी गेले. तीन आठवडे शाळेत जायचे नव्हते आणि संपूर्ण वर्षभर खेळण्यावर बंदी होती. जखमाही अपेक्षेनुसार भरल्या नाहीत. अंथरूण भिजवणे चालूच असल्याने अधिकच गुंतागुंत झाली. बँडेज खराब होऊन वारंवार बदलायला लागायचे. ह्या सर्व काळात आईने मला जराही त्रास दिला नाही. किंबहुना मी लवकर बरी व्हावी ह्यासाठी ती प्रार्थना करीत असावी, असा मला दाट संशय आहे. कारण माझ्या स्तनांमध्ये गाठी नेमक्या कशामुळे आणि कोणामुळे झाल्या होत्या हे आम्हा दोघींनाही चांगलेच माहिती होते. मी तिचे नाव सांगेन म्हणून ती घाबरली होती.

ऑपरेशनचे बरेच फायदेही झाले. ईस्टमनने त्यानंतर मला हातही लावला नाही. आईनेही पुन्हा कधीही माझे स्तन पिरगाळले, चिमटले नाहीत. शाळेत जायला सुरुवात केली तेव्हा बहिणीची ब्रा घालून जायची. बरीच मोठी असली तरी छातीवर बँडेज आणि सूज असल्याने ती मला बरोबर व्हायची. मी शाळेत गेले, तेव्हा माझ्या मिसला खूप आनंद झाला. वर्गाबाहेर रांगेत उभी असताना तिथे येऊन तिने मला मिठी मारली. मलाही रडू कोसळले. मी हॉस्पिटलमध्ये होते आणि माझा आजार कर्करोगासंबंधी होता हे तिला माहिती असल्याने, मला पुन्हा शाळेत पाहून तिला खूपच आश्चर्य वाटले. 'मला कर्करोग झालेला नाही, पण खेळांमध्ये भाग घेता येणार नाही,' असे मी म्हणाले. 'मिस गिलेस्पीना मी सांगेन.' असे मिसने आश्वासन दिले. थोड्याच दिवसांनंतर माझ्या चेहऱ्यावर कसलातरी जबरदस्त संसर्ग झाला. कोणत्याही औषधांनी तो बरा होईना. शेवटी मला शाळा बंद करून घरी बसावे लागले. अनेक महिने मी घरीच होते.

शाळेची सहल

१९७०

शाळा बंद असल्याने मला अतिशय कंटाळा यायचा. काही करायचे नसल्याने मी टीव्ही बघण्यात वेळ घालवत होते. दुपारी न्यायालयीन खटल्यांवर आधारित 'क्राऊन कोर्ट अॅट वन' ही मालिका मी बघत असे. त्यातील कलाकार काळे गाऊन आणि विग घालत. नायक आणि नायिका वाद प्रतिवाद करीत. न्यायाधीश खूपच वृद्ध दिसत आणि त्यांना फारसे कामही नसायचे. रोज एक तासाचा कार्यक्रम असे. तो पाहून आपणही बॅरिस्टर व्हायचे; विग आणि गाऊन घालून कोर्टात लढायचे असा निर्णय मी घेतला. प्रत्येक दिवशी नवीन घटना, नवीन आरोपी, नवीन खटला– सारेच किती उत्कंठावर्धक! मला तर कधी एकदा तसे कपडे घालते असे झाले. स्त्री-पुरुष दोन्ही वकील गळ्याभोवती सफेद टॅब घालत. स्त्रिया हा टॅब सुंदर, लेस लावलेल्या कॉलरवर तर पुरुष उंच कॉलरवर घालत; त्यामुळे ती ऐतिहासिक नाटकातील पात्रे वाटत. आपणदेखील त्यांच्यासारखेच बॅरिस्टर व्हायचे, हे मी नक्की ठरवून टाकले. शाळेत जायला लागल्यानंतर त्यासाठी काय करावे लागते, ह्याची माहिती काढायची, हेही ठरवले.

अजूनही घरातील खाद्यपदार्थ कडीकुलपातच ठेवलेले असत. आई माझ्या स्तनांना हात लावत नसे, पण डोक्यावर टपल्या मारणे, पाठीवर वा पोटावर ठोसे मारणे, हे सुरूच होते. लाकडाचे फळकूट गायब झाले असले तरी त्याऐवजी चामड्याचा पट्टा तिच्या हाती आला होता. जवळजवळ तीन फूट लांबीच्या पट्ट्याला मोठे गोलाकार कास्य धातूचे बकल होते. अधूनमधून ह्या पट्ट्याचे फटके मला मिळत.

अनेक महिन्यांच्या सुट्टीनंतर मी शाळेत गेल्यावर 'करियर्स अॅडव्हाईज ट्यूटर'ची भेट ठरवली. त्याप्रमाणे गुरुवारी त्यांच्या ऑफिसमध्ये मी वेळेवर पोहोचले. 'शालेय शिक्षणानंतर मी काय करावे; ह्याविषयी मला सल्ला हवाय,' असे मी ट्यूरला सांगितले. तिने कपाटातून फाईल काढली आणि नोकऱ्यांची यादी वाचून दाखवली. 'बूट्स' ह्या केमिस्टच्या दुकानात पाच हुशार, महत्त्वाकांक्षी मुलींसाठी नोकऱ्या

होत्या. कामामध्ये उत्साह दाखवणाऱ्या आणि हात स्वच्छ आणि नीट ठेवणाऱ्या मुलींना हमखास बढती मिळेल असे नमूद केले होते. वॉलवर्थ रोडवरच्या वुलवर्थ ह्या दुकानातही विक्रेत्या मुलींची गरज होती. शिक्षण पाच ओ लेव्हलपर्यंत झालेले असावे, अशी अट होती.

"मिस, मला अशी नोकरी नकोय. मला बॅरिस्टर व्हायचंय." मी म्हणाले.

"बॅरिस्टर? हे कुठून तुझ्या डोक्यात आलं?" ट्यूटरने आश्चर्याने विचारले.

"मी टीव्हीवर पाहिलं. मला बॅरिस्टरच व्हायचंय."

"उच्च महत्त्वाकांक्षा बाळगणं केव्हाही चांगलंच; पण सोने, सेक्रेड हार्ट शाळेत आहेस. 'इलेव्हन प्लस' मध्ये नापास झालीस म्हणून तर तुला इथे यावं लागलं. बॅरिस्टर होण्यासाठी तुला युनिव्हर्सिटीत जावं लागेल आणि ह्या शाळेतून युनिव्हर्सिटीत जातील अशी मुलं नाहीतच."

"पण मिस, मी इलेव्हन प्लस नापास झाले नाही. माझ्या बहिणींमुळे मलाही ह्याच शाळेत घातलं गेलं. मला तर 'नॉत्र दाम' शाळेत जायचं होतं."

"तसं असेलही बेटा, पण आपणा सर्वांनाच स्वर्गात जावंसं वाटलं तरी तसं घडत नाही ना? तिथेदेखील योग्य व्यक्तींनाच प्रवेश मिळतो, खरंय ना? मग तूही हा विचार मनातून काढून टाक. मी सांगितलं त्यावर नीट विचार कर. कधीही तुला सल्ला हवा असेल, तर पुन्हा माझ्याकडे ये." असे म्हणून ट्यूटरने माझी बोळवण केली.

बॅरिस्टर होण्यासाठी काय करावे लागते ह्याविषयी मला थोडीशीही कल्पना नव्हती. शाळेतून निघाले तशी मी लायब्ररीत गेले. "मोठी झाल्यावर मला बॅरिस्टर व्हायचंय," असे मी लायब्ररीयनला म्हणाले.

ती उत्साहाने म्हणाली, "वा, वा! फारच छान! सर्वांनाच तसं व्हायला आवडेल!"

"त्यासाठी काय पात्रता असावी लागते ह्याविषयी माहिती मला हवीय."

तिने एक पुस्तक आणि पत्रिका माझ्या हाती ठेवली. पुस्तक घरी नेता येणार नव्हते. तिने त्यातील एका विशिष्ट परिच्छेदावर खूण केली होती.

'उत्कृष्ट ओ लेव्हल्स – किमान पाच, तीन ए लेव्हल्स, उत्तम दर्जा. युनिव्हर्सिटीची पदवी. बार परीक्षा देण्यासाठी 'इन्स ऑफ कोर्ट स्कूल ऑफ लॉ' येथे एक वर्षाचे प्रशिक्षण आवश्यक आहे. एव्हिएशन, बिल्डिंग, क्राईम, फॅमिली, जनरल कॉमन लॉ अथवा कमर्शियल यांसारख्या विशिष्ट विषयांत चांगल्या बॅरिस्टरकडे उमेदवारी.'

मी तिचे आभार मानून तिथून निघाले.

उमेदवारी करण्यासाठी चांगल्या बॅरिस्टरचा शोध आतापासून घ्यायला हवा होता. सुदैवाने 'नाईट ब्रिज क्राऊन कोर्टा'ला लवकरच शाळेतर्फे भेट ठरली होती.

बॅरिस्टरचा शोध तिथे घेता येणार होता. तिथे जाण्यासाठी आम्ही कॅम्बरवेल ग्रीनपासून बस पकडली. हॅन्स क्रेसेंट पार करून, हॅरड्सच्या मागच्या बाजूने गेल्यानंतर रस्त्याच्या थोड्या मागे न्यायालयाची लाल विटांची इमारत होती. आमचे वय लहान असल्याने आम्हाला आत जाण्याची परवानगी नव्हती; परंतु आमच्या शिक्षकांनी न्यायाधीशांकडून खास परवानगी काढली होती. त्यानुसार जेवणाच्या सुट्टीपूर्वी अर्धा तास आम्हाला तिथल्या अनेक न्यायालयांपैकी एकामध्ये जाता येणार होते. हे न्यायालय खाली तळघरात होते. हँडबॅगमधून पैशाची पाकिटे पळवण्याचा उद्योग करणाऱ्या काळ्या मुलांवर खटला चालू होता. त्यांची बाजू मांडणारे एक बॅरिस्टर मला आवडले. मिस्टर मॅन्सफिल्ड नावाचे हे वकील दिसायला छान होते, ते हसल्यावर अधिकच चांगले दिसायचे. त्यांच्या उलटतपासणी करायच्या पद्धतीमुळे ते इतरांपेक्षा जास्त प्रभावशाली वाटत होते. जेवणाच्या सुट्टीत आम्ही तिथल्याच उपाहारगृहात गेलो. आमच्या रांगेत न्यायालयात पाहिलेले काही वकीलही सँडविच घ्यायला उभे होते. त्यापैकी दोघांनी तर डोक्यावरचे विगदेखील काढले नव्हते. टीचरने आम्हा सर्वांसाठी मागवलेली सँडविच घेऊन आम्ही टेबलावर बसलो. टेबलाभोवतीच्या जमिनीवर खिळे ठोकून कायमच्या जखडून टाकलेल्या खुर्च्या होत्या. मिस्टर मॅन्सफिल्डदेखील आमच्याजवळच बसले.

"खटल्याचं कामकाज कसं काय वाटलं?" त्यांनी आम्हाला विचारले.

आम्ही काही बोलण्यापूर्वीच मिसने उत्तर दिले, "इथे येऊ दिल्याबद्दल आम्ही तुमचे फार फार आभारी आहोत. सारी मुलेही व्यवस्थित वागताहेत आणि सर्वांत महत्त्वाची गोष्ट म्हणजे एक खराखुरा बॅरिस्टर वेळात वेळ काढून आमच्याशी बोलतोय याचा खूपच आनंद झालाय आम्हा सर्वांना."

आम्ही सर्वांनी मिस्टर मॅन्सफिल्डना गराडा घातला.

"मी तुमच्या विगला हात लावून पाहू?"

"कशाचा बनवलाय हा विग?"

आम्ही प्रश्नांचा भडिमार केला.

"हो, पाहा ना हात लावून." बॅरिस्टर म्हणाले. "पण हे विग घालणं फार त्रासदायक असतं. असे विग वापरणं आता बंदच करायला हवं खरं म्हणजे..." असे म्हणून त्यांनी मस्तक पुढे झुकवले, तसा त्यांचा विग खाली पडला. त्यांनी तो झेलला आणि आम्हा सर्वांना दाखवला. "विग घातल्यामुळे तुमचे केसही खराब होतात." ते म्हणाले.

आम्ही सर्वच जण विग हाताळून पाहत होतो. विगच्या मागच्या बाजूला पोनी टेलसारख्या दोन बटा होत्या. टोकाला ह्या बटा कुरळ्या होत्या. विगच्या आतील बाजूला अत्यंत लहान लहान चौकोन असलेली कडक जाळी होती. ह्या जाळीवरच

त्या बटा शिवलेल्या होत्या.

"घोड्याच्या केसांपासून ह्या बटा बनवल्या जातात," बॅरिस्टर साहेबांनी माहिती दिली.

एव्हाना आणखी तीन बॅरिस्टर आमच्याजवळ आले होते. मिस्टर मॅन्सफिल्डनी काळा गाऊन काढला आणि घडी करून खाली ठेवला.

"तुम्ही सारे इथे कशासाठी आला आहात?" त्यांनी विचारले.

"ही शाळेची सहल असून, ह्यानंतरही पुन्हा यायला मिळेल अशी आशा आहे." आमच्या मिस म्हणाल्या.

"मला बॅरिस्टर व्हायचंय." मी तोंड उघडले. "मी युनिव्हर्सिटीत जाणार आहे. तिथे मी कायद्याचा अभ्यास करणार आहे. तिथून 'स्कूल ऑफ लॉ' मध्ये अभ्यास करणार. त्यानंतर उमेदवारी कण्यासाठी लंडनला जाईन." मी पटपट बोलून मोकळी झाले.

"अरे वा, फारच छान!" बॅरिस्टर म्हणाले. "तुझं वय काय आहे सांग पाहू?"

"तेरा वर्षांची होईन मी आता." मी उत्तरले.

"छान, छान." ते पुन्हा म्हणाले.

"तुमचं नाव काय?" मी विचारलं.

"माझं नाव माईक आहे, माईक मॅन्सफिल्ड."

"मी क्लेअर. क्लेअर ब्रिस्को. मिस्टर मॅन्सफिल्ड, माझं कायद्याचं शिक्षण पूर्ण झाल्यावर मला तुमच्याकडे उमेदवारी करायला मिळेल का? माझे 'प्युपिल मास्टर' व्हाल का?"

"नक्कीच, पण त्याला खूप वेळ आहे. माझ्या संपर्कात राहा. वकिलीचा अभ्यास संपल्यावर तुला माझ्याकडे शिकाऊ वकील म्हणून मी नक्कीच ठेवीन."

"मिस्टर मॅन्सफिल्ड, बघा हं, तुम्ही मला शब्द दिलाय. वचन दिलंत ते पाळायला हवं." मी त्यांना शब्दात पकडले.

"नक्कीच शब्द पाळीन मी." असे म्हणून ते हसले. "मला माईक म्हटलंस तरी चालेल. उमेदवारी करायला तुला माझ्याशी संपर्क साधावा लागेल. हा घे माझा पत्ता आणि फोन नंबर." असे म्हणून त्यांनी त्यांचे कार्ड मला दिले.

मी ते कार्ड ब्लेझरच्या वरच्या खिशात ठेवून दिले. आम्ही फक्त खटल्याविषयी सर्वसाधारण प्रश्न विचारावेत असे आमच्या मिसने सांगितले होते, त्यामुळे माझा आगाऊपणा तिला आवडला नाही. आम्ही परत जात असताना तिने एक छोटेसे भाषणच ठोकले "... आणि बॅरिस्टर होण्याविषयी विचाराल तर स्वप्नं पाहणं केव्हाही चांगलचं, पण ती स्वप्नं व्यवहारीपणे बघावीत, ती प्रत्यक्षात आणता येतील की नाही ह्याचाही विचार करायला हवा. तरच तुम्हाला निराशेला सामोरं जावं

लागणार नाही. स्वप्नं आणि आशा ह्यांना मर्यादेचं बंधन असायलाच हवं. नाहीतर अपेक्षाभंगाचं दु:ख सहन करावं लागेल.'' ती म्हणाली.

मला ते फारसे समजले नाही पण ती निरर्थक बोलतेय एवढे समजल्यामुळे मी फारसे लक्षच दिले नाही. मी बॅरिस्टर होणारच होते हे नक्की. मिस्टर मॅन्सफिल्ड यांच्या संपर्कात राहायचे हे मी आणि मेरीने ठरवून टाकले. माईक मॅन्सफिल्डनी माझे 'प्युपिल मास्टर' व्हायचे वचन दिले होते. आता फक्त ओ लेव्हल्स, ए लेव्हल्स आणि एक पदवी मिळवली की झालं! सोप्पंय!... माझ्या मनाने कौल दिला होता.

गुड मॉर्निंग हार्टेक

१९७१

"इथे हात लावून बघ. काय आहे हे?" आईने तिच्या छातीवर माझा हात ठेवून विचारले.

"स्तन आहे, मम." मी उत्तरले.

"आणि हे काय आहे?" माझा हात तिच्या दुसऱ्या स्तनावर ठेवून तिने विचारले.

"हा दुसरा स्तन आहे मम."

"कोणाचे स्तन आहेत हे?"

"तुझे आहेत."

"आणखी?"

"आणखी काय?"

"तुला काय समजलं?"

"तुला स्तन आहेत हे समजलं!"

"छान! आणखी काय?"

"आणखी काय असणार?" असे म्हणून मी तिच्या छातीवरचा हात काढून घेतला.

"तुला खरंच काही समजलेलं दिसत नाही. पुन्हा एकदा प्रयत्न करून पाहते. हे काय आहे?" असे म्हणून आईने माझ्या डाव्या स्तनावर हात ठेवून तिने मला मागे ढकलले.

"तू मला मागे ढकललंस."

"आणखी?" आईने विचारले.

"तू माझ्या स्तनावर हात ठेवून मला मागे ढकललंस."

"अच्छा? आणि हे काय आहे?" आईने माझ्या उजव्या स्तनावर हात दाबून मला पुन्हा मागे ढकलले.

"तू मला पुन्हा एकदा ढकललंस."

"आणखी काय?" आई पिच्छा सोडत नव्हती.

"तू माझ्या स्तनावर हात ठेवून मला ढकललंस."

"चुकलं. पुन्हा प्रयत्न कर." आई म्हणाली.

"तू ढकललंस हे खरंय."

"आणखी?"

"स्तनावर हात ठेवून ढकललंस."

"पुन्हा चुकलीस." आईने पुढे होऊन दोन्ही हातांनी मला ढकलले "का चुकलीस माहितीय?"

"पण मी चुकले नाहीच मुळी. तू खरंच मला ढकललंस."

"पुन्हा सांग," आई मला ढकलून म्हणाली.

छातीवर हात दाबून ती ढकलत होती, त्यामुळे माझे स्तन आता दुखायला लागले. शिवाय ती अशी ढकलत राहिली तर मी खिडकीतून बाहेर पडले असते!

"मला माहिती नाही." मी थकून म्हणाले, "माझ्या स्तनांवर दाबून तू मला मागे ढकलत होतीस असं मला वाटलं होतं... पण माझं चुकलंही असेल."

"तू चुकीचीच उत्तरं देत होतीस आणि तुला माहितीय तू काय चुकत होतीस?"

"नाही; पण तू मला सांगितल्याशिवाय स्वस्थ बसणार नाहीच आहेस, मग सांगूनच टाक." मी म्हणाले.

"तुझं उत्तर चुकलं, कारण तुला स्तन नाहीतच. तू शस्त्रक्रिया करून ते काढून टाकलेस हे विसरलीस वाटतं?"

"मी स्तन नव्हे, तर त्यातल्या गाठी काढून टाकल्या आणि त्या कोणामुळे झाल्या होत्या? हे तुलाही माहीत आहे." मी प्रत्युत्तर करणे सोडले नाही.

"बरं आता सांग, ह्या घरात फक्त एकीलाच स्तन आहेत ही गोष्ट तुला मान्य आहे की नाही?" आईने विचारले. हे अजिबात खरे नव्हते, पण तिच्याशी फालतू वादावादी करण्यापेक्षा तिच्या 'हो' ला 'हो' करणे जास्त सोपे होते, हे माहिती असल्याने मी 'हो, मान्य आहे' असे म्हटले. पॉलिन, पॅटसी आणि मलाही वक्षस्थळे आहेत ह्याविषयी मला खात्री होती. कारण मला स्तन नसते तर मग गाठी कुठून काढल्या? शस्त्रक्रिया काय कल्पनेतच झाली होती? तरीही मी आईचे म्हणणे मान्य केले.

"छान! ह्याचा अर्थ ह्या घरात स्तन असलेली एकच बाई आहे आणि ती म्हणजे मीच! म्हणून इथे माझाच हुकूम चालणार, हेही तुला पटतंय ना?"

"पूर्णपणे पटतंय. मी कधीही म्हटलेलं नाही, की ह्या घरात माझा हुकूम चालतोय."

"छान आपलं एकमत झालं हे बरंय! हे माझं घर आहे, माझं तू ऐकायलाच हवंस आणि हे पटत नसेल तर काय करायचं हेही तुला माहिती आहे. तुझ्या

बापाकडे खूप घरं आहेत. तू त्याच्याकडे जाऊन का तडमडत नाहीस? टळ इथून लवकर. जितक्या लवकर इथून तोंड काळं करशील तितकं मला बरं वाटेल.''

''मलाही तुझ्याजवळ राहायचं नाही. तुला मला हाकलायचंच असेल तर तुझी मर्जी, माझी काळजी घ्यायला मी समर्थ आहे.'' मीही आता भडकले.

''तुला तेच हवंय, हे मला समजत नाही की काय? मग तू सामाजिक सेवेला कळवून मला गोत्यात आणशील. तुला राहायला नवीन घर मिळेल. तेच हवंय तुला. हो की नाही?''

''मला फक्त एवढंच म्हणायचंय की तुला मला घराबाहेर काढायचं असेल तर माझी काहीच हरकत नाही.''

हे ऐकून आईचा तोल सुटला. ती माझ्यावर चाल करून आली. माझ्या डाव्या खांद्यावर तिने जोरदार ठोसा मारला, मग माझे केस पकडून माझे डोके वाकवले आणि तशीच फरफटत मला दाराकडे घेऊन गेली.

''हलकट रांड कुठली. छिनाल वेश्या.'' दारावर माझे डोके धाडकन आपटून आई मला शिव्या देत सुटली. ''चल, बोल– मी छिनाल रांड आहे– बोलतेस की नाही? मी हलकट रांड आहे.''

''मी हलकट रांड आहे.'' मी कशीबशी म्हणाले.

''अगदी बरोबर. मुलगी आहेस ना, मग वयात आलीस की कधीही धंदा करायला मोकळी आहेस.''

तिने माझ्या डोक्याच्या मध्यावरचे केस करकचून पकडले आणि मला मागे खेचले तशी मी धाडकन पडले. दार उघडून आई तरातरा बाहेर निघून गेली. सुन्न होऊन मी काही क्षण तशीच पडून राहिले. ह्या बाईबरोबर राहणे आता खरोखर कठीण झाले होते. तिच्याविषयी माझ्या मनात आत्यंतिक तिरस्कार भरला होता. अशा बाईला 'आई' मानायला मी तयार नव्हते.

थोड्या वेळाने जरासे बळ आल्यानंतर मी उठून माझ्या खोलीत गेले. थकून गादीवर पडल्यावर लगेच मला झोप लागली. किती वेळ झोपले होते कुणास ठाऊक! पण नशिबाने अलार्म वाजण्यापूर्वीच मला जाग आली. अलार्म बंद करून मी संडासला गेले. अजूनही काळोख होता म्हणजे रात्र सरली नव्हती. लाईट न लावताच मी संडासला गेले होते. आतमध्ये असतानात मला जिना करकरल्याचा आवाज आला. मी पुन्हा कान देऊन ऐकले, पण आवाज बंद झाला होता. फ्लशची साखळी ओढून मी वरती माझ्या खोलीत जाण्यासाठी चोरपावलांनी जिना चढू लागले. आईच्या खोलीबाहेर मी कानोसा घेतला, पण ती झोपली असावी. ईस्टमनच्या घोरण्याचा आवाज मात्र येत होता. 'घोरतानाच गुदमरून मेला तर किती छान होईल!' माझ्या मनात आले. वरच्या पायरीवर मी थबकले. काहीतरी गडबड

आहे, अशी विचित्र भावना माझ्या मनात दाटली होती. मी स्वयंपाकघरातही डोकावून पाहिले. तिथेही शांतता होती. मी दबकत जिना चढले. माझ्या खोलीबाहेर थांबून कानोसा घेतला. कसलीही चाहूल मला लागली नाही. मग मला विनाकारणच धाकधूक वाटतेय की काय असा विचार करीतच मी आत गेले. काळोखातच मी शूज काढले आणि झोपण्यासाठी गादीवरची चादर ओढली... आणि आईला तिथे पहुडलेली पाहून मी प्रचंड दचकले. भीतीने जोरात किंचाळणारच होते, पण तिने 'शूऽ' म्हणून मला गप्प केले.

"तू इथे काय करतेस?" मी थरथरत विचारले.

पुन्हा मला 'शूऽ' म्हणून तिने चादर गळ्यापर्यंत ओढून घेतली. म्हणजे तिचा हलायचा विचार नव्हता तर!

"मी कुठे झोपू?"

"चल हलकट, पळ," आईने मला हाकलले. काय करावे हे न कळून मी थोडा वेळ तशीच उभी राहिले. शेवटी कोपऱ्यामध्ये जुने कपडेच अंथरून गादी बनवली. अंगावर पांघरण्यासाठी कोट घेतला आणि झोपले.

"बाहेर नीघ." आई म्हणाली.

ती माझ्याशी बोलत नसावी असा विचार करून मी पडून राहिले.

"बाहेर नीघ." ती पुन्हा म्हणाली. तेव्हा मी मुकाटपणे उठून बसले.

"खोलीतून बाहेर जा. इथे झोपायचं नाही."

"मग कुठे जाऊ?"

"हवं तिथं जा. मर कुठंही! मला शांत झोपायचंय."

नाइलाजाने मी उठले. जुने कपडे, दोन जुने पडदे गोळा करून बाहेर पडले. बाजूच्या खोलीत माझ्या छोट्या बहिणी ख्रिस्तिन आणि डेनिस झोपल्या होत्या. त्यांच्या कॉटवर जागा नव्हती आणि खाली जमिनीवर झोपणे त्रासदायक होणार होते. त्यांच्या खोलीचे दार बंद करून मी चोरपावलांनी वरती पॉलिन, पॅटसीच्या खोलीत गेले. दोघीही आपापल्या कॉटवर आडव्यातिडव्या झोपल्या होत्या. जुने कपडे आणि पडदे घेऊान मी पुन्हा माझ्या खोलीकडे वळले. बंद दाराबाहेर मी आता काय करावे, असा विचार करीत मूकपणे उभी होते. रात्रीच्या अंधारात मी झोपण्यासाठी जागा शोधत हिंडत असताना आई आतमध्ये चक्क गात होती! मी पहिली ओळ ऐकली नाही, पण ती बिली हॉलिडेचे गाणे गात होती. 'गुड मॅार्निंग हार्टएक.' ती आळवून आळवून हे गात असताना मी बाहेर माझी 'गादी' घालत होते. जुन्या कपड्यांवर आडवी होऊन मी पडदे अंगावर ओढून घेतले. अंगाचे मुटकुळे करून झोपायचा प्रयत्न करीत असताना मी आईचे गाणे लक्ष देऊन ऐकत होते – 'गुड मॉर्निंग हार्टएक' म्हणजे 'मनोयातनांचे स्वागत.' माझे आयुष्यही यातनामय होते!

रोजच मला ह्या यातनांचे स्वागत करावे लागणार होते का? माझे आयुष्य असेच रडतखडत जाणार होते का? माझे विचारचक्र चालू होते 'मुळीच नाही. मी असं होऊ देणार नाही. लवकरच माझ्या यातनांचा अंत होईल.' मी निश्चय केला आणि केव्हातरी मला झोप लागली.

सकाळी जागी होऊन मी खोलीत गेले तेव्हा आई निघून गेलेली होती.

आजारामुळे मी बरेच दिवस कामावर गेले नव्हते, तरीही 'रोझेस' मधली माझी नोकरी गेली नव्हती. त्या सर्वांबरोबर पुन्हा काम करायला मिळणार, ह्याचा इतका आनंद झाला की मला जवळजवळ रडूच फुटले. 'रोझेस' मध्ये नवनवीन फॅशनचे कपडे मिळत, पण ते घालण्यासाठी छान बांधा हवा. मोठ्या गळ्याचे ड्रेस घालायची मला लाज वाटे. माझे स्तन असले तरी ऑपरेशनचे व्रण फारच वाईट दिसत. माझ्याजवळ आता दोन नवेकोरे ड्रेस होते. मी ते स्वत:च्या कमाईतून विकत घेतले होते. क्लेअर ब्रिस्को कोणीतरी वापरून टाकलेले नव्हे, तर खास तिचे एकटीचेच नवे कपडे वापरणार होती. 'रोझेस'मध्ये उन्हाळी सुट्टीमध्येही अधूनमधून काम मिळणार होते.

त्या रविवारी मी नेहमीप्रमाणे चर्चमध्ये गेले. माझ्याजवळ असलेल्या चांगल्या गोष्टींबद्दल, त्यात माझे स्तनही आले, देवाचे मनापासून आभार मानले आणि मला ज्या गोष्टींमुळे आत्यंतिक त्रास होत होता, त्यासाठी त्याला यथेच्छ शिव्याही दिल्या. खास करून माझी अंथरूण भिजवण्याची सवय सुटावी, ह्यासाठी देवाची मनोभावे प्रार्थना केली. कारण त्यामुळे माझ्या स्तनांना संसर्ग व्हायचा धोका होता. मला विनाकारण धपाधपा मारण्याची आईची सवय सुटावी ह्यासाठीही देवाची करुणा भाकली. "देवा, तू माझी फक्त एकच इच्छा पूर्ण करणार असशील तर ह्या घरापासून मला कायमची सुटका मिळू दे. पुन्हा कधीही तिथे पाऊल टाकावे लागणार नाही, असे वरदान दे. दुसरी इच्छाही पूर्ण करणार असशील तर मी आनंदात राहीन असे कर. नेहमीच नाही, तरी अधूनमधून तरी मला समाधान मिळू दे, उदाहरणार्थ माझ्या वाढदिवशी, ख्रिसमसला, उन्हाळी सुट्टीत मला आनंदात राहता यावे. मी वाट पाहायला तयार आहे, पण कधी ना कधी माझ्या इच्छा पूर्ण करच." मी देवाला साकडे घातले.

चर्चमधून आम्ही घरी परतलो. आम्ही तिघींनीही पॅटसी, पॉलिन आणि मी चांगले कपडे घातले होते. देव नक्कीच माझ्या प्रार्थना ऐकील, अशी मला आशा वाटत होती. माझी परिस्थिती बदलेल असे माझे अंतर्मन सांगत होते. घरी गेल्यावर कपडे बदलून मी जेवणाच्या तयारीला लागले. रोस्ट चिकन आणि बटाटे बनवायचे होते. स्वयंपाक करायची आज माझी पाळी होती. ईस्टमन नेहमीप्रमाणे हेरगिरी

करायला स्वयंपाकघरात आला. माझ्या मागेच तो उभा असल्याचे मला जाणवले, उजव्या हातात सुरी पकडून मी गर्रकन वळले. खरोखरच हिंमत झालीच, तर सुरीने त्याला भोसकायला मी कमी करणार नाही, हे त्यालाही माहिती होते.

''दुसरीकडे जा आणि चोंबडेपणा कर. इथून नीघ.'' मी त्वेषाने म्हणाले.

''कोणाला सांगतेस?''

मी सुरीवरची पकड घट्ट करत म्हणाले, ''इथे मूर्ख कोण आहे?''

तो भडकला, ''मूर्ख कोणाला म्हणतेस?''

प्रकरण चिघळायला लागले, तेवढ्यात आई आली.

''ईस्टमन, तिच्या नादाला लागू नकोस. तुला ताकीद मिळालीय, हे विसरू नकोस. पुन्हा त्या न्यायाधीशांसमोर जायला लागलं तर ते तुला तुरुंगात टाकतील.'' आईने त्याला समज दिली.

''तिलाही तेच हवंय.''

आईने ईस्टमनला मागे खेचले. त्याला स्वयंपाकघराबाहेर ढकलून ती माझ्यासमोर उभी राहिली. दोन्ही हात कमरेवर ठेवून ती गरजली, ''माझ्याशी भांडायचंय का तुला? ये तर मग.'' आईने झडप घालून माझे केस पकडले आणि माझे डोके तिच्या गुडघ्यापर्यंत वाकवले. मग तिने माझ्या मानेवरती डोक्यावर असा काही जोरदार दणका दिला की मी धाडकन पालथी पडले. सुरी अजूनही माझ्या हातातच होती. कशीबशी मी स्वत:ला सावरतेय तोच तिने माझ्या चेहऱ्यावर गुडघ्याने मारले.

''ईस्टमनला ताकीद मिळाली असेल, पण माझं तसं नाही, हलकट, नालायक.'' आई शिव्यांची लखोली वाहत होती.

गुडघ्याच्या जबरदस्त फटक्यामुळे मी मागे फेकली गेले. तिने नेम धरून पुन्हा लाथ मारली ती माझ्या पोटावर बसली. त्या धक्क्याने मी पडले. बाजूच्या टेबलाच्या धारदार कोपऱ्यावर माझे डोके कचकन आपटले. माझी शुद्ध हरपली. काही काळाने मी भानावर आले. आई अणि ईस्टमनने मला उचलून टेबलाशी बसवले असावे. दोघेही वाकून माझ्याकडे चिंतेने पाहत होते.

''डोकं वर उचल, डोळे उघड,'' आई मला वारंवार सांगत होती.

ईस्टमन प्रचंड भेदरला होता. ''मी तिला काहीही केले नाही. कार्मेन, मी तिला मारलं नाही. मी तिला हातही लावला नाही.'' तो घाईघाईने म्हणाला. तिकडे दुर्लक्ष करून आईने, ''केटल चालू कर. तिच्यासाठी चटकन चहा करून आण. चार चमचे साखर घाल.'' असे सांगून त्याला तिथून पिटाळले.

ईस्टमन चहा करायला पळाला. तेवढ्यात माझी सारी भावंडे स्वयंपाकघराच्या दारात गोळा झाली.

"मम्मी, क्लेअरला काय झालं?" कार्लटनने विचारले, कारण तोच हा सगळा मारामारीचा प्रकार झाल्यावर पहिल्यांदा तिथे आला होता.

"काही विशेष नाही. ती पडली आणि टेबलाच्या कोपऱ्यावर तिचं डोकं आपटलं. असंच घडलं ना क्लेअर?" आईने चलाखीने मला विचारले.

मी अजूनही सुन्नपणे बसून होते. डोके प्रचंड ठणकत होते. आई अत्यंत गोड चहा मला पाजायला बघत होती, त्यामुळे तर माझ्या पोटात ढवळायला लागले.

"चला, निघा इथून. आपापल्या कामांना लागा." आईने सर्वांना हाकलले. अर्थातच आईचा हुकूम टाळणे कोणाला शक्यच नव्हते. क्षणार्धात सारे नाहीसे झाले. माझ्या डोक्यावर भले मोठे टेंगूळ आले होते. जखमेतून रक्त वाहत होते. डोके चोळले तेव्हा हाताला रक्त लागले.

"कार्मेन, माझा ह्याच्याशी काहीही संबंध नाही." ईस्टमनची कातडीबचावू बडबड चालू झाली. "कार्मेन, मी तुला यापूर्वीही सांगितलं होतं, तू एक दिवस तिला ठार मारणार आहेस. पण तू माझं ऐकत नाहीस. वाटेल तशी मारतेस तिला. मी तिला बोटही लावलेलं नाही, हे लक्षात ठेव. आपण नाही रे बाबा! तू एकटीनेच मारलंयस तिला. माझा संबंध नाही. पोलिसांनाही हेच सांग. मला गुंतवू नकोस..."

आई माझ्या जखमांकडे, टेंगळाकडे बारकाईने पाहत होती. ती त्रासून ईस्टमनला म्हणाली, "फालतू बडबड बंद कर. हिचं डोकं धरून ठेव. जखमा किती खोल आहेत बघू दे मला."

चहाचा कप माझ्या हाती देऊन आई म्हणाली, "चल, पिऊन टाक."

ह्यापूर्वी आयुष्यात कधीही आईने मला चहा दिला नव्हता– तोही चार चमचे साखर घातलेला! एवढी साखर घातली असती तर एरव्ही तिने मला चांगले बदडून काढले असते.

चहाचा घोट घ्यायला मी वाकले तशी आईने केस बाजूला करून डोक्यावरच्या जखमेचे निरीक्षण केले. "एवढी काही मोठी जखम नाही." ती म्हणाली. किचन टॉवेल धुऊन हलक्या हाताने तिने जखम पुसून काढली. "रक्त वाहायचं थांबलंय," ती म्हणाली. मी चहाचे घुटके घेत होते. ईस्टमनला बहुधा सारेच असह्य झाले असावे कारण तो गायब झाला होता. आईने हाक मारली तरीही स्वयंपाकघरात यायची त्याची हिंमत झाली नाही.

"तू इथेच थांब. चहा संपव." किचन टॉवेल धुताना आई म्हणाली. मग मला तिथेच सोडून ती खाली गेली.

मला अजिबात बरे वाटत नव्हते. डोके ठणकत होते, गुडघे दुखत होते, चेहरा आणि मानेतही असह्य वेदना होत होत्या. उभे राहायचा प्रयत्न केला पण डोके चांगलेच गरगरत होते. डोक्यावरच्या खोकेमधून अजूनही रक्त वाहत असावे,

कारण बोटांना रक्त लागले. ह्या सर्व गोंधळाला सुरुवात झाली तेव्हा माझ्या हातात असलेली सुरी खाली पडलेली होती. मी कशीबशी वर माझ्या खोलीत गेले. कॉटवर बसले आणि अचानक मला रडू कोसळले. मोठमोठ्याने हुंदके देत नव्हे, तर अजिबात आवाज न करता मी अश्रू गाळत बसले. रडतरडतच मी झोपी गेले. काही वेळाने जाग आली ती पॉलिनच्या बोलण्याने, ''क्लेअर, स्वयंपाक करायची आज तुझी पाळी आहे. तुला मदतीची गरज आहे असं मम्मी म्हणाली. करू का तुला मदत?''

''नको.'' मी अजूनही डोळे उघडले नव्हते. ''मी एका मिनिटात उठतेय. करीन मी स्वयंपाक.''

''बघ हं, मदत हवी असेल तर सांग; पण नंतर माझी पाळी असताना तुलाही मदत करावी लागेल.'' ती म्हणाली.

''नको, मला मदतीची गरज नाही.'' मी तिला तोडून म्हणाले.

चारडोळी पक्की व्यवहारी आहे. फुकटात काहीही करायचे नाही हे तिचे धोरण असे. पॉलिन, पॅटसी आणि मी आम्हा तिघींतही कमालीचे मतभेद असायचे. पॉलिन आमच्याहून बरीच मोठी. आईची चमची. खरे म्हणजे दोघीही आईला खूष करायला धडपडायच्या. त्यामुळे त्याही आईच्या लाडक्या होत्या. आई मला वाटेल तशी मारायची, तेव्हा माझी बाजू न घेता गप्प बसल्याबद्दल आईकडून त्यांना शाबासकी मिळायची, नवे कपडे, भेटवस्तू मिळायच्या, शिवाय त्यांचा मारही चुकायचा. त्यामुळे त्या दोघी सदैव कातडीबचावू धोरण ठेवून वागत. अर्थात ईस्टमनच्या आगमनानंतर त्यांचाही भाव कमी झाला होता. बटन्स आणि डेनिस तर खूपच लहान होत्या.

थोड्या वेळाने मी स्वयंपाकाला लागले. खाली पडलेली सुरी उचलली आणि चिकन बनवायला घेतली. जिन्यावर ईस्टमनची चाहूल लागली. दबक्या पावलांनी तो खाली उतरत होता. अजूनही हेरगिरी चालूच होती तर! जुळ्यांच्या खोलीचे दार उघडून तो आत डोकावला. माझी दरवाज्याकडे पाठ होती, पण त्याचा काय उद्योग चाललाय हे मला समजत होते. ''ब्युटी, ब्लॅकी, कुठे आहात तुम्ही?'' तो ओरडला. हे केवळ निमित्त होते. खरं तर मी काय करतेय, कशी आहे, त्याला आणि आईला काळजी करण्यासारखं काही नाही ना हे बघण्यासाठीच तो खाली आला होता. जुळ्यांच्या खोलीचे दार बंद करून तो हळूहळू स्वयंपाकघराच्या दाराशी आला. ''ब्युटी, ब्लॅकी कुठे गेलेत सारे?'' आतमध्ये डोकावून त्याने पुन्हा आवाज दिला. स्वयंपाकघरात मी एकटीच आहे हे कोणाही मूर्खाला सहज दिसले असते; पण ह्या शतमूर्खाला ते समजत नव्हते. काहीही प्रतिक्रिया न देता मी माझे काम करीत होते. तो नेमके कुठे पाहतोय हे त्यालाही माहिती होते आणि मलाही!

तो माझ्या डोक्याची जखमच बघायला आला होता.

माझ्या डोक्यावर पडलेली खोक गंभीर नसली तरी बरीच खोल होती. अजूनही तिच्यातून रक्त वाहत होते. आता रक्त साकळले होते; पण मानेवरून बारीकशी धार वाहत खाली माझ्या सुंदर हिरव्या-पिवळ्या रंगाच्या ड्रेसपर्यंत पोहोचली होती. लाल टोमॅटोसारखा डाग दिसत होता. रक्त वाहणे थांबावे म्हणून मी काहीही प्रयत्न करीत नव्हते. रक्त पाहून ईस्टमनची प्रचंड भंबेरी उडाली असणार हे मला माहिती होते.

माझ्या डोक्याकडे टक लावून पाहत त्याने पुन्हा एकदा ब्युटी, ब्लॅकीच्या नावाने हाका घातल्या; पण ह्यावेळी त्याच्या आवाजात दम नव्हता. त्याचा मूर्खपणा आवाजातही जाणवत होता. मी त्याच्याशी अजिबात बोलणार नाही, किंबहुना त्याचे अस्तित्वही मी नाकारीन हे त्याला पुरेसे माहिती होते. तरीही माझे लक्ष जावे, म्हणून त्याचे केविलवाणे प्रयत्न चालू होते. मग तो स्वत:शीच बडबडायला लागला, ''मी नाही, मी नाही हं तुला हात लावला. तू पाहिलंस का हात लावताना? नाही ना? तुला मी लाथही मारलेली नाही. तुला मी बोटही लावलेलं नाही. पोलीस मला पकडू शकत नाहीत. न्यायाधीश मला दोषी ठरवू शकणार नाहीत. तू पाहिलंयस का मला लाथ मारताना? नाही ना? मी काहीही केलेलं नाही. कार्मेन, इकडे ये. तू काय केलंस ते बघ, मला ह्या भानगडीत गुंतवू नकोस. तू एकटीनेच हे सारं केलंय. माझा काहीही संबंध नाही.''

आई खाली आली. ईस्टमन स्वयंपाकघराच्या दाराशी उभा राहून बडबडत होता. मी एव्हाना बटाटे आणि गाजरे कापायला घेतली होती. माझ्या डोक्याकडे पाहिल्यानंतर ईस्टमनची भीतीने बोबडी का वळलीय हे आईच्या ध्यानात आले.

''क्लेअर, तुझ्या डोक्याला काय झालं?'' तिने विचारले.

''कोणास ठाऊक; पण रक्त येतंय.''

''रक्त का येतंय?''

''कोणीतरी मारलं मला. तोंडावर लाथही मारलीय.''

''मी नाही रे बाबा.'' ईस्टमन घाईघाईने म्हणाला, ''मी तुला बोटही लावलेलं नाही. कार्मेन, बाजूला हो. मी खाली जातोय.'' असे म्हणून त्याने आईला बाजूला ढकलले. ''माझा काहीही संबंध नाही ह्या गोष्टीशी. मी तिला अजिबात त्रास दिलेला नाही. उलट तिनेच मला चाकू दाखवला.'' तो बडबडत खाली निघून गेला.

आई अजूनही माझ्या डोक्यावरच्या जखमेकडे पाहत होती. ''तू जखम साफ करणार आहेस की नाही?'' तिने विचारले.

''नाही. त्याची गरज नाही.''

''पण साफ का करत नाहीस?''

''मला त्याची गरज वाटत नाही. माझं डोकं आहे, मला नाही साफ करायचं.''

असे म्हणून मी आईकडे वळले. माझे ओठ डाव्या बाजूने चांगलेच सुजले होते. उजवा डोळा तर बंदच झाला होता. "नंतर जाईन डॉक्टरकडे." मी म्हणाले. असे म्हणून वळून, मी पुन्हा गाजरे कापू लागले.

ह्यावर आता काय बोलावे, काय करावे हेच आईला कळेना. मी 'अशा' मन:स्थितीत असल्यावर माझ्या नादाला लागू नये, एवढे तिला बरोबर कळत असे. काही न बोलता ती थोडा वेळ तिथेच घुटमळत राहिली. मग तशीच पॉलिनच्या खोलीत गेली. दार उघडल्याचा आणि बंद झाल्याचा आवाज आला. काही वेळाने दार उघडून ती बाहेर आली आणि तडक स्वत:च्या खोलीत गेली. त्यानंतर पॉलिन खाली येऊन म्हणाली, "तुला मदत करू का क्लेअर?"

"नको." मी तुटकपणे म्हटले.

"मला निदान बटाटे तरी सोलू दे. त्या बदल्यात मला काही दिलं नाहीस तरी चालेल."

"नको. मी करीन."

"अरे बापरे! क्लेअर तुझ्या डोक्यातून रक्त येतंय."

"माहितीय मला. चष्मिष्ट, काय झालं ते तुला कळलं असेलच. मला खूप मारलंय."

"कोणी मारलं तुला क्लेअर? मी तर काहीच पाहिलं नाही."

"अच्छा? आश्चर्य आहे! चार डोळे असूनही तुला काहीच दिसत नाही? माझं डोकं कसं काय दिसलं तुला? नवलच म्हणायचं! मला मारलंय आणि त्याबद्दल मला अजिबात बोलायचं नाही." मी तिरसटपणे बोलले.

"बँडेज का लावत नाहीस?" चारडोळीने काळजी दाखवली.

"माझ्याकडे नाही."

"टॉयलेट पेपर भिजवून डोक्यावर ठेवू या का? तुझा ड्रेस खराब होतोय."

"बघते काय करायचं ते."

"लवकर ठरव काय करायचं ते. ड्रेस आता लगेचच धुतला तर डाग निघतील, नाही तर कायमचा खराब होईल. क्लेअर, हा तुझा आवडता ड्रेस आहे ना?"

माझा आवडता ड्रेस कायमचा खराब होईल ह्या कल्पनेने मी काळजीत पडले. सुरी खाली टाकून मी घाईघाईने माझ्या खोलीत गेले, ड्रेस काढून धुवायला टाकला. जुना ड्रेस घालून त्याची बटणे लावतच पुन्हा स्वयंपाकघरात गेले. पॉलिन जोरजोरात गाजरे कापत होती.

"क्लेअर, मी सांगते ते ऐक. मी तुझ्या ड्रेसवरचे डाग निघतात का बघते. तुझे बाकीचे कपडेही गुपचूप धुऊन टाकते."

गाजरे सिंकमध्ये टाकून ती माझ्या खोलीत गेली. परतली तेव्हा तिच्या हातात ओल्यासुक्या कपड्यांचा मोठा ढीग होता. त्यात माझ्या लघवीने भिजलेल्या चादरीही होत्या. दारातूनच ती म्हणाली, ''क्लेअर, हे बघ.'' मी वळून पाहते तो तिने कपड्यांचा ढीग खाली टाकला आणि ओठांवर बोट टेकून गप्प राहायची खूण केली. मग ढिगात हात खुपसून माझा रक्ताळलेला ड्रेस बाहेर काढला. ओल्या चादरींना रक्तामुळे गुलाबी रंग चढला होता. तिने ड्रेस पुन्हा सगळ्या कपड्यांमध्ये टाकला आणि ती खाली बाथरूममध्ये गेली. माझ्या जुन्या ड्रेसच्या कॉलरवर अजूनही रक्त गळत होते. मात्र आता रक्त वाहायचा वेग बराच कमी झाला होता. मला आता कशाचीच फिकीर वाटेनाशी झाली होती. आईच्या खोलीचे दार उघडण्याचा आवाज आला. ती बाथरूममध्ये गेली असावी. पॉलिन अजूनही कपडे धूत होती. दोघी मिळून माझ्या ड्रेसवरचे डाग पुरते काढून स्वच्छ करून टाकणार हे नक्की! शिवाय चादरीदेखील छान धुऊन, सुकवून मिळतील हेही मला माहिती होते. ह्याचे कारण, माझ्या सध्याच्या मूडमध्ये मी काय करीन, ह्याचा तिला भरवसा वाटत नव्हता. डोक्यात सणक भरली तर सरळ डॉक्टर मॅकमॅनसच्या दवाखान्यात मी गेले असते. ही शक्यता नाकारता येत नव्हती. तसे झालेच तर मला अशा आणि इतक्या खोल जखमा कशा झाल्या ह्याचे स्पष्टीकरण द्यावेच लागले असते, त्यापेक्षा ड्रेस आणि चादरी धुऊन देणे परवडले असे त्यांचे विचार होते. मी असे विचार करतेय तोच पॉलिन कपडे धुऊन आली.

''झालं सगळं. क्लेअर.'' ती म्हणाली.

बटाट्याच्या, गाजराच्या साली गोळा करून मी कचऱ्याच्या डब्यात टाकल्या. आई मागच्या खोलीजवळ उभी राहून आमचे बोलणे ऐकत होती.

''तू आता आराम कर ना थोडा वेळ. तुझं डोकं दुखत असेल ना?'' पॉलिनने सुचवले.

''हो, तसंच करते.'' असे म्हणून मी बाहेर पडले. आई घाईघाईने मागे सरकली. तरीही ती कोपऱ्यात आहे हे मला दिसत होते.

''पॉलिन, डॉक्टर मॅक्मॅनसचा दवाखाना कधी उघडा असतो? जरा चौकशी कर ना. त्यांना माझ्या डोक्यावरची खोक दाखवायची आहे.'' मी जरा मोठ्यानेच म्हणाले.

''क्लेअर, तू तुझ्या खोलीत जाऊन आराम कर ना. दवाखाना रविवारी बंद असतो असं वाटतंय. पण मी चौकशी करते. तुझ्यासाठी चहाही आणते.'' पॉलिनचे प्रेम फारच उतू जात होते.

मलाही आरामाची गरज होतीच. आईने मारलेल्या लाथेमुळे पोट अतिशय दुखत होते. मी खाली फरशीवरच, हनुवटीजवळ हात ठेवून पालथी पडले. पॉलिन

तेवढ्यात चहा होऊन आलीच. भसाभसा साखर टाकून चहा प्रचंड गोड केला होता.

''शी! काहीतरीच लागतोय.'' मी एक घोट घेऊन म्हणाले.

''पिऊन टाक. बरं वाटेल तुला.'' असे म्हणून ती निघून गेली. कप बाजूला ढकलून मी झोपले. जाग आली ती रोस्ट चिकनच्या मस्त वासाने. डोळ्यांवर अजूनही झोप होती. हळूहळू नजर माझ्या उजव्या दंडावरील लाल ओघळांकडे वळली. पेनीएवढ्या आकाराचा साकळलेल्या रक्ताचा डागही एके ठिकाणी होता. तिथून खाली ओघळत रक्त खाली गालिच्यावर ठिबकले होते. रक्ताचे अगदी बारीक ओघळ लाल रंगाच्या कोळ्याप्रमाणे दिसत होते. दंडावरची नजर उचलून पहिले तर समोर प्लेटमध्ये गरमागरम चिकन आणि बटाटे! पॉलिननेच ती प्लेट माझ्यासमोर ठेवली होती.

''क्लेअर, तुला इथेच तुझ्या खोलीत जेवायला बरं वाटेल असं मला वाटलं. उगीचच तुला जिने चढाय-उतरायचा त्रास नको म्हणून जेवण इथेच आणलंय आणि तुला आणखी एक सांगायचं म्हणजे दवाखाना रविवारी बंद असतो. मला जरा तुझी जखम बघू दे बरं! असे म्हणून तिने माझ्यामागे जाऊन माझे केस बाजूला सारले. ''रक्त वाहायचं थांबलंय. शी, हे काय?'' ती गालिच्याकडे बोट दाखवून म्हणाली. मी माझा उजवा हात बाजूला केला. त्यावरच्या रक्ताच्या साकळलेल्या गाठी चांगल्याच उठून दिसत होत्या. पॉलिनचे लक्ष अजूनही गालिच्याकडेच होते. ''रक्त तिथे कसं गेलं? आता समजलं... तुझ्या डोक्यावरूनच वाहिलं असणार. मला पुन्हा बघू दे तुझ्या डोक्यावर.''

तिने माझ्या खोकेवर दाबून पाहिले, मग बोटे दाखवून म्हणाली, ''बघितलंस? रक्त यायचं थांबलंय.'' मी मान वळवून तिच्याकडे पाहिले. ''मी स्वच्छ करून देऊ का? चालेल का तुला?'' माझ्या उजव्या हाताकडे पाहून ती म्हणाली. ''आणि हे बघ काय आणलंय...''

कॉटवर कपड्यांचे दोन ढीग होते. स्वच्छ धुऊन घडी केलेल्या चादरींचा एक ढीग उशीवर, तर दुसरीकडे माझा ड्रेस बाजूला घडी करून ठेवला होता. तिने ड्रेस उचलला, एका झटक्यात उघडला आणि त्याची मागची बाजू मला दाखवून म्हणाली, ''बघितलंस? डाग गेला. खूष आहेस ना आता?'' तिने पुन्हा ड्रेसची घडी घालून कॉटवर ठेवली आणि मला विचारले,

''आता तुझं डोकं कसं आहे?''

''ठीक आहे.''

''छान आणि तुझा डोळा? सूज थोडी कमी झालीय. आणि ओठही सुजलाय, पण खाता येतंय का बघ.'' तिने खाली ठेवलेली प्लेट उचलून विचारले, ''कुठे बसून जेवणार आहेस?'' मी गालिच्यावर दोन्ही हात ठेवून उठण्याचा प्रयत्न केला;

पण माझ्या पोटामधून अशा काही प्रचंड कळा आल्या की मी पुन्हा खाली कोसळले.

"आता काय झालं?" पॉलिनने विचारले.

"पोटातून खूप कळा येताहेत." मी कशीबशी म्हणाले. "मी थोडा वेळ पडून राहते."

प्लेट खाली ठेवून पॉलिन बाहेर गेली. मी जपून एका कुशीवर वळले आणि जेवायला सुरुवात केली. गरमागरम बटाटे, चिकनही बरे लागले. मी चमचाभर चिकनचा रस्सा हातावरच्या साकळलेल्या रक्तावर ओतला. सुकलेले रक्त ओले होऊन खाली वाहायला लागले. आणखी एक चमचा रस्सा टाकून मी करंगळीने चिकटलेले, सर्व रक्त मोकळे केले आणि बटाट्याच्या एका तुकड्याने सारे रक्त पुसून घेतले. मग तो रक्ताळलेला बटाट्याचा तुकडा गालिच्यावर टाकून मी शांतपणे जेवण संपवले.

गृहपाठ करायचे किंवा उद्यासाठी शाळेची बॅग भरायचे माझ्यात किंचितही त्राण नव्हते. मी तशीच जमिनीवर लोळत पडले आणि नंतर कधीतरी मला झोप लागली. रात्री कोणीतरी माझ्या अंगावर ब्लँकेट टाकून गेले. सकाळी शाळेत जाण्यासाठी मी उठले. जमेल तशी तयारी करून मी शाळेत गेलेही, पण मला अजूनही बरे वाटत नव्हते. डोक्यावरील जखमेतून रक्त वाहणे थांबले असले तरी अजूनही वेदना होत होत्या. ओठ सुजलेलाच होता, डोळा पूर्णपणे उघडत नव्हता. पोटातून, मानेमधून कळा येणे चालूच होते. उजव्या खांद्यावर शाळेचे दप्तर अडकवून मी पाय ओढत शाळेच्या मैदानातून चालले होते. बरोबर नऊ वाजता घंटा वाजली की असेंब्ली हॉलमध्ये जायचे. तिथे जाण्यासाठी बहिणींबरोबर उजवीकडे वळले तोच श्री. टिमन्सनी मला हाक मारली.

"क्लेअर ब्रिस्को, आधी इकडे ये."

अर्थातच मुख्यध्यापकांना टाळून पुढे जाणे अशक्यच होते. मी त्यांच्याजवळ जाता जाता डोळा उघडायचा प्रयत्न केला. सुजलेला ओठही आत ओढून घेतला.

"सर, काय झालं?" मी त्यांना विचारले.

"बाळ, तुझ्या चेहऱ्याला काय झालंय?"

"काही नाही सर."

"विचारलंय त्याचं खरं उत्तर दे. चेहऱ्याला काय झालंय?"

"काही नाही सर."

"माझ्या ऑफिसमध्ये जा आणि तिथेच थांब." त्यांनी बजावले.

मी मुकाटपणे जिना चढून त्यांच्या ऑफिसबाहेर त्यांची वाट पाहत थांबले. माझी असेंब्ली चुकली, पहिला तासही झाला तरी मी तिथेच! माझं काय चुकलंय

तेही मला समजेना. अकरा वाजून गेल्यानंतर टिमन्सचे आगमन झाले. काही न बोलता त्यांनी बोटाने ऑफिसमध्ये चलण्याची खूण केली. आत जाऊन मी कचऱ्याच्या डब्याजवळ उभी राहिले. तेही माझ्यामागोमाग आत आले. काळपट तपकिरी लाकडाचे, चमकदार पॉलिश केलेले छान मोठे टेबल ऑफिसमध्ये होते. त्या टेबलाशी बसून त्यांनी विचारले,

"क्लेअर, तुझ्या चेहऱ्याला काय झालं?"

"काही नाही, सर,"

"मला सांगायला हरकत नाही. काय झालं?"

"माहीत नाही सर."

"तुला माहीत असणारच."

"मला मारलं सर."

"कोणी मारलं?"

"ते माहीत नाही सर,"

"बरं, घरातलं कोणीतरी होतं का?"

"हो, सर."

"तुझ्या भावंडापैकी कोणी?"

"नाही, त्यांच्यापैकी कोणीही मारलं नाही."

"अस्सं! क्लेअर, आज कसं वाटतंय तुला?"

"बरं नाही वाटत सर, कसंतरी होतंय.

"थोडा वेळ पडायचंय का?"

"पण माझा अभ्यास बुडेल ना?"

"काय करायचं ते मी बघतो क्लेअर, चल माझ्याबरोबर." असे म्हणून ते मला कुकरी विभागाकडे घेऊन गेले. आत जाऊन ते कुकरी मिसशी काहीतरी बोलले. ती किल्ल्यांचा जुडगा घेऊन बाहेर आली. तिने प्रथमोपचार खोली उघडली. त्यापलीकडे आणखी एक खोली होती. निळा-नारिंगी रंग, लहानसे काचेचे टेबल आणि थोड्या खुर्च्या! मधोमध मोठा गालिचा होता.

"तू इथे आराम कर. बरं वाटल्यानंतर तुझ्या वर्गात जा." मुख्याध्यापक म्हणाले.

"आभारी आहे सर." मी म्हणाले.

कुकरी मिस तिच्या वर्गात गेली. टिमन्सनी दरवाजा बंद केला आणि तेही निघून गेले. प्रथमोपचाराच्या खोलीला लागून अशी एक खोली आहे हे मला आजच कळले. मी ब्लेझर काढून बाजूच्या खुर्चीवर ठेवला. तिथेच माझी बॅगही होती. स्कर्ट कमरेवर सैल केला. टायदेखील सैल करून खाली गालिच्यावर पडले. गालिचा

मऊ, खूप आरामशीर होता. पोट खूप दुखत असल्याने मी पाठीवर झोपले.

दुपारच्या जेवणाच्या सुट्टीत माझ्या वर्गशिक्षिका मला बघायला आल्या. नेहमीप्रमाणे शाळेच्या मोफत जेवणाच्या रांगेत मी नाही हे पाहून माझ्या बहिणींनाही चिंता वाटत होती. एव्हाना माझ्या पोटातल्या कळा फारच वाढल्या होत्या. सारे शिक्षक माझ्याभोवती गोळा होऊन आता काय करावे, यावर चर्चा करीत होते. ''आईला शाळेत बोलवून घ्यावं. तीच माझी जबाबदारी घेईल'' असे सर्वानुमते ठरले. मला पुन्हा झोप लागली.

दोन वाजून गेले असावेत. आईच्या आवाजाने माझी झोप मोडली. झोपेत असतानाच कोणीतरी माझ्या डोक्याखाली उशी सरकवली होती. ''हिची तब्येत बरी नाही. सकाळपासून ती झोपूनच आहे. डॉक्टरकडे नेऊन तिची नीट तपासणी करून उपचार करायला हवेत.'' शिक्षकांनी आईला सांगितले.

''क्लिअरी डिअरी, काय झालं माझ्या बाळाला?'' आईने अत्यंत प्रेमळपणे विचारले.

झोपेचे सोंग घेऊन मी तिच्याकडे दुर्लक्ष केले.

शिक्षक बघत असल्याने आईची चांगलीच पंचाईत झाली असावी. ती पुन्हा म्हणाली, ''क्लिअरी डिअरी?''

नाइलाजाने मी डोळे उघडून तिच्याकडे कटाक्ष टाकला.

''क्लिअरी डिअरी, बरं नाही का तुला? काय झालं?'' आइचे प्रेमळपणाचे नाटक चालूच होते.

''मला खूप मारलंय.''

''बरं, बरं. चल, तुझ्या वस्तू गोळा कर. आपण घरी जाऊ.'' आई काय बोलतेय हे माझ्या लक्षात येईना. तेवढ्यात शिक्षकांनी मला उठून बसवलेही! खुर्चीवरच्या बॅग आणि ब्लेझरकडे बोट दाखवून 'ते तुझे आहेत का?' असे आईने विचारले.

''मला घरी जायचं नाही.'' मी शांतपणे म्हणाले.

आई गर्रकन वळली. माझ्याकडे नजर रोखून तिने विचारले, ''क्लिअरी, डिअरी, काय म्हणालीस तू?''

''मला घरी जायचं नाही.''

''पण आपण घरी जातच नाही आहोत आधी डॉक्टरांकडे जाऊ या. नंतर घरी जायचं.''

''मम्मी, मला तुझ्याबरोबर जायचं नाही. मला घरी यायचंच नाही.''

''क्लिअरी डिअरी, अगं तुझ्या डोक्याला खोक पडलीय. लवकर घरी गेलेलं बरं. तुझे शूज कुठे आहेत?'' आई समजूतदारपणाचा जोरदार आव आणत म्हणाली. शिक्षक आ वासून पाहत होते.

मी तटकन उठून बसले, पण तेवढ्यानेही पोटातून असह्य कळ आली. तरीही मी ठामपणे म्हणाले, ''मी तुझ्याबरोबर घरी येणार नाही, आज नाही आणि कधीच नाही आणि मी का येत नाही ते तुला माहिती आहेच.

आईने माझ्याकडे रोखून पाहिले, तिच्या नाटकी 'क्लिअरी डिअरी'चा माझ्यावर परिणाम होत नाही हे पाहून तिला काय करावे सुचेना. सर्व तमाशा मूकपणे पाहणाऱ्या शिक्षकांकडे आईने नजर टाकली. मग माझ्याकडे वळून म्हणाली, ''तुला घरी यायचं नसेल तर ठीक आहे. नको येऊस.''

''मला नाहीच यायचंय. त्यापेक्षा मी अनाथालयात जाईन.''

''ठीक आहे. क्लेअरला घरी यायचं नसेल, तर मी जबरदस्ती करू शकत नाही.'' असे म्हणून आई तरातरा निघूनही गेली. 'माझं काय करायचं' हे विचारायची संधीही शिक्षकांना मिळाली नाही. मी पुन्हा खाली लवंडले. दुपारचे जेवणही मिळाले नव्हते. उपाशी पोटीच मी पडून राहिले. तीन वाजता शिक्षक पुन्हा माझ्याभोवती गोळा झाले. मला आता खूपच बरे वाटत होते. मी घरी जावे म्हणून साऱ्यांनी माझी समजूत काढायचा प्रयत्न केला.

''तुला आपल्या घरी का जायचं नाही ह्याचं कारण सांग पाहू.'' मुख्याध्यापक टिमन्स म्हणाले.

''घरी जायचं नाही एवढंच! दुसरं कारण नाही, सर.''

त्यानंतर थोड्या वेळाने मिस कॉर्चिनस्की मला भेटायला आल्या. त्यांचा आवाज, एकूण व्यक्तिमत्त्वावरून त्या रशिया देशामधून आल्या असाव्यात हे जाणवत असे.

''क्लेअर, तुला बरं वाटत नाही ना? काय झालं?'' त्यांनी प्रेमाने विचारले.

माझे मिस केबरोबर (ह्यापुढे मी त्यांना मिस के असेच संबोधणार आहे.) चांगले पटायचे. त्यांच्या विषयांचा अभ्यासदेखील मी चांगला करीत असे. ऑफिस प्रॅक्टिस, टायपिंग अकाऊंट्स आणि इकॉनॉमिक्स हे विषय त्या शिकवत.

''मिस, मला घरी मुळीच जायचं नाही.''

''क्लेअर, का जायचं नाही? मला सांगायचं नाही का?''

''नाही मिस.''

''तुझ्या चेहऱ्याला एवढं लागलंय, त्याविषयी तुला नाही सांगावसं वाटत?''

''नाही मिस.''

''आणखी कशाविषयी?''

मी माझ्या पोटाकडे बोट दाखवले.

''ठीक आहे तू माझ्याबरोबर राहा. तुला आवडेल तोपर्यंत माझ्याकडे राहा. मला मुलंबाळं नाहीत आणि माझं घर खूप मोठं आहे.''

काही शिक्षक तिच्यामागे येऊन उभे राहिले होते. त्यांच्या मनात कोणते विचार चाललेत ह्याची मला पूर्ण कल्पना होती. आमची 'सेक्रेड हार्ट कॅथलिक स्कूल' फार नावाजलेली शाळा होती. इथे प्रवेश मिळावा म्हणून अनेक वर्षे थांबावे लागत असे. कित्येकांना निराश होऊन जावे लागत असे. आताच्या विद्यार्थ्यांमधून दोन मुली आणि तीन मुले पुढे नन आणि पाद्री होणार होते. उत्तम कॅथलिक शाळेकडून आणखी काय अपेक्षा होती? ही एक उत्कृष्ट शाळा होती आणि कॅथलिक नागरिक निर्माण होत होते, हे सर्वज्ञात होते. सुदैवाने ह्या शाळेच्या नावाला बट्टा लागेल असे काहीही यापूर्वी घडलेले नव्हते. उदाहरणार्थ लग्नापूर्वी मातृत्वाच्या घटना. शाळेच्या कोणीही विद्यार्थिनीने असला मूर्खपणा करून शाळेच्या नावाला काळिमा फासला नव्हता. मोठ्ठं पोट घेऊन फिरणाऱ्या कुमारी मातांना पाहून मान शरमेने खाली घालावी लागली असती. यापुढेही असली लाजिरवाणी गोष्ट इथे होऊ नये, अशीच त्यांची इच्छा होती. पण माझ्याबाबतीत घडलेलेही धक्कादायक होते. एवढी लहान कॅथलिक मुलगी, स्वतःच्या घरी न जाता, अनाथाश्रमात राहायचंय म्हणते, कॅथलिक अनाथश्रमात जायचंय असाही तिचा आग्रह नाही. आता यावर काय बोलायचे? लोकांमध्ये किती चर्चा होईल. 'जीझस ख्राईस्ट! सामाजिक सेवा संस्थेला खबर लागली तर शाळेचे नाव खराब होईल. आमच्या एवढ्या वर्षांच्या इभ्रतीला धक्का बसेल. सेक्रेड हार्ट, होली वर्जिन, मेरी मदर ऑफ गॉड, होली मेरी आम्हाला मार्ग दाखव...' माझ्या, घरी न जायच्या हट्टामुळे सर्वच जण असे संकटात सापडले होते आणि प्रार्थना करत होते.

मिस्टर ह्यूज. हे आमचे उपमुख्याध्यापक होते. त्यांनाही काय करावे ते समजेना. हात फिरवून त्यांनी आपले डोके पुसले, मग दाबून केस नीट बसवले. शेवटी म्हणाले, "तुम्हाला खात्री आहे? ती नक्की घरी जाणार नाही?"

"होय. अजूनही ती नाहीच म्हणतेय." मिस केंनी उत्तर दिले.

"तिच्या बहिणी कुठे आहेत? कदाचित त्या तिला नीट समजावू शकतील." त्यांनी आशेने विचारले.

"त्याचा फायदा होईल असं मला वाटत नाही." मिस के म्हणाल्या.

"का नाही? बहिणींबरोबर तिचं चांगलं पटतंय ना? त्यांच्याशीही भांडलीय का?" मिस्टर ह्यूज अजूनही प्रयत्न सोडत नव्हते.

"तिला सध्यातरी त्या कोणाबरोबरही राहायचं नाही. एकटीच राहणार असं म्हणतेय." मिस केंनी त्यांच्या आशेवर पाणी ओतले.

मिस्टर ह्यूजनी पुन्हा घाम पुसला. मग अगतिक होऊन ते म्हणाले, "होली मेरी, मदर ऑफ गॉड, जीझस ख्राईस्ट, तुमची अतिशय गरज असताना तुम्ही सारे कुठे आहात?"

“मला वाटतं काही काळ तरी तिला एकटीला सोडलेलं बरं.” मिस के त्यांना समजावत म्हणाली. “आता तिचं ऐकलं तर नंतर ती घरी जायला तयार होईलही. तोपर्यंत तिची काहीतरी सोय करायला हवी. नाहीतर लोकांमध्ये खूप चर्चा होईल.”

हे ऐकून मिस्टर ह्यूज आणखीच वैतागले. “क्लेअरची सोय करायची म्हणजे नेमकं काय करायचं? आपण कशी काय तिची सोय करणार?”

मी कुशीवर वळून त्या साऱ्यांकडे पाठ करून पडून राहिले. काहीही झाले तरी मी घरी जाणार नव्हते हे निश्चित.

“एक मार्ग आहे. तात्पुरता उपाय म्हणून चालू शकेल. कोणी सांगावं, थोड्याच दिवसांनी तिचं मन बदलेलसुद्धा.” मिस के म्हणाल्या.

“सांगा की लवकर, काय उपाय आहे तो?” मिस्टर ह्यूजना धीर धरवत नव्हता.

“डोकं शांत होईपर्यंत क्लेअरला माझ्या घरी राहू दे. फक्त तिच्या आईची परवानगी काढायला हवी. तिची हरकत नसेल तर क्लेअरला मी माझ्या घरी नेते.” मिस के म्हणाल्या.

स्वर्गीय सुखाची अनुभूती

१९७१

मिस केंचे बोलणे ऐकून सारेच अवाक झाले. काही मिनिटे शांततेमध्ये गेली. मिस्टर ह्यूज विचारात पडले. मग म्हणाले, ''तिच्या आईने विरोध केला तर?''

''ती विरोध करणार नाही.'' मिस के विश्वासाने म्हणाल्या.

''क्लेअरला अनाथाश्रमातच जायचे असेल तर?''

''मिस्टर ह्यूज, तसंही होणार नाही. माझ्यावर तिचा विश्वास आहे. शिवाय गुंतागुंतीतून बाहेर पडायचा हाच एक मार्ग आहे. शाळेचे नाव खराब होईल असे काहीही घडू नये हे महत्त्वाचे आहे.'' मिस केंनी समजावले.

''ठीक आहे. तिच्या आईची परवानगी मिळत असेल आणि काही काळासाठी तिला तुमच्याकडे ठेवायला तुमची हरकत नसेल तर फारच छान! तुमचे अतिशय उपकार होतील.'' मिस्टर ह्यूजनी सुटकेचा निःश्वास टाकला.

''मी आत्ताच मिसेस ब्रिस्कोंना फोन करते. मग बघू काय होतंय ते,'' असे म्हणून मिस के बाहेर गेल्या. मी डोळे मिटून पडून राहिले. मिस्टर ह्यूज माझ्याजवळ आले. माझ्याकडे पाहून त्यांनी विचारले, ''बाळ, बरं वाटतंय ना?'' मी जराही हालचाल न करता पडून राहिले. ''लवकरच काहीतरी मार्ग काढू या हं आपण. जागी आहेस ना तू बाळे? ऐकतेस ना?'' त्यांनी पुन्हा विचारले.

''हो, सर.'' मी म्हणाले.

मिस्टर ह्यूजनी हलक्या आवाजात मला विचारले, ''क्लेअर, तुला घरी का जायचं नाही? आपल्या घरी गेलीस तर सगळेच प्रश्न सुटतील. इतका काही त्रास नसेल तुझ्या घरी.''

''सर, मला घरी जायचं नाही.''

''एक-दोन दिवसांत तुझं मत बदलू शकेल.''

''हो सर, पण आतातरी मला सांगता येणार नाही.''

मिस के आईशी बोलून परतल्या. माझे डोके ठिकाणावर येईपर्यंत मी त्यांच्याकडे राहिले तर चालेल, असे आई म्हणाली होती. आईची परवानगी मिळाल्याने मिस्टर

ह्यूजचा विरोधही मावळला होता. मिस के आणि माझी आई ह्या दोघींमधला हा मामला आहे, त्यांनी परस्पर निर्णय घ्यावा, ह्यात शाळेचा संबंध येत नाही असे त्यांनी सोयीस्कररित्या ठरवले असावे. अर्थात शाळेत असताना मी घरी जायचे नाकारल्याने आणि ही एक कॅथलिक शाळा असल्याने, मला कुठेतरी निवारा शोधणे हे शाळेचे कर्तव्य होते. ते कर्तव्य शाळेने पार पाडले होते. त्यानंतर काय घडते हे पाहणे ही शाळेची जबाबदारी नव्हती. मिस केंनीदेखील ह्याला दुजोरा दिला, की माझ्या आईची व त्यांचीही हरकत नसल्याने मी त्यांच्याकडे राहायला गेले तर त्या गोष्टीशी शाळेचा संबंध नाही.

चार वाजता शाळा सुटली. मी मिस केची वाट पाहत थांबले. त्या साडेचारपर्यंत आल्या आणि आम्ही दोघी त्यांच्या गाडीतून घरी निघालो. माझी शाळेची बॅग मागच्या सीटवर आणि ब्लेझर माझ्या मांडीवर होता.

स्ट्रीटहॅम भागात त्यांचा दुसऱ्या मजल्यावर सुंदर, प्रशस्त फ्लॅट होता. भिंतींना प्रसन्न सफेद रंग. हॉलमध्ये सफेद फायरप्लेसमध्ये गॅस हीटर. त्यासमोर मोठा सफेद रंगाचाच गोटस्किनचा गालिचा. सगळे घर नीटनेटके, स्वच्छ. प्रत्येक वस्तू जागच्या जागी. कपडे अस्ताव्यस्त पडलेले, सिंकमध्ये खरकट्या प्लेटचा ढीग, सर्वत्र कचरा पडलाय असे दृश्य ह्या घरात नव्हते. आल्हाददायक निळ्या आणि गुलाबी रंगाचे शयनगृह होते. कॉटच्या पायथ्याशी बांबूचे लहानसे बास्केट होते, नाजूक लेसचे सुरेख पडदे होते.

मला माझी खोली दाखवून मिस के म्हणाल्या, "आपलंच घर आहे असं समजून राहायचं. अजिबात संकोच बाळगू नकोस."

बटणे फिरवून त्यांनी हॉलमधला हीटर चालू केला. मोठा सळसळ आवाज करत हीटरमधून ज्वाला उफाळल्या. अहाहा! किती सुरेख दिसतंय! आणि किती छान उबदार वाटतंय!

"लोकरीच्या गालिच्यावर आरामात झोप. आईला फोन करायचाय का?" मिस के नी विचारलं. मी साफ नकार दिला.

गालिच्यावर पडल्या-पडल्या मी दिवसभराच्या घटनांचा विचार करीत होते. मिस केंना माझा कंटाळा येऊ नये ह्यासाठी खूप सावध राहायला हवे. त्यांना मूलबाळ नाही हे त्यांनीच गाडीतून येताना सांगितले होते. त्या पोलंडमधून इकडे आल्या होत्या. त्यांना नवराही नव्हता. ह्या शानदार घरात त्या एकट्याच राहत होत्या.

मिस केंच्या घरी पहिली रात्र टॉयलेटच्या फेऱ्या करण्यातच गेली. गादीत लघवी होऊ नये, म्हणून घाबरून मी सारखी टॉयलेटला पळत होते. झोप लागली तरी आता अलार्म वाजेल असं वाटून दचकून जाग यायची. मी रोज रात्री अंथरूण भिजवते हे कळले तर मिस के मला ताबडतोब बाहेरचा रस्ता दाखवतील ह्या

गोष्टीचा माझ्यावर प्रचंड ताण होता. सुदैवाने काहीही अपघात न होता ती रात्र पार पडली. मिस केंनी रात्रीच माझे कपडे धुऊन टाकले होते. तयार होऊन मी मिस के बरोबर शाळेत गेले. पॉलिन आणि पॅटसी शाळेच्या फाटकापाशी माझी वाट पाहत थांबल्या होत्या.

"तू घरी येणार आहेस का क्लेअर?" दोघींनी एकदमच विचारले.

मी फटकन 'नाही' म्हणाले.

"ठीक आहे. ही तुझी शाळेची पुस्तकं आणि धुतलेल्या चड्ड्या."

मी सर्व वस्तू माझ्या दप्तरात ठेवून म्हटले, "थँक्स." मग आम्ही तिघीजणी शाळेत गेलो आणि असेंब्लीसाठी आपापल्या रांगेत जाऊन उभ्या राहिलो.

त्यानंतर आठवडाभर रोज माझी बाकीची पुस्तके आणि कपडे त्या आणून देत होत्या. खरे तर माझ्या बहिणींबरोबर माझे कोणतेही वैर नव्हते. मी त्यांच्याशी पूर्वीप्रमाणेच वागत होते; पण आता मला स्वातंत्र्य मिळाले होते. मला मुक्त झाल्यासारखे वाटत होते. माझ्या शनिवारच्या नोकरीबद्दल मिस केंना सांगताच त्यांनी आपल्या घरापासून वॉलवर्थ रोडला कसे जायचे हे समजावून सांगितले, 'स्ट्रीटहॅममधून एलिफंट अँड कॅसलला बसने जायचे, तिथून १२, ३५ किंवा १७१ नंबरची बस घेऊन वॉलवर्थ रोडला पोहोचायचे.'

माझ्या आयुष्यात सुखाचे क्षण आले होते. मिस केकडे राहत असताना मी एकदाही अंथरुणात लघवी केली नाही. त्या माझ्याशी अत्यंत मायेने वागत. त्यांच्याकडे राहत असल्याने शाळेचे, तसेच आईचेही नाव खराब झाले नव्हते, त्यामुळे आईदेखील खूष होती. तिला अजूनही माझ्यासाठी भत्ता (चाईल्ड बेनेफिट) मिळत होता, पण मिस केंनी त्याची मागणी केली नाही. मला वाटते त्यामुळे आईची बऱ्यापैकी कमाई होत असणार! सकाळी मिस के मला शाळेच्या मागे, सेक्रेड हार्ट चर्चच्या मागील बाजूस सोडत. तिथून मी शाळेच्या पुढच्या प्रवेशद्वारापर्यंत जायची. मिस के शाळेच्या गाडी पार्क करायच्या जागी आपली गाडी लावून शिक्षकांसाठीच्या दरवाज्यातून शाळेत प्रवेश करीत. शाळा सुटल्यावर मी सव्वाचारपर्यंत असेंब्ली हॉलमध्ये थांबायची. नंतर चर्चच्या मागे जाऊन मिस के बरोबर घरी निघायची. सारे कसे छान चालले होते! दोन आठवड्यांनंतर माझ्या घरी परतण्याबाबत कोणीही बोलेनासे झाले. मिस केंकडे माझे चांगले बस्तान बसले होते. खेळाच्या मैदानावर आणि शाळा सुटल्यानंतर असेंब्लीमध्ये माझ्या बहिणी भेटत. त्यांच्याकडून बातम्या मिळत. आता माझा गृहपाठ वेळच्या वेळी पूर्ण होत होता, गुण चांगले मिळू लागले होते, चित्रकलेतही छान प्रगती झाली, कारण अभ्यास करायला, चित्रे काढायला मला भरपूर वेळ मिळायचा. मी नवीन घराविषयी मैत्रिणींबरोबर कधीही बोलायची नाही. एक तर ती माझी अगदी खाजगी बाब होती आणि दुसरे म्हणजे

चारचौघांमध्ये चर्चा झाली तर कदाचित मला माझ्या घरी परतावे लागले असते. मला कदापिही तसे घडायला नको होते.

एकदा घरी परतताना मी मिस केंना म्हणाले की मला मोठेपणी बॅरिस्टर व्हायचे आहे. हे ऐकून त्यांना हसू आवरेनासे झाले. मस्तक मागे झुकवून त्या खो खो हसू लागल्या. त्या भरात स्टीअरिंग व्हीलवर हातही आपटून झाले. मग हसणे आवरून त्या म्हणाल्या, ''फारच छान, माझ्या सोने, नेहमी उच्च ध्येय बाळगावं. त्यापासून तुला रोखेल अशी एकच व्यक्ती आहे, क्लेअर. आन्या केर्चिनस्कीचे हे शब्द लक्षात ठेव, संपूर्ण जगामध्ये तुला तुझ्या ध्येयपासून रोखू शकेल अशी एकच व्यक्ती आहे.''

''मिस, कोण आहे ती व्यक्ती?'' मी विचारले.

''तू स्वत:च, क्लेअर. तुझं ध्येय गाठणं तुझ्याच हाती आहे. तुझ्यात ते सामर्थ्य आहे; पण तू ते वापरलं नाहीस तर सारंच व्यर्थ ठरणार. तेव्हा ध्येयपूर्तीच्या मागे जोमानं लाग.''

एवढे बोलून त्या गप्प झाल्या. मीही त्यांच्या बोलण्यावर विचार करीत होते. मीच स्वत:च्या मार्गात अडथळा ठरेन असे मला कधीही वाटले नव्हते. मी असे का करीन? माझे ध्येय निश्चित ठरले होते. ते मी गाठीनच.

त्यानंतर आमच्या परीक्षा झाल्या. मला सर्वच विषयांमध्ये उत्तम गुण मिळाले. माझे सर्वच शिक्षक माझ्या प्रगतीवर खूष होते.

क्लेअरने अभ्यास न करण्याच्या सबबी देणं बंद केलंय. अभ्यास, गृहपाठ वेळेवर करते. लक्ष संपूर्णपणे केंद्रित करून, खूप विचारपूर्वक अभ्यास करीत असते. फारच उत्तम प्रगती. शाबास!

अतिशय हुशार मुलगी! आयुष्यात खूप प्रगती करील.

क्लेअर सतत उत्तम प्रगती करते आहे. ह्याच वेगाने ती यश मिळवत राहिली तर तिचं भविष्य उज्ज्वल आहे.

अतिशय बुद्धिमान. आकर्षक व्यक्तिमत्त्व असेलली मुलगी. स्मरणशक्ती उत्तम आहे. तिचं भवितव्य उज्ज्वल आहे.

असे छान छान शेरे माझ्या प्रगतिपुस्तकात लिहिलेले होते. बहिणीबरोबर आईला देण्यासाठी पाठवेलेले प्रगतिपुस्तक दुसऱ्या दिवशी परत आले. आईने पाकीट उघडून ते वाचण्याची तसदीही घेतली नव्हती!

एवढे चांगले गुण मिळाले, तेव्हा मिस्टर मॅन्सफिल्डशी संपर्क साधायला हरकत नाही, असे ठरवून मी त्यांना पत्र पाठवले–

प्रिय मिस्टर मॅन्सफिल्ड,

आपल्याला पत्र पाठवल्याबद्दल रागावू नये. पत्र लिहायचं कारण म्हणजे मी माझी परीक्षा उत्तमरित्या उत्तीर्ण झाले असून बॅरिस्टर होण्याच्या माझ्या ध्येयाच्या दिशेने माझी प्रगती चालू आहे. मी पुढेही तुमच्या सपंर्कात राहीनच.

– क्लेअर ब्रिस्को.

आमच्या मध्यावधी सुट्ट्या सुरू झाल्या. 'सुट्टीमध्येही तुमच्याकडे राहिले तर चालेल का?' असे मिस केंना विचारल्यावर त्यांनी तत्काळ होकार दिला. 'घरी जावंसं वाटलं तर खुशाल जा, मला त्याचं वाईट वाटणार नाही. पुन्हा कधीही माझ्याकडे येऊन राहावंसं वाटलं तर माझा दरवाजा सदैव उघडा राहील. काहीही असलं तरी मी नेहमीच तुला मदत करीन. मला मुलगी नाही, पण तू माझ्या मुलीसारखीच आहेस.' असेही त्या म्हणाल्या.

मिस केंनी कधीही माझ्या राहण्या-खाण्याचे पैसे मागितले नाहीत. शनिवारच्या नोकरीच्या मिळणाऱ्या पैशांतून आठ पौंड वाचवून मी त्यांना देऊ केले. ''काहीतरी वेड्यासारखं करू नकोस. चल ते पैसे तुझ्या पर्समध्ये ठेवून दे. मला नकोत.'' असे म्हणून त्यांनी पैसे घ्यायचे नाकारले. जवळजवळ तीन महिन्यांपासून मी त्यांच्याकडे राहत होते. त्या पैसेही घ्यायला तयार नाहीत, हे पाहून मी गुपचूप त्यांच्यासाठी कॅडबरी चॉकलेटचा ट्रे विकत घेतला. त्या खोलीत नसताना त्यांच्या उशीवर ठेवून दिला. त्या झोपायला गेल्या, तेव्हा त्यांनी ती चॉकलेट्स पाहिली आणि त्यांना भावनावेगाने रडूच कोसळले. मी दारात उभी राहून हळूच पाहत होते. कितीतरी वेळ त्या रडतच होत्या. मी घाबरलेच. काय करावे? ह्यांना हाक मारावी की आत जावे? मी विचार करत होते. काहीच न कळून शेवटी मी माझ्या खोलीत झोपायला गेले.

सकाळी 'काहीच झाले नाही' अशा रीतीने त्या वावरत होत्या. त्या मला म्हणाल्या, ''उगीच फालतू गोष्टींवर पैसे खर्च करू नकोस. इंग्लंडला आल्यापासून माझ्याशी इतक्या सहृदयपणे कोणीच वागलेले नाही. मी तुझे मन:पूर्व आभार मानते. पोलंडच्या छळछावणीतून निसटून मी आणि माझे आईवडील इंग्लंडला पळून आलो. इथे अर्थशास्त्र, व्यापार, ऑफिस प्रॅक्टिस आणि टाईपिंग शिकवण्याची – शिक्षिकेची – नोकरी मिळाली. मला ही नोकरी मनापासून आवडतेय. पण मला स्वत:ची मुलं नाहीत याची मला अतिशय खंत वाटते.'' मिस के भरभरून बोलत होत्या. ''त्या काळात लग्न, मुलं ह्या गोष्टींचा विचार करणंही शक्य नव्हतं.'' मिस केंच्या शब्दोच्चारांवर अजूनही पोलिश प्रभाव जाणवत होता. हे सर्व बोलत असताना त्या एकीकडे गाडी चालवत होत्या. शेवटी त्यांचे डोळे भरून आले. डोळ्यांच्या कडा लाल झाल्या. नेहमीच्या जागी मला सोडून त्या गाडी लावायला पुढे गेल्या.

आज बुधवार. माझा आवडता वार. आजचे विषय खूप रंजक असायचे. शिवाय आज मिळणारे जेवणही मला खूप आवडायचे. चॉकलेट केक, गुलाबी कस्टर्ड, स्टेक, जाड कडा असलेला मस्त किडनी पाय, बर्ड्स आय पीज, मॅश पोटॅटो, गाजरं, रस्सा. छान, चमचमीत पदार्थ. जेवणानंतर माझ्या बहिणींना भेटले. त्यांनी दिलेल्या बातमीनुसार घरी सारे काही 'जैसे थे' होते.

"आणखी किती दिवस तू तिथे राहाणार आहेस?" त्यांनी विचारले.

"मला माहीत नाही, पण मी घरी येणार नाही हे नक्की."

"तुझ्या अंथरूण भिजविणाच्या सवयीला मिस के लौकरच कंटाळतील असं आई म्हणत होती."

"अच्छा? गंमतच आहे. कारण मिस के कडे राहायला लागण्यापासून मी एकदाही अंथरुणात लघवी केलेली नाही." मी विजयाने म्हणाले.

"खोटारडी!" दोघीही ओरडल्या.

"देवाशपथ मी खरं सांगतेय. खोटं बोलत असेन, तर मरून जाईन."

"असेलही; पण आई म्हणतेय की आज ना उद्या तू शेपूट घालून परत येशीलच."

"मला शेपूटच नाहीये." मी ठासून म्हणाले.

एवढ्यात सुट्टी संपल्याची घंटा झाली. आम्ही रांगेने वर्गात गेलो. दुपारचे तास सुरू झाले.

वॉलवर्थ रोडवरील रोझेसच्या कृपेने एव्हाना माझ्याजवळ बरेच छान ड्रेस जमा झाले होते. तिथे येणाऱ्या गिऱ्हाइकांना खूष करायची कला मला फार चांगली अवगत होती. निवडलेल्या ड्रेसमध्ये त्या कितीही जाड्या वा विचित्र का दिसेनात, मी त्याविषयी काहीतरी चांगलाच शेरा मारायची. अर्थात खूष होऊन त्या ड्रेस विकत घ्यायच्याच. मी आपल्या कामात खूप पारंगत होते आणि ईलिन ते जाणून होती. लवकरच माझ्या पगारात वाढ झाली. क्लेअर ब्रिस्कोच्या प्रगतीवर तिच्यासकट सारेच खूष होते.

१८ मे हा माझा वाढदिवस. आज मी चौदा वर्षांची झाले. माझा वाढदिवस आहे हे मिस केंना माहिती होते. त्यांनी मला पुस्तक भेट दिले- 'द लिटल प्रिन्सेस,' लेखक फ्रान्सिस हॉजसन बर्नेट. आकर्षक वेष्टनात बांधलेली ती पहिल्या आवृत्तीची अत्यंत चांगल्या स्थितीमधील प्रत होती. पुस्तकाची जाड, मजबूत पाने काहीशा बदामी रंगाची होती. छपाई सुंदर होती. मला मिस के अतिशय आवडायच्या. आईची उणीव त्यांनी भरून काढली होती. सख्ख्या आईने करावी, तशी माया त्या माझ्यावर करत. त्यांनी आठवणीने दिलेल्या ह्या सुंदर भेटीकडे पाहून माझे डोळे डबडबले. एक टपोरा अश्रू पुस्तकाच्या पानांवर ओघळला.

"मिस के, आजवर मला मिळालेल्या भेटींमध्ये सर्वांत चांगली भेट आहे ही."

असे म्हणून मी त्यांना मिठी मारली आणि त्यांचा मुका घेतला. त्यांनीही माझ्या गालाची पापी घेतली, मला जवळ घेऊन मिठी मारली. असे माझे लाड करून झाल्यावर त्यांनी मला बाजूला केले, म्हणाल्या, ''क्लेअर, पुरे झालं आता. साधं पुस्तक तर दिलंय मी, तेही नवीन नाही. त्यासाठी एवढा वेडेपणा कशाला?''

आम्ही दोघी एकमेकींकडे पाहत राहिलो. मग त्यांना हसू फुटले, हसतच त्यांनी माझ्या नाकावर टिचकी मारली आणि म्हणाल्या, ''गृहपाठ!''

मीही त्यांचे अनुकरण करीत त्यांच्या नाकावर टिचकी मारून म्हणाले, ''गृहपाठ!''

माझ्या बहिणींनी माझ्यासाठी एकत्रितपणे वुलवर्थमधील बाथ सॉल्ट आणि लव्हेंडर क्यूब माझ्यासाठी भेट म्हणून आणले होते. आईने काहीच पाठवले नव्हते. अर्थात यापूर्वी कधीही मला तिच्याकडून भेट मिळाली नसल्याने आताही मला ती अपेक्षा नव्हतीच. साधे वाढदिवसाचे कार्डही तिने पाठवले नव्हते. 'क्लिअरी डिअरी' असेसुद्धा काही लिहून पाठवले नव्हते. 'द लिटल प्रिन्सेस' वाचताना मला रडू कोसळले. त्या बिचारीला वडील नव्हते. ते देवाघरी गेले होते. आणि तिला संभाळणारे लोक अत्यंत वाईट होते. ते तिला अतिशय त्रास देत. हालअपेष्टांमध्ये तिचे दिवस जात होते, पण तिने हार मानली नाही आणि शेवटी सगळे चांगले झाले, तिची सर्व दुःखे संपली. पुस्तक वाचताना मी सारखी रडत होते आणि शेवटी सर्व आनंदीआनंद झाला तेव्हाही मी ओक्साबोक्शी रडले. मला ते पुस्तक अतिशय आवडले. वाढदिवसानंतर बऱ्याच दिवसांनंतर मिस के आणि मी त्या पुस्तकाविषयी बोलत असताना त्या म्हणाल्या,

''क्लेअर, ह्या पुस्तकामधून एक संदेश मिळतो– कधीही आशा सोडू नये. प्रयत्न करीत राहावे. कोणतीही गोष्ट मनापासून हवी असेल तर तुला ती नक्कीच मिळेल. त्यासाठी अथक प्रयत्न मात्र केलेच पाहिजेत.''

अभ्यासात माझी दिवसेंदिवस उत्तम प्रगती होत होती. जूनच्या सुरुवातीलाच मिस्टर टिमन्सनी मला ऑफिसमध्ये बोलावले. सप्टेंबर महिन्यात मला वरच्या वर्गात बढती मिळेल असे त्यांनी मला सांगितले. माझी उत्तम प्रगती इतरांना प्रेरणादायक आहे आणि भविष्यातही मी असेच यश मिळवत राहीन, याविषयी त्यांनी विश्वास व्यक्त केला. ही स्तुती ऐकून मी प्रचंड खूष झाले. अभ्यासाला भरपूर वेळ मिळत असल्याने गृहपाठ करणे अतिशय सोपे जात होते. एकूणच माझे आयुष्य मजेत चालले होते. मिस केंना माझ्या अभ्यासातील प्रगतीविषयी सांगितल्यावर त्यांनाही आनंद झाला. ''तू मन लावून अभ्यास कर. सर्व लक्ष शिक्षणावरच केंद्रित करत राहा.'' त्या म्हणाल्या.

मी अधिकच जोमाने अभ्यासाला लागले. वारंवार उजळणी करायची, प्रश्नपत्रिका

सोडवायच्या, निबंध लिहायचे असा अभ्यासाचा धडाका लावला. परीक्षेच्या वेळी मी पूर्ण तयारीनिशी शाळेत गेले. निकालापूर्वीच मिस्टर टिमन्सनी मला ऑफिसमध्ये बोलावून घेतले. माझा हात हातात घेऊन त्यांनी माझे अभिनंदन केले.

"शाब्बास! सप्टेंबरमध्ये तू 'ए' वर्गात जाशील. तुला 'क्लास प्रिफेक्ट' आणि 'गेम्स कॅप्टन' देखील बनवण्यात येईल... अभिनंदन."

ही तर फारच छान गोष्ट मला समजली होती. अर्थात अजूनही परीक्षेचा निकाल हातात आला नव्हता, पण त्याची फारशी गरजही नव्हती. स्वत: हेडमास्तरांनीच मला शाबासकी दिली, याचा अर्थ निकाल उत्तम असणारच.

माझ्या या आनंदावर विरजण टाकणारी बातमी मात्र मिस केंनी दिली. शाळेतून घरी परतताना त्या म्हणाल्या, "क्लेअर, तुला तुझ्या आईकडे आता परत जावं लागणार आहे. मला हे तुला सांगताना अतिशय वाईट वाटतंय, पण उन्हाळी सुट्टीत तुला घरी जावं लागेल. सुट्टी संपल्यावर मात्र तू पुन्हा येऊ शकतेस."

हे ऐकून मी सुन्न झाले. "पण तुम्हाला मी नकोशी का झाले?" मी त्यांना कसेबसे विचारले.

मिस केंनी माझ्या मांडीवर थोपाटले समजुतीच्या स्वरात त्या म्हणाल्या, "बाळा, तू नकोशी झालीस असं नाही. ऑगस्टमध्ये मला पोलंडला जायचंय. तुला एकटीला घरात सोडता येणार नाही. माझ्याबरोबर पोलंडलाही नेता येणार नाही. केवळ म्हणूनच तुला तुझ्या आईकडे पाठवावं लागतंय."

हे ऐकून माझा जीव भांड्यात पडला. "अच्छा, मिस के, म्हणजे फक्त सुट्टीतच मला आईकडे पाठवताय? नंतर मी परत येऊ शकते ना?" मी खात्री करून घेतली.

"हो. तुझी इच्छा असेल तर परत ये." त्या म्हणाल्या.

"मला यायचंच आहे परत. कधी येऊ?" मी आनंदाने विचारले. त्या ऑगस्टअखेरीस परतणार होत्या. त्यानंतर कधीही मी त्यांच्या घरी जाऊ शकले असले. म्हणजे वाटले होते तेवढे प्रकरण गंभीर नव्हते.

शाळेच्या शेवटच्या दिवशी आम्ही लवकरच उठलो. मिस केंनी माझे बरेचसे सामान बॅगेत भरून तिला कुलूप लावले, शाळा सुटेपर्यंत बॅग गाडीतच राहणार होती. नेहमीप्रमाणे त्या शाळा सुटल्यानंतर माझ्यासाठी थांबणार होत्या. शेवटच्या दिवशी शाळेत नेहमीप्रमाणे गोंधळाचे वातावरण होते. मी सर्व जुनी संदर्भपुस्तके परत केली, मैत्रिणींचा निरोप घेतला. पुढच्या वेळी नवीन मित्रमैत्रिणी.

मी घरी येणार ह्याचा बहिणींना आनंद झाला होता. मी नसल्याने स्वच्छता, स्वयंपाक, झाडलोट ही सारी कामे त्या दोघींवरच पडत होती. पूर्वी तिघीजणी आळीपाळीने कामे करीत असू. मुलांनी मात्र घरकाम करण्याची पद्धत आमच्या खानदानात

नव्हतीच. शाळा सुटल्यावर मी मुख्य फाटकातून बाहेर पडून उजवीकडे वळले.

''क्लेअर, तुझ्यासाठी थांबू का?'' पॉलिन आणि पॅटसी मागून ओरडल्या. ''इथेच थांबतोय.''

''माझ्यासाठी थांबू नका.'' मीही ओरडून सांगितले. शाळेच्या मागील बाजूस मिस के गाडीत बसून माझी वाटच पाहत होत्या. मला पाहून त्या गाडीतून खाली उतरल्या. माझी बॅग काढण्यासाठी त्यांनी डिकी उघडली.

''हॅलो मिस,'' मी हळूच म्हणाले.

''मला अन्या म्हण.''

''थँक्स मिस.'' मी म्हणाले.

मी त्यांच्याकडे पाहिले. त्या रडल्या नसाव्यात, पण खूप अस्वस्थ वाटत होत्या. मला घरापर्यंत पोहोचवायची गरज नव्हती, पण तरीही त्या ऐकायला तयार नव्हत्या. शेवटी कसेबसे त्यांना ते पटले. घर मी स्वतःच्या मर्जीने सोडले होते. आजपर्यंत मी परत जायला नकार देत होते. आता घरी जातेच आहे, तर तेही एकटीनेच जायला हवे असे मला वाटत होते. अत्यंत नाइलाजाने मी, क्लेअर ब्रिस्को, घरी जातेय. आता काय व्हायचे ते होऊ दे. नाहीतरी फक्त सहा आठवड्यांचाच तर प्रश्न आहे. त्यानंतर मिस परत येतील आणि मी पुन्हा ते घर सोडीन, हा माझा आशावाद माझ्या मनावरचे अस्वस्थतेचे, नैराश्याचे मळभ दूर करत होता.

''क्लेअर, मी तुला पत्र वगैरे काहीही पाठवू शकणार नाही. मी प्रवास करीत असेन, त्यामुळे पत्र लिहिणं कठीण जाईल.''

''ठीक आहे मिस.''

''मी नसतानाही अभ्यास करत राहा. नवीन काय शिकलीस हे परतल्यानंतर बघीनच.'' त्या म्हणाल्या.

मी त्यांना मिठी मारली. ''मला तुमची फार आठवण येईल,'' असे म्हणून मी चटकन मागे वळले आणि निघालेच. त्या बराच वेळ तिथेच थांबल्या असाव्यात, कारण कॅम्बरवेल न्यू रोड ओलांडला तरी त्यांच्या गाडीचा आवाज ऐकू आला नव्हता. मी गल्ली पार करून जुन्या गाड्यांच्या शोरूमजवळ डावीकडे वळले. तिथे बसची वाट पाहत बसस्टॉपवर थांबले. मनात विचार चालूच होते. आईबरोबर आता सहा आठवडे काढावे लागणार. बाप रे!

स्वर्गसुख हरवले

१९७१

माझी खोली आधी होती तशीच होती. गादीवर चादर घातलेली होती. अलार्म बंद केलेला होता. त्याच्या बॉक्सवर धुळीचा थर साचला होता. अलार्मविषयी तर मी साफच विसरून गेले होते. घर सोडल्यापासून अलार्मची आठवण येण्यासारखी घटना एकदाही घडली नव्हती. मिस केंकडे राहायला लागल्यापासून माझे अंथरुणात लघवी करणे बंदच झाले होते. नेहमीच्या ओल्या कपड्यांचा ढीग नाहीसा झाला होता. संपूर्ण खोलीत एक प्रकारचा प्रसन्नपणा भरला होता. कपाटात जिमी डॉजर्सचे एक पाकीट पडले होते. कपडे हँगरला लटकत होते, पण माझी स्वस्तातील सर्व परफ्यूम गायब झाली होती. मी बॅगेतील सामान काढून लावत असताना पॉलिन आत डोकावली. ती माझ्याशी बोलत असताना तिला ढकलून पॅटसी आली, तिच्या मागोमाग ब्यूटी आणि डेनिसही टपकल्या. मी पुस्तके, कपडे लावत असताना साऱ्या जणी माझ्याभोवती गोळा झाल्या.

"मम्मीला तुझ्याशी बोलायचंय." पॉलिनने निरोप दिला.

"त्याची अजिबात घाई नाही. तुला जमेल तेव्हा जा. तिनेच इथे यावं असं वाटतंय का तुला?" कार्लने विचारले.

"नको, मी आताच जाते." मी विषय संपवला.

मी पुस्तके कॉटवर टाकली. रांगेत उभ्या आलेल्या भावंडांना ओलांडून खाली गेले. माझ्यामागे तेही सारे धडपडत बाहेर पडले आणि जिन्यावर मोक्याच्या जागा पकडून तमाशा पाहायला सज्ज झाले. मी दारावर थाप मारली. काहीच प्रत्युत्तर न आल्याने पुन्हा एकदा दार वाजवले आणि आत गेले.

"बोलावल्याशिवाय आत कशी आलीस? चल नीघ." आई खेकसली.

मी मुकाट्याने बाहेर गेले. दार बंद केले, दारावर थाप मारली आणि वाट पाहत थांबले. तिने काहीही उत्तर दिले नाही. पुन्हा दार वाजवण्यात अर्थ नव्हता. मी बाहेर उभी आहे हे तिला माहिती होते, शिवाय तिनेच मला बोलावले होते. तिला भेटायची मला अजिबात घाई नव्हती.

बऱ्याच वेळाने तिने मला आत बोलावले. मी हलले नाही. तिने पुन्हा 'आत ये' म्हटले, तरीही मी शांत उभी होते. नाहीतरी घाई कशाला करायची? सहा आठवडे मी इथेच राहणार होते. आईशी सामना होणारच होता! आतून खुर्ची सरकवल्याचा, कप खाली ठेवण्याचा आवाज आला, तेव्हाच मी आत प्रवेश केला.

"हॅलो, मम्मी."

"अच्छा! तू आहेस होय! रुबाबात घर सोडून गेली होतीस ना! हाकललं वाटतं तिथून?"

"कार्ल म्हणाला आईने बोलावलंय."

"इथे का आलीस?"

"कार्लने सांगितलं, आई बोलावतेय."

"तू माझ्या घरात पुन्हा का आलीस?"

"म्हणजे काय?"

"मी तुला ह्या घरात पुन्हा यायची परवानगी दिली का? 'मी परत येऊ का' असं तू विचारलं होतंस का? नाही ना? मग इथे काय करते आहेस?"

"तुला नको असेल तर मी जाते."

"तुला तेच हवंय. लोकांना सांगत फिरशील आईने मला घराबाहेर काढलं असं."

"मला तुझ्याशी वाद घालयचा नाही. त्यासाठी मी परतलेली नाही."

"अच्छा? मग नेमकी पुन्हा इथे का आलीस? इथे तुझी कोणालाही गरज नाही. चालती हो. जिथून आलीस तिथेच परत जा."

"बरं, तसंच करते. मी आत्ताच जायचं की काही दिवसांनंतर हे तूच ठरव. मला दुसरे मार्ग आहेत. जॉर्जच्या घरीही जाता येईल. 'तू कधीही येऊ शकतेस.' असं त्यांनी सांगूनच ठेवलंय. तुला मी नको असेन, तर तसं सांग. मी सामान बांधते." मी ताडकन म्हणाले.

आई खुर्चीत मागे रेलून बसली. मी आईला जितकी घाबरायची, तितकीच तीही मला घाबरत असावी. मी बोलेन तसेच करीन, हे तिला माहिती होते. ती काहीच बोलली नाही. सिंथिया आणि नॉर्मा तिच्या पायाशीच बसल्या होत्या. ईस्टमनही तिथेच, तिच्यासमोरच बसला होता.

"आणखी काही?" मी विचारले.

"तुझं सामान बांध आणि चालती हो. ही काही धर्मशाळा नाही, हवं तेव्हा यायला जायला."

मी खोलीबाहेर पडून दार लावून घेतले. लपून माझा आणि आईचा प्रेमळ संवाद ऐकणारी माझी भावंडे पसार झाली होती. 'तू पुन्हा निघून जाणार की काय?'

असे कार्लने विचारल्यावर मी मान डोलावली. शाळेची पुस्तके कपाटात खालती नीट लावून ठेवली. माझे चांगले ड्रेस एका बॅगेमध्ये व्यवस्थित घड्या करून ठेवले आणि ती बॅग मिस केंनी दिलेल्या सूटकेसमध्ये ठेवून दिली. मग थोडेसे जुने कपडे बॅगेत भरले, 'द लिटल प्रिन्सेस' उचलले आणि जिना उतरून घराबाहेर पडले.

कधी काळी गरज भासलीच तर असावा म्हणून बाबांनी त्यांचा पत्ता माझ्याकडे देऊन ठेवला होता. ५२ एथनार्ड रोड, पेकहम. यापूर्वी एक-दोन वेळा मी तिथे गेलेही होते, पण नेमके कसे जायचे हे माहिती नव्हते. बारा नंबरच्या बसने कॅम्बरवेल ग्रीनला आणि तिथून छत्तीस नंबरची बस घेऊन पेकहमला पोहोचले. पेकहम हायस्ट्रीटला उतरून तिथल्या पोलीस चौकीवर एथनार्ड रोडला कसे जायचे ह्याची चौकशी केली. तिथल्या अधिकाऱ्याने त्याच्या मागेच लावलेल्या मोठ्या नकाशावरून तिथे जायचा मार्ग दाखवला. त्याप्रमाणे गेल्यानंतर मी विस्तीर्ण अशा कॉन्सिल इस्टेटच्या मागील बाजूस पोहोचले. तिथे खाजगी वस्ती असलेला शांत परिसर होता. मी ५२ नंबरच्या घराचा दरवाजा ठोठावला. एका लठ्ठ बाईने दार उघडले. ही बाबांची मैत्रीण– डोलेरस.

"तो घरी नाही. हवं तर थांब किंवा कॅम्बरवेल न्यू रोडवरच्या २१५ नंबरच्या घरी जा. तिथे तो असेल." तिने सांगितले.

माझी स्वारी छत्तीस नंबरच्या बसने कॅम्बरवेल न्यू रोडला निघाली. जॉर्जच्या घरासमोरच स्टॉप होता; पण ते इथेही नव्हते. "कदाचित ओव्हल क्रिकेट मैदानाजवळच्या ४१ ऑफले रोडवर असू शकेल." तिथल्या भाडेकरूंनी सांगितले. ते जवळच असल्याने मी बॅग घेऊन चालतच तिथे गेले. तिथेही भेटले नाहीत. शिवाय कुठे असू शकतील, ह्याची कोणालाही कल्पना नव्हती. आता काय करावे या विचारात असतानाच मिस लिंडसेची आठवण आली. हीदेखील बाबांची मैत्रीण होती. पूर्वी अनेक वेळा तिने मला स्वतःच्या घरी राहू दिले होते. ओव्हलच्या मागच्या बाजूलाच तिसऱ्या मजल्यावर, तिचे घर होते. हे मला आठवत होते. गल्लीमध्ये थोडेसे इकडे तिकडे हिंडल्यावर हेच तिचे घर असावे असे मला वाटले. तिसऱ्या मजल्यावर डावीकडील तिसरा फ्लॅट बहुधा तिचा असावा असा अंदाज बांधून मी दार वाजवले. जाळीची गंजी घातलेल्या एका पुरुषाने दरवाजा उघडला. ताबडतोब बायकोला हाक मारून तो स्वतः आत निघून गेला. त्याची बायको चांगलीच लांबरुंद होती. तिने लालभडक लिपस्टिक लावली होती, जाडजूड पायांमध्ये स्लिपर होते. तिने, "कोण हवंय?" असे विचारले. त्यावर मी मिस लिंडसेंना शोधतेय असे सांगितले. नावाने नाही, पण वर्णन केल्यानंतर त्या जाडीला मिस लिंडसेची लगेच ओळख पटली.

"अगं पोरी, ती वर राहते. जिन्याच्या डावीकडे वळ. उजवीकडचा दुसराच फ्लॅट तिचा आहे."

तिचे आभार मानून मी वर गेले. नशिबाने मिस लिंडसे घरातच होती. मला पाहताच तिने प्रश्नांची फैर झाडली, ''तू इथे आलीस ते तुझ्या आईला माहितीय? जॉर्जला माहिती आहे? कोणाला तरी माहितीय का?'' मी तिच्याकडे पोहोचेपर्यंत माझी जी काही रखडपट्टी झाली, त्याचे वर्णन करताच तिने मला आत बोलावले, ''चहा करायला किटली चालू करते. तोपर्यंत तू तुझ्या खोलीत जा.'' ती म्हणाली.

माझी जुनी बेडरूम फारशी बदलली नव्हती. हल्लीच कोणीतरी भाडेकरू राहून गेल्याच्या खुणाही दिसत होत्या.

''अगं पोरी, माझ्याकडे नेहमीच कोणी ना कोणीतरी राहायला असतंच. तू तुझं सामान वगैरे आत ठेव.'' असे म्हणून ती चहा करायला गेली. मी विचारात बुडून गेले, 'मी इथे आहे हे कोणालाही माहिती नव्हते. आईला अर्थातच माझी थोडीशीही चिंता नव्हती. बाबांचा स्वत:चाच पत्ता नव्हता. कुठे भटकत होते कुणास ठाऊक! मिस के बहुधा पोलंडच्या वाटेवर असाव्यात.'

मिस लिंडसे माझ्याशी फारच मायेने वागत होत्या. रोज त्या बाबांशी संपर्क साधण्याचा प्रयत्न करत होत्या. अखेर तीन दिवसांनी बाबा मला भेटायला आले. मला आईने घराबाहेर हाकलले हे त्यांना माहितीच नव्हते. आम्हा मुलांना भेटायला सदरलँड स्क्वेअरला गेले तेव्हा मी गायब असल्याचे त्यांच्या लक्षात आले. मी त्यांच्याकडेच गेलेय असे पॉलिनने त्यांना सांगितले. त्यांनी मैत्रिणीला फोन केल्यावर 'मी तीन दिवसांपूर्वी तिकडे गेल्याचे आणि तिने मला कॅम्बरवेल न्यू रोडला पाठवले' असे त्यांना समजले होते. तिथून माझा शोध घेत घेत, शेवटी मी मिस लिंडसेकडे असणार, असे अनुमान बांधून ते इथवर पोहोचले होते.

मला त्यांच्याजवळ राहता येणार नाही, असे त्यांनी स्पष्टच सांगितले. ''मी नेहमी अतिशय कामात असतो. इथेतिथे जावं लागतं. एका ठिकाणी माझा थारा नसतो. मी तुला कुठे ठेवणार?'' असे त्यांनी मला विचारले. मग ते मिस लिंडसेला म्हणाले, ''ही माझ्याकडे नकोय असं कार्मेनने सरळच सांगितलंय, त्यामुळे मी ह्या तिन्ही बहिणींचा ताबा मिळवण्यासाठी कोर्टात अर्ज करणार आहे.'' ह्यावर मिस लिंडसे उत्तरल्या, ''ही माझ्याकडे हवा तेवढा वेळ राहू शकेल. हिचा मला काहीही त्रास नाही. शिवाय ती जाणार तरी कुठे?''

बाबांनाही तिचे म्हणणे पटले. सद्य परिस्थितीत तिच्याकडे राहणे हा सर्वांत उत्तम मार्ग आहे. असे त्यांचेही मत पडले. काहीतरी मार्ग निघेपर्यंत मी तिथेच राहणार होते. माझ्या खर्चासाठी थोडे पैसे मिस लिंडसेला देऊन बाबा निघून गेले.

त्यानंतर चार दिवसांनी बाबांनी मला धावती भेट दिली. जेमतेम दहा मिनिटे थांबून ते निघून गेले. त्यांनी मिस लिंडसेसाठी काही खाद्यपदार्थ आणि गिनेस स्टाऊटची बाटली, माझ्यासाठी बिस्किटे आणि चॉकलेट असे काहीबाही आणले

होते. साधारण आठवड्यानंतर, त्यांनी मिस लिंडसेला सांगितल्यानुसार, ते वकिलांना भेटले आणि लवकरच ह्या प्रकरणाचा सोक्षमोक्ष लागेल, असे त्यांनी सांगितले. अर्थात मिस लिंडसेकडे मला कोणत्याही प्रकारचा त्रास नव्हता. ती माझ्याशी अतिशय प्रेमाने वागत असे. तिच्याकडचे काही जुने कपडे मला बरोबर आले, त्यामुळे तोही प्रश्न नव्हता. शनिवारी मी रोझेसमध्ये कामाला जात होतेच. ओव्हलपर्यंत चालत गेले, तर १५९ नंबरची बस मिळे. तेवढे चालायचाही कंटाळा आला, तर तिथूनही बस मिळत असे. सुट्ट्या चालू असल्याने पूर्ण वेळ काम करणाऱ्या काही मुली गैरहजर होत्या. ईलिनने मला त्यांच्या जागी काम करायला सांगितले होते. त्या कामाचे पैसे वेगळे मिळायचे. ह्या पैशांतून मी घरात खायच्या वस्तू विकत घेत असे. माझ्या सोबतीमुळे मिस लिंडसेनाही बरे होते. शिवाय घर साफसूफ ठेवायला, बाहेरची कामे उरकायला त्यांना जास्त वेळ मिळे.

एका रविवारी बाबा भल्या पहाटेच आले. मोठी कोंबडी, फळे, भाज्या असे सारे घेऊन ते आले होते. कोंबडी टेबलावर आदळून तो लिंडसेला म्हणाले, "कार्मेन चांगलाच त्रास देतेय." डेनिस वगळता आम्हा साऱ्यांचा ताबा मिळवण्यासाठी बाबांनी वकिलाच्या मध्यस्थीने आईकडे विचारणा केली होती. डेनिसला बाबांनी दत्तक घेतले नसल्याने ती त्यांना नको होती. आईने आमचा ताबा देण्यास साफ नकार दिला होता. इतकेच नव्हे तर मीही ताबडतोब घरी परतावे असे तिने बजावले होते. मी बाबांकडे राहणे बेकायदेशीर असून आठवड्याच्या अखेरपर्यंत त्यांनी मला परत आणून सोडले नाही तर, त्यांनी मला पळवून नेल्याची तक्रार पोलिसांकडे करण्याची धमकीही तिने दिली होती.

मी तिच्याकडे परत जायला साफ नकार दिला. आई आम्हा सहा मुलांचा ताबा सोडायला तयार नव्हती, ह्याचे एकमेव कारण म्हणजे आमच्यासाठी मिळणारा भत्ता हेच होते, असे बाबांचे मत होते! सहा ब्रिस्कोंसाठी तिला दर आठवड्याला बऱ्यापैकी रक्कम मिळत असे. तिच्यावर पाणी सोडायचे तिला जिवावर आले असणार. अर्थात बाबांना आम्हा सहा जणांचा ताबा मिळालाच, तर आम्ही कुठे राहायचे हा प्रश्न होताच! २१५ कॅम्बरवेल न्यू रोडला राहणे शक्य नव्हते, कारण तिथे भाडेकरू राहत होते. एथनार्ड रोडवरच्या घरी राहणेही मुष्कील होते. तिथे राहणाऱ्या त्यांच्या मैत्रिणीने ते बिलकूल चालवून घेतले नसते. ऑफले रोडवरच्या घरीही आम्हाला ठेवणे शक्य नव्हते. आता बाबाही विचारात पडले. काय करावे? सध्या मी परत आईकडे जावे आणि काहीतरी मार्ग निघेपर्यंत तिथेच राहावे, असे बाबांचे मत पडले. ह्या गोष्टीला मी अजिबात तयार नव्हते. मी काही झाले तरी इथेच राहण्याचा निर्णय घेतला. त्यानंतर बाबांनीही माझा नाद सोडला. आम्हा मुलांना त्यांच्याकडेच राहायला मिळाले, तर ते सर्व दृष्टीने चांगले पडेल असे

त्यांनाही वाटत होते; पण ते कसे काय होणार हे मात्र त्यांना समजत नव्हते.

शेवटी मी मिस लिंडसेकडेच राहायला लागले. शाळा सुरू व्हायला काहीच दिवस उरले होते. नवीन ब्लेझर घ्यायची गरज नव्हती. होता तो ब्लेझर ठीक होता. स्कर्टदेखील तोच होता, त्यामुळे मला पुन्हा घरी जायची गरज नव्हती आणि इच्छाही नव्हती. थोड्या दिवसांचाच प्रश्न होता. मिस के परतल्यावर सरळ त्यांच्याकडे जायचे असे ठरवले होते. मला शक्य असते तर आईशी यापुढे मी कधीही बोलले नसते. ती बाबांकडून 'घरी परत ये.' असे निरोप मला पाठवत होती; पण मी तिकडे संपूर्ण दुर्लक्ष करत होते.

शाळेचा पहिला दिवस होता. शाळेचे आवार विद्यार्थ्यांनी फुलून गेले होते. नवीन विद्यार्थी घोळके करून ठिकठिकाणी उभे होते. सारेच नवखे, बावरल्यासारखे वावरत होते. माझ्या वर्गातील इतर मुलेही अनोळखी होती. माझी काहींशी फक्त तोंडओळख होती, बाकी सारेच नवीन चेहरे दिसत होते. माझ्याप्रमाणेच माझ्या वर्गातील साऱ्यांनाच नवीन ब्लेझर वा स्कर्ट आणि शर्टचा गरज भासली नव्हती, हे पाहून मला खूप बरे वाटले, किंबहुना सर्वांचेच कपडे काहीसे जुने, जीर्णच होते. बहुधा आमचा वर्ग हुशार, बुद्धिमान मुलांचा समजला जात असल्याने, नवीन ब्लेझर घालून वेगळे चमकायची जरुरी नसावी. त्यासाठी फक्त बुद्धीची चमक पुरेशी होती. माझ्या मागच्या वर्गात चाले तशी धमाल इथे नव्हती. खडूंच्या तुकड्यांची फेकाफेकी, टिवल्याबावल्या करून वर्गात दंगा करणे असे प्रकार अजिबात नव्हते. इथे सर्वच मुले केवळ ज्ञान संपादन करायला आली होती. त्यासाठी सुट्टीमध्ये व्यवस्थित अभ्यास करून सारेच तयारीनिशी आले होते.

दुपारच्या सुट्टीत मिस केंना भेटायचेच, असे मी ठरवले होते. त्यांच्या विभागात त्यांचे नाव नोंदवलेले दिसले नाही. त्या कुठे भेटतील, काहीच कळत नव्हते. त्यांच्या विद्यार्थ्यांसाठी त्यांनी निरोप वा कोणत्याही प्रकारचे सूचनापत्र पाठवलेले नव्हते. इकॉनॉमिक्स, कॉमर्स आणि टाईपरायटिंग हा विभाग काहीही पूर्वसूचना न देता बंद करून टाकण्यात आला होता. मिस के शाळेत असत्या तर त्यांनी एव्हाना माझ्याशी नक्कीच संपर्क साधला असता, याविषयी माझ्या मनात थोडीशीही शंका नव्हती. त्यांच्या स्वभावाची मला चांगली कल्पना होती. वागण्यात त्या कधीही चुकत नसत. सुसंस्कारांना त्या खूप महत्त्व देत. त्यांना शोधण्याचे सारे प्रयत्न निष्फळ ठरले, तशी मी मुख्याध्यापकांच्या ऑफिसबाहेर उभी राहिले. बऱ्याच वेळाने त्यांचे माझ्याकडे लक्ष गेले. त्यांनी मला आत बोलावले. ओक लाकडाच्या टेबलांना, लाकडी तक्तपोशींना नुकतेच पॉलिश केलेले दिसत होते. त्याच्या जबरदस्त वासाने मला चक्करल्यासारखे झाले. मी पटकन खाली बसले. "मिस के शाळेत परत कधी येणार आहेत एवढंच मला जाणून घ्यायचंय," मी कशीबशी

म्हणाले. पण झाले उलटेच! टिमन्सनी माझी बरीच खरडपट्टी काढली. ''नाही त्या गोष्टीत नाक खुपसू नकोस,'' असे म्हणून त्यांनी मला ऑफिसबाहेर हाकलले. मला मेल्याहून मेल्यासारखे झाले होते.

तीन आठवडे उलटून गेले तरी मिस केंचा काहीच पत्ता नव्हता. त्यांचा शोध कसा घ्यावा हेच मला समजत नव्हते. त्यांच्या घरी कसे जायचे, हेही मला माहिती नव्हते. शाळेतील कोणीही त्यांच्याविषयी एक शब्दही बोलायला तयार नव्हते. मी अत्यंत बेचैन झाले. शेवटी मी कुकरी टिचरला गाठले.

''मिस के कुठे आहेत, ह्याविषयी तुम्हाला काही कल्पना आहे का?'' असे मी त्यांना विचारले. मागच्या वर्षी मी घरी जायला नकार देऊन शाळेतच पडून राहिले होते, तेव्हा या शिक्षिका तिथे उपस्थित होत्या. त्यांना सर्व प्रकार माहिती होता. कदाचित मिस के शाळेत येणार की नाही, याविषयी त्यांना काहीतरी कल्पना असू शकेल असे मला वाटत होते. मिस के मला अशा वाऱ्यावर सोडणार नाहीत, याचीही मला संपूर्ण खात्री होती. त्या कधीच असं करणार नाहीत... कधीच... माझे मन मला सांगत होते.

मिसने मला एका बाजूला नेऊन काय घडले होते ते सविस्तर सांगितले. मिस केंची तब्येत खूपच खराब होती. त्या पुन्हा शाळेत येतील की नाही, याविषयी शंकाच होती. पोलंडला गेल्यानंतर काही आठवडे त्या आठवणींना उजाळा देत, जुन्या परिचयाच्या जागांना भेट देत गाडीने भटकत होत्या. त्या दरम्यान त्यांनी काही नातलगांच्या भेटीही घेतल्या. अशाच एका भेटीनंतर परत येत असताना त्यांची गाडी लेव्हल क्रॉसिंगवर रेल्वेच्या रुळांमध्ये अडकली, दुर्दैवाने त्याच वेळी ट्रेन धडधडत आली. वेगात असलेल्या ट्रेनला ब्रेक लावायलाही अवसर मिळाला नाही आणि ती मिस केंच्या गाडीवर आदळली. बिचाऱ्या मिस के! गाडीतच अडकल्या होत्या. धक्का असा जबरदस्त होता की त्यांच्या दोन्ही पायांना जबर दुखापत झाली. डॉक्टरांनी शर्थीचे प्रयत्न केले, परंतु शेवटी त्यांचा एक पाय कापावाच लागला. दुसऱ्या पायाची अवस्थाही अत्यंत वाईट होती. तो पाय असूनही मिस केंना त्याचा काहीही उपयोग झाला नसता; परंतु 'दोन्ही पाय कापले तर त्या मानसिक धक्क्याने मिस के मरूनच गेल्या असत्या,' केवळ या विचारापोटीच डॉक्टरांनी त्यांचा दुसरा पाय कापला नव्हता. शक्यतो लवकरच शाळेत परत येईन, असे मिस केंनी लिहिले होते, परंतु त्या स्वतःच अशा अवस्थेत असल्याने अन्य कोणाचीही जबाबदारी घेण्यास त्या असमर्थ होत्या, त्यातूनही एका लहान मुलीला संभाळणे त्यांना अशक्यच होते. 'ही गोष्ट मी फक्त तुलाच सांगतेय,' असे मिस म्हणाल्या. मिस के अजूनही पोलंडमध्येच होत्या; परंतु प्रवास करण्याइतकी त्यांची तब्येत सुधारली असल्यामुळे काही दिवसांनी त्या विमानाने परत येणार होत्या.

माझे डोळे अश्रूंनी डबडबले होते. ते कधी माझ्या गालांवरून ओघळू लागले, मला समजलेही नव्हते. अश्रूंच्या धाराच सुरू झाल्या होत्या. बिच्चारी आन्या! बिच्चारी मिस के! एक पाय तर गमावलाच आहे. दुसराही कदाचित कापावा लागेल. त्यांच्या मन:स्थितीची कल्पनाही करवत नव्हती. त्यांच्यावर एवढे मोठे संकट कोसळले आणि इकडे मी मात्र छोट्या-मोठ्या गोष्टींवरून किरकिर करत होते, गळा काढत होते. त्यांच्या विचाराने मला दु:खाचे अनावर कढ आले. अश्रू ओघळून हातांवर आणि गुडघ्यावर पडत होते.

"पोलंड फार दूर आहे का?" मी रडत रडत विचारले.

"हो. खूप लांब आहे." मिस उत्तरल्या.

"तिथ जायला किती पैसे लागतील?"

"खूप खर्च येईल. त्यापेक्षा तू मिस के बऱ्या व्हाव्यात, त्यांचा प्रवास सुखरूप पार पडावा म्हणून प्रार्थना कर. त्यांच्या डाव्या पायासाठीही प्रार्थना कर. निदान डावा पाय तरी शाबूत राहणार आहे हे समजल्यावर त्यांना खूप बरं वाटेल. थोडा तरी दिलासा मिळेल. तू मनःपूर्वक प्रार्थना केलीस तर जास्त बरं, असं मला वाटतंय. कारण मिस केंना सर्वांच्या शुभेच्छांची, प्रार्थनांची याक्षणी अधिक गरज आहे." मिसनी मला समजावले.

"आभारी आहे मिस." असे म्हणून मी भरतकामाच्या वर्गात गेले; पण मिस केंचा एक पाय कापलाय, त्या कदाचित मरतीलसुद्धा, हे ऐकून मी कमालीची सुन्न झाले होते. मी त्यांची काळजी घेईन, त्या लंडनला परत आल्या तर मी त्यांची सर्व देखभाल करीन. यापूर्वी आम्ही दोघी एकमेकींना संभाळून राहत होतोच ना, यानंतरही तशाच राहू... अशा विचारांनी माझे डोके गरगरायला लागले. हातातल्या भरतकामाकडे धड लक्ष नव्हते. मिस जोन्सना मी घातलेले क्रॉसस्टिचचे टाके पसंत पडले नाहीत. मी चार वेळा प्रयत्न केला तेव्हा कुठे त्यांचे समाधान झाले.

शुक्रवारी मासच्या वेळी सर्वांनीच मिस केंना लवकर बरे वाटावे, ह्यासाठी प्रार्थना केली. "ह्या पृथ्वीतलावर प्रत्येकाचे खास कार्य ठरलेले असते आणि त्याप्रमाणेच सर्व काही घडते. देव जे काही करतो, त्यामागे काहीतरी कार्यकारणभाव असतोच. त्यामुळे कधीही देवाला दोष देऊ नये," असे पाद्रीबुवा म्हणाले. ते काहीही असलं तरी मिस के माझ्या अतिप्रिय मैत्रीण होत्या. माझ्या लाडक्या शिक्षिका होत्या. त्यांचे स्थान कोणीच घेऊ शकणार नव्हते. त्यांच्या समजूतदार, आनंदी सहवासात दिवस कसे गेले ते समजलेही नव्हते. आता मात्र एकेक दिवस युगायुगासारखा वाटत होता. त्यांच्याबरोबर व्यतीत केलेल्या सुखद काळाची पदोपदी आठवण येत होती.

आता दिवस लहान होऊ लागले होते. लवकरच अंधारून येऊ लागले होते. रात्र मोठी झाली होती. उशिराच उजाडत होते. आम्ही सर्वच ख्रिसमसच्या तयारीला लागलो होतो. पण मी मिस केंना क्षणभरदेखील विसरू शकत नव्हते. काय करत असतील त्या? कशा असतील? त्यांचा एक तरी पाय सुक्षित असेल ना? त्यांच्या घरी एकमेकींच्या सहवासात घालवलेल्या दिवसांची त्यांनाही आठवण येत असेल का? 'द लिटल प्रिन्सेस' मी पुन्हा एकदा वाचून काढले हे मला त्यांना सांगायचे होते; पण आता ही गोष्ट कधीही शक्य नाही, ही दु:खद जाणीव माझे काळीज कुरतडत होती.

शाळेमध्ये मी आपल्याच कोषात गुरफटून बसेलली असे. कोणाशीही बोलावेसे वाटायचे नाही. मिस केंना गमावल्याची खंत आणि माझे अत्यंत निष्प्रेम, हलाखीचे कौटुंबिक जीवन, ह्यांच्या एकत्रित परिणामामुळे माझे केस गळू लागले. ही गळती हळूहळू सुरू झाली. कंगव्याने केस विंचरले की केसांचे झुपके त्यात अडकून येत. ते काढून मी पुन्हा केस विंचरले की मोठ्ठा झुपका कंगव्यात अडकू लागला. एकदा तर तो सोडवायला गेले, तर ते सारे केस मुळापासून सुटून हातात आले! माथ्यावर दोन ठिकाणी टक्कल पडले. ब्रशने विंचरून पाहिले तरी तीच कथा! ब्रश आणि कंगव्यात अडकलेले केस काढून मी खिशात ठेवले आणि टक्कल लपवण्यासाठी माझा मायकेल जॅक्सन विग डोक्यावर चढवला. बहुधा केस धुवायला झाले असणार असा विचार केला. आज रात्री स्वच्छ धुतले म्हणजे गळायचे थांबतील असेही वाटले; पण तो उपायही निष्फळ ठरला. केस गळणे काही थांबले नाही. माझ्या त्रासाला भर घालणारी आणखी एक घटना म्हणजे 'तुला घरी जावंच लागणार' असे बाबांनी शाळेच्या गेटजवळ भेटून मला सांगितले. 'तुला कायमचं ते घर सोडायचं असेल तर त्यासाठी थोड्या काळाकरता तिथं जाऊन राहावं लागेल.' असे त्यांनी स्पष्ट केले. असे का करायचे हे मला नीटसे समजले नाही; पण बाबा सांगतात म्हणजे त्यात नक्कीच काहीतरी तथ्य होते.

अतिशय जड अंत:करणाने मी घरी जाण्याचा निर्णय घेतला. मला पाहून आईला अत्यानंद झाला. अर्थात माझ्यावरील प्रेमापोटी नव्हे, तर घरातील ढीगभर कामे – साफसफाई, कपडे धुणे, स्वयंपाक, झाडपूस – करणारी मुलगी परतली होती. मला हे कारण चांगलेच माहिती होते. जवळजवळ सात महिने मी इकडे तिकडे हिंडत होते. स्वत:च्या घरी यायचे नाकारून परक्या लोकांकडे राहिले होते, हे ती विसरली नव्हती. ''तुला ठेवून घेणाऱ्या लोकांनाही अक्कल नव्हती,'' असेही तिने सुनावले.

''ह्या घरात राहायचं तर मुकाट्यानं राहायचं. वेडगळ स्वातंत्र्य घ्यायचं नाही. इथे तुझी ती नालायक गॉडमदर नाही तुझी काळजी घ्यायला. विसरू नकोस.''

आईने लढाईला तोंड फोडले.

घरी परतल्यानंतर त्याच रात्री झोपेतून जागी झाले तीच कर्कश गोंगाटाने. अलार्मचे लाईट उघडमीट करीत चमकत होते. प्रचंड आवाजाने कानाचे पडदे फाटण्याची वेळ आली. माझे अंथरुणात लघवी करणे पुन्हा सुरू झाले होते. ह्याबरोबर आणखीही एक वाईट बातमी समजली– "आम्हा मुलांचा ताबा मिळण्याची सुतरामही शक्यता नाही," असा सल्ला बाबांच्या वकिलांनी दिला होता.

सोशल सर्व्हिसेसच्या लोकांना श्रीमती कार्मेन ब्रिस्कोची करुण कहाणी पूर्वीपासूनच माहिती होती. पूलमध्ये जिंकलेले पैसे आपल्याला हवे तसे उडवण्यासाठी बाबा आम्हा सहा मुलांची संपूर्ण जबाबदारी आईवर टाकून निघून गेले होते. आईने आम्हाला अन्न, वस्त्र, निवारा देण्यासाठी खूप कष्ट केले. असा 'इतिहास' त्यांना सांगून सोशल सर्व्हिसवाल्यांवर आईने चांगलीच छाप टाकली होती. तिने त्यांना डेनिसविषयीही सांगितले होते– नुकतेच जन्मलेले मूल, नवऱ्याचा सक्त विरोध असतानाही आपण भूतदया, माणुसकी म्हणून दत्तक घेतले. त्या छोट्या मुलीला स्वतःच्या मुलीप्रमाणे वाढवले. तिला आमच्या घरी कधीही कसलाही त्रास झाला नाही. तिलाच नव्हे, तर आमच्या घरी कोणालाही वाईट वागणूक नव्हती असे तिने त्यांना पटवून दिले होते. त्यामुळे त्यांच्या लेखी कार्मेन ब्रिस्को एक आदर्श माता होती.

याउलट बाबा एका जागी कुठे राहत होते? सहा मुलांची जबाबदारी ते कशी काय पेलणार होते? पूल्सची लॉटरी जिंकल्यापासून त्यांनी एकही नोकरी केली नव्हती. शिवाय मुलांच्या गरजांकडे फारसे लक्ष देण्याइतपत वेळही त्यांना नव्हता. आईने सांगितले होते, की याचे उदाहरणच द्यायचे तर, क्लेअरने मुलांच्या वसतिगृहात दाखल व्हायचा प्रयत्न केला, त्यावेळी बाबांनी फोन करून सरळ सांगितले होते, की तेच बरं होईल. एक बाप, तोदेखील एक पैसेवाला बाप, असे कसे म्हणू शकतो? स्वतःची मुलगी अनाथाश्रमात राहिली तर ती सर्वांत चांगली गोष्ट आहे असं तो म्हणतो हे योग्य आहे का? 'असा एकूण आनंदीआनंद' असताना कोणता न्यायाधीश त्यांच्याकडे मुलांचा ताबा देणार होता? बाबांच्या वकिलांनी एवढा सारा पाढा वाचला आणि शेवटी म्हणाले होते, "मी तर मेरीला म्हटलंही, की मला या सर्व प्रकरणात आता आपला पराभव अटळ असल्याचं स्पष्ट दिसतंय."

तेव्हा... इथेही निराशाच पदरी पडली होती.

आणखी एक ख्रिसमस

१९७१

शाळेत आम्हाला मोफत जेवण मिळे. ख्रिसमसची मेजवानी खास असायची. आज रॅफल तिकिटांबरोबर कागदी हॅटही मिळाली. ख्रिसमस ट्री आणि कागदी माळांनी हॉल सजवलेला होता. चमचमीत पदार्थ संपून जातील, ह्या भीतीने साऱ्यांनी जेवणासाठी लवकरच रांगा लावल्या. मी तर सकाळपासून काहीही खाल्ले नव्हते. ख्रिसमसच्या खास पदार्थांवर हात मारायचा होता, म्हणून पोट रिकामे ठेवले होते. प्लेट शर्टच्या बाहीने पुसून घेतली. तरीही स्वच्छ वाटली नाही म्हणून थोडीशी थुंकी लावून पुन्हा पुसली. वा, आता छान झाले! प्लेट काठोकाठ भरून घ्यायचा माझा इरादा होता. खाली काही सांडू नये, याची काळजी घेणे भाग होते. मी जय्यत तयारीनिशी रांगेत उभी होते.

''होय, हे द्या, हे पण द्या, कुक, प्लीज आणखी घाला.''

''हो, हो जरा दमानं घे,'' कुक म्हणाली.

रोस्ट पोटॅटो, रोस्ट टर्की, गाजरं, स्टफिंग, ब्रसेल्स स्प्राऊट, क्रॅनबेरी सॉस, ग्रेव्ही असे बरेच काही खायला होते. मी अधाश्यासारखी पुन:पुन्हा मागून प्लेट भरून घेतली. टेबलापर्यंत जाताना सांडू नये, म्हणून मी अतिशय हळू चालत होते. दोन वेळा थांबून प्लेट नीट पकडली आणि काही न सांडता, लवंडता टेबल गाठले. संपूर्ण लक्ष केंद्रित करून खाद्यानंद अनुभवायला सुरुवात केली. प्लेटमधला ढीग संपला तशी मिन्स पाय, ख्रिसमस पुडिंग, कस्टर्ड आणि आईस्क्रीम घेण्यासाठी उठले. ''सगळं द्या; पण चेरी नकोय मला.'' मी कुकला म्हणाले.

''चेरी नको? नक्की? तुला चेरी नको म्हणजे आश्चर्यच आहे.'' कुक म्हणाली.

''खरंच नकोय. थँक्यू कुक.''

''आणखी कस्टर्ड हवंय का?''

''चालेल.''

बेल झाली तरी माझे खाणे संपले नव्हते. सरतेशेवटी प्लेटमधले सर्व संपले. पोटाला जाम तडस लागली होती. कशीबशी मी वर्गात गेले. दुपारनंतर फारसे काही

घडले नाही. कधीतरी मी बॅग भरली आणि घरी गेले. मी इतके खाल्ले होते की काही दिवस तरी मला भूक लागली नसती!

आईदेखील ख्रिसमसच्या तयारीला लागली होती. बाजारात फेरी मारून तिने ख्रिसमसच्या भेटी आणि खाण्यापिण्याच्या वस्तू खरेदी केल्या होत्या. एका रविवारी सकाळीच तिने मला बाबांना शोधायला पिटाळले होते. पॉलिन, पॅटसीही जाग्याच होत्या. त्याही माझ्याबरोबर निघाल्या.

"तुझ्या बापाला सांग, ख्रिसमस जवळ आलाय. त्या दिवशी फक्त ताजी हवा खाऊन राहावं असं त्याचं म्हणणं आहे का? त्या दिवशी तुम्हाला चांगलंचुंगलं खायचं असेल, तर आणून दे म्हणावं."

आम्ही एथनार्ड रोडला जाणारी बस पकडली. बाबांच्या घरी पोहोचलो तेव्हा सकाळचे सातही वाजलेले नव्हते. ते अजूनही झोपले होते. त्यांच्या बेडरूममध्ये जाण्याची मनाई असल्याने आम्ही ते जागे होण्याची वाट पाहत बाहेर हॉलमध्ये बसलो. सरतेशेवटी ते बाहेर आले तेव्हा आम्हाला पाहून फारसे खूष झाल्याचे दिसले नाही, पण बाप म्हणून आपलीही काही कर्तव्ये आहेत आणि ती पार पाडली पाहिजेत हेही त्यांना पटत होते. पॉलिनने त्यांना आईचा प्रेमसंदेश पोहोचवला. बाबांनी गाणे सुरू केले, "बायकोला सांग माझ्यावर भरवसा ठेव... मी कधीतरी तिला निराश केलंय का? कधीतरी? कधीतरी?..."

यावर आम्ही काय बोलणार? बाबा आम्हाला पेरिकोटलेन मार्केटमध्ये घेऊन गेले. आम्हाला गाडीतच बसवून बाजारात शिरले. आम्ही ख्रिसमसच्या खरेदीसाठी धावपळ करणाऱ्या लोकांकडे पाहत वेळ काढला. बऱ्याच वेळाने बाबांची स्वारी बाहेर आली. खांद्यावर कोंबडी टाकलेली, उजव्या हातात खायच्या वस्तूंनी भरलेली पिशवी. कोंबडीची मुंडी पकडून त्यांनी ती डिकीत भिरकावली, पिशवीही शेजारीच ठेवली. वाटेत आणखी एका खाद्यपदार्थांच्या दुकानात थांबून दुकानदाराने तयार ठेवलेली पिशवीही त्यांनी डिकीत टाकली. घरी पोचले तेव्हा दहाही वाजले नव्हते. बाबा डिकीतून सामान काढत असताना ख्रिस्तिन, कार्ल आणि मार्टिनही गोळा झाले. आई दारातच कमरेवर हात ठेवून उभी होती.

"हॅलो, ओल्ड गर्ल!" बाबांनी सलामी ठोकली.

"ख्रिसमससाठी काही खरेदी केलीस की पैसे वाचवतो आहेस?" आईने तिरकस प्रश्न विचारला.

"तू अजूनही त्या मूर्खाबरोबरच राहतेस?" बाबाही कमी नव्हते.

आईने त्यांच्याकडे दुर्लक्ष केले.

"कार्मेन, तूदेखील मूर्खच आहेस. पण मी तुला हे सांगायची गरज नाही." हे बोलत असताना बाबा सामानाच्या पिशव्या उतरवून ठेवत होते. त्यांनी शेवटची

पिशवी खाली ठेवली तेव्हाच कमरेवरचे हात बाजूला करून आई तरातरा त्यांच्याजवळ गेली. ते गाडीत बसून पुन्हा पट्टा बांधून घेत असताना आई त्यांच्या बाजूच्या दरवाज्याजवळ गेली. त्यांच्याकडे पाठ करून तिने गाडीवर जबरदस्त उलटी लाथ मारली. तिच्या बुटाच्या टाचेएवढी मोठी खाच गाडीवर पडली. बाबांनी काच थोडीशी खाली उतरवली आणि ते ओरडून म्हणाले, ''कार्मेन, तू खरंच एक अत्यंत मूर्ख बाई आहेस. तू आणि तुझा तो मठ्ठ नवरा, दोघंही एकमेकांना अगदी साजेसे आहात. जन्मभर सुखात राहा.'' एवढे बोलून त्यांनी काच बंद केली आणि ते निघून गेले.

''उचल आणि आतमध्ये घेऊन चल सगळं.'' आईने हुकूम सोडला, तशी मी कोंबडीची मान पकडून ती उचलली.

ख्रिसमसच्या दिवशी खायच्या पदार्थांची रेलचेल होती. ईस्टमन आणि ब्रिस्को परिवार एकत्रच जेवायला बसले होते. ईस्टमन परिवाराच्या दृष्टीने ही फायद्याची गोष्ट होती, कारण बाबांनी आणलेल्या सर्व पदार्थांवर त्यांना व्यवस्थित हात मारता आला. कधी नव्हे ते आमच्या खाण्यावरही निर्बंध नव्हते कारण आजचे जेवण कोणाच्या पैशातून आलेय हे आम्हा सर्वांनाच माहिती होते.

आरामात जेवण संपले. ब्रिस्कोच्या मुलींनी भांडी धुतली, साफसफाई केली. 'ईस्टमन' मुली टीव्ही बघत बसल्या. काम झाले, तशी मी माझ्या खोलीत जाऊन ड्रेस बदलला. माझी ख्रिसमस प्रेझेंट उघडायची होती. माझे केस गळणे चालूच होते. केशतज्ज्ञाकडून महिन्यातून दोन वेळा खास उपचार सुरू होते, पण त्यांचा फारसा उपयोग होत नव्हता. आता तर मला जवळजवळ टक्कलच पडले होते. अर्थात माझ्या मायकेल जॅक्सन विगमुळे झाकली मूठ सव्वा लाखाची होती; पण कधी ना कधी टकलावर इलाज करायलाच लागणार होता.

खाली हॉलमध्ये ब्रिस्को आणि ईस्टमन कुटुंबीय जमले होते. चिमुकला विन्स्टन ईस्टमन गाढ झोपला होता. सिंथिया आणि नॉर्माने आपापली प्रेझेंट उघडली. त्या दोघींना नेहमीच आमच्यापेक्षा जास्त भेटी मिळत, कारण त्यांचा मूर्ख बाप भेदभावाने त्याच्या मुलींसाठी जास्तीच्या आणि चांगल्या वस्तू आणत असे. खरे तर त्याने कधीही आमच्यासाठी ख्रिसमस प्रेझेंट आणल्याचे मला आठवत नाही. एक वेळ माझ्यासाठी त्याने काही न आणले तर मी समजू शकते, कारण आमचे संबंधच खूप बिघडलेले होते. त्याने प्रेझेंट आणले असते तरी माझ्या मनातील त्याच्याविषयीचा तिरस्कार, राग कमी झाला नसता.

प्रथम फेरीत फक्त ईस्टमन मंडळींना प्रेझेंट मिळाली. आम्ही ब्रिस्को मुले वाट पाहत होतो. त्यांनी प्रेझेंट उघडून पाहिली. नंतर दुसऱ्या फेरीत आम्हाला, शिवाय त्यांनाही पुन्हा एकदा प्रेझेंट मिळाली. नवीन कपडे, नवीन खेळणी. मी माझे गिफ्ट

उघडले– डॉली! माझी जुनी बाहुली. ती हरवली होती हेही माझ्या लक्षात आले नव्हते. ती परत मिळाली म्हणून मला आनंद झाला. दुसरे गिफ्ट उघडायला वेळच लागला, कारण ते खूप कागदांमध्ये गुंडाळलेले होते. आत काय आहे ह्याचा अंदाज मला आलाच– माझा भोवरा! दोन्ही भेटवस्तूंसाठी मी आईचे आभार मानले. त्याच वेळी डॉली लपवून ठेवायला हवी अशी मनात नोंद करून ठेवली. पुढच्या वर्षीदेखील प्रेझेंट म्हणून तीच मिळावी, अशी माझी अजिबात इच्छा नव्हती.

ईस्टमन त्याला मिळालेली गिफ्ट उघडून पाहत होता. कोणीतरी त्याच्यासाठी खास वेळ काढून प्रेझेंट घेतलेय ही कल्पनाच मला सहन होत नव्हती. मी नजर बाजूला वळवली. त्याला लहान मुलांचे गोष्टीचे पुस्तक दिलेले जास्त बरे! त्याची तेवढीच लायकी! माझ्या मनात विचार आला. त्याने आईसाठी हाताने विणलेला सुंदर कार्डिगन आणला होता. फिक्या गुलाबी रंगाचा, नाजूक गुलाबी बटणांमध्ये रिबिन गुंफलेली, गळ्याभोवती सहा चिमुकल्या गुलाबकळ्या शिवलेल्या होत्या. ह्याशिवाय बाथ सॉल्ट, चिनी मातीचा टी-सेट, हॉट वॉटर बॉटल, मॉईश्चरायझर आणि स्लिपर्स अशा वस्तूही तिला भेट मिळाल्या. मुलांना ट्रेनसेट आणि गन मिळाल्या.

एकूण असा ख्रिसमस साजरा झाला होता. मी खोलीत जाऊन सर्वप्रथम डॉलीला ड्रॉवरच्या खालच्या खणात लपवून ठेवलं. भोवरा खालीच टाकून दिला. अनेक वर्षे ह्या भोवऱ्याशी खेळत असल्याने त्यामध्ये काहीही नाविन्य नव्हते. दुसऱ्या कोणाला तो दिला असता तर ती आनंदाने खेळली तरी असती.

अलविदा... बेम

१९७२

शाळेच्या पहिल्याच दिवशी रजिस्टरवर सही केल्यानंतर मला इकॉनॉमिक्स, कॉमर्स आणि टाईपरायटिंग विभागात जाण्यास सांगण्यात आले. 'कशाला बोलावलं असेल?' असा विचार करतच मी तिथे जाण्यासाठी जिना चढू लागले. मागच्या सहामाहीत मी गृहपाठ तर वेळेवर केले होतेच, शिवाय शाळेची पुस्तकेही परत दिली होती. वागण्यात काही चुकलेय असेही वाटत नव्हते. 'मग काय असावे बरे?' असे स्वत:लाच विचारत मी दार वाजवले आणि आत शिरले. तिथे मिस के त्यांच्या टेबलामागे खुर्चीवर बसलेल्या होत्या.

"मिस के!" मी आनंदाश्चर्याने उद्‍गारले.

"आत ये ना क्लेअर, इथे ये. माझ्याजवळ बस. कशी आहेस तू?"

त्यांच्या प्रश्नांना उत्तर न देता मी टेबलाखाली दिसणाऱ्या त्यांच्या पायांकडे पाहत होते. यापूर्वी मिस केंनी कधीही ट्राऊझर्स घातलेले नव्हते. नेहमीच त्या स्कर्ट आणि कार्डिगन घालत असत. ट्राऊझर्स खूप छान होत्या. खास शिवून घेतलेल्या होत्या. त्यांच्या पायांचे बारकाईने निरीक्षण केल्यावर एक पाय दुसऱ्यापेक्षा खूप जाड वाटत होता. पायात घातलेले शूजदेखील काहीसे विचित्र होते. एक ओळखीचा, होता. त्यांच्या घरात यापूर्वी पाहिला होता पण दुसऱ्या पायातील शू दणकट बुटासारखा दिसत होता. दोन्ही शूजची मापे वेगवेगळी दिसत होती.

"कशी आहेस क्लेअर?" त्यांनी पुन्हा विचारले.

"तुम्ही कशा आहात ते सांगा आधी, मिस. तुमच्या पायाचं ऐकून खूप दु:ख वाटलं." मी म्हणाले.

मिस के काही न बोलता बराच वेळ माझ्याकडे एकटक पाहत राहिल्या. शेवटी त्यांनी पुन्हा मला विचारले, "तू कशी आहेस?"

"ठीक आहे." मी उत्तरले. "मी बरी आहे, मिस. आता आपण घरी जाऊ या का, मिस के?" मी उतावीळपणे म्हणाले.

मिस केंना हसू फुटले पण मग हसता हसता त्या रडू लागल्या. 'नाही' त्या रडत रडत म्हणाल्या.

माझे काळीज विदीर्ण झाले. मी कशीबशी 'जाते' म्हणाले आणि निघालेच. त्या काहीच बोलल्या नाहीत. माझ्याजवळ एक जादूची कांडी असती तर किती छान झाले असते! जगातल्या सर्व दु:खी, निराश मुलांना मी सुखी, आनंदी बनवले असते... कोणीतरी आपल्यावर प्रेम करावे, मायेने वागावे ह्यासाठी मी आयुष्यभर झुरत होते. मुलांना प्रेम, आनंद मिळालाच पाहिजे. तो त्यांचा हक्कच आहे. नाही तर त्यांना जन्माला घालायचे कशाला? समजा उद्या मी मेले, तर माझ्या आठवणीने दु:खी होणारे कोणीतरी ह्या जगात असायला हवे. लहान मुलांना वर्षातून दोन वेळा प्रेझेंट मिळाली पाहिजेत. शिवाय दर महिन्यात नवीन कपडेही! अत्यंत महत्त्वाची गोष्ट म्हणजे प्रत्येक लहान मुलाला झोपण्यासाठी स्वच्छ, कोरडी गादी आणि चादर मिळायलाच हवी. आपल्या मुलांना मारणाऱ्या आईवडिलांना चांगली शिक्षा मिळाली पाहिजे. मुलांना मारहाण करायचा त्यांना कोणताही अधिकार नाही. सुख म्हणजे काय हे मला अनुभवायचे होते. कायमचे सुख मिळाले नाही तरी चालेल, पण कधीतरी सुखाचे, आनंदाचे क्षण माझ्या वाट्याला यावेत, असे मला तीव्रतेने वाटायचे. माझ्या मनासारखे झाले, की सर्वप्रथम मी रात्री ठणठणणारा अलार्म बंद करून टाकीन. त्यानंतर खायच्या वस्तू माझ्या खोलीत न लपवता त्या व्यवस्थित फ्रिज वा स्वयंपाकघरातील कपाटात ठेवत जाईन. सुख माझ्या दारात आले, तर मी दार उघडून त्याचे स्वागत करीन आणि विचारीन, "एवढे दिवस तू कुठे होतास? माझ्या आयुष्यात येण्यासाठी इतका उशीर का लावलास? क्षणभर थांब, मी माझं सामान बांधते आणि निघतेच तुझ्याबरोबर. तुझी सोबत मला सोडायची नाही..."

मिस केंना मी नको असेन हे माझ्या कधी डोक्यातही आले नव्हते. त्यांच्या नकारामुळे मी पुरती कोलमडले. त्यांच्या खोलीतून बाहेर पडल्यानंतर मी वर्गात न जाता टॉयलेटमध्ये जाऊन बसले. कोणाला कळू नये म्हणून पाय वरती घेतले. विचारात गुरफटून मी त्या अवस्थेत किती वेळ बसले होते कोणास ठाऊक! वर्ग चुकवणे हा गुन्हा होता हे माहिती असूनही मी खूप वेळ तिथेच होते. मिस केंना मी शोधूनही सापडले नसेन. एक तर त्यांच्या खोलीतून मी धावतच बाहेर पडले होते. शिवाय त्यांच्या पायामुळे त्या भराभर चालू शकल्या नसाव्यात.

अनंत काळानंतर मी वर्गात गेले तर त्या दाराशीच माझी वाट पाहत उभ्या होत्या. खूप थकलेल्या दिसल्या. "चल माझ्याबरोबर," असे म्हणून त्या निघाल्या. मीही त्यांच्यापाठोपाठ चालू लागले. चेहऱ्यावरून खूप दमलेल्या, निराश झालेल्या दिसत होत्या. पाय फरफटत, ओढत त्या चालत होत्या. जिना चढायची वेळ आली

तेव्हा मला संभाळायला त्यांनी का नकार दिला हे स्पष्टपणे समजले. बुटाचा पाय उचलून त्यांनी पायरीवर टाकला. मग पंजाने बुटावर फटका मारला, त्याच वेळी एक हलकीशी शिवी त्यांच्या तोंडातून बाहेर पडली. नंतर मिसनी त्यांचा शाबूत पाय उचलला आणि दुसऱ्या पायाने उडी मारून बुटाचे पाऊल पायरीवर ठेवले. हातातल्या काठीने बुटावर भार टाकून त्यांनी शाबूत पाय पुढे टाकला. ह्या सर्व हालचालींमुळे त्यांना प्रचंड वेदना होत असाव्यात, कारण त्यांनी डोळे मिटून घेतले होते. असे प्रत्येक पाऊल महत्प्रयासाने टाकत आम्ही त्यांच्या खोलीत पोहोचलो.

त्यांनी मला आत बोलावले. भिंतीला टेकून त्यांनी पाय झटकून बूट काढून टाकला. गरीब बिचाऱ्या मिस के! त्यांची परिस्थिती खरोखरच अतिशय वाईट होती.

"क्लेअर, आपल्याला पूर्वीप्रमाणेच एकत्र राहायला मिळालं असतं तर मला अतिशय आनंद झाला असता; पण मला तुझ्याकडे नीट लक्ष देता येणार नाही. तुझी देखभाल करणं मला जमणार नाही. बाळा, इकडे बघ." असे म्हणून त्यांनी खाली वाकून ट्राऊझर वर उचलली. त्यांचा गुडघ्याखालचा पाय 'रोझेस'च्या शोकेसमधल्या पुतळ्यासारखा दिसत होता.

"बघितलंस ना?" त्या म्हणाल्या. "पोकळ आहे माझा पाय. त्याचा काहीही उपयोग नाही. संपूर्णपणे निरुपयोगी. खाली वाकून त्यांनी पट्टा सोडवून पाय मोकळा केला. भिंतीला टेकून त्यांनी हातात धरलेला कृत्रिम पाय उंचावला. त्या म्हणाल्या, "अशा परिस्थितीत मी तुझा संभाळ कशी करू बाळा? मी तुला दिलेला शब्द पाळू शकले नाही. मी तुझी अपराधी आहे, क्लेअर. मी सर्वच बाबतीत अपयशी ठरले." मिस के भावनावेगाने बोलत होत्या. बहुधा त्यामुळेच त्यांच्या बोलण्यामध्ये पोलिश उच्चार जरा अधिकच डोकावत होते.

मिस के पाय बांधायला धडपडत असताना मी झटक्यात पुढे गेले. मी त्यांची पँट वर उचलून धरली आणि दोघींनी मिळून पाय पट्ट्यामध्ये अडकवला. मिस के भिंतीला डोके टेकवून त्या उभ्या राहिल्या. मग त्यांना रडूच कोसळले.

"क्लेअर, मी तुला फसवलं. वचन पाळलं नाही. तू आता काय करशील? कशी राहशील? मला बरं वाटावं म्हणून मी रोज देवाची मनोभावे प्रार्थना करीत होते. हे सारं घडलंच नसतं तर किती बरं झालं असतं. घड्याळाचे काटे मागे फिरवता आले तर पुन्हा सारं व्यवस्थित झालं असतं, पण कदाचित माझ्या नशिबात हेच असावं. कॉन्सन्ट्रेशन कॅम्पमधून जीव वाचवून पळाले ना... त्या वेळी चुकलेल्या यातना आता नशिबी आल्या." मिस के कळवळून रडत होत्या.

"मिस, तुम्ही शांतपणे खाली बसा बरं," मी हळुवारपणे म्हणाले.

मी त्यांच्याजवळ खुर्ची सरकवली. त्या खुर्चीवर टेकल्या आणि अश्रुभरल्या

डोळ्यांनी रडवेल्या स्वरात म्हणाल्या, ''कुठे राहायचं हेदेखील ठरलेलं नाही माझं. जिने चढणं अशक्य आहे. मला तळमजल्यावरचं घर शोधायला हवं.''

''मिस, मी तुम्हाला मदत करीन ना.'' मी त्यांना पटवून देत म्हणाले, ''तुम्ही माझ्याशी किती मायेने वागलात, हे मी विसरू शकत नाही. मी तुम्हाला मदत करीन. मिस मला समजलंय काय करायचं ते! आपण दोघी एकमेकींना मदत करू या. मी तुमची मदतनीस होईन आणि तुम्ही माझ्या टीचर. दोघी एकमेकींच्या सोबतीने राहू.''

हे ऐकून मिसना हसू आले. आणि मग हसता हसता त्या पुन्हा रडू लागल्या, ''क्लेअर, किती उत्साह भरलाय तुझ्यामध्ये! तू माझ्याबरोबर राहिलीस, तर मला खरंच खूप आनंद होईल; पण मी एक अपंग बाई आहे. तू तर अजून लहान आहेस. तुझं आयुष्य आता कुठे सुरू होतंय. तू पुढे जा क्लेअर. माझं ओझं होईल तुला. मला विसरून जा.''

मिसना रडू आवरत नव्हते. मीही रडत होते. पूर्वीप्रमाणे एकत्र राहणे का शक्य नाही हे दोघींनाही चांगले माहिती होते. तरीही मला आशा सोडवत नव्हती. अजूनही प्रयत्न करून बघावा असे मला वाटत होते.

''पण मिस, मी खरंच तुमची नीट काळजी घेईन.'' हे म्हणताना माझ्या अश्रुधारा वाहत होत्या. ''मी चिकन, बटाटे, भात, वाटाणे आणि गाजरं असं खायला बनवू शकते. मी साफसफाई खूप छान करते, मिस; आणि कपडे धुणं, बाजारहाट करणंही मला जमतं. आपण दोघी मिळून नीट राहू या, मिस. मी तुम्हाला काहीही त्रास देणार नाही. मी घरात आहे हे तुम्हाला कळणारही नाही. मिस, पाहिजे तेव्हा हाक मारा आणि मी धावत येईन...'' मी जिवावर उदार होऊन सुचेल तसे बोलत होते. कसेही करून त्यांना पटायला हवे, एवढेच मला वाटत होते.

एव्हाना डोळ्यांबरोबर त्यांचे नाकही गळायला लागले होते. शेंबडाचा एक मोठा बुडबुडा निघाला तो त्यांनी बोटाच्या नखाने पुटदिशी फोडला. त्यांच्या कार्डिगनवर त्याचे थेंब उडाले. पालथ्या पंजाने त्यांनी ते पुसून टाकले. मग हातही निळ्या ट्राउझरला पुसून घेतला. ''तू म्हणतेस ते सर्व खरंय क्लेअर.'' त्या माझी समजूत काढत म्हणाल्या, ''पण आगीतून फुफाट्यात कशाला पडायचंय तुला? आतादेखील तुझा कमी छळ होतोय का? माझ्याकडे आलीस तरीही तुला त्रासच होणार...'' त्या कशाबशा बोलल्या.

शाळेतून मी अत्यंत निराश मन:स्थितीत परतले. त्यात भर म्हणून ईस्टमनने मला भडकवले. सिंथियाने दिवसभर बऱ्याच खोड्या केल्या होत्या. त्यामुळे आई तिच्यावर चिडलेली होती. परिस्थिती निवळावी आणि सिंथियावरचे आईचे लक्ष विचलित व्हावे म्हणून ईस्टमनने माझ्याशी भांडण उकरून काढले. माझ्या खोलीबाहेर

उभी असताना त्याने जाणूनबुजून मला धक्का मारला. दोन वेळा माझे बंद दार उघडून तो मला 'काळी कुत्री' म्हणाला. मी टॉयलेटमधून बाहेर आले तर तो जिन्यात माझी वाट पाहत उभाच होता, 'टॉयलेटला कशाला गेलीस? गादीवरच मुतायचं की!' त्याने टोमणा मारला. आता मात्र अति झालं. माझी सहनशक्ती संपली. एक तर माझा दिवस अत्यंत वाईट गेला होता. मिस केंच्या भेटीनंतर बसलेल्या धक्क्यामधून मी अजूनही सावरले नव्हते. सगळे वैफल्य आणि चीड उफाळून आली. माझ्या वाटेत उभ्या असलेल्या ईस्टमनवर मी चाल करून गेले. ईस्टमनने मला कोपरखळी मारून ढकलले. मी वळून त्याला एक जबरदस्त ठोसा मारला. ईस्टमनने माझा गळा आवळला. मागच्याच आठवड्यात मी 'बिग डॅडी आणि जायंट हेस्टॅक्स' ह्यांचा कुस्तीचा सामना टीव्हीवर 'वर्ल्ड ऑफ स्पोर्ट' ह्या कार्यक्रमात पाहिला होता. डिकी डेव्हिस हा कार्यक्रम सादर करीत असे. डिकी केसांचा कोंबडा काढायचा आणि त्याचे केस हायलाईट केलेले होते. कसलेही नियम न पाळता मारामारी कशी करायची हे तो कार्यक्रम पाहून मी शिकले होते.

अचानक मी ईस्टमनच्या पायांमध्ये दोन्ही हातांनी गपकन पकडले आणि सर्व शक्तिनिशी खेचले. ईस्टमन ऑक्सफर्ड बॅग्ज घालायला. त्या ढगळ असल्याने मी नेमके काय पकडले ह्याचा मला अंदाज नव्हता पण त्याने पुन्हा मला जिन्यावर ढकलले तरी मी पकड सोडली नाही. जिन्यात बसल्या बसल्या मी माझे दोन्ही पाय त्याच्या गुडघ्यांवर रोवले आणि जोरात खेचले. ओढायला जास्त वाव मिळावा म्हणून मी माझे गुडघे सरळ केले आणि दात ओठ खाऊन ओढले. ईस्टमन बेंबीच्या देठापासून किंचाळला. आई, तसेच बेमदेखील धावतच आले. ईस्टमन मला मारायला बघत होता, पण प्रत्येक वेळी मी पाय सरळ करून दोन्ही हातांनी जोरात खेचायची. असह्य वेदना होऊन तो मागे सरकायचा.

"जीझस ख्राईस्ट," ईस्टमन विव्हळत म्हणाला. "कार्मेन, थांबव तिला. तिने माझा डिक पकडलाय बघ आणि माझ्या गोट्या कुठे गेल्या? देवा रे देवा, कार्मेन, क्लेअरने माझ्या गोट्या तोडल्या..."

आईने माझ्या गुडघ्यांवर जोरात थपडा मारल्या, पण मी त्याच्या गुडघ्यांवर घट्ट रोवलेले पाय अजिबात हलवले नाहीत. त्याच्या शरीराचा जो कोणता भाग माझ्या हाती होता, तो पुन्हा जोरात खेचला. "जीझस ख्राईस्ट, कार्मेन, माझा डिक दिसतोय का तुला? कुठे गेला? क्लेअरने तोडला..." ईस्टमन केकाटला.

बेम जिन्यात वरच्या पायरीवर उभा राहून सगळा तमाशा पाहत होता. कंपवातामुळे सर्व अंग जेलीसारखे थरथरत असे, पण तरीही बळ एकवटून तो म्हणाला, "ईस्टमननेच भांडणाला सुरुवात केली. त्याने पहिल्यांदा क्लेअरला मारलं. मी स्वत: पाहिलं."

आई अजूनही माझ्या गुडघ्यांच्या मागच्या बाजूला फटके मारून ईस्टमनला सोडवायच्या खटपटीत होती. अर्थातच मी तिचे प्रयत्न हाणून पाडले. ईस्टमन फारच कळवळत होता.

''सोड त्याला.'' आईने हुकूम सोडला.

''का म्हणून? त्यानेच सुरुवात केली.''

आईने माझ्या हातावर हात ठेवला आणि जोरात नखे खुपसली ती नेमकी ईस्टमनच्या माझ्या हातात असलेल्या भागातच! ईस्टमनने बोंब ठोकली. त्याच्या ऑक्सफर्ड बॅगवर रक्ताचे थेंब उमटले. ते पाहून बेमदेखील किंचाळायला लागला. त्याची थरथर वाढली.

''तुम्ही दोघं मिळून त्या लहान पोरीला ठार मारणार की काय? तिला त्रास देऊ नको, कार्मेन. ईस्टमननेच मारायला सुरुवात केली. मी पाहिलंय.''

बेमकडे दुर्लक्ष करून आई मला मारतच होती. ईस्टमन जिन्याच्या कठड्याला पकडून विव्हळत होता. ह्या भानगडीत माझा पाय घसरला आणि माझी पकड ढिली झाली. ईस्टमनचा 'तो' भाग मी खरोखरच सोडला असे मला वाटले. आई संधी साधून आम्हा दोघांमध्ये घुसली. त्यांचा नाद सोडून मी वर गेले.

बेम मला हाका मारत होता, ''क्लेअर, इकडे ये. क्लेअर, माझ्याबरोबर ये पाहू.'' वरच्या पायरीवर पोहोचले तशी बेमने मला वर ढकलले. ''माझ्या खोलीत चल.'' असे म्हणून तो मला आपल्या खोलीत घेऊन गेला. त्या रात्री मी त्याच्याच खोलीत होते. आई चवताळून माझ्यामागे आली होती, पण बेमने दार उघडायला साफ नकार दिला. ईस्टमननेही अनेकदा दार वाजवले, पण 'ती झोपलीय. सकाळी ये,' असे सांगून बेमने त्यालाही पिटाळून लावले. आईने पुन्हा एकदा दार ठोठावले पण आम्ही झोपी गेल्याचे नाटक करून गुपचूप पडून राहिलो. त्या दोघांपासून माझे संरक्षण केल्याने पुढे काय त्रास होणार आहे हे बेमला तेव्हाच समजले असते, तर तो कदाचित माझ्या फंदात पडला नसता! कारण त्याच्या या मदतीचे परिणाम बेमला फारच महागात पडले.

त्या घटनेनंतर ईस्टमन बरेच दिवस मला टाळत असे. आईने माझ्याशी बोलणेच बंद केले होते. एका छताखाली राहूनसुद्धा एकमेकांच्या अध्यातमध्यात न येणे फारसे कठीण नव्हते. कंपवाताच्या त्रासामुळे बेम आपल्या खोलीतच असे. एका रविवारी सकाळी दाढी करण्यासाठी माझी मदत घेण्यासाठी बेम खाली उतरला. हळूहळू एकेक पायरी उतरत तो एक मजला खाली आला. दुसरा मजला उतरायच्या तयारीत असतानाच ईस्टमन स्वयंपाकघरातून बाहेर पडला. बेम आयताच त्याच्या तावडीत सापडला.

वाकडे बोट त्याच्यावर रोखून ईस्टमन किंचाळला, ''तू? साला गांडू! तू मला

खोटारडा म्हणतोस काय?''

बेम काही न बोलता जिना उतरत होता. मी माझ्या खोलीचे दार किंचित उघडून त्यांचे संभाषण ऐकत होते. ''ईस्टमन, काय बोलतोयस तू?'' बेम म्हणाला.

''गांडू–'' ईस्टमन अजूनही शिवीगाळ करायच्या मूडमध्ये होता. ''क्लेअरला मी मारलं असं तूच म्हणत होतास ना? तू पाहिलंस का मी मारलं ते? तिच्या अंगाला बोट तरी लावलं का मी? तू पाहिलंस? हरामखोर सारखा थरथरत असतोस. तुझी अक्कलसुद्धा शेण खायला गेलीय का?''

बेम यावर काही उत्तर न देता पायऱ्या उतरत होता.

''ए, मी तुझ्याशी बोलतोय. ऐकू येत नाही?'' ईस्टमन बेमच्या समोर उभा राहून आक्रस्ताळेपणाने बोलला. बेमने एक हात जिन्याचा कठड्यावर आणि दुसरा हात आधारासाठी भिंतीवर ठेवला होता. त्याच्या अजून चार पाच पायऱ्या उतरायच्या बाकी होत्या.

''तुला ऐकायला आलं की नाही?'' असे म्हणून ईस्टमनने बेमच्या पाय पकडून जोरात खेचला. बेमचा तोल गेला आणि तो धाडकन खाली पायरीवर बसला. ईस्टमन त्याचा पाय खेचतच होता. मी खोलीबाहेर येऊन पाहते तर ईस्टमन बेमला जिन्यातून फरफटत खाली ओढू बघत होता. बेम फेफरे आल्यासारखा थरथरत होता.

''बदमाश, बांडगूळ आहेस तू. इथे फुकटात राहायचं आणि वर मलाच खोटारडा म्हणायचं?'' ईस्टमन रागाने बेभान झाला होता.

बेमला पडल्याजागी फेफरे आले होते; पण मूर्ख ईस्टमनला त्याची पर्वा नव्हती. मी धावतच आले आणि ईस्टमनच्या पाठीवर उडी मारली. तिथे चढून मी थडाथड त्याच्या डोक्यावर मारायला सुरुवात केली. तो अजूनही बेमचा पाय ओढत होता. मी त्याच्या डोळ्यांच्या पापण्या उपटायचा प्रयत्न करीत होते.

''बेम, ऊठ लवकर.'' मी ईस्टमनला मारताना एकीकडे बेमला वाचवायचा प्रयत्न करीत होते. ''वर जा लवकर.''

''अरेच्चा!'' ईस्टमन ओरडला. ''माझ्या पाठीवर कोण चढलंय?''

''बेम, लवकर जा.'' मी ईस्टमनकडे दुर्लक्ष केले.

ईस्टमनने बेमचा पाय करकचून पकडून त्याला फरफटत खाली खेचले. त्याने बेमला सोडावं म्हणून मी सरळ त्याच्या डोळ्यात बोटं खुपसली, त्याचे कान जोरात ओढले. त्याच्या पाठीवर गुडघे रोवून त्याला घट्ट पकडले आणि मग मानेवर दोन ठोसे लगावून दिले. जायंट हेस्टॅक्सने कोणा अज्ञात प्रतिस्पर्ध्याबरोबर कुस्ती लढत असताना असेच केले होते. ते कमी पडले म्हणून मी ईस्टमनच्या मानेवर दुसऱ्या हाताच्या कोपराने जोरात ढोसले. जायंट हेस्टॅक्सच्या एकदाच ढोसण्यामुळे त्याचा

प्रतिस्पर्धी गारद झाला होता; पण ईस्टमन अजूनही लढत होता.

"बेम, लवकर ऊठ. जा इथून." मी जिवाच्या आकांताने किंचाळले; पण बेम तसाच पडून होता. पॉलिन आणि पॅटसी गोंधळ ऐकून धावतच खाली आल्या. मी ईस्टमनच्या पाठीवर चढून त्याच्या डोक्यावर थडाथड मारतेय हे पाहून त्यांनी मम्मीच्या नावाने बोंब मारली. हातात पट्टा घेऊनच ती आली, पण आमच्यापासून सुरक्षित अंतरावर उभी राहून ती म्हणाली, "त्याच्या पाठीवरून उतर."

तिच्याकडे दुर्लक्ष करून मी ईस्टमनला अधिकच आवळून त्वेषाने दोन-चार गुद्दे लगावले. ईस्टमनने पुढे झुकून मला खाली पाडले. मग आपले भले मोठे पाय त्याने माझ्या पोटावर ठेवले आणि तो चक्क माझ्यावर उभा राहिला.

"तू आहेस होय?" तो माझ्याकडे पाहत म्हणाला. "नेहमी तूच सर्वांच्या मुळावर येतेस. कायम माझं डोकं खात असतेस. कायम त्रास देत असतेस. आतादेखील मला समजायला हवं होतं की तुझ्याशिवाय दुसरं कोणी असणंच शक्य नाही." असं बोलून त्याने माझ्या पोटावर लाथ मारली. आईने त्याला खेचून बाजूला काढले आणि 'मला मारल्याबद्दल यापूर्वीही ताकीद मिळाली आहे' ह्याची त्याला आठवण करून दिली. बेमला सर्व मुलांनी आधार देऊन उठवले.

"ईस्टमनला अचानक काय झालं कुणास ठाऊक, त्यानं काहीही कारण नसताना माझ्यावर हल्ला केला, मला खूप मरलं." बेमने आईकडे तक्रार केली.

ते ऐकून आईने ईस्टमनला "तू असं का केलंस?" असे विचारले. बेमवर हल्ला केल्याचे त्याने साफ नाकबूल केले. त्याचा खोटारडेपणा ऐकून मी पिसाळले.

"त्याने बेमला मारलं हे अगदी खरंय, मी स्वतः पाहिलंय." मी ओरडले.

बेम करुणपणे रडत होता. त्याचे सारे अंग थरथरत होते. तरीही त्याने ईस्टमनला चार गोष्टी सुनावल्याच, "तू तिचा सख्खा बाप नाहीस. तिला मारायचा तुला काहीही अधिकार नाही. तू तिला अनेक वेळा मारहाण केलीस हे मी माझ्या डोळ्यांनी पाहिलंय." त्याने आईलाही सोडलं नाही. "आई असून तूही तिला सतत मारत असतेस. तिचा नीट सांभाळ करत नाहीस."

आई आणि ईस्टमन थक्क होऊन त्याच्याकडे पाहत होते. त्यांचा आपल्या कानांवर विश्वास बसत नव्हता. बेम शांत, गरीब होता; पण अखेर त्याने अन्यायाविरुद्ध आवाज उठविण्याचे धैर्य दाखवलेच.

बेमचे बोलणे संपले, आईने जिन्याच्या पायथ्याशी उभ्या असलेल्या ईस्टमनकडे नजर टाकली. त्या दोघांनी माझ्याकडे आणि मग एकमेकांकडे पाहिले. मग आई कडाडली,

"तुलाही असंच, बेमसारखंच वाटत असेल, तर तुझं सामान बांध आणि चालू पड. चालती हो."

"लवकर नीघ, नाहीतर पुन्हा माझं डोकं फिरेल." ईस्टमननेही दम दिला.

बेमचे सर्वांग अजूनही थरथरत होते. मी त्याला आधार देऊन हळूहळू त्याच्या खोलीत घेऊन गेले. "आईच्या बोलण्याकडे लक्ष देऊ नकोस. ती रागाच्या भरात तसं बोलली. त्या दोघांकडे दुर्लक्ष कर." मी बेमची समजूत काढू पाहत होते; पण बेम एकूणच सर्व प्रकारामुळे प्रचंड हादरला होता. शेवटी त्याने शांत होण्यासाठी गोळी घेतली. तेवढ्यात आईने बाहेरून मला हाक मारली. 'तुझ्या खोलीत जा' ती म्हणाली.

"बेमला माझी गरज आहे. मी त्याला मदत करतेय." मी विरोध करून पाहिला; पण अतिशय ठाम स्वरात तिने पुन्हा 'तुझ्या खोलीत जा' असे सांगितल्यावर माझा नाइलाज झाला.

ती आणि तिचा मूर्ख नंदी बैल यांना मी खाली जाताना पाहिले. त्यांच्या खोलीचे दार बंद झाले तशी मी पुन्हा हळूच बेमच्या खोलीत गेले. तो अजूनही कॉटवर बसून रडत होता. मी त्याला जवळ घेतले. तो थोडा शांत झाल्यावर त्याच्या डाव्या पायावर झालेली जखम साफ केली. वाहणारे रक्त पुसून काढले. एव्हाना तो रडायचा थांबला. त्याला कॉटवर झोपवून झाल्या प्रकाराविषयी विचार करीत मी खाली बसून राहिले. बेम किती सज्जन, ममताळू आहे. माझ्या आई-बाबांना त्याने कधीही दूषणे दिली नव्हती. त्यांच्या आयुष्यातील सर्व बऱ्यावाईट घटनांचा तो साक्षीदार होता, पण तो कधीही त्याविषयी चकार शब्दही बोलत नसे. कधीही कोणाच्या अध्यात-मध्यात नसे. तरीही बेमची ईस्टमनसारख्या फडतूस माणसाने अशी धिंड काढावी? बेमसारख्या देवमाणसाला जिन्यावरून फरफटत ओढले, जखमी केले. ईस्टमनला त्याची फळं भोगावी लागतीलच, ह्याबद्दल मला जराही शंका नव्हती.

दुसऱ्या दिवशी सकाळी जाग आली ती आईच्या ओरडण्याने. ती बेमला दरडावत होती, "मी आता बाहेर चाललेय. परत येईन, तोपर्यंत तोंड काळं कर. नाहीतर मी तुला रस्त्यावर फेकीन."

'तू काही काळजी करू नकोस' असे मी बेमला म्हणाले खरी, पण आता तोच सर्व प्रकाराला विटला होता. ईस्टमनने त्याला मारले आणि तो स्वत:चे रक्षण करू शकला नाही, ह्या गोष्टीचे बेमला अतिशय वाईट वाटत होते. त्याचा स्वाभिमान दुखावला होता. यापुढे इथे राहायचे नाही, असा त्याने निर्णय घेतला.

बेमने सामानाची आवराआवर केली. लोकरी सूट चढवला, बोलर हॅट घातली. बेम जायला तयार झाला. 'तुझ्या बाबाकडे जा आणि काय घडलंय ते त्याला सांग' असे म्हणून त्याने मला बाबांना शोधायला पाठवले. त्यानुसार मी बाबांना भेटून सर्व हकिकत सांगताच ते मला गाडीत घालून तडक १९ सदरलँड स्क्वेअरला

पोहोचले. बेम अजूनही शांतपणे कॉटवर बसून होता. त्याने हॅटदेखील काढली नव्हती. जॉर्ज बाहेर त्याची वाट पाहतोय असे सांगताच त्याने बॅग उचलली. 'दाढीचा शेव्हर विसरला नाही ना?' असे मला विचारले. मी 'नाही' म्हणताच तो बॅग हातात घेऊन जिना उतरायला लागला. खाली आईच्या खोलीवर टकटक करून तो आत शिरला. आता काय होणार ह्या विचाराने मी अक्षरश: थरथरत दाराबाहेर थांबले. कमरेच्या पट्ट्याला अडकवलेल्या चावीच्या झुबक्यातून घराची किल्ली काढून त्याने आईला देण्यासाठी हात पुढे केला; पण आईने त्याच्याकडे ढुंकूनही पाहिले नाही. तशी त्याने किल्ली तिच्या मांडीवर टाकली. एवढी वर्षं संभाळ केल्याबद्दल, घरात आसरा दिल्याबद्दल बेमने आईचे आभार मानले. मग हॅट उंचावून त्याने तिला सलाम केला आणि पाय ओढत निघाला, बाहेर पडून बाबांच्या गाडीत बसला. मी त्याची बॅग उचलायला मदत केली नाही, कारण त्याच्या डोळ्यांत पाणी असले तरी त्याचा स्वाभिमान मला दुखवायचा नव्हता. कोणाच्या आधाराची त्याला गरज नव्हती. बाबांनी गाडीतून उतरून बेमच्या बाजूचे दार लावून घेतले आणि गाडी चालू केली. हेच बेमचे मला झालेले अखेरचे दर्शन! घरातून अशाप्रकारे अवहेलना करून बाहेर काढल्याच्या धक्क्यामधून तो शेवटपर्यंत सावरू शकला नाही. त्यानंतर लवकरच तो मॉडस्ले हॉस्पिटलमध्ये मरण पावला.

मिस के आणि मी– आम्हा दोघींमध्ये एक समझोता झाला होता. त्या मला नेहमी मार्गदर्शन करायच्या. मी वर्गात लक्ष द्यावे आणि अभ्यास करावा यासाठी त्या मला सतत प्रोत्साहन देत होत्या. मीही रोज शाळा सुरू होण्यापूर्वी त्यांच्या विभागात जात होते. त्यांची विचारपूस करत होते, शाळा सुटल्यानंतरही पुन्हा त्यांना भेटून त्यांचे हवे नको ते मी बघत होते. काही मदत हवीय का याची चौकशीही मी करत होते. आम्ही एकत्र राहत नव्हतो; पण जमेल तशी एकमेकींची काळजी मात्र घेत होतो.

एका सोमवारी मी नेहमीप्रमाणे शाळेत लवकर जाऊन त्यांना भेटायला गेले पण त्या त्यांच्या टेबलापाशी नव्हत्या. त्यांचा विभागही बंद होता. त्यांच्या बदली कोणी नवीनच शिक्षिका वर्ग घेत होत्या. त्या संपूर्ण आठवड्यात मिस के शाळेत आल्याच नाहीत. त्यानंतरच्या पुढच्या आठवड्यात शुक्रवारच्या प्रार्थनेच्या वेळी "मिस केंच्या दुसऱ्या पायालाही भरपूर त्रास होत असून आपण सर्वांनी त्यांच्यासाठी प्रार्थना करू या," अशी घोषणा करण्यात आली. मी मिस के आणि त्यांच्या पायासाठी अत्यंत मनोभावे देवाची करुणा भाकली. मिस के पराकोटीच्या स्वभिमानी आहेत अणि आमच्या प्रार्थनेची त्यांना गरज नाही, हे माहिती असूनही मी प्रार्थना करत होते.

त्यानंतर काही दिवसांनी, "मिस केंचा दुसरा पायदेखील कापावा लागला आणि त्यांची तब्येत आणखीच बिघडली. त्या लवकर बऱ्या व्हाव्यात म्हणून आपण सतत प्रार्थना करायला हवी," असे पाद्रीबुवा म्हणाले. त्यानंतर दर शुक्रवारी प्रार्थना करताना मिस केंचे नाव घेतले जात होते. मात्र नंतर कोणीही त्यांच्याविषयी चर्चा करीत नव्हते. मिस केंना मी त्यानंतर कधीही पाहिले नाही. त्या सहामाहीतील जेमतेम तीन महिने उलटले होते. मिस के कधीच शाळेत येऊ शकणार नाहीत, पण आमच्या शुभेच्छा आणि प्रार्थना सदैव त्यांच्या पाठीशी असतील असे असेंब्लीमध्ये जाहीर करण्यात आले. त्यांनी कधीही माझ्याशी संपर्क साधायचा प्रयत्न केला नाही. माझी तशी अपेक्षाही नव्हती. त्यांना स्वत:लाच कितीतरी गंभीर समस्यांना तोंड द्यावे लागत होते. त्यांच्याशी सामना करतानाच त्या थकून जात असणार हे मला कळत होते. त्यांनी माझा विश्वासघात केला असे तर मी कधीच म्हटले नसते. त्यांनाही अपराधीपणा वाटू नये अशीच माझी इच्छा होती. त्यांच्यामुळेच तर माझ्या अंधकारमय जीवनात आशेचा किरण चमकला होता. जगात अशक्य काहीच नाही, ध्येय निश्चित करून ते साध्य करण्यासाठी अथक प्रयत्न केल्यास यश तुमचेच आहे, हा विश्वास मिस केंनीच मला दिला होता. मी तसेच वागायचे ठरवले होते.

पुढे कधीतरी शाळेच्या शुक्रवारच्या मासमध्ये मिस केंसाठी प्रार्थना करणेही बंदच झाले.

नुकतीच उन्हाळ्याला सुरुवात झाली होती. शनिवार होता. आईने तिच्याबरोबर खरेदीला नेणार असल्याचे फर्मान सोडले. 'एलिफंट अँड कॅसल शॉपिंग सेंटर'ला जायचे होते. मला जरासे आश्चर्यच वाटले कारण 'रोझेस'च्या नोकरीमुळे शनिवारी मी मोकळी नसायचीच. आईला खरोखरच मदतीची गरज असावी. अर्थातच तिचा हुकूम पाळायला हवाच होता. एका नवीनच उघडलेल्या दुकानात अतिशय कमी किमतीत खाद्यपदार्थ मिळतात, अशी आईला माहिती मिळाली होती त्यामुळे ती जय्यत तयारीनिशी निघाली. अशा मोहिमांसाठी ट्रॉली तयारच असे. तीमध्ये जमा झालेल्या जुन्या कागदाच्या पिशव्या, वर्तमानपत्रे काढून घेऊन आम्ही निघालो. मी गरीब गायीसारखी तिच्या पाठीमागून चालत होते. कोणत्याही कारणाने तिचा मूड खराब होऊ नये, म्हणून मी अतिशय काळजीपूर्वक वागत होते. कोणी सांगावे, उदारपणाचा जोरदार झटका आला तर ती मला नवीन कपडेही घेऊन द्यायची! अर्थात ही शक्यता फारच कमी असली, तरी आशा करायला काय हरकत आहे? ईस्ट स्ट्रीट मार्केटजवळ चाळीस नंबरची बस पकडून एलिफंट अँड कॅसलच्या स्टॉपला आम्ही उतरलो. शॉपिंग सेंटर आयलंडवर होते. ते नवीन, स्वस्त माल विकणारे दुकान पहिल्या मजल्यावर होते. दुकानाबाहेर खुर्चीवर एक बुटकासा गोरा माणूस बसला होता. अतिशय सुकड्या. मध ओतल्यावर पडतात तशा कातडीच्या वळकट्या

पडल्या होत्या. त्याचे नाक बटाट्यासारखे होते. त्यावरची असंख्य छिद्रे उघडी दिसत होती. त्वचा सँडपेपरसारखी खरखरीत होती. डोक्यावर तपकिरी रंगाची फेल्ट हॅट आणि तीवर डाव्या बाजूला पीस खोचलेले होते. ढगळ सैलसर पँट आणि पोटावर कसाबसा काळा पट्टा बांधलेला होता. छाती नसल्यासारखाच तो दिसत होता. त्यामुळे तो अधिकच बुटका वाटत होता. बारीक चणीचा असला तरी गिऱ्हाइकांकडून पैशांची देवाण-घेवाण करणारे त्याचे हात मात्र भले थोरले दिसत होते.

दुकानातून गर्दी ओसंडून चालली होती. साखर, बेक्ड बीन्स, पिल्चार्ड मासे, कॉर्नफ्लेक्स असे सर्व डबे एकावर एक ठेवलेले होते. सार्डिनचे डबे मोठ्या पत्र्याच्या टबमध्ये कसेही टाकलेले होते. मोठमोठ्या कॅनव्हासच्या पिशव्यांमध्ये तांदूळ भरून ठेवलेले होते. 'कितीही सामान घ्या, पैसे चुकते करा म्हणजे झालं' असा एकूण मामला होता. दुकानदार एकट्याने सर्व कारभार व्यवस्थित सांभाळत होता. एकीकडे एका गिऱ्हाइकाचे पैसे मोजून घेत असतानाच तो पुढच्याला 'काय हवंय' असे विचारत होता. सारे पटापट चालू होते.

माझ्या आईची पाळी आली तेव्हा तिने वस्तूंची यादी सांगितली आणि तो विजेच्या गतीने ट्रॉली भरत गेला. ट्रॉली वरपर्यंत तुडुंब भरली तरी काही वस्तू घ्यायच्या बाकी होत्याच. आई त्या तयारीनेच आली होती. भली मोठी मजबूत पिशवी तिने निघतानाच माझ्याकडे दिली होती. बुटक्या दुकानदाराने उरलेल्या वस्तू पिशवीत भरल्या. पिशवी इतकी भरली की तिचे दोन्ही बंद एकत्र पकडणे जड जात होते. आईने पैसे चुकते केले आणि आम्ही निघालो. बरेच पैसे वाचल्याने आई फारच खुषीत होती.

बस स्टॉपजवळ पोहोचेपर्यंत माझी फारच तारांबळ उडाली. पिशवीचे वजन मला पेलवेनासे झाले होते. मी कशीतरी धडपडत चालत होते. ते पाहून आईचे डोके फिरले.

''एकही काम धडपणे करत नाहीस.'' ती कडाडली.

रस्त्यातच थांबून ती माझ्यावर ओरडू लागली. शेवटी तर भर रस्त्यात तिने माझी लाज काढली. माझ्या अंथरुणात लघवी करण्याच्या सवयीचादेखील सर्वांसमोर तिने उद्धार केला. एव्हाना मी हातातली पिशवी खाली ठेवली होती. दुखऱ्या हातांना थोडी तरी विश्रांती मिळाली. आमच्या आजूबाजूने लोक जात होते.

आईच्या तोंडाचा पट्टा काही थांबत नव्हता, ''तुला बरोबर घेतलं ते तू मला फार आवडतेस म्हणून नव्हे. तशी शंकासुद्धा मनात आणू नकोस. सामान उचलायला मदत हवी म्हणूनच केवळ तुला बरोबर आणलंय; पण तेही तुला जमत नाही. अगदी कुचकामी आहेस तू. एकदम बेकार!'' एवढे बोलून आई ट्रॉली घेऊन तरातरा चालायला लागली.

मी पिशवी उचलली आणि तशीच रखडत तिच्यामागे निघाले. एक्झिट रॅम्पपर्यंत बरे चालले होते, पण तिथे मी अडखळून पडले. पिशवीतले थोडे सामान बाहेर पडले. तीन डबे गडगडत आईच्या दिशेने निघाले. काय घडले ह्याची कल्पना आली तशी ती जागीच उभी राहिली. मी उठून धूळ झटकली आणि डबे उचलायला लागले. एक डबा आईच्या पायाजवळ पडलेला होता. तो उचलण्यासाठी मी वाकले, तेव्हा आईने एका झटक्यासरशी माझ्या डोक्यावरचा मायकेल जॅक्सन विग काढून टाकला– भर रस्त्यात, दिवसाढवळ्या! मी सुन्न होऊन उभी होते. सर्वांना माझे टक्कल दिसतंय म्हणून मी शरमेने चूर झाले; पण आईला आसुरी आनंद झाला असावा. "कुत्री! नाक पाहा काय सुंदर दिसतंय!" ती जखमेवर मीठ चोळत म्हणाली, "हलकट कुत्री, काडीइतकाही उपयोग नाही तुझा. आणि हे तुझं नाक– माझ्याकडून तरी नक्कीच मिळालेलं नाही." हे बोलताना तिने एकीकडे माझा विग उलटा करून त्याच्या घड्या घालून लहानसा गोळा बनवला आणि खिशामध्ये ठेवून दिला.

एव्हाना येणारे जाणारे लोक माझ्याकडे बघत होते. माझे तुळतुळीत डोके खरोखरच विचित्र दिसत होते. विगमध्ये मी जरातरी बरी दिसते हे खरेय; पण तरीही असे टक लावून बघणे चुकीचे होते. ह्यापूर्वी टकलू मूल कोणी बघितले नव्हते की काय? शिवाय माझा अगदीच काही गोटा झालेला नव्हता. थोडेफार तुरळक केस होते की! बेक्ड बीन्सचा डबा पकडला होता तो हात मी नकळतच डोक्यावर ठेवला. माझे डोके झाकले गेले, पण तरीही लोक बघतच होते. माझी आई अजूनही अतिशय आकर्षक दिसते, तिचे केसही दाट आहेत आणि तिची मुलगी अशी वेडीविद्री, टक्कल पडलेली! बघ्यांना तिची दया आली असणार. अशा सुंदर स्त्रीने इतक्या कुरूप मुलीला जन्म दिला, हे त्यांना खरेच वाटत नसणार. त्यांच्या चेहऱ्यावर ते स्पष्ट दिसत होते. माझ्या बाजूने जाताना प्रत्येक जण तोंडावर हात ठेवून, दुरूनच माझ्याकडे पुन:पुन्हा कटाक्ष टाकून जात होते. मी रॅम्पवर ठेवलेल्या सामानाच्या पिशवीमध्ये बीन्सचा डबा ठेवला आणि आईजवळ गेले.

"किती नंबरची बस पकडायची?" असे तिला विचारताच आईला क्षणभर काय बोलावे ते सुचले नाही. मी विग परत मागेन असे तिला वाटले असावे; पण मी विगविषयी चकार शब्दाने विचारले नाही. काही न बोलता ती तरातरा बस स्टॉपच्या दिशेने चालू लागली. जड पिशवी संभाळत मी धडपडत तिच्यामागे चालत होते. स्टॉपवरचे लोक माझ्याकडे करुणेने बघू लागले. काहीतरी गंभीर आजारामुळे हिचे केस गळले असणार. त्यात बिचारीला एवढी जड पिशवी उचलायला लागतेय. तिच्याबरोबरच्या बाईला पोरीची पर्वा दिसत नाही. ती तर मजेत ट्रॉली ढकलत पुढे पुढे चाललीय, असेच माझी परिस्थिती पाहून सर्वांना

वाटत असणार. साऱ्यांना माझा कळवळा येतोय हे आईलाही समजले. बाजू सावरण्यासाठी तिने मला स्वत:च्या शेजारी उभे केले. तरीही बघ्यांच्या नजरांमधील माझ्याविषयीची दया कमी झाली नाही. आता खिशातून विग काढून माझ्या डोक्यावर घातला तर उरलीसुरली लाजही जाईल हे आईला चांगले माहिती होते. मग हुशारी दाखवून आपला प्रेमळपणा सिद्ध करण्यासाठी तिने मला 'थंडी वाजतेय का?' असे विचारले. दोन-तीन वेळा डोक्यावर थोपटून सहानुभूती व्यक्त केली.

बस आली तशी लोकांनी घाईघाईने आम्हा दोघींना चढण्यासाठी वाट दिली. माझ्याविषयी वाटणारी सहानुभूती हे त्याचे कारण होते किंवा माझ्या 'टकलेपणाच्या आजाराचा संसर्ग होऊ नये' ही भीतीही त्यामागे असू शकेल! बसमध्येदेखील माझ्या शेजारच्या दोन सीटवर बसायला कोणीही तयार नव्हते. भरपूर गर्दी असूनसुद्धा! आई दृढ निश्चय केल्याप्रमाणे खिडकीबाहेर बघत होती. बस योग्य दिशेने चालली आहे ना याविषयी तिचा गोंधळ उडाल्याचे चेहऱ्यावरून दिसत होते.

घरी पोहोचल्यावर सामान जागच्या जागी लावण्याचे काम माझ्यावर टाकून आई तिच्या खोलीत निघून गेली. मी पॉलिन आणि पॅटसीला मदतीसाठी हाक मारली. माझे टक्कल पाहून पॉलिन काहीच बोलली नाही, पॅटसी मात्र मोठ्याने हसली. आईने नंतर माझा विग फेकून देण्यासाठी ईस्टमनकडे दिला. त्याने उत्साहाने तो कचऱ्याच्या डब्यात फेकला. तो तिथून निघून गेला, तसा चपळाईने मी विग हस्तगत केला आणि स्वच्छ धुऊन काढला. त्या घटनेनंतर मोठ्या हॅट पिन लावून मी विग डोक्यावर घट्ट बसवून टाकू लागले.

काही आठवड्यांनंतर ईस्टमन घरातून निघून गेला. एके रात्री तो आपला गायबच झाला. त्याच्या अचानक अदृश्य होण्याबद्दल कोणी चकार शब्द बोलत नव्हते. मीही चौकशी केली नाही. उगीच परत आला तर काय घ्या! तो नव्हता त्या काळात ईस्टमन आणि ब्रिस्को मुलांमधील संबंध थोडेसे सुधारले. एकतर ब्रिस्को मुलांची संख्या जास्त होती आणि ईस्टमन नसल्याने आम्ही त्याच्या पोरांना व्यवस्थित बदडून काढत असू. असे काही दिवस छान गेले. एके दिवशी शाळेतून परतले तर आईच्या खोलीतून ईस्टमनचा आवाज ऐकू येत होता. काही तास थांबून तो गेला. तीन मोठ्या पिशव्या भरून सामानही त्याने नेले. तो एकदाचा गेला ह्या गोष्टीचा मला खूप आनंद झाला. पुन्हा कधी त्याचे तोंड बघायला लागू नये अशी माझी इच्छा होती. पण कसचे काय! जवळजवळ रोज दुपारी तो घरी यायचाच आणि खूप उशिरापर्यंत थांबून मग निघायचा.

ईस्टमनने घर सोडल्यानंतर दोन-तीन आठवड्यांनंतर मी संधी साधून आईच्या खोलीमध्ये गेले. खोलीतले बरेच सामान नाहीसे झाले होते. आईच्या बऱ्याच वस्तूही दिसत नव्हत्या. काचेच्या टेबलावर तसेच शोकेसच्या बाजूला कार्डबोर्डची

अनेक खोकी रचून ठेवलेली होती. अच्छा, म्हणजे माझी आईही घर सोडण्याच्या तयारीत होती तर! मला तर पत्ताच नव्हता. मी पॉलिनला ही गोष्ट सांगितली तर तिने मला वेड्यातच काढले. ''काहीतरी विचार करू नकोस,'' असे ती म्हणाली खरी, पण दोनच दिवसांनी आमची हाफ-टर्म सुट्टी चालू असताना, घरासमोर व्हॅन उभी राहिली. ड्रायव्हरने दारावर थाप मारली. आईने दार उघडून त्याला आत घेतले तेवढ्यात व्हॅनच्या मागच्या बाजूने ईस्टमनही उतरला. दोघांनी मिळून आईची सर्व खोकी व्हॅनमध्ये टाकली. व्हॅन भरली, तसा ड्रायव्हर सामान घेऊन निघाला. ते ठेवून त्याने आणखी दोन फेऱ्या मारल्या. आईची खोली एव्हाना रिकामी झाली होती. तिसऱ्या वेळी व्हॅन परतली तशी आईने ईस्टमन कार्ट्यांना हाक मारली. सिंथिया आणि नॉर्मा धावतच जिना उतरून खाली आल्या. आईने दोघींना व्हॅनमध्ये पुढे बसवले. जिना आणि विन्स्टन ईस्टमनबरोबर आधीच्या फेरीत गेले होते. आईही व्हॅनमध्ये बसली. पट्टा बांधता बांधता तिने कार्ल, मार्टिन, ब्यूटी आणि डेनिसच्या नावाने हाका मारल्या. ''तुम्ही सारेजण तयार राहा. मी तासाभरात तुम्हाला घ्यायला येते.'' असे म्हणून ती निघाली.

एक तास म्हणाली; पण आई दोन तासांनंतर आली. स्वयंपाकघरात जाऊन तिने स्वत:साठी चहा बनवला. ईस्टमन कबिला गेल्यामुळे घरात बरीच शांतता नांदत होती. मी जिन्यात वरच्या पायरीवर बसून तिच्याकडे बघत होते. दमलेली दिसत होती. चहा पिऊन झाल्यावर आईने मला सोडून बाकी सर्व ब्रिस्को पोरांना जवळ बोलावले. सारेजण धडधडत जिना उतरून खाली आले. मी तशीच बसून राहिले. तिने मला बोलावले नव्हते पण त्याची गरजही नव्हती. मी तिच्या समोरच बसले होते.

गोळा झालेल्या ब्रिस्कोंना आपापले कोट आणि शाळेची पुस्तके आणायला तिने सांगितले. पॉलिन आणि पॅटसीला सामान बांधायला अजूनही वेळ होता. त्या नंतर जाणार होत्या. कार्लटन आणि मार्टिन धावत गेले आणि त्यांचे सामना घेऊन पळत आले. त्यांच्यानंतर आल्या– ब्यूटी आणि डेनिस. 'माझ्याबरोबर चला' असे म्हणून आई जिना उतरू लागली. व्हॅन दाराशीच उभी होती. ड्रायव्हरने दार उघडले आणि सारे जण पुढच्या बाजूला चढून बसले. मीही त्यांच्याबरोबर खाली उतरले आणि पॉलिन, पॅटसीच्या जवळच व्हॅनपाशी उभी राहिले. आई काय सांगतेय इकडे आम्हा तिघींचे लक्ष लागले होते.

ती पॉलिनकडे पाहून म्हणाली, ''पी, आम्ही दुसरीकडे राहायला जातोय हे मी तुला पूर्वीच सांगितले होते. सध्यातरी पॅटसी आणि तुला तिथे राहता येणार नाही; पण तुम्हा दोघींना नवीन घर पाहायचे असेल तर येऊ शकता.'' असे म्हणून तिने पत्ता लिहिलेले चिटोरे आणि थोडे पैसे पॉलिनच्या हाती ठेवले. ''पंचेचाळीस नंबरची बस पकडायची. वॉगहॅन रोडच्या स्टॉपला उतरायचे. पाच नंबरच्या घराजवळच

स्टॉप आहे. मी साधारण पाऊण तासानंतर स्टॉपवर भेटेन.'' मी अजूनही आशेने उभे होते. एवढ्यात व्हॅन चालू झाली. इंजीनच्या गोंगाटामुळे मी आईला मोठ्याने ओरडून विचारले, ''माझं काय? मी काय करू?''

''तुझं काय? तुझा काय संबंध?'' आई मला झिडकारत म्हणाली. ''तुला बोलावल्याचं आठवत नाही. फार मोठी समजतेस ना स्वत:ला? ईस्टमनला कोर्टात खेचण्याएवढी मोठी? मग स्वत:ची काळजी घ्यायलाही जमेल. 'माझं काय' विचारलंस ना? तुझ्याविषयी बरंच काही सांगता येईल.''

आईचे बोलणे संपले तशी व्हॅन सुरू झाली. ड्रायव्हरने घरासमोर यू-टर्न मारून गाडी भरधाव सोडली. कोपऱ्यावर उजवीकडे वळून व्हॅन दिसेनाशी झाली.

पॉलिन आणि पॅटसी धावत कोट घेऊन आल्या आणि पळतच बस स्टॉपकडे गेल्या. सर्व निघून गेले. पॉलिन, पॅटसीदेखील दोन दिवसांनी घरी परतल्या.

घरात मी... एकटीच

१९७२

दोन दिवसानंतर दोघीजणी परतल्या तेव्हा माझी आई, ईस्टमन आणि परिवारातील बाकी सारे सदस्य वॉग हॅन रोडवरच्या पाच नंबरमध्ये राहायला गेल्याचे समजले. वरचा संपूर्ण मजला आणि दुसऱ्या मजल्यावरचा काही भाग त्यांच्या ताब्यात होता. तळमजल्यावर भाडेकरू राहायचे. सर्वांसाठी पुरेशी जागा नसल्याने पॉलिन, पॅटसी आणि मी सदरलँड स्क्वेअरमध्येच राहायचे, प्रत्येकीने एकेका मजल्यावर राहिले तरी हरकत नाही, असा आदेश निघाला होता. शनिवारी आणि रविवारी त्या घरी जेवायला यायचे आमंत्रण फक्त पॅटसी आणि पॉलिनला मिळाले. मला अर्थातच वगळण्यात आले होते.

'आलिया भोगासी' म्हणून आमची खाण्या-पिण्याची काय सोय आहे हे बघण्यासाठी आम्ही स्वयंपाकघराकडे कूच केले. सर्व प्लेट आणि बहुतेक सर्व भांडीकुंडी आईने नेली होती. कुकर, फ्रिज-फ्रिझर आणि टेबल आणि आम्हा तिघींच्या कॉट एवढेच सामान घरात होते. आई खरोखरच जाईपर्यंत ती अशी आम्हा तीन लहान मुलींना टाकून जाईल, हा विचारही माझ्या मनाला शिवला नव्हता. कपाटात खाण्याच्या वस्तू नव्हत्या, फ्रिजमध्ये दूधदेखील नव्हते. कुठेही काहीही सापडले नाही. आम्हाला अक्षरश: वाऱ्यावर सोडून आई निघून गेली होती.

सुरुवातीचे काही दिवस आम्ही विशेष काही घडलेय असे वाटून न घेता वावरत होतो. कोणत्याही क्षणी आई परत येईल आणि म्हणेल की, 'आपण एकत्र राहायचं. तुम्हीही माझ्याच मुली आहात' आणि आम्हाला नव्या घरी घेऊन जाईल ह्या आशेवर आम्ही होतो. आई एकदम शुक्रवारी उगवली. तिने पॉलिन, पॅटसीला खाली, तिच्या पूर्वीच्या खोलीत बोलावले. मी बाहेरच जिन्यावर बसले. दरवाजा उघडाच होता. 'तळमजल्यावरच्या पुढच्या-मागच्या सर्व खोल्या तू वापर' असे तिने पॉलिनला, तर 'वरचा मजला तुझ्यासाठी' असे पॅटसीला सांगितले. मधल्या मजल्यावर पूर्वीप्रमाणेच मीच राहणार होते. आईच्या म्हणण्यानुसार लघवीचा वास मारणाऱ्या खोलीत राहायला कोण तयार होणार होते?

ह्यापुढे आईबरोबर राहायला नको ह्या गोष्टीचा मला अत्यानंद झाला होता. आई नाही! हिप हिप हुर्रे! मज्जाच मज्जा! आईने पुन्हा एकदा त्या दोघींना शनिवारी-रविवारी जेवायला येत जा असे आमंत्रण दिले. अर्थात मला तिने वगळलेच होते. नवीन घर आमच्या सेक्रेड हार्ट शाळेपासून थोड्याच अंतरावर होते, त्यामुळे 'शाळा सुटल्यानंतर कधीही वाटले तर घरी येत जा' असेही आई त्यांना म्हणाली.

सुरुवातीचे काही आठवडे आमचा नवीन जीवनक्रम फारच मजेत चालला होता. घरात अतीव शांतता नांदत होती. मी तर अलार्मदेखील काढून ठेवून दिला होता. आता त्याची गरज नव्हती. हळूहळू स्वातंत्र्याचा उत्साह ओसरला आणि माझा नेहमीचा दिनक्रम सुरू झाला. घरी परतल्यानंतर प्रथम मी गृहपाठ करून मोकळी व्हायची. मग पोटपूजा. काहीतरी खायला बनवायचे. गॅस मीटरमध्ये पैसे टाकल्यावरच गॅस सुरू व्हायचा. स्वयंपाक होईपर्यंत गॅस चालू राहावा म्हणून खूप नाणी टाकावी लागत. विजेचा मीटर प्रवेशदाराच्या वर बसवलेला होता. हे घर सोडल्यापासून आईने गॅससाठी पैसे भरण्याची जबाबदारी झटकून टाकली होती. 'तुम्ही राहणार म्हणजे तुम्हीच पैसे भरायचे!' असा तिचा पवित्रा होता. आम्हा तिघी बहिणींमध्ये पैसे कमावणारी मीच एकटी होते, तेव्हा पैसे खर्चायची जबाबदारीही माझ्यावरच पडली. पॉलिनने आईला गॅसविषयी विचारण्याचे धारिष्ट्य केले होते, पण 'खादडायचं असेल, गरम पाणी हवं असेल तर पैसेही तुम्हीच भरायला हवेत' असे म्हणून आईने तिला उडवून लावले होते. वीज शक्यतो कमी वापरायची, अगदी गरज असेल तेव्हाच गॅस, कुकर चालवायचा, पाण्याचा वापर कमी करायचा असा ठराव आम्ही तिघींनी करून टाकला.

घरातले फर्निचरही आम्हाला हवे तसे लावले. स्वयंपाकघरातली एक खुर्ची मी बैठकीच्या खोलीत हलवली. ही खोली पूर्वी जुळ्या वापरत असत. शाळेतून आल्यानंतर मी ह्याच खुर्चीवर बसून गृहपाठ करायची. माझ्या खोलीत मी फारसे बदल केले नाहीत. मुळात खोलीत फारसे काही नव्हतेच. माझी कॉट, वॉर्डरोब आणि ड्रेसिंग टेबल एवढेच सामान होते. पॉलिन तळमजल्यावर राहत होती. पॅटसी मुलांच्या खोलीत झोपायची. पूर्वी ती पॉलिनबरोबर राहत होती, त्या खोलीची तिने बैठकीची खोली बनवली.

आम्हा तिघींचे एकमेकींशी छान पटत होते. बारीकसारीक कुरबुरी व्हायच्या, पण त्या तेवढ्यापुरत्याच. आम्ही एकमेकींना जास्त भेटतच नसू, मग भांडणे कुठून करणार? स्वयंपाकघरात वा बाथरूममध्ये आमची भेट व्हायची. अर्थात मलाही त्यांच्याशी जास्त घसट वाढवायची नव्हतीच. अगदी गरजेच्या वस्तू घेतल्या तरीही 'रोझेस'च्या पगारात आमचे भागत नाही हे लवकरच माझ्या लक्षात आले. मी 'विम्पी बर्गर' आणि 'फिश अँड चिप्स' खाणे बरेच कमी केले; पण घरी फ्रिजमध्ये

खायच्या वस्तू आणून भरल्या की त्या दोघीही तुटून पडत होत्या. 'आपल्यालाही शनिवारी नोकरी करायची आहे, आम्ही नोकरी शोधतो आहोत' असे त्या सांगत होत्या. वॉगहॅान रोडवरच्या पाच नंबरमध्ये त्या अनेकदा जेवायलाही जात, त्यामुळे त्यांना नोकरीची फारशी गरज नव्हती.

अँजेला फ्यूएन्टिस. ही माझी मैत्रीण. वयाने माझ्यापेक्षा मोठ्या अशा माझ्या बऱ्याच मैत्रिणींपैकी ही एक. ही खरी आईची मैत्रीण. दोघी पूर्वी वारंवार भेटायच्या; पण मग त्यांचे संबंध बिघडले. मैत्री तुटली. अँजेलाला आई अजिबात आवडत नव्हती. आईबरोबर राहणे अतिशय कठीण आहे, असे तिचे मत होते. आईचा माझ्याशी चालणारा दुष्टपणाही तिने अनेकदा पाहिला होता. एकदा अँजेला आमच्या घरी आली होती. तिच्यासमोरच आईने माझी छाती पकडून मला ढकलले होते. माझे डोके दणकन भिंतीवर आपटले होते. आईने माझी गादी लपवली, त्यानंतर दुसऱ्याच दिवशी अँजेला चहाला आली होती. एक आई आपल्या स्वत:च्या मुलीशी इतके वाईट कशी काय वागू शकते हे तिला समजेनासे झाले होते. त्या दिवसापासून आई तिच्या मनातून उतरली. आईशी ती जेवढ्यास तेवढीच वागू लागली. तिच्या चार मुलांना मी इंग्रजी शिकवत होते. त्यामुळे त्यांचे इंग्रजी बरेच सुधारले होते. आठवड्यातून एक वा दोन दिवस मी अँजेलाच्या मोठ्या मुलाची एक तास शिकवणी घेत असे. त्यामुळे अँजेला आणि माझ्यामध्ये खूप जवळीक निर्माण झाली होती. पॅटसी आणि पॉलिन तिला फारशा आवडत नव्हत्या. 'त्या आईच्या पक्क्या चमच्या आहेत, सदैव आईची मर्जी राखायच्या खटपटीत असतात.' असे ती म्हणायची.

अँजेला 'क्लिनिंग सुपरवायझर' होती. वेस्ट एंडमधील काही इमारतींच्या साफसफाईवर देखरेख ठेवण्याचे कंत्राट तिच्याकडे होते. इमारतींमधील ऑफिसेस स्वच्छ ठेवण्याची कामे ती करीत होती. आई नवीन घरी गेल्यानंतर साधारण तीन आठवड्यांनी पैशांची चणचण भासू लागली, तेव्हा 'ती मला काही काम देऊ शकेल का' असे मी तिला विचारले. सुरुवातीला ती नाहीच म्हणाली. एक तर मी फार लहान होते, शिवाय नोकरी करण्यासाठी लागणारे नॅशनल इन्शुरन्स कार्ड आणि नंबर दोन्ही माझ्याकडे नव्हते. मी एकटी राहतेय ही गोष्ट तोपर्यंत अँजेलाला माहिती नव्हती. मीही सांगायच्या भानगडीत पडले नाही, कारण मला आईबरोबर राहायचेच नव्हते. आहे त्या परिस्थितीत मी खूष होते.

अभ्यासाला भरपूर वेळ मिळत असल्याने शाळेत चांगली प्रगती होती. केसही, हळूहळू का होईना, वाढू लागले होते. परंतु पूर्वीसारखे दाट केस येतील की नाही याविषयी मला शंकाच होती. एका रविवारी चर्चमधल्या मासनंतर मी अँजेलाच्या घरी गेले. सकाळी दहाचा सुमार असेल. अँजेलाने दार उघडून मला घरात बोलावले मला उंच स्टूलवर बसवून तिने दोघींसाठी छान कडक कॉफी बनवली. ओट्याला

टेकून कॉफी पीत तिने विचारले, "कसं काय चाललंय तुझं?" अँजेला स्पॅनिश होती. तिच्या उच्चारांवर स्पॅनिश प्रभाव जाणवत असे. माझ्या नावातील पहिल्या अक्षरावर जोर देऊन ती नाव उच्चारायची.

"विशेष काही नाही," मी उत्तरले.

"चल, उगीच खोटं बोलू नकोस. तुझ्या त्या थोर आईच्या कृपेने तुझ्या आयुष्यात सतत काही ना काही अनिष्ट घडत असतंच." अँजेला म्हणाली. माझ्या आईला ती चांगली ओळखून होती!

गडद ऑलिव्ह रंगाची त्वचा. काळेकुळकुळीत छोटे केस. केसांचा डावीकडे भांग पाडलेला– अशी दिसायची अँजेला. तिच्या कुरळ्या केसांची चेहऱ्याभोवतीची महिरप ग्रेटा गार्बोसारखी दिसायची. स्पॅनिश सुंदरी होती ती! सणसणीत पाच फूट आठ इंच उंचीची. अँजेलाचा बांधाही रेखीव होता. कायम ट्राऊझर घालायची. तिला ड्रेस वा स्कर्टमध्ये मी कधी पाहिलेच नव्हते. सतत सिगारेट ओढत असे. झुरका घेतल्यानंतर मस्तक मागे झुकवून भसकन धूर सोडायची तिला सवय होती. तिचे चारही मुलगे तिच्या आगेमागे धावत होते.

कॉफीचा घोट घेऊन तिने पुन्हा विचारले, "क्लेअर, चल सांग पाहू. त्या बाईचा सध्या काय छळवाद चाललाय? दुष्ट बाई आहे ती. अतिशय क्रूर. आईमध्ये असावी तशी माया तिच्यात अजिबात नाही. तुझ्या आईचा प्रॉब्लेम काय आहे माहितीय? ती अतिशय हावरी आहे. तिला सारखं सगळं काही हवं असतं. हे हवं ते हवं आणि तेही हवं, असं तिचं चालू असतं. वाईट सवय." अँजेला कॉफीचे घोट घेत बडबडत होती. शेवटी मी सांगून टाकले,

"तीन महिने होऊन गेले. माझी आईशी भेट नाही."

"काय म्हणतेस? तीन महिन्यांत भेट नाही?" अँजेलाला धक्का बसला, "पण तुम्ही एकाच घरात राहताय ना?"

मी अँजेलाला सारी हकिकत सविस्तर सांगितली. ती आश्चर्याने डोके हलवत राहिली, मग म्हणाली, "अतिशय वाईट बाई आहे ती. क्लेअर, आणखी काय घडलं सांग पाहू?"

ईस्टमनने आधी घर सोडले, नंतर तो रोज येत होता वगैरे मी सांगायला सुरुवात केली. कॉफीचा घुटका घ्यायला थांबले तशी अँजेला म्हणाली, "मला तो माणूस कधीच आवडला नाही. बाप रे! त्याचं नाव घेतलं तरी अंगावर काटा येतो! एकदम घाणेरडा आहे तो!"

'आई सर्व ईस्टमन कार्ट्यांना आपल्याबरोबर घेऊन गेली. पॉलिन, पॅटसी आणि मी अशा तिघीच ह्या घरात राहतोय.' असे सांगून मी अँजेलाला पुन्हा एकदा नोकरीविषयी विचारलं. "एकटीने स्वतंत्र राहायला माझी काहीच हरकत नाही, पण

माझ्या खाण्यापिण्याची व्यवस्था मलाच करायला हवी आणि त्यासाठी पैसे कमवायला हवेत.'' असे सांगताच ती म्हणाली, ''थोडे दिवस थांब. मी बघते काहीतरी. माझ्याकडून काही कळलं नाही तर तू चौकशी कर.''

शाळेत जाण्यापूर्वी करण्यासारखे काम मिळाले, तर फारच छान होणार होते. ऑफिसची साफसफाई करण्याचा अनुभव नव्हता; पण दाखवले तर शिकले असते. घरकामाचा भरपूर अनुभव गाठीशी होताच. घराची सफाई छोट्या प्रमाणात आणि ऑफिसची अनेक पटीने जास्त, एवढाच काय तो फरक होता.

''मी नोकरीसंबंधी कोणाशी तरी बोलते आणि मग तुला काय ते सांगते. मला जमेल तेवढं करीन. कदाचित तुझं काम होऊनही जाईल.'' ती म्हणाली.

हा विषय संपल्यावर आम्ही दोघी सटरफटर गप्पा मारत बसलो. पॉलिन, पॅटसी, माझा भाऊ कार्लटन ह्यांच्याविषयी बोलणे निघाले. कार्लटन आणि अँजेलाच्या मुलाची – लुईची – चांगली दोस्ती होती. कॉफी पीत होतो तेवढ्यात अँजेलाचा नवरा स्वयंपाकघरात आला. मला पाहून 'हॅलो क्लेअर' म्हणून तो तसाच परत बाहेर गेला. अँजेलाने तोंड वाकडे केले. तिचा नवरा वेस्ट एंडला रात्री कुठेतरी शेफचे काम करत होता. तिला तो फारसा आवडत नसे. कारण तो कायम 'तिच्या मुलांवर' ओरडत असे. रात्रीच्या जागरणांमुळे तो दिवसा झोपा काढायला बघायचा आणि त्यावेळी त्याला शांतता हवी असायची. मुलांनी जराही गडबड केली की तो त्यांच्यावर तोंडसुख घेत असे. तीन बेडरूमच्या फ्लॅटमध्ये राहणाऱ्या चार आडदांड मुलांनी चूप बसून राहणे अशक्यप्राय होते. नवरा मुलांवर सारखा चिडतो हे अँजेलाला सहन होत नसे. तिचे मुलांवर आणि त्यांचे तिच्यावर अतीव प्रेम होते.

मिस्टर फ्यूएन्टिसचे व्यक्तिमत्त्व लक्षवेधी होते. डोक्यावर गोल टक्कल होते. टकलाच्या मागील बाजूस ह्या कानापासून त्या कानापर्यंत केसांची बारीक किनार होती; पण पुरुषाला टक्कल असले तरी चालते. त्वचेचा रंग अँजेलासारखाच होता; पण उंची पाच फूटदेखील नव्हती. पोक काढून चालायचा. अँजेलाच्या मुलांवर खेकसत नसेल तेव्हा स्वत:शीच काहीतरी पुटपुटत राहायचा. काहीसा गुबगुबीत आणि तुंदिलतनू होता तो. आखूड पाय, पण वरचे अंग बरेच लांब अशी त्याची शरीरयष्टी होती. चालत असताना तो हात अजिबात हलवत नसे. त्याचे हात बरेच लांब होते. ते गुडघ्याच्याही खाली पोहोचत. तो अतिशय विचित्र दिसत असे. अँजेला कधीही त्याच्याशी डोळ्याला डोळा देऊन बोलत नसे. फक्त त्याच्या दिशेने बघून ती बोलायची. तो झोपलेला असला वा घरात नसला की तिला बरे वाटे. अँजेलाची चारही मुले – लुई, रिचर्ड, इव्हान आणि टेरी – बापाला फारसा मान देत नसत. तेही आईच्या पावलावर पाऊल टाकत होते. गप्पा मारत मारत आमची कॉफी घेऊन झाली. पुन्हा लवकरच भेटू या, असे म्हणत आम्ही एकमेकींचा निरोप घेतला.

मैदान-ए-जंग

१९७२

आजचा सोमवार काही खासच होता. शाळेत दुपारचे जेवण फारच मस्त होते. सहसा सोमवारी न मिळणारे रोस्ट पोटॅटो, यॉर्कशायर पुडिंग, दाट रस्सेदार दोन प्रकारच्या भाज्या... आहाहा! वाटाणेही होते; पण त्यांना फारशी मागणी नसे. साहजिकच उरलेल्या वाटाण्यांचा लगद्यासारखा पदार्थ उद्याच्या जेवणात मिळणार, हे नक्की होते. रोली-पोली जॅम पुडिंग आणि गुठळ्यांचे कस्टर्ड किंवा ब्रेड-बटर पुडिंग आणि कस्टर्ड. आम्ही कस्टर्ड बाजूला सारून फक्त पुडिंग खायचो.

माझ्या मैत्रिणींमध्ये सतत भांडणे होत. दोघींची भांडणे झाली की त्यांच्यात अबोला सुरू होत असे. त्यानंतर दोघींच्या बाजूचे दोन गट पडायचे. मला साराच मूर्खपणा वाटे. कोणीही माघार घ्यायला तयार नसे. त्यामुळे आपली बाजू लंगडी पडेल असे दोन्ही गटांना वाटत असे. ह्यावेळी लिझी लॉक आणि ब्रेंडामध्ये भांडण सुरू होते. मला कारण माहिती नव्हते; पण दोघींनी आपल्या बाजूला चार जणी खेचून घेतल्या होत्या. म्हणजे दोन्ही गटांमध्ये पाच-पाच खेळाडू झाले! दोन्ही शत्रुपक्ष समोरासमोर बसले होते, पण एकमेकांशी अजिबात न बोलता. मी तटस्थ होते.

"माझ्या रोस्ट पोटॅटोच्या बदली तुझ्यातलं थोडंसं रोली-पोली देतेस का?" असे मी लिझला विचारल्यावर तिने 'हो' म्हटले. 'यॉर्कशायर पुडिंग हवंय का' असे ब्रेंडाला विचारल्यावर 'फक्त अर्धं दे.' असे ती म्हणाली.

तिला अर्धे पुडिंग देऊन उरलेले मी खात होते तेवढ्यात लिझीच्या पक्षातील एक मुलगी ओरडली, "लबाड दुतोंडी कुठली!" मी तिला काही बोलणार त्या आधीच ब्रेंडाच्या गटातून आवाज आला, "त्यांची खबरी आहे ती!"

हळूहळू दोन्हीकडून माझ्या नावाने शंख होऊ लागला 'महाधोकेबाज,' 'हलकट,' 'दलाली खाणारी.' हे आणि ते! माझ्यावर दोन्ही बाजूंनी ही जी आगपाखड चालली होती त्याचे कारण– मी कोणा एकीची बाजू घेत नव्हते. दोन्ही पक्षसदस्यांची संख्या समान असल्याने मी बाजू घ्यावी म्हणजे आपले पारडे जड होईल असे दोघींनाही वाटत होते.

'गँग'मध्ये सामील झाले नाही तर परिणाम वाईट होतील अशा धमक्या मिळाल्याने मी कमालीची घाबरून गेले. ब्रेंडाच्या बाजूच्या मुली माझ्यापेक्षा मोठ्या होत्या. त्याच जास्त दादागिरी करत होत्या. तरीही न डगमगता मी त्यांना 'चूप बसा' म्हणाले, एकीकडे जेवतही होते. तेवढ्यात लिझीच्या चमच्यांनी टोमणे मारायला सुरुवात केली. आता मात्र खूप झाले, असे ठरवून मी माझी प्लेट घेऊन दुसऱ्या टेबलावर जाऊन बसले. रोली-पोली खाऊन झाले तशी मी प्लेट घेऊन बाहेर निघाले. 'कुत्री' कोणीतरी ओरडले, 'नंतर बघून घेऊ तुला.' मी मुकाट्याने चालत राहिले, तोच एक जण मागून आली आणि तिने दाणकन माझ्या डोक्यावर फटका हाणला. हातातली प्लेट पडून तिचे तुकडे झाले. कोणी हल्ला केला हे पाहीपर्यंत ती मुलगी पसार झाली. दोन्ही गँगच्या मुली माझ्या फजितीला खदाखदा हसत होत्या.

शाळेच्या मैदानात मी आमच्या नेहमीच्या कोपऱ्यात उभी राहून मैत्रिणींची वाट पाहू लागले; पण दोन्ही गँग दोन कोपऱ्यात गेल्या. सर्वांना तिरस्कार करण्यासाठी नवीन लक्ष्य मिळाले होते– मी!

सुट्टीत बहिणींनाही भेटले, पण त्यांच्याशी कशाविषयीच फारसे बोलले नाही. वर्गात जाण्यासाठी मी रांगेत उभी राहिले. सारे जण शिस्तीत वर्गाच्या दिशेने चालू लागले. जे काही घडले होते त्याविषयी माझे विचारचक्र जोरात चालू होते. लिझ माझी खूप चांगली मैत्रीण होती. तिच्या प्रत्येक अडचणीत मी तिला मदत केली होती. एकदाही तिच्याविरुद्ध गेले नव्हते. तिच्याशी भांडले नव्हते. त्यामुळेच ती मला 'दगाबाज, लबाड' म्हणाली, ह्या गोष्टीचे मला फार आश्चर्य वाटले. एवढ्यात तीच माझ्याजवळ आली. म्हणाली, "झाल्या गोष्टीबद्दल मी तुझी क्षमा मागते; पण मला तेव्हा कळलं नाही काय करावं ते."

"मी तुला मुळीच दोष देत नाही," मी तिचे समाधान केले. असे बोलत आम्ही वर्गाकडे जात होतो तेवढ्यात गँगमधल्या एका मुलीने माझ्या मागून डोक्यावर जोराचा बुक्का मारला. एका तासात डोक्यावर झालेला हा दुसरा आघात. मला असह्य वेदना होत होत्या. बुक्का असा जोरदार होता की तोल जाऊन मी पडलेच. पडता पडता भिंतीवर कपाळ आपटले.

कशीबशी मी मागे पाहून दातओठ खात उभी होती. यापूर्वी माझे ब्रेंडाबरोबर एकदाही वाजले नव्हते. मी भांडकुदळ नव्हतेच मुळी. वयाच्या मानाने मी खूप बारीक होते. उंचीही चार फूट दहा इंच, म्हणजे इतर मैत्रिणींपेक्षा कमीच होती. ब्रेंडा आणि लिझी ह्या दोघी मात्र माझ्यापेक्षा बुटक्या होत्या. मला धमकावणाऱ्या ब्रेंडाच्या जाड्या चमचीकडे दुर्लक्ष करून मी वर्गाकडे चालू लागले. लिझी माझ्याबरोबरच होती. चमची माझ्याकडे पाहत ओरडली, "ए मूर्खे, शाळा सुटल्यावर गेटच्या

बाहेर ये. बघून घेईन.'' पुन्हा माझ्या खांद्यावर ठोसा लगावून मी काही बोलण्यापूर्वीच आपल्या टोळीबरोबर ती पसार झाली. मला मारून, धमकावून ती आपली नेतेगिरी सिद्ध करत होती!

''तुला बरं वाटतंय ना?'' लिझीने सहानुभूतीने माझा हात पकडून विचारले. साऱ्या प्रकारामुळे मी कमालीची गोंधळून गेले होते; पण बाकी मी ठीकच होते. मला चिंता दुसऱ्याच गोष्टीची होती. शाळा सुटल्यानंतर युद्धाला तयार राहा, असे आव्हानच मला मिळाले होते. मला मारामारी करायला आवडतच नव्हते, पण सर्वांसमोर हे आव्हान देण्यात आल्यामुळे ते स्वीकारले नाही, तर माझी मलाच लाज वाटली असती. लिझीला आर्टच्या वर्गात जायचे असल्याने ती गेली. मी इंग्रजीच्या वर्गाकडे निघाले. ती जाडी चमची बाकीच्या गँगबरोबर माझी वाट पाहत वाटेतच उभी होती. त्यांना पाहून मी चांगलीच टरकले.

''ओये, तू... ए बेअक्कल,'' तिच्याकडे लक्ष न देता मी चालू लागले. तशी ती अधिकच चिडली, ''ओये, मी तुझ्याशी बोलतेय, मूर्ख मुलगी! मी बोलत असताना चाललीस कुठे?''

ती मोठ्या रुबाबात माझ्याजवळ आली. तिच्याबरोबरच्या चमच्या 'तिला सोडू नको, चांगली ठोकून काढ' असे म्हणून तिला उत्तेजन देत होत्या. कालपर्यंत ह्या साऱ्या माझ्याही मैत्रिणी होत्या! जाडी माझ्या छातीवर ढोसत म्हणाली, ''मी काय म्हणाले ऐकलंस ना?''

''मला नीटसं आठवत नाही, नेमकं काय म्हणलीस?'' मी उसन्या अवसानाने म्हणाले.

''शाळा सुटल्यानंतर... तू आणि मी.'' असे म्हणून ती चालू लागली. जाता जाता ओरडली, ''तुझी वाट पाहते.''

इंग्रजीचा धडा खूप रंजक होता– 'ऑस्कर वाईल्ड आणि त्याचे लॉर्ड बोसी बरोबरचे संबंध.' नंतर गणिताचा वर्ग होता. संपूर्ण दुपारभर डोक्यावर पडलेल्या फटक्यांमुळे मला असह्य वेदना होत होत्या. अजिबात बरे वाटत नसल्याने, शाळा सुटली तशी बहिणींचीही वाट न पाहता मी तडक घरी गेले. द्वंद्वयुद्धाच्या आव्हानाचाही मला साफ विसर पडला होता.

घरी पोहोचल्यावरही माझा अस्वस्थपणा कमी होईना. मान धरली होती, पाठ दुखत होती. मला एकूणच बरे वाटत नव्हते. गृहपाठही न करता मी लवकरच झोपी गेले. सकाळी नेहमीप्रमाणे आम्ही तिघी शाळेत गेलो. कॅम्बरवेल न्यू रोड ओलांडून गेलो तर जाडी आणि दुसऱ्या मैत्रिणी माझी वाट पाहत शाळेबाहेर उभ्याच होत्या; पण माझ्या बहिणींना पाहून त्या आत पळाल्या. कुंपणाजवळ उभ्या होत्या, पण आम्ही जवळून गेलो तरी काही बोलल्या नाहीत. मी हळूच मागे वळून पाहिले,

तेव्हा जाडीने गळ्यावर आडवा हात फिरवून मग तोच हात माझ्याकडे रोखला. ती मला खतम करणार तर! मला तिचा इशारा समजला होता.

जेवणाच्या सुट्टीपर्यंत मी त्यांना कसेबसे टाळले. दुपारी मी पुडिंग खात असताना कोणीतरी वाटाण्याचा लगदा माझ्या अंगावर फेकला. मी पाहिले तर जाडी माझ्याकडे बघून उपहासाने हसत होती. मी तिच्याकडे दुर्लक्ष करून खाली मान घालून जेवत राहिले. जाडीने चेकाळून गाजरे, कोबीचे तुकडे, प्लमच्या बिया असे बरेच काही माझ्यावर फेकले. लिझी आणि दुसऱ्या मैत्रिणी हा तमाशा पाहत होत्या; पण कोणी काही बोलले नाही.

रोज जेवणानंतर मी मैदानावर जात असे, पण तिथे त्या माझा छळवाद करायला टपून असणार हे माहिती असल्याने मी मुलींच्या टॉयलेटमध्ये घुसून बसले. पाय वरती घेऊन सीटवर मी बेल होईपर्यंत बसून राहिले. बेल वाजली तरीही थोडा वेळ थांबून मगच मी बाहेर पडले. नसता धोका मला पत्करायचा नव्हता. तीन वाजत आले. शेवटचा तास चालू होता. आता काय होणार अशी धाकधूक माझ्या मनात सुरू झाली. मी शक्कल लढवून सरांना चिठ्ठी लिहिली. 'शाळा सुटल्यानंतर मला मारणार आहेत.' हात वर करून मी सरांचे लक्ष वेधले आणि त्यांना जवळ बोलावल्यानंतर ती चिठ्ठी त्यांच्या हाती दिली. त्यांनी चिठ्ठी वाचून मला वर्गाबाहेर बोलावले, "काय प्रकार आहे?"

"ती जाडी मला शाळा सुटल्यावर मारणार आहे." सरांनी कारण विचारताच मी सारी हकिकत त्यांना सांगितली.

"तू घाबरू नकोस. मी बघतो काय करायचं ते!" सर म्हणाले.

चार वाजता मी घरी जायला निघाले. वाटेत दोन्ही गँगच्या मुली उभ्या होत्या. मी त्यांच्याजवळून जाताना वेग कमी केला. नजर टाकली तर जाडी कुठे दिसली नाही.

बाकीच्यांमध्ये तिची जागा घेण्याएवढी हिंमत नव्हती. त्या फक्त लांबून पाहत होत्या. माझ्या मनावरचे मणामणाचे ओझे झटकन उतरले. मी आनंदाने घरी आले. जाडीला शाळेनंतर थांबायला सांगितले होते असे मला नंतर कळले. नेमके कशासाठी हे समजले नाही, पण फक्त अर्ध्या तासासाठी तिला थांबवून ठेवले होते. मला घरी निसटायला तेवढा वेळ पुरेसा होता.

दुसऱ्या दिवशी जाडीने सारवासारव करायचा प्रयत्न केला, "काल शाळा सुटल्यानंतर मी निघणार तोच एका टीचरने मला बोलावले. मी अर्धा तास त्यांची वाट पाहत होते त्यानंतर ते आले, पण मला नेमके कशासाठी थांबवलेय हेच त्यांना आठवेना! त्यानंतर मी तुला शोधत होते, पण तोपर्यंत तू घाबरून पळ काढला होतास. केवळ म्हणूनच तू वाचलीस; पण आज तुला सोडणार नाही." ती

दिवसभर माझ्याकडे खुनशी कटाक्ष फेकत होती, धमकावत होती; पण मी काहीही प्रतिसाद दिला नाही. एकदा तर ती अगदी जवळ येऊन म्हणाली, ''आज रात्री...'' तेव्हाही तिला ढकलून द्यायची ऊर्मी मी दाबून टाकली.

चार वाजता शाळा सुटल्यानंतर त्या सरांनी मला, ''तुमची भांडणं मिटली का?'' असे विचारले. मी 'हो' म्हणून बॅग भरली आणि घरी निघाले. जाडी आणि तिच्या चमच्या कुठेच दिसल्या नाहीत. मी सुटकेचा भलामोठा निःश्वास टाकला आणि बसस्टॉपकडे निघाले. अर्ध्या रस्त्यात पोहोचले तोच अचानक रस्त्यात उभ्या असलेल्या लॉरीच्या मागून जाडी पुढ्यात येऊन उभी ठाकली. एकामागून एक साऱ्याच जणी बाहेर पडल्या. जाडी फारच पिसाळली होती. माझ्यावर तिने हल्ला चढवला. किंचाळत, धमक्या देत ती मला ढकलत होती, बाकी साऱ्या जणी प्रोत्साहन देत होत्या. एकूण वीस ते तीस मुली आणि थोडी मुलेही आमच्याभोवती गोळा झालेली होती. मारामारी बघायला नेहमीच गर्दी जमायची!

जाडी आणि गँगमधल्या इतर मला ढकलत होत्या. ओढाताण करत होत्या. त्या गोंधळातच मी ओरडले, ''मी लढणार आहे.'' सारेजण शांत झाले. मी काय म्हणतेय हे ऐकण्यासाठी सर्वांनी कान टवकारले.

''मला लढायचंय.'' मी किंचाळले.

''अच्छा? चल मैदानात.'' जाडी त्वेषाने म्हणाली.

''मला त्यासाठी तयारी करायचीय.''

''काहीतरी सबबी काढू नकोस.'' असे म्हणून जाडीने मला एक ठोसा मारला.

मी माझा ब्लेझर काढून त्याची व्यवस्थित घडी केली. टाय आणि ब्लेझर खाली जमिनीवर ठेवले. मग मी जंपरही काढून एका मुलीकडे दिला.

ह्यानंतर मी व्यायाम करायला सुरुवात केली. मोठा देखावा करत मी हात ताणणे, उड्या मारणे असे विविध व्यायामप्रकार अजिबात घाई न करता करायला घेतले. एव्हाना सगळ्यांचा आवाज बंद झाला होता. शनिवारी टीव्हीवर मी कुस्तीचे कार्यक्रम बघायची, त्यावरून मी दोन गोष्टी शिकले होते. एक म्हणजे मारामारी सुरू करताना चढाई करणे महत्त्वाचे असते आणि दुसरी महत्त्वाची गोष्ट म्हणजे प्रतिस्पर्ध्याला आश्चर्याचा धक्का देऊन गोंधळून टाकणे गरजेचे असते. माझे उड्या मारणे, हातपाय ताणणे यामुळे जाडी काय करावे हे न कळून माझ्याकडे पाहत राहिली. आता मी दोन्ही मुठी वळवून हात चेहऱ्यासमोर धरले. कॅशियस क्ले बॉक्सिंग करताना अशीच पोझ घ्यायचा. मग दोन्ही हात चेहऱ्याच्या जवळ घेऊन मी उजव्या हाताने हवेत ठोसे मारायला लागले. नजर जाडीवर होती. एवढे पुरेसे होते. आता आश्चर्याचा धक्का द्यायची वेळ आली. दोन्ही पायांमध्ये साधारण वीस इंचाचे अंतर ठेवून मी उभी राहिले. मग डावा पाय मागे वळवला आणि पाय

गुडघ्यातून दुमडले. जाडी हा प्रकार पाहून अवाक झाली; तीच नव्हे, तर गँगच्या सर्व सदस्यांची आश्चर्याने बोलती बंद झाली होती. एकीकडे मी डाव्या-उजव्या हातांनी हवेमध्ये धडाधड ठोसे मारणे चालू ठेवले होते. ह्याला बॉक्सिंगच्या भाषेत 'जल्दी एक-दोन-तीन' म्हणतात. आता 'जायंट हेस्टॅक्स' म्हणाला तसा धक्का मारायची वेळ आली होती. दोन्ही पाय एकत्र जोडून मी बेडूक उडी मारली. एकीकडे हवेमध्ये ठोसे मारणेही चालूच ठेवले. अशा उड्या मारत मी जाडीच्या दिशेने निघाले. एव्हाना तिच्या चमच्या दूर पळाल्या होत्या. काहींनी भयचकित होऊन आ वासला होता. गुडघे वाकवून बेडूकउड्या मारत जाडीकडे जात डोळ्यांच्या कोपऱ्यातून मी लिझीकडे पाहिले. ती गाडीच्या बॉनेटवर चढून बसली होती. हातातल्या पुस्तकाने चेहऱ्याचा खालचा भाग तिने झाकून घेतला होता. तोंड झाकून ती मुरकुंड्या वळेपर्यंत हसत होती. हसून हसून डोळ्यांतून पाण्याच्या धारा लागल्या होत्या. गालांवरून ओघळणारे पाणी पुसताना मी तिला पाहिले म्हणून तर ती हसतेय हे मला समजले हाते.

बेडूकउड्या आणि बॅले नृत्याच्या हालचाली करत मी जाडीजवळ पोहोचले. तिचा चेहरा फोटो काढण्यासारखा झाला होता. तिच्यापासून साधारण आठ फुटांवर पोचल्यावर तिला आणखी धक्का द्यावा, असे ठरवून मी उजव्या हाताने समोरच्या काल्पनिक शत्रूवर जीवघेणा वार केला. उजवा हात मी इतका जोरात घुमवला की मी स्वत:भोवतीच एक गिरकी घेतली. मग पुन्हा उडी घेऊन पुढे आले; पण आता छोट्या-छोट्या उड्या घेत होते. जाडी अगदी एकटी पडली होती. सगळ्या मैत्रिणी माझा अवतार पाहून लांब पळाल्या होत्या. पोट धरून हसणारी लिझी गडबडा लोळत बॉनेटवरून खाली पडली.

"काय झालं ग घाणेरडे?" मी जाडीला विचारले. तिने मदतीसाठी नजर फिरवली, पण गँगच्या सर्व मैत्रिणी एव्हाना पासार झाल्या होत्या. मी तिच्या डोक्यावर जोरात बुक्का मारला, तिने माझ्या डोक्यावर मारला होता तसाच.

"ए घाबरट, बोल की." असे म्हणून मी तिच्या खांद्यावर जोरदार फटका मारला, तिने मारला होता तसाच. "गाजर आणि कोबीचे तुकडे फेकलेस ना माझ्या अंगावर... त्यासाठी हा फटका होता." मी म्हणाले.

ती पुतळ्यासारखी स्तब्ध उभी होती. "चल, हात उचल! लढ माझ्याशी." मी तिला म्हटले. तिने हात उचलले तशी मी तिच्या पोटावर गपदिशी गुद्दा मारला. ती कळवळली.

"ही माझी आयडिया नव्हतीच. मला भांडण नकोच होतं." ती रडवेल्या आवाजात म्हणाली.

लिझी जवळच उभी होती, पण ती काहीच बोलली नाही. जाडी खोटे बोलतेय

हे सर्वांनाच माहिती होते. मी, तसेच लिझीही हे जाणून होतो की जाडी हरली असती, तर यापुढे तिला नेतागिरी करता येणार नव्हती. सर्वांसमोर कचरा झाल्यावर तिला कोण विचारणार होते?

"चल सॉरी म्हण!" मी तिला फर्मावले.

"सॉरी." जाडी पराभूत आवाजात म्हणाली.

"तुला अजूनही मारामारी करायची खुमखुमी आहे? की पराभव मान्य आहे?"

तिने हार मानल्याचे कबूल केले, तशी मी उंचावलेली मूठ खाली केली. लिझीने तत्परतेने माझा ब्लेझर, टाय आणि बॅग उचलून आणून दिली. जिच्या हाती जंपर दिला होता ती मुलगी कधीच पळाली होती. लिझीने खाली पडलेला जंपरही उचलून माझ्या हाती दिला. जाडीही निघाली. तिच्या काही चमच्याही नाइलाजानेच तिच्याबरोबर गेल्या.

मी स्टॉपवर गेले आणि बस पकडून घरी पोहोचले. मधल्या गोंधळामुळे आज थोडा उशीर झाला होता. दुसऱ्या दिवशी शाळेत जाडी आणि तिच्या चमच्या कुठे दिसल्या नाहीत. जेवणाच्या सुट्टीत मी प्लेट भरून घेतली आणि एकटीच बसून खायला लागले. थोड्या वेळाने लिझी जवळ आली. 'बाजूच्या रिकाम्या जागेवर कोणी बसलंय का?' असे तिने विचारल्यावर मी 'नाही' म्हणाले. ती आणि तिच्या मैत्रिणी माझ्याशेजारी येऊन बसल्या. आणखी थोड्या वेळाने जाडीच्या गँगमधल्या काही मुलीही आमच्यामध्ये आल्या. जाडी एकटीच विमनस्कपणे जेवण चिवडत होती. मी तिला हाक मारून 'इथं यायचंय का?' असे विचारले. ती काहीशी घुटमळली. मग 'तुझी हरकत नसेल तर येते' असे म्हणून ती माझ्याजवळ येऊन बसली. आमच्या महायुद्धाविषयी कोणीही चकार शब्द बोलले नाही. ते संपले होते. भांडण विसरून पुढे जायचे होते.

हळूहळू पुन्हा आमची दोस्ती जमली. लिझीला गँगची नेता होण्यामध्ये फारसे स्वारस्य राहिले नव्हते. मला नेतृत्व करायला आवडेल, तसा प्रयत्न करून पाहू या असे माझ्या कधी डोक्यातही आले नव्हते. त्या घटनेनंतर जाडीने चांगलाच धसका घेतला असावा, कारण तिने पुन्हा कधीही माझ्याशीच काय, पण कोणावरही दादागिरी करायचा प्रयत्न केला नाही. उलट आम्ही दोघीही एकमेकींच्या चांगल्या मैत्रिणी बनलो.

आपकमाई

१९७२

अजूनही माझी केसांची समस्या फारच गंभीर होती. जाडीबरोबर मारामारी करतानाही आपला विग निघून पडेल की काय ह्याची मला सतत धास्ती वाटत होती. बाजाराजवळ, ब्रिक्स्टन पोलीस स्टेशनसमोर केशतज्ज्ञाचा दवाखाना होता. तिथे सल्ला घ्यायला गेले असताना त्यांनी कुठल्याही प्रकारचे आश्वासन दिले नाही. 'मायकेल जॅक्सनसारखे केस येतील का?' असे विचारता ते हसले. तो होकार समजून मीही खूष झाले. तथापि अनेक दिवसांच्या औषधोपचारानंतरदेखील फारसा फायदा झाला नव्हता हे त्यांनीही मान्य केले होते. 'काही काळ इलाज बंद ठेवून तुझ्या डोक्याला आराम देऊ या, विग घालणेही बंद कर आणि थोडा वेळ सूर्यप्रकाशामध्ये बसत जा' असा सल्ला त्यांनी दिला. विग घालायचा नाही ही कल्पना मला विशेष आवडली नाही. शाळा सुटल्यानंतर त्यांच्याकडे जायचे असले तरी मी शेवटच्या क्षणी टॉयलेटमध्ये जाऊन विग काढायची आणि मग आत जाऊन बसायची.

अशीच एकदा त्यांच्याकडे गेले होते, त्यांनी मला बाहेर उन्हामध्ये वीस मिनिटे बसायला सांगितले. अत्यंत नाइलाजाने मी जिना उतरून बाहेरच्या विटांच्या कठड्यावर जाऊन बसले. दवाखान्यात प्रवेश करण्यासाठी लोखंडी दार होते. बाजूला लहानसा बगीचा. सरळ समोरच्या बाजूला बस स्टॉप होता. तिथे कायम वर्दळ असे. विशेषकरून कॅनमधून बिअर पिणारे दारुडे नेहमीच तिथे आढळत. कधी ती वीस मिनिटे संपताहेत असा विचार करीत मी बसले होते, तेवढ्यात एक माणूस माझ्याजवळ आला. त्याच्या हातात बिअरचा कॅन होताच. ''तुझे केस कुठे गेले?'' त्याने उद्धटपणे विचारले.

मला टक्कल पडलेय हे तर दिसतच होते. त्याविषयी मुद्दाम विचारण्याची काय गरज होती? मी त्याच्याकडे दुर्लक्ष केले. अनोळखी आणि त्यातही दारुड्या माणसाला उत्तर देण्याची गरज नव्हतीच.

पण तो पिच्छा सोडायला तयार नव्हता, ''तुझ्या डोक्याला काय झालंय? उवा

झाल्या होत्या का?''

''मुळीच नाही,'' मी फटकन म्हणाले. तरीही त्याने माझा नाद सोडला नाही. त्याला माझ्याविषयी सहानुभूती वाटत होती किंवा हे उपहासाने विचारत होता असे नव्हते. केवळ कुतूहल म्हणून माझ्या टकलेपणाचे कारण त्याला जाणून घ्यायचे होते.

''काय झालं ते मलाही माहिती नाही. एकाएकी गळायलाच लागले.'' मी म्हणाले.

तो माझ्याजवळ आला आणि वाकून माझ्या डोक्याचे बारीक निरीक्षण करू लागला.

''फारसं काही घाबरण्यासारखं नाही.'' बिअरचा घुटका घेत तो म्हणाला, ''पण तसं चांगलंही दिसत नाही.'' काही समजायच्या आतच घाणेरड्या बोटांनी त्याने माझे थोडेसे केस उपटले. मी वैतागून 'चालता हो' म्हणून ओरडले. ''माझा हेतू वाईट नाही,'' तो मला समजावत म्हणाला. आता ह्याला करू तरी काय, असे मला झाले होते; पण मी तिथून हलले मात्र नाही. त्याचे बोलणे अजून संपले नव्हते. दवाखान्याकडे बोट रोखून तो म्हणाला, ''फुकट त्यांच्या नादी लागून वेळ वाया घालवू नकोस. माझा सल्ला ऐक. जिप्सी आहे मी. त्यांच्या उपचाराने काहीही फायदा होणार नाही हे लक्षात ठेव.''

त्याचे दात मोडके-किडके, घाणेरडे होते. कडेचे दोन दात पडले होते. बोलताना – विशेष करून हसताना – तोंड उघडल्यावर दातांमधील मोठमोठी भगदाडे डोळ्यात भरत होती. ताबडतोब डेंटिस्टची भेट घ्यायला हवी इतकी त्याच्या दातांची परिस्थिती वाईट होती.

''माझ्या बहिणीलाही तुळतुळीत टक्कल पडलं होतं.'' त्याचे गुऱ्हाळ चालूच होते. ''शोधूनही एकदेखील केस सापडला नसता; पण एका वर्षानंतर डोक्यावर केसांचं घनदाट जंगल तयार झालं. अतिशय सुंदर केस आले आणि तेही दाट, लांबसडक.''

''कशाने गेले तिचे केस?''

''विशेष काही नाही. नवऱ्याने थोबाडीत मारल्याचं निमित्त झालं. तेवढा मार ती सहज सहन करील असं वाटत होतं; पण ती खूपच घाबरली. तिने ते फारच मनाला लावून घेतलं असावं, कारण त्यानंतरच तिचे केस गळले. डोक्यावर एकही केस राहिला नव्हता.''

''मग केस पुन्हा आले कसे?''

''तिच्या आईची, तसंच तिच्या आईच्या आईची कृपा! कांदे आणि व्हिनेगरच्या उपायाने केस आले. अर्थात अत्यंत वाईट दर्प यायचा, पण केसांसाठी एवढा धोका पत्कारायलाच हवा.''

त्याच्याकडे पाहून स्त्रियांच्या केसांविषयी त्याला काही माहिती असेल अशी शंकादेखील आली नसती, पण मग त्याने हे सर्व सांगण्यात वेळ घालवला नसता. त्याच्या आज्या-पणज्या टकलावर काय उपाय करत हे मला सांगायची त्याला गरज नव्हती.

तरीही मी विचारलेच, "तू माझी चेष्टा करतोयस का?"

"लहान मुलीला कसं फसवीन? तुझं टक्कल पाहिलं म्हणून बोलायला आलो, उपाय सांगितला. मी मूर्ख वाटत असलो तरी सांगितलेला इलाज करून बघ. तुला नक्कीच फायदा होईल. मग माझे आभार मानशील."

एवढे बोलून तो धडपडत, झोके खात बस स्टॉपच्या दिशेने गेला. कसातरी स्टॉपजवळ पोहोचला, पण शेवटी तोल जाऊन तिथल्या खांबावर डोके आपटले. खाली पडता पडता त्याने खांब पकडला आणि त्या आधाराने उठून उभा राहिला. एवढे झाले तरी त्याने पुन्हा बिअरचा घुटका घेतलाच. तेवढ्यात बस आली. तसाच पडत-धडपडत तो बसमध्ये शिरला. बस निघाली आणि माझ्या केशतज्ज्ञाने निरोप घेतला. बिअर कॅन हातात होताच!

मी खिशातून विग बाहेर काढला, इकडे-तिकडे बघत कोणाचे लक्ष नाही हे पाहून डोक्यावर घातला आणि घरी गेले. वाटेत थांबून चार कांदे आणि मॉल्ट व्हिनेगरची बाटली विकत घेतली. गृहपाठ संपवून मी कांदे चिरले, त्यामध्ये व्हिनेगर मिसळले, हवाबंद डिशमध्ये ठेवून दिले. डिश बेडच्या खाली सारून ठेवली. तीन दिवस प्रयोग करून पाहायचे असे मी ठरवले.

अजून आठवडा संपला नव्हता, तोच माझ्याकडचे पैसे संपले. 'रोझेस' मधला पगार तीन दिवसांनी, शनिवारी, मिळणार. तोपर्यंत काय? एका पगारात खरोखर भागत नव्हते. नोकरीचे काय झाले हे विचारावे, म्हणून मी अँजेलाच्या घरी गेले. ती घरीच होती. लुई आणि रिचर्ड – तिची जुळी मुले – बाहेर खेळत होती. मला पाहिल्यावर तिने ताबडतोब चहाला पाणी ठेवले.

"आई दुसरीकडे राहायला गेलीय; घरात मलाच खर्च करायला लागतोय; आता तर खायचे वांधे झालेत; शाळेमध्ये जेवण मिळतं म्हणून बरंय, नाहीतर उपाशी राहायची पाळी आली असती..." ही माझी करुण कहाणी ऐकून अँजेला विचारात पडली.

"तुझी आई म्हणजे अत्यंत दुष्ट बाई आहे! क्लेअर, तुला कधीपासून नोकरी हवीय?" तिने विचारले.

"लवकरात लवकर मिळाली तर बरं होईल."

"देते तुला नोकरी. सोमवारी तू माझ्याबरोबर चल; पण खूप लवकर निघावं लागेल. मी सकाळी सव्वापाच वाजता तुला घ्यायला येते."

मी होकार दिला. सहा ते आठ वाजेपर्यंत काम करायचे. नंतर शाळेत जायचे. तिथल्याच टॉयलेटमध्ये मला तयार होता येईल असे ती म्हणाली. सुरुवातीचे काही दिवस तिच्याबरोबर काम शिकून घ्यायचे होते. त्यानंतर मात्र मला एकटीनेच काम करावे लागेल असे तिने स्पष्ट केले. शाळेच्या युनिफॉर्मवरच ओव्हरऑल घालायचा, म्हणजे उशीर झाला तरी चटकन तो काढून ठेवून सरळ शाळेत जाता येईल, असेही तिने सुचवले. 'मी मन लावून काम करीन. माझं खरं वय कोणालाही सांगणार नाही, तसंच मी अजूनही शाळेत आहे, हेही कळू देणार नाही,' असे आश्वासन मी अँजेलाला दिले. मला नोकरी देऊन अँजेला मोठाच धोका पत्करत होती. तिला तोंडघशी पाडायचे नाही, हे मी पक्के ठरवले.

शनिवारी रोझेसमध्ये दिवसभर खूप गर्दी होती. सतत गिऱ्हाईक येत असल्याने मीही कामातच होते. गल्ला ओसंडून भरल्याने इलिनपण खूष होती. दुपारनंतर वर्दळ जास्तच वाढली. दुकान बंद करायच्या वेळी शेवटचे गिऱ्हाईक निघाले, तेव्हा आम्ही सर्वांनीच सुटकेचा भला मोठा निःश्वास टाकला. त्या दिवशी अतिशय दमल्यामुळे असेल, रात्री मला भयानक स्वप्न पडले. आई माझ्या स्वप्नात आली. माझ्या खोलीत येऊन, केवळ तिलाच जमायचे त्या खास पद्धतीने माझी स्तनाग्रे ती पिरगळत होती. जाग आली तेव्हा मी प्रचंड घाबरले होते. घामाने नाईटड्रेस चिंब भिजला होता. खोलीत नजर टाकली पण आई नव्हतीच. स्वप्नच होते तर! मी छाती चाचपून पाहिली. स्तनाग्रे अजूनही शाबूत होती. कुशीवर वळून मी शांतपणे झोपी गेले.

सोमवारी भल्या पहाटे अलार्मच्या आवाजाने मी जागी झाले. मी ताडकन उठले, दात घासून तोंड वगैरे धुतले, जे काही चार-पाच केस डोक्यावर होते ते विंचरले, वरती विग घातला. युनिफॉर्म चढवला. टाय आणि ब्लेझर पिशवीत भरले. सॉक्सऐवजी काळ्या रंगाच्या विणलेल्या जाड टाईट्स घातल्या. लोकरी काळी हॅट आणि वरतून घट्ट स्कार्फही बांधला. कडाक्याची थंडी असल्याने एवढी तयारी करायलाच लागली. हातमोजे घालून मी अँजेलाची वाट पाहत कॉटवर बसून राहिले. सव्वापाचला येईन असे ती म्हणाली होती, पण पाच वाजून वीस मिनिटे झाली तरी तिचा पत्ता नव्हता. मी पुढच्या खोलीत जाऊन खिडकीतून डोकावून पाहिले. शेवटी पाच-पंचवीसला सुंदर अँजेलाचे आगमन झाले. तिनेही लोकरी हॅट घातली होती. तिला पाहताच मी पिशवी उचलून घराबाहेर पडले. बाहेर अजूनही काळोख होता. प्रथमच एवढ्या पहाटे मी अशी बाहेर निघाले होते. अर्थात चर्च डिस्कोनंतर आईने आम्हा तिघी बहिणींना रात्रभर घरात घेतले नव्हते, तो प्रसंग याला अपवाद होता.

मी काहीशा चिंतेने तिची वाट पाहत होते हे अँजेलाला समजले. ''क्लेअर,

मी तुला घ्यायला येत नाही असं तुला वाटलं ना? सॉरी. त्या माझ्या नालायक नवऱ्यामुळे उशीर झाला. अत्यंत मूर्ख, मठ्ठ आहे तो.'' नवऱ्याला शिव्या घालत ती पुन्हा एकदा मला सॉरी म्हणाली. मी आनंदाने तिच्या हातात हात गुंफला आणि आम्ही बसस्टॉपकडे निघालो. स्टॉपवर ओव्हरऑल घातलेल्या, स्कार्फ बांधलेल्या स्त्रियांची हीऽऽ गर्दी उसळली होती. थोड्याच वेळात बस आली. ट्रॅफलगार स्क्वेअर स्टॉपला आमच्याबरोबरच बहुतेक साऱ्या जणी उतरल्या. रस्ता ओलांडून आम्ही नॉर्थ अंबरलँड अॅव्हेन्यूच्या दिशेने चालू लागलो. अजूनही काळोखच होता. थंडीही खूप होती. मी अँजेलाच्या हात पकडून, तिला चिकटूनच चालत होते. आम्ही वेस्ट एंड भागात होतो.

एका भव्य पण अनाकर्षक दिसणाऱ्या इमारतीमध्ये अँजेला कामाला होती. तिने किल्ल्या घेतल्या, ओव्हरऑल घातला. दोघींनी दोन बादल्या, दोन पोतेरी, एक झाडू, झटकणी आणि हूव्हर असे सगळे गोळा केले आणि लिफ्टमधून चौथ्या मजल्यावर गेलो. तिथे उजव्या बाजूला खूप मोठा कॉरिडॉर आणि त्याच्या दोन्ही बाजूला ऑफिसच्या रांगा होत्या. ही सर्व ऑफिसेस तुला साफ करायची आहेत असे अँजेला म्हणाली तेव्हा मी जवळजवळ बेशुद्धच पडले!

''शाळेत जाण्यापूर्वी इतकं सारं करणं शक्यच नाही,'' मी तक्रारीच्या सुरात म्हणाले.

''मी तुझ्या मदतीला आहे ना? मी दाखवते काय करायचं ते.'' अँजेला मला धीर देत म्हणाली, ''दोन तासांत सहज सारं काही होऊन जाईल. शिवाय तुला फक्त अर्धा कॉरिडॉरच साफ करायचाय. दुसऱ्या बाजूची साफसफाई करायची जबाबदारी अन्य कामगाराकडे आहे.''

आम्ही पुरुषांच्या टॉयलेटमध्ये पोतेरी आणि झटकणी ठेवली. मी सफाई करतानाचे कपडे घातले आणि कामाला लागले. भली मोठी काळी प्लास्टिकची पिशवी मला देऊन अँजेला म्हणाली, ''सगळ्या ऑफिसेसमधले कचऱ्याचे डबे, अॅश-ट्रे फटाफट ह्यामध्ये रिकामे कर आणि ही पिशवी लिफ्टच्या बाजूला ठेवून दे. तिने दुसऱ्या बाजूने सुरुवात केली आणि दोघी जवळजवळ एकाच वेळी कॉरिडॉरच्या मध्ये भेटलो. कचरा साफ झाल्यानंतर स्त्रिया आणि पुरुषांच्या टॉयलेटमधल्या कचऱ्याच्या आणि सॅनिटरीच्या टोपल्या रिकाम्या केल्या. टॉयलेट पेपर आणि नॅपकिन बदलले. ते संपल्यानंतर पोतेरी, बादल्या आणि व्हिम घेऊन आम्ही टॉयलेटवर हल्ला चढवला. ती घासूनपुसून चकचकीत केली. पॅनमध्ये डोमेस्टॉस टाकून ठेवले. शेवटी खालची जमीन पुसून घेतली. पायांचे ठसे उमटू नयेत म्हणून मागे सरकत पुसत होतो. सगळे लाकडी सामान पुसून, डेस्क पॉलिश केली. गालिच्यांवर हूव्हर फिरवला. खुर्च्या व्यवस्थित ठेवल्या. दोघी शिस्तीत एकामागून

एक कामे उरकत होतो. जाता जाता कॉरिडॉरदेखील हूव्हर करत होतो. अँजेला सूचना देत होती, मार्गदर्शन करत होती. मी काम बरोबर करतेय की नाही ह्यावर नजर ठेवत होती. दोन तासांमध्ये एवढी सारी कामे उरकली यावर विश्वासच बसत नव्हता.

साधारण सात वाजून चाळीस मिनिटांनी मी आणि अँजेलाने प्रत्येक ऑफिसात जाऊन काम व्यवस्थित झाल्याची खात्री करून घेतली. अँजेलाने माझ्या कामाला प्रशस्तिपत्र दिले. ''जमलं तुला. यापुढे आणखी चांगलं करशील,'' तिने शाबासकी देत म्हटले. सात पन्नासला कचऱ्याचे डबे तळमजल्यावरच्या कचऱ्याच्या खोलीत नेऊन ठेवले. झाले सारे! स्त्रियांच्या टॉयलेटमध्ये मी स्वच्छ तोंड धुतले. टाईट्सला चिकटलेली धूळ झटकली. आता निघायला हरकत नव्हती.

''बघितलंस ना? सोपं होतं की नाही?'' अँजेला म्हणाली. दोन-तीन दिवस ती माझ्याबरोबर काम करणार होती. तोपर्यंत मी व्यवस्थित तयार होईन असे तिचे म्हणणे पडले. ते ऐकून माझा जीव भांड्यात पडला. म्हणजे हे काम मला मिळाले तर! बस स्टॉपवर पोहोचलो तरीही मी युनिफॉर्मवर घातलेला ओव्हरऑल काढला नव्हता. ऑफिसजवळ मला कोणी शाळेच्या युनिफॉर्ममध्ये पाहिले तर नसती आफत ओढवली असती! तो धोका पत्करायला नको म्हणून मी अजूनही ओव्हरऑल तसाच ठेवला होता. दोघीही बसमध्ये चढलो. वॉलवर्थ रोडजवळ आलो तशी अँजेला म्हणाली, ''क्लेअर, तुला आधी चांगली बातमी ऐकायचीय की वाईट?''

''चांगली बातमी.'' मी चटकन म्हणाले.

''चारच दिवसांनी तुला पगार मिळेल. आहे की नाही छान बातमी?''

''आणि वाईट बातमी काय आहे?''

''उद्या सकाळी आजच्याच वेळी तुला घ्यायला येते!'' यावर दोघीही खदाखदा हसलो. त्याच स्टॉपला ती उतरली. मी तशीच पुढे, कॅम्बरवेल गेटला गेले. जराशी लवकरच शाळेत पोहोचले होते. बाजूच्याच निर्जन गल्लीत जाऊन कपडे बदलले. टाईट्सवर चिकटलेली धूळ सोडली तर मी ठीकठाक दिसत होते. माझा मायकेल जॅक्सन विग काढून चांगला झटकला. मग सुलटा करून डोक्यावर घट्ट बसवला. विगमुळे माझे डोके उबदार तर राहायचेच, पण दुसरा मोठा फायदा म्हणजे कांदा आणि व्हिनेगरचा उग्र दर्पही त्याखाली दबून राही. केस गळायचे थांबले होते हे खरे असले तरी त्याचा वास अतिशय भयंकर होता. माझ्या स्कूल बॅगमध्ये मी एक स्वस्तातले अत्तर ठेवले होते. पूर्वी एक विक्रेती ॲव्हॉनची अत्तरे विकायला आईकडे आली होती, तेव्हाचे हे अत्तर. एवढे काही खास नव्हते; पण कांदे व्हिनेगरच्या वासापेक्षा ह्याचा वास कितीतरी बरा होता. अत्तर विगवर फवारले तेव्हा थोडे माझ्या नाकातही गेले आणि खोकल्याची मोठी उबळ आली. माझ्याभोवती गुलाबांचा सुगंध

दरवळत होता. लव्हेंडरचाही असू शकेल. अशी सुगंधी होऊन मी शाळेत गेले.

शाळेत दिवस चांगला गेला. तीन मोठे सॉसेज, मॅश पोटॅटो, वाटाणे, रस्सा असे चमचमीत जेवण होते. बहिणीही भेटल्या. आदल्या रात्री त्या आईकडे राहायलाच होत्या. छान मजेत होत्या. त्यांच्याशी जास्त काही बोलावेसे वाटत नव्हते. आईची खबरबात विचारावी अशीही इच्छा नव्हती. मग बोलणार तरी काय? शाळा सुटल्यानंतर तडक घरी गेले. झटपट काहीतरी खायला बनवले आणि गृहपाठ करायला घेतला. पहाटेपासून जागी होते, त्यामुळे एव्हाना मी पूर्णपणे थकून गेले होते. चटकन झोपी गेले. सकाळी लवकर उठायचे होते.

आज ऑफिस सफाईच्या कामाचा बाऊ वाटला नाही. न सांगताच मी कचऱ्याचे डबे रिकामे करून कामाला सुरुवात केली. दोघींनी मिळून सात चाळीसपर्यंत सर्व कामांचा फडशा पाडला. आता मला एकटीला काम जमेल, असा अँजेलाला विश्वास वाटत होता. "उद्या तू अर्ध्या बाजूचा कॉरिडॉर कर. गरज लागलीच तर मी मदत करीन." असे ती म्हणाली. कचऱ्याच्या पिशव्या खाली नेऊन ठेवायच्या हे शेवटचे काम. ते करताना रोज भल्या पहाटे उठायचे, वाघ मागे लागल्यासारखे धावायचे, कामे उरकायची ह्या गोष्टीचा मला रागच यायला लागला. इतर मुलांप्रमाणे मलादेखील उशिरा उठायला मिळाले असते तर किती छान झाले असते! उठून तयारी करून शाळेत जायचे, बस! शिवाय एवढी जीव तोडून मेहनत करतेय, त्याचे पैसे किती मिळणार हेही मला माहिती नव्हते. अर्थात अँजेला सुपरवायझर असल्याने मला फसवणार नाही ह्याची खात्री होती. मला योग्य मोबदला मिळेल ह्याची खबरदारी ती नक्कीच घेईल ही एक जमेची बाजू होती.

पण ह्या भानगडीमध्ये माझे अभ्यासाकडे दुर्लक्ष होत होते. खूप कमी गुण मिळू लागले. गृहपाठदेखील मी कसाबसा पूर्ण करून द्यायची. त्यामुळे शिक्षकांनाही काळजी वाटू लागली. घरी सर्व सुरळीत होईपर्यंत असेच चालणार हे मला माहिती होते. शाळेत शिक्षकांना सध्या मी एकटीच राहते, आई मला टाकून गेलीय, त्यामुळे माझ्या खाण्यापिण्याची सोय मीच बघते, ह्या सर्व गोष्टींची अजिबात कल्पना नव्हती. मी सांगणारही नव्हते.

गुरुवारी काय झाले कोणास ठाऊक! एकही काम धडपणे होईना. कचरा टाकणे, धूळ पुसणे, पॉलिश, हूव्हर ही कामे मी चटचट उरकण्याचा प्रयत्न करत होते, पण सात चाळीस झाले तरी पॉलिश आणि हूव्हर ही कामे बाकी होती. कामे कुठपर्यंत आली आहेत हे पाहायला आलेली अँजेला माझ्या पोतेऱ्यावर अडकून धडपडली. आज कामे का उरकली नाहीत हेच मला समजेना. एव्हाना मी सफाईकामात चांगली पारंगत झालेय असे मला वाटत होते. एकंदर परिस्थिती पाहून अँजेलाने हूव्हरने ऑफिसेस साफ करायला घेतली. मी बाकीची सफाई करून

कचऱ्याच्या पिशव्या घेऊन खाली उतरले. पुन्हा वर येईपर्यंत डझनभर ऑफिसेस अँजेलाने साफ केलीदेखील. सर्व उरकायला साडेआठ झाले. ऑफिसचे कर्मचारी येण्यास सुरुवात झाली होती. माझा चिंताग्रस्त चेहरा पाहून अँजेलाला माझी दया आली. ती माझे सांत्वन करीत म्हणाली, ''तू बिलकूल काळजी करू नकोस. हळूहळू जमेल तुला, सरावाने चटचट करशील कामं.'' शाळेत जेमतेम वेळेवर पोहोचले. वर्गातही लक्ष लागत नव्हते. चक्क दोन वेळा डुलक्याही काढल्या!

दुसऱ्या दिवशी अँजेलाबरोबर निघाले ती निश्चय करूनच– आज भराभर हात चालवून सर्व कामे वेळेवर संपवीनच. बाकीच्या जुन्या, वयाने मोठ्या कामवाल्यांप्रमाणे काम करणे आपल्याला जमत नाही हे मला अपमानास्पद वाटत होते. 'मी आज एकटीने सर्व ऑफिसांची सफाई करू का?' असे अँजेलाला विचारले. 'तू अजून नवशिकी आहेस तुला एवढ्यात सर्व जमणार नाही. जमेल तसं कर.' असे ती म्हणाली. दोघींनी मिळून सर्व कामे वेळेवर संपवली. आज पगाराचा दिवस. मी कचऱ्याच्या पिशव्या टाकायला गेले तेव्हा अँजेला मुख्य ऑफिसात पगार आणायला गेली. परत येऊन तिने माझ्या हाती एक पाकीट दिले. माझा पगार चौदा पौंड! बस स्टॉपकडे जाता जाता, ''आईला कधी भेटली होतीस?'' असा प्रश्न तिने केला. ''आठवत नाही,'' मी म्हणाले. अँजेलाने 'काय बाई आहे' अशा अर्थाने मान हलवली ''आणि पॅटसी-पॉलिन? त्या कधी भेटल्या?''

''शाळेत भेटतात ना; पण घरी कधीमधीच असतात.'' 'मला सर्वांनी वाऱ्यावर सोडलंय' असे अँजेलाला वाटत असावे, पण मला त्याची पर्वा नव्हती. स्वतःची काळजी घ्यायला मी समर्थ होते.

शाळेत शुक्रवारच्या जेवणात नेहमी फिश आणि चिप्स असायचे. शिवाय कस्टर्ड (गुलाबी किंवा पिवळं) आणि जॅम टार्ट. वा! मस्त मेजवानीच! त्यात उद्या शनिवार, म्हणजे सकाळी लवकर उठून धडपडत कामालाही जायला नको. मला आनंदाचे भरते आले. घरी परतताना आंनद साजरा करण्यासाठी जेलीबिन घेतल्या. मग आपणच आपले लाड पुरवायचे असे ठरवून ॲपल ड्रॉप्सचे पाकीटही खरेदी केले. मनाप्रमाणे काहीही करायचे स्वातंत्र्य मिळाल्याने मी खूष होते.

टबमध्ये खूप वेळ मस्त अंघोळ करायची म्हणून मी गॅस मीटरमध्ये पैसे टाकून पाणी गरम केले. कित्येकदा, बराच वेळ टबमध्ये गरम पाण्यात डुंबत राहावं अशी इच्छा होत असे. आज ती पूर्ण झाली. पाणी थंड झाले की प्लग काढून मी ते वाहून जाऊ देत होते आणि पुन्हा गरम पाणी घेत होते. हा उद्योग बराच वेळ केला. आपकमाईचे पैसे असल्याने, ते वाया घालवू नकोस, असा दम देणारे कोणी नव्हते.

रात्री झोपेपर्यंत माझ्या बहिणी आल्या नाहीत. सकाळी रोझेसमध्ये कामाला निघाले तोपर्यंतही त्या आल्या नव्हत्याच. मला हायसे वाटले. रोझेसमध्ये काम

मिळाले म्हणून मी स्वत:ला फार नशीबवान समजत होते. तिथे माझे छान बस्तान बसले होते. सर्वांना मी आवडत होते. सर्वांसाठी चहा करणे, ईलिनसाठी सँडविच घेऊन येणे, हँगरला अडकून वा अन्य कारणामुळे कोणाचे टाईट्स फाटले तर पटकन विकत आणणे अशी छोटी-मोठी कामे मी आनंदाने आणि व्यवस्थितपणे करत होते. कामाच्या निमित्ताने घराबाहेर पडायला मिळत होते, चारचौघांशी भेट होत, होती नवनवीन फॅशनविषयी माहिती मिळत होती, सुंदर सुंदर ड्रेस कमी किमतीत मिळत होते... 'रोझेस' सर्व दृष्टीने छान होते. आकर्षक, आधुनिक ड्रेसेसमध्ये वेळ घालवायचा आणि शिवाय त्यासाठी पगारही घ्यायचा. मला हे काम खूपच आवडत होते.

शनिवारी रात्री बऱ्याच उशिरा माझ्या बहिणी अवतीर्ण झाल्या. इतका वेळ कुठे होतात?– असे विचारण्याच्या भानगडीत मी पडले नाही. त्यांच्याकडे चक्क दुर्लक्षच केले. माझ्या खोलीतून बाहेरही आले नाही वा जेलीबीन्स आणि ॲपल ड्रॉपदेखील त्यांना दिले नाहीत. गेल्या तीन महिन्यांपासून आईने माझी विचारपूस केली नव्हती, मला भेटायलाही आली नव्हती. नवीन घरी फक्त मलाच बोलावले नव्हते. अर्थात मलादेखील तिच्याकडे जायची इच्छा नव्हती, पण नुसते एकदा 'ये' म्हणून सांगितले असते, तर बरे वाटले असते इतकेच!

एक-दोन आठवड्यांनंतर पहाटेच्या सफाईकामाचा मला चांगलाच सराव झाला. अँजेलाच्या मदतीशिवाय मी सारी कामे व्यवस्थित करत होते. अँजेला नेहमी मला घ्यायला यायची, पण ती सुपरवायझर असल्यामुळे काही वेळा तिला दुसऱ्या ठिकाणी जावे लागे, कधी ती नेहमीपेक्षा लवकरही जायची. अशा वेळी मी एकटी जात असे. स्टॉपवर कामाला जाणाऱ्या अन्य बायकाही असायच्या. त्या सगळ्या माझ्याशी खूप चांगल्या वागत असत. रांगेत शेवटी जाऊन उभी राहा असे त्या कधीही मला सांगत नसत. लोकरीची हॅट आणि वर स्कार्फ बांधल्यामुळे माझे खरे वय समजायचे नाही. मी इतकी लहान, शाळकरी मुलगी असेन असे वाटत नसे. सोमवार ते शुक्रवार सकाळी सफाईची कामे, शनिवारी ड्रेस विकायचे काम आणि रविवारी चर्चनंतर घरकामे, अशी सारी कामे ठरून गेली होती. गृहपाठदेखील वेळेवर पूर्ण करून मी जात असे. कित्येक वेळा सफाईची कामे संपल्यावर ऑफिसमधल्याच एखाद्या छान पॉलिश केलेल्या मोठ्या टेबलाशी बसून शाळेत जायची वेळ होईपर्यंत मी गृहपाठ करून टाकत असे.

एकदा संध्याकाळची गोष्ट, अर्थातच घरामध्ये मी एकटी होते. परीक्षा जवळ आल्याने मी अभ्यास करीत बसले होते. अचानक कोणीतरी घरामध्ये आल्याचा आवाज ऐकू आला; पण हे कसे शक्य होते? घरात आम्ही तिघीच होतो आणि आम्ही कधीही कोणालाही घरी आणत नसू. मला बहुधा भासच झाला असावा; असे

म्हणून मी अभ्यासाला लागले. परीक्षा सहाच आठवड्यांवर आली होती. चांगले गुण मिळवायला हवे होते.

इंग्रजी भाषा, इंग्रजी साहित्य आणि धर्म ह्या विषयांची उजळणी झाली. दुपारपासून मी अभ्यास करत होते. वेळ कसा गेला ते समजलेही नव्हते. थोडी विश्रांती घ्यावी, काहीतरी खायला बनवावे असा विचार करून मी पुस्तके आवरून ठेवली. तेव्हाच मी पुन्हा कसलातरी आवाज ऐकला. चोरबीर घुसलाय की काय घरात? माझ्या काळजाचा ठोका चुकला. नक्कीच कोणीतरी घरात शिरले होते. आवाज होऊ नये म्हणून अत्यंत काळजीपूर्वक फर्निचर सरकवल्याचा आवाजही आला. नंतर अचानक दरवाजा उघडल्याचा आणि बंद केल्याचा आवाजही ऐकू आला.

भीतीने माझी बोबडीच वळली. आरडाओरडा करू, गुपचूप बसून राहू की रडू, हे काहीच मला समजेना. दार बंद करून कडी लावून घ्यावी का? मी घरामध्ये आहे हे कळणारही नाही. माझ्या खोलीत मी सुरक्षित राहीन... मी खुर्चीही दाराला लावून ठेवली आणि तिच्यावरच बैठक ठोकली. असे किती वेळ बसायचे, असा विचार करत असतानाच पुन्हा एकदा दाराची उघडझाप झाली. मघाशी बाहेर गेलेली व्यक्ती पुन्हा घरात आली होती. जिना चढल्याचा आवाज ऐकू आला. मी कान देऊन ऐकत होते. पावले माझ्या खोलीकडेच येत होती. खोलीतला दिवा चालूच आहे हे लक्षात आले तसा मी तो फटकन बंद केला. पावलांचा आवाज थांबला. ती व्यक्ती माझ्या दाराबाहेरच उभी होती. मी श्वासदेखील रोखून पुतळ्यासारखी स्तब्ध बसले होते. एवढ्यात मी नेमकी की होलसमोरच बसलेय आणि त्या व्यक्तीने की होलमधून डोकावून पाहिले तरी मी सहज दिसू शकेन हे माझ्या ध्यानात आले. अरे बाप रे! दारामागे टांगलेला ड्रेसिंग गाऊन मी थोडासाही आवाज न करता की होलवर टाकून दिला. तोच ती व्यक्ती वाकून की होलमधून बघण्याचा प्रयत्न करतेय हे मला जाणवले. मला जवळजवळ लघवीच झाली असती एवढी मी प्रचंड घाबरले होते. अजूनही पलीकडून कोणीतरी बघण्याचा प्रयत्न करत होते. मी अनंत काळापर्यंत श्वास रोखून धरला. ते कमी होते म्हणून की काय, ती व्यक्ती दाराचे हँडलही फिरवायला लागली. आता मात्र माझ्यावर बेशुद्ध पडण्याचीच पाळी आली. अंथरुणात लघवी करून करून मी गेली अनेक वर्षे इतरांना त्रास देत होते, त्याची शिक्षा म्हणून देवाने यमदूतांना माझ्याकडे पाठवलेय, याची मला खात्री पटली. दाराचे हँडल पूर्ण शक्तिनिशी फिरवायचा, दार जोरात ढकलून उघडायचा प्रयत्न चालू होता. मी अत्यंत मनोभावे देवांची प्रार्थना करू लागले. “देवा, मी यापुढे कधीही अंथरुणात लघवी करणार नाही. मी तुझ्या कामात ढवळाढवळ करणार नाही. भक्तिभावाने, आदराने तुझं नाव घेईन. देवा... देवा, माझं रक्षण कर.”

माझी प्रार्थना देवाने ऐकली असावी, कारण अचानक दारावरचा दाब कमी

झाला, दूर जाणाऱ्या पावलांचा आवाज ऐकू आला, मध्येच ती पावले थबकली आणि मग जिना उतरल्याचा आवाज आला. पुढच्या दाराजवळ ती व्यक्ती गेली, पुन्हा फर्निचर सरकवल्याचा आवाज आला. कोणी काहीही बोलले नाही. 'हॅलो, कोणी आहे का घरात? वरती आहे का कुणी?' वगैरे काहीच नाही. फक्त पावलांचा आवाज. भीतीने दातखीळ बसलेली मी कितीतरी वेळ तशीच बसून होते. आता पुढे काय होतेय असा विचार करत असताना शेवटी आवाज थांबला. पुढचे दार उघडले आणि बंद झाले. एव्हाना मी घामाघूम झाले होते. दाराला घट्ट टेकून ठेवलेल्या खुर्चीवर बसून पावलांची चाहूल घेत होते, पुन्हा ती व्यक्ती येऊ नये अशी मनोमन प्रार्थना करत होते. खूप वेळ असाच गेला. कसलाही आवाज येत नव्हता; पण मी खुर्चीवरून हलले नाही. 'पुन्हा ती व्यक्ती परतून आली तर' ह्या चिंतेमुळे मी तिथेच बसून राहिले. सारी संध्याकाळ मी त्या अवघडलेल्या स्थितीत डुलक्या काढत होते. कॉटवर जाऊन झोपावे का? की इथेच पहारा देत बसावे? असे विचार मनामध्ये थैमान घालत होते. त्यातच माझा डोळा लागला. जाग आली तेव्हा रात्रीचे साडेदहा झाले होते. शेवटी मी उठून कपडे बदलले. नाईटड्रेस चढवून कॉट ढकलत दारापुढे आडवी ठेवली आणि लाईट चालू ठेवून झोपी गेले.

दुसऱ्या दिवशी नेहमीप्रमाणे मी लवकर उठून कामावर जायला निघाले. शाळेच्या युनिफॉर्मवरच सैलसर गुलाबी रंगाचा झगा चढवला. अजूनही अंधारच होता. बारा नंबरच्या बसस्टॉपवर नेहमीचे चेहरे होते. एप्रन घालून, कर्लर लावून कामावर निघालेल्या बायका. स्टॉपवर नेहमी उत्साही, आंनदी वातावरणात असे. बस आली तशी साऱ्या जणींनी नेहमीप्रमाणे मला आधी चढायला दिले. एक जण खिदळत म्हणाली, 'Youth before beauty' – म्हणजे मी लहान मुलगी आणि बाकीच्या ह्या साऱ्या सुंदऱ्या! सहाला सात मिनिटे असताना मी ट्रॅफलगार स्क्वेअरला उतरले. झपाट्याने सफाई उरकून पावणेनऊला शाळेत पोहोचलेदेखील. छान! मी स्वत:चीच पाठ थोपटून घेतली.

शाळेत छोट्या सुट्टीत थोडेसे थकल्यासारखे वाटले म्हणून खुर्चीवर टेकले, तर चक्क झोपच लागून गेली. डोळे उघडले तर समोर शिक्षक उभे होते. मला बरे नाही असे त्यांना वाटले असावे. "नर्सकडे जातेस का?" त्यांनी काळजीने विचारले. मी 'नाही' म्हणाले, पण मी आजारी मुलांसाठी असलेल्या खोलीत जाऊन थोडी झोप काढावी, असे त्यांचे म्हणणे पडले. पडत्या फळाची आज्ञा मानून मी तिथे जाऊन झोपले. जेवायच्या वेळी मला जाग आली. जेवून मला पुन्हा झोपायला पाठवण्यात आले. 'तुला बरं वगैरे नव्हतं का?' असे नर्सने विचारल्यावर 'तसं काही नाही, पण जरासं बरं वाटत नाही. सकाळपर्यंत ठीक होईन.' असे मी उत्तर दिले.

जेवणानंतर मला वर्गात जायची परवानगी मिळाली. भूगोल विषय शिकवणे चालू होते. फ्रेंचच्या शिक्षकांनी उशिरापर्यंत बसण्याची शिक्षाही दिली. माझे हातपाय एव्हाना चांगलेच दुखू लागले होते. खरे तर मी कधीही वर्गात झोपत नसे, पण रात्रीच्या गोंधळामुळे मी अतिशय थकून गेले होते. घरात नेमके कोण आले होते, हे अजूनही मला समजले नव्हते. घरी गेल्यानंतरदेखील युनिफॉर्म काढल्यानंतर मी थोडा वेळ झोपूया म्हणून आडवी झाले. थकल्यामुळे लगेच डोळा लागला.

पण अचानक मला जाग आली. घरात मी एकटी नाही असे मला का वाटत होते कोणास ठाऊक! माझ्या बहिणीही घरात नव्हत्या, कारण त्या असत्या तर मला त्यांची चाहूल लागली असती. मग माझ्या मनात अशी विचित्र भावना का निर्माण व्हावी? माझ्या खोलीचे दार किंचित उघडे होते. बाहेर कोणाचीतरी सावली दिसत असल्याचा मला भास झाला. माझे डोळे खाडकन उघडले. थोडीही हालचाल न करता मी समोर पाहिले तर माझी आई तिथे उभी होती.

''हॅलो, मम्मी.'' मी हळूच म्हणाले.

ती काही न बोलता आत आली तिने खोलीभर नजर फिरवली. अजूनही ती काही बोलली नव्हती. ती घरात कशी काय आली? मी तर काहीही आवाज ऐकला नव्हता. पण शेवटी हे तिचेच घर आहे, तिला हवे तेव्हा ती येऊ-जाऊ शकत होती.

''माझ्या घरात तुला फुकट राहता येईल असं समजू नकोस.'' अखेर तिने तोंड उघडले. ''गॅसचं, विजेचं बिल भरायचं आहे. इथे राहायचा खर्च तुला द्यावा लागेल.''

काही न बोलणे हा उत्तम मार्ग असल्याने मी चूप बसले.

''गॅसचं बिल कोण भरणार? मी काय म्हणून भरू? मी काही इथे राहत नाही.'' आईचा तोफखाना सुरू झाला.

''कोण भरणार ते मला माहिती नाही पण माझ्याकडे पैसे नाहीत.'' मी म्हणाले.

''अच्छा? नोकरी करतेस ना? विजेचं बील कोण भरणार? रात्री उजेड हवाय ना? की आंधळी आहेस?'' आईने भडिमार केला.

''बिल कोण भरणार मला माहिती नाही. मी काय करू?''

''मी ते भरणार नाही हे नक्की. बिलाच्या रकमेच्या एक तृतीयांश पैसे तुला द्यावेच लागतील.'' आईने हिशेब केला.

''म्हणजे किती?''

आईने त्याचे उत्तर दिले नाही. मग म्हणाली. ''तू मला चौदा पौंड दे. नाही तर...''

''नाहीतर काय?''

''फक्त 'नाहीतर' एवढंच लक्षात ठेव.'' तिने धमकावले. ''मी परत येईन तोपर्यंत पैसे तयार ठेव.''

इतके पैसे मी कुठून आणणार होते? सफाईच्या कामाचे आणि शनिवारच्या नोकरीचे पैसे मिळत होते पण ते तर माझ्या उदरनिर्वाहावर खर्च होत होते. वरती विजेचे बिल भरायला पैसे मी कुठून आणणार होते? त्याचे उत्तर माझ्याकडे नव्हतेच. सध्या तरी आईचे बोलणे मनावर घ्यायचेच नाही. पुढे काय होतेय ते नंतर वेळ आल्यावर बघू, असेच धोरण स्वीकारायचे मी ठरवले.

हवे ते करण्याचे स्वातंत्र्य मला मिळाले होते आणि ते मला आवडतदेखील होते. फक्त भल्या पहाटे उबदार अंथरूण सोडून उठायचे जिवावर येत होते. थंडीत काळोखातच कामावर निघायला नको वाटत असे, पण त्याबद्दल मिळणाऱ्या पैशांमुळेच माझे बरे चालले होते, हेही विसरून चालणार नव्हते. मला खास मैत्रिणीही नव्हत्या. मैत्री करायला, वाढवायला वेळच कुठे मिळायचा? मैत्रिणी नसल्यामुळे मी एक अतिशय आत्मकेंद्रित मुलगी आहे असे समजले जात होते. पण मला तेच आवडत होते. इतरांशी जेवढ्यास तेवढे वागायचे, जास्त सलगी वाढवायची नाही, हेच मला बरे वाटे. आहे तशीच मी चांगली आहे, असे मला वाटायचे आणि आईला नेमकी तीच गोष्ट खटकायची. माझे एकूण सर्व वागणेच तिला आवडत नव्हते.

त्यानंतर एका आठवड्यानंतर आई पुन्हा आली. मी कॉटवरच बसले होते. तेवढ्यात खोलीत येऊन तिने विचारले, ''विजेचं बिल भरायला पैसे मागितले ते कुठे आहेत?''

''माझ्याकडे जास्तीचे पैसे नाहीत, शिवाय बिलं भरायची जबाबदारी माझी नाही. नाइलाज म्हणून मी इथे राहतेय.'' मी न घाबरता म्हणाले.

''तुला माझ्या घरात राहायचं असेल, तर माझे नियम पाळावेच लागतील, नाही तर इथून चालती हो. दरवाजा कुठेय हे तुला माहिती आहे.''

''पण मी बिल कशी भरू? आणि मी का म्हणून भरायचं?'' मीही हार मानणार नव्हते.

''माझ्या कॉटवरून उतर.''

''तुझ्या कॉटवरून म्हणजे काय?''

''तू ज्या कॉटवर लोळतेस ना, ती माझी आहे. चल ऊठ.''

अर्थात हे खरे असल्याने मी उठले.

''हे ब्लँकेटही माझं आहे.'' असे म्हणून तिने ब्लँकेट ओढून काढले. ''ती उशी बघितलीस?''

''हो.''

"तीही माझीच आहे. टाक इकडे."

"पण तू उशी घेतलीस तर मी कशी झोपू?" आता मात्र मला गप्प राहवेना.

"तोंड उचकटून बोल नकोस. मुकाट्याने उशी दे."

उशी उचलून मी तिच्या हाती दिली. तिने खिशातून प्लॅस्टिकची मोठी पिशवी काढली. उशी दाबून घड्या करून तिच्यामधली सर्व हवा काढून टाकली आणि ती घडी घतलेली उशी पिशवीत ठेवून दिली. ब्लँकेटची घडी करून ते खांद्यावर टाकले.

"तू माझ्या बिछान्यात झोपतेस, माझे ब्लँकेट पांघरायला घेतेस, माझ्या उशीवर डोकं ठेवून झेापतेस, माझा गॅस आणि वीज वापरून मस्त उबेमध्ये राहतेस, पण त्यासाठी पैसे मोजायची तुझी तयारी नाही. तुला सगळं फुकट हवंय का? बघतेच मी कशी पैसे देत नाहीस ते!" अशी धमकी देऊन आई दाणदाण पाय आपटत खाली गेली. घराबाहेर पडून तिने धाडकन दरवाजा बंद केला. मी धावतच खिडकीशी गेले. बाहेर डोकावून पाहिले तर आई खांद्यावर ब्लँकेट आणि हातामध्ये प्लॅस्टिकच्या पिशवीत भरेलली उशी घेऊन तरातरा चालली होती.

मी नेहमीप्रमाणे शाळेत जात होते. सफाईचे कामही करत होतेच. त्या पैशांमध्ये बसभाडे आणि बाकी गरजेच्या वस्तू घेणेच जेमतेम जमत होते. कामावर जाताना बसचा शाळेचा पास वापरता येत नव्हता.

शाळा असली की जेवायचा प्रश्न मिटे. प्लेटमध्ये घेतलेले सर्व पदार्थ संपवले की पोट तुडुंब भरत असे. दिवसातून निदान एक वेळ शाळेतच व्यवस्थित जेवण मिळायचे. प्लेट भरून जेवण मिळवण्यासाठी मी एक चलाखी करत असे. काही पदार्थांना फारशी मागणी नसे. सर्वांची जेवणे संपत आली तरी हे पदार्थ बरेच उरलेले असत. हे माहिती असल्याने पावणेदोनपर्यंत मी मोफत जेवणाच्या रांगेत थांबून राहत असे. 'एवढे सारे पदार्थ कसे संपवायचे' ह्या चिंतेत असलेली कुक बरेच पदार्थ माझ्या प्लेटमध्ये सुटकेच्या आनंदाने ढकलायची. गाजरे, कोबी, ब्रसेल्स स्प्राऊट, ब्रोकोली, कॉलिफ्लॉवर, शिवाय रश्शामधले मीट बॉल असा ढीग मी खात राहायची. एक वेळ असे भरपेट जेवायला मिळाले तरी भागायचे. सकाळचा नाश्ता म्हणजे चहाचे चार कप! मग संध्याकाळी उपास घडला तरी चालून जायचे.

बाकी सारे आयुष्य ठीकच चालले होते. शाळेत चांगली प्रगती होत होती. आईने एकदाही माझ्या शिक्षकांना भेटायची तसदी घेतली नसल्याने अभ्यासात मी उत्तम प्रगती करते आहे हे तिच्या गावीही नव्हते. 'मूर्ख, मठ्ठ क्लिअरी' केव्हाच मागे पडली होती. परीक्षा जवळ आल्या. माझी अभ्यासाची क्षमता अजमावण्यासाठी मी एक निर्णय घेतला. शाळेतून परतल्यानंतर मी तब्बल चार तास उजळणी करायला

लागले. त्यामुळे मी अतिशय थकून जात असे. तरीही शनिवारी रोझेसमधून. परतल्यानंतरही मी आनंदाने अभ्यासाला बसायची.

आईने येऊन धमकी दिल्याला दोन आठवडे उलटून गेले असावे. मी संध्याकाळी नेहमीप्रमाणे अभ्यासात मग्न होते. तेव्हाच पुढचे दार उघडल्याचा आवाज झाला. बहिणी त्यांच्या खोल्यांमध्ये होत्या. आम्हा तिघींशिवाय फक्त आईकडेच घराची किल्ली असल्याने आई आली हे मला समजले. ती तडक माझ्या खोलीवर आली.

''मग?'' तिने विचारले.

''मग काय?''

''बिलाचे पैसे कुठे आहेत?''

मी पुन्हा एकदा तिला समजावून सांगितलं, ''बिलाचे पैसे देण्याएवढे पैसे माझ्याकडे नाहीत आणि तेवढे पैसे मिळतील अशी पुसटशीही शक्यता नाही.''

''अच्छा! म्हणजे तुझा हिस्सा द्यायची तुझी तयारी नाही तर?'' असे म्हणून तिने मूठ आवळली आणि थाडकन माझ्या डोक्यावर मारले. खुर्चीत बसल्या बसल्या मी कोलमडले. दुसऱ्या बुक्क्याने मात्र खालीच कोसळले. हाताचा आधार घेऊन मी कसेबसे स्वत:ला सावरले. थोडा वेळ सुन्नपणे तशीच बसून राहिले.

''मग?'' आईला फक्त पैशांशी मतलब होता.

''माझ्याकडे खरोखरच पैसे नाहीत.'' मी हळू आवाजात म्हणाले.

''अच्छा!'' ती मान डोलावून म्हणाली. ''ठीक आहे. तुझ्यावर जबरदस्ती तर करता येणार नाही.'' असे म्हणून तिने कॉटवरची उरलेली पांघरुणे खेचून घेतली. ''अंथरुणात मुतायचं चालूच आहे ना?''

''नाही. थांबलंय आता.''

''खरं की काय?'' आई कुत्सितपणे म्हणाली. अर्थात खोलीमध्ये ओल्या चादरी, ब्लँकेट खरोखरच नव्हती. लघवीचा कुबट वासही येत नव्हता.

''स्वत:ला फार शहाणी समजतेस, नाही? इतर सर्वांपेक्षा स्वत:ला महान समजतेस...'' आई मला डिवचायला बघत होती.

''नाही. मी असं काहीही समजत नाही; पण मी अतिशय थकलेय. सकाळी कामावर जाण्यासाठी लवकर उठले होते. मला झोपायचंय.'' मी म्हणाले. खरोखरच आता माझ्या अंगात भांडण्याची, वादावादी करण्याची शक्तीच उरली नव्हती.

आई गादीवर घातलेली चादरही खेचू लागली, ''माझ्या गादीवर झोपायचं पण त्याचं भाडं द्यायचं नाही, हे मला चालणार नाही. फुकट काहीही मिळणार नाही लक्षात ठेव.'' तिने चेवाने खसकन चादर ओढली, तिचा बोळा केला आणि तो खिशात कोंबला. अर्थात तो खिशामध्ये मावणे शक्य नव्हतेच. चादरीचे मोठे टोक खिशाबाहेर लोंबत होते. तो प्रकार फारच हास्यास्पद दिसत होता. आईच्याही ते

लक्षात आले. कारण ती उगीचच काहीतरी प्रश्न विचारू लागली. "आता काय, चादरी, ब्लँकेट्स, उशी, अंथरुणं विकत आणणार वाटतं? पैसे कमवतेस ना?" एकूणच तिचे वागणे पाहून मी अवाक झाले होते. आई खाली उतरली आणि धाडकन दरवाजा आपटून निघून गेली. शक्य तितक्या लवकर ह्या घरातून मला बाहेर पडायचे होते. कायमचे.

आईच्या फेऱ्या त्यानंतर वाढल्या. ती रात्रीच येत असे. पुढच्या वेळी फर्निचर हलवण्याचा आवाज आला, त्यावरून हॉलमध्ये ती आल्याचं कळलं. मी खुर्चीत बसून तिची वाट पाहत होते; पण ती वर आली नाही. त्याचे कारण काही वेळातच मला समजले– मी अभ्यासाचे पुस्तक वाचत होते तोच अचानक वीज गेली. संपूर्ण घर काळोखात बुडाले. माझ्या आईचा नवीन पराक्रम होता तो. फ्यूजबोर्डावरचे सर्व फ्यूज काढून घेऊन ती निघून गेली होती! विजेवर चालणारे माझे घड्याळही बंद पडण्याच्या मार्गावर होते. आता मी सकाळी उठणार कशी? अभ्यास कसा करू? परीक्षेला केवळ तीन आठवडे उरले होते. मी हाका मारल्या, पण कोणीही उत्तर दिले नाही. अंधारात काहीच करता येत नव्हते. म्हणून मी झोपले. निदान माझी कॉट तरी तिने अजूनही नेली नव्हती!

सकाळी बरोबर पाच वाजता जाग आली. अंधारात चाचपडत, अंदाजानेच स्कूल बॅग भरली आणि तयार झाले. काळजीपूर्वक हळूहळू जिना उतरून खाली आले. आशेने दिव्याचे बटण लावून पाहिले, पण व्यर्थ.

गृहपाठ तपासून शिक्षकांनी शेरा मारला होता, 'घाईघाईत पूर्ण केलेला आहे, असे दिसते.' हे खरेच होते. संध्याकाळीही वीज नव्हतीच. त्यामुळे दुकानातून मेणबत्त्यांचा बॉक्स घेऊन आले. तीन मेणबत्त्या लावून त्या प्रकाशात मी गृहपाठ करायला सुरुवात केली. आईची फ्यूज परत लावून द्यायची मर्जी कधी होईल कोणाला ठाऊक! फोन करून विचारले असते. पण नकोच, तिने मला शिव्या घातल्या असत्या हे नक्की! असे ठरवून मी गप्प बसले. कधी ना कधी ती फ्यूज आणून बसवेलच!

गृहपाठ करून झाला. सोमवारसाठी बॅग भरून ठेवली. सोमवारी खेळाचा तास होता. त्यासाठी जिम स्कर्ट आणि टीशर्ट लागणार होता; पण ते कुठे असतील याची मला अजिबात कल्पना नव्हती.

कष्टाचे दिवस...

१९७२

बाबांना खूपच दिवसांत भेटले नव्हते. ते कदाचित मला राहायला जागा देऊ शकतील अशी मला आशा होती. त्यांच्या मालकीची बरीच घरे होती. शिवाय मला एक खोली पुरेशी होती. मिस केंशी संपर्क साधणे शक्य नव्हते. त्या कुठे असतात हेदेखील मला माहिती नव्हते. त्यांनी माझ्याशी प्रथम संपर्क साधला तरच आपणही त्यांना प्रतिसाद द्यायचा, असे मी ठरवले होते. मी त्यांना शोधायचा प्रयत्नही करणार नव्हते. मला त्यांना त्रास द्यायचा नव्हता. मिस लिंडसेने मला तिच्याजवळ राहू दिले असते, पण त्यामुळे बाबांना त्रास झाला असता. आईला तर मी नको होते, पण दुसऱ्या कोणी माझा संभाळ केलेलाही तिला खपत नव्हते. निदान एका बाबतीमध्ये आम्हा दोघींचे एकमत होते आणि ते म्हणजे स्वत:ची देखभाल करायला मी समर्थ होते. तिच्या मागील भेटीनंतर चादरी, उशी, ब्लँकेट वगैरे आपल्याच पैशांनी आणावे हे बरे असे मी ठरवून टाकले. निदान तेव्हा तरी ती या वस्तू काढून घेऊ शकली नसती. वीज आणि गॅस स्वस्त नव्हता. तेव्हा त्याचे पैसेही तिला देऊन टाकावेत असाही विचार माझ्या मनात आला. जुने कपडे आणि जुने टॉवेल एकत्र करून मी गादी बनवली. मला थंडी वाजत नसे, किंबहुना मला उकडायचेच; पण ह्या गादीवर झोपणे फार त्रासदायक होते. बटणे, फुगीर झालेले कापड, जुने कार्डिगन टोचायचे. त्यावर झोपणे हे सोपे काम नव्हते.

माझी केसांची समस्या अजूनही सुटली नव्हती. मात्र नीट निरखून पाहिले, तर हजारो छोटे छोटे केस उगवलेले दिसत होते. कांदे आणि व्हिनेगरवर बराच खर्च केला होता, त्याचा फायदा दिसून येत असल्याने मला खूप आनंद व्हायला हवा होता, परंतु त्याबरोबर भयंकर वासही सहन करावा लागत होता. रोज रात्री माझा मायकेल जॅक्सन विग काढून मी ते मिश्रण डोक्यावर थापून ठेवायची. मिश्रण मी बनवूनच ठेवले होते. तेदेखील त्याला साजेशा मोठ्या, कांद्याचे लोणचे ठेवायच्या बाटलीमध्ये. कांदा-व्हिनेगरचा दर्प केवळ माझ्या कपड्यांनाच नव्हे, तर माझी गादी, माझे डोके आणि सर्वदूर दरवळत असे. व्हिनेगारी वास माझा पिच्छा सोडत

नव्हता. केस बऱ्यापैकी वाढले की फक्त सुट्टीच्या दिवशीच मिश्रण लावायचे असे मी ठरवले होते.

ह्या सर्व काळात पॉलिन आणि पॅटसीबरोबर माझे अजिबात पटत नव्हते. भुताटकीच्या घरात वावरणाऱ्या भुतांप्रमाणे आम्ही तिघी राहत होतो. आमच्यात एकही समान दुवा नव्हताच. एकमेकींविषयी ओढ नव्हती. शाळेतही खूप ओढाताण होत होती. कितीही प्रयत्न केले तरी वेळच पुरत नसे. सर्वांचाच मला वीट आला होता. कधी एकदा या परिस्थितीत बदल होईल असे मला झाले होते. एकदा शाळा सुटल्यानंतर मी कदाचित बाबा भेटतील, ह्या आशेने दोनशे पंधरा कॅम्बरवेल न्यू रोडच्या घरी गेले. तिथे ते नव्हतेच. तिथून चालत मी विंधॅम रोडवर आणि तिथे बस पकडून वुलवर्थच्या दुकानात गेले. उशी घ्यायची होती ना! शेवटच्या दोन उश्या मळलेल्या होत्या म्हणून कमी किमतीमध्ये मिळत होत्या. किंमत माझ्या आवाक्यातील असल्याने मी एक विकत घेतली. ब्लँकेटही घ्यायचे होते, पण ते खूपच महाग होते. नशीब चांगले असेल तर एखादे जुने ब्लँकेट मला बाबांकडून मिळालेही असते. घरी गेल्यावर आधी उशी बाहेर काढली. थोडीशी झटकून ती फुलवली आणि गादीवर ठेवली. मग आनंदाने 'माझ्या' उशीवर डोके टेकून पहुडले. खूप वेळ तशीच पडून वाचत होते. नंतर कोपरे उशीवर ठेवून उपडी पडून गृहपाठही करून टाकला. मी स्वत:च्या पैशातून उशी विकत घेतली ह्याचा मला अभिमान वाटत होता, मोठी झाले असे वाटत होते. माझ्या एकाही मैत्रिणीकडे स्वत: खरेदी केलेली उशी नसणार, याची मला खात्री होती.

रविवारी आईने पुन्हा भेट दिली. आठही वाजले नव्हते. मी तर अजून उठलेही नव्हते, तेव्हा खाली हॉलमध्ये तिची चाहूल लागली. तिथून ती तरातरा स्वयंपाकघरात गेली. तिथे ती काय करत होती, देवालाच ठाऊक, पण मला कपाटांचे खण जोरात उघडून बंद केल्याचे आवाज ऐकू आले. माझ्या खोलीत तिचे आगमन होईपर्यंत मी कपडे घातले होते. कॉटवर बसून तिची वाट बघत असतानाच ती आत आली. काही न बोलता आम्ही एकमेकींकडे पाहत राहिलो. मग मीच म्हणाले, "हॅलो मम्मी." काहीच उत्तर न देता तिने खोलीत नजर फिरवली. माझ्या 'गादी' कडे रोखून पाहिले. जुन्या कपड्यांचे थर लावलेली गादी! ती पुढच्या क्षणी काय करेल ह्याचा अजिबात भरवसा नव्हता, त्यामुळे मी तिच्यावरची नजर हलवली नाही.

"माझे पैसे कुठे आहेत?" तिने सुरुवात केली.

"माझ्याकडे नाहीत. जेमतेम माझा खर्च भागवण्याएवढेच पैसे माझ्याजवळ आहेत."

"इथून केव्हा जाणार?"

"मी कुठे जाणार? मला इथून जायचं नाही, असं मुळीच नाही. तू म्हणतेस

तशी चालती व्हायला मी जागा शोधतेय पण ती मिळेपर्यंत मला इथेच राहावे लागेल.'' मी माझी असमर्थता व्यक्त केली.

यावर तिने मला निर्वाणीचा इशारा दिला, ''एकतर बिलाचे पैसे दे, नाहीतर आताच्या आता चालती हो.'' आता मात्र तिला थोडे तरी पैसे द्यावे लागणारच होते. ''मला थोडा विचार करायला वेळ दे.'' मी म्हणाले, तोच आईची नजर ड्रेसिंग टेबलवरच्या माझ्या पर्सवर पडली. झडप घालून तिने पर्स उचलली, त्यातले सगळे पैसे काढून घेऊन ती म्हणाली, ''तू विचार कर. तोपर्यंत एवढ्या पैशांवर मी चालवून घेईन.'' रिकामी पर्स तिने पुन्हा टेबलावर ठेवली.

''तू माझे सर्व पैसे घेतलेस तर मला कामावर जाता देणार नाही. बसभाडं कुठून देऊ? मग शाळेतही जाऊ शकणार नाही मी'' मी म्हणाले.

आईने खिशात हात घातला, इकडे तिकडे खुडबुड करून थोडी नाणी काढून टेबलावर टाकली. ''कामावर जायला एवढे पैसे पुरतील आणि नाहीच पुरले तर चालत जा.''

मी नाण्यांकडे नजर टाकली. दोन शिलिंग आणि सहा पेन्स! माझे सर्व पैसे घेऊन आईने माझ्यासाठी फक्त एकूण पंचवीस पेन्स ठेवले होते! पण तिच्याकडे दुर्लक्ष करून मी काहीही बोलले नाही. चूक माझीच होती. पर्स मी अशी उघड्यावर टाकायला नको होती. यापुढे तरी निदान काळजी घ्यायला हवी. पैसे घेऊन आई बाहेर गेली पण थोड्या वेळाने पुन्हा खोलीत आली.

''भाडं कधीपासून देणार आहेस?'' आईने नवीनच मुद्दा उपस्थित केला.

''मी भाडं देणार नाही. मी तेवढी मोठी नाही. तू मला राहायला घर द्यायलाच हवं.'' मीही माघार घेणार नव्हते.

आईला हे सर्व ऐकण्यात रस नव्हता. मी नोकरी करतेय आणि दर आठवड्याला मला पगार मिळतो एवढीच गोष्ट तिच्या लेखी महत्त्वाची होती.

''मला वाटतं आठवड्याचे तीन पौंड ठीक होतील. तसे कमीच मागतेय मी, पण पुढे बघू या. मी भाड्याचं पावतीपुस्तक घेऊन येते.'' मला असा धक्का देऊन आई गर्रकन वळून नेहमीप्रमाणे धाडकन दरवाजा बंद करून निघून गेली. विचाराने माझे डोके गरगरू लागले. आता हे भाड्याचे पैसे कुठून आणणार होते?

२१५ कॅम्बरवेल न्यू रोडच्या घरी बाबा भेटले नाहीत, म्हणून मी त्यांच्या ऑफले रोडवरच्या घरी गेले. थोड्या वेळाने ते आलेच. त्यांनी ओठांच्या कोपऱ्यात मोठी सिगारेट धरलेली होती. मला पाहून ते म्हणाले, ''कशी आहेस क्लिअरी?''

''छान आहे,'' मी उत्तरले. मी नेहमी छानच असते!

''महिनाअखेरपर्यंत आईला माझ्याकडून घरभाडं हवंय; पण माझ्याकडे पैसे

नाहीत.'' मी बाबांना सांगितले.

''तुझ्या आईचं डोकं फिरलंय. तू लहान आहेस. तू कशी काय भाडं भरणार? तू देऊ नकोस भाडं,'' जॉर्ज म्हणाले. 'मला राहायला कुठे जागा मिळेल का?' असे मी विचारता त्यांनी 'नाही' म्हटले, पण 'अगदीच नाइलाज असेल तर कुठेतरी सोय करीन.' असे आश्वासन त्यंनी दिले.

''मम्मीने फ्यूज काढून टाकलाय. घरात वीजच नाही.''

हे ऐकताच ते मोठ्याने हसले. ''कार्मेन ठार वेडी आहे.'' ते म्हणाले, यापलीकडे ते काहीच बोलले नाहीत. त्यांनीही हात झटकले. मला चॉकलेटसाठी म्हणून एक पौंड मात्र दिला. बस्स!

असेच दिवसांमागून दिवस आणि महिन्यांमागून महिने जात होते. रोज लवकर उठून कामावर जाताना खूप राग यायचा; पण एकदा बसच्या रांगेत उभी राहिले की कसा कोणास ठाऊक राग पळून जायचा. उत्साहाने कामाला लागायची. अँजेलाच्या म्हणण्यानुसार, माझे काम समाधानकारक होते. कोणाचीही तक्रार नव्हती. शनिवारी 'रोझेस'मध्ये काम करताना तर खूपच मजा येत होती.

आई क्वचितच कधीतरी फेरी मारायची. एखादे बिल भरायचे असेल वा भाडे घ्यायचे असेल तर मात्र ती यायचीच. भाड्याचे पावतीपुस्तक तिने माझ्याकडेच दिले होते. आठवड्याचे तीन पौंड मी कसेतरी करून तिला देत होते, तरीही तिचे समाधान झालेले नव्हते. एकदा मी शाळेतून परतले तो ती माझी वाट पाहत माझ्या खोलीत 'माझ्या' गादीवर बसून होती. मी शाळेची बॅग खाली ठेवली.

जराही वेळ वाया न घालवता तिने तोफ उघडली, ''फक्त तीन पौंड भाडं देऊन तुला इथे राहता येणार नाही. आठवड्याचे सहा पौंड द्यावे लागतील आणि ह्या महिन्याच्या सुरुवातीपासूनचं भाडं ह्याच हिशेबानं द्यायचं, महिनाअखेरीस मी चोवीस पौंड घ्यायला येईन. तयार ठेव आणि द्यायचे नसतील तर दुसरीकडे सोय कर.''

माझ्याकडे अर्थातच हे अधिकचे पैसे नव्हते. मी तिला तसे सांगितलेदेखील! यावर ती गादीवरून उठली आणि जवळ येऊन तिने थाडकन माझ्या डोक्यावर बुक्का मारला. ''पैसे तयार ठेव.'' ती पुन्हा म्हणाली.

''मी अजूनही लहान आहे, शाळेत जातेय. मला भाडं द्यायची गरज नाही, असं बाबांनी मला सांगितलंय.'' मी आईला सांगितले.

आईने पोटावर आणखी एक ठोसा मारला.

''तसं असेल तर त्याच्याकडेच जाऊन राहा ना! भाडंही द्यावं लागणार नाही.'' आई मला मारत होती तेव्हाच तिची नजर फळीवर ठेवलेल्या पाळीच्या दिवसांत वापरावयाच्या माझ्या टॅपॉनवर पडली.

''अच्छा, आता मोठी बाई झालीस तर! लहान नाहीस ना? मग स्वत:चा खर्च स्वत:च भागवायला शीक.'' टॅम्पॉन उचलून तिने त्यावर लिहिलेली सूचना वाचली आणि मला म्हणाली, ''टॉक्झिक शॉक सिंड्रोम होऊ नये, म्हणून काळजी घे हं!'' मग ते खाली न ठेवता तिने स्वत:च्या खिशात टाकले. नंतर ड्रेसिंग टेबलचा वरचा खण उघडला वरतीच सॅनिटरी नॅपकिन होते. ''हे कशाला? 'रेनी डे' साठी? पण बाहेर तर छान ऊन आहे. पाऊस पडत नाही.'' असे म्हणून तिने खिशातून प्लॅस्टिक पिशवी काढली आणि नॅपकिन आत टाकले. ''आता कमावतेस म्हणजे तू, आणखी घेऊ शकशील.'' तिने दुसराही खण उघडला. त्यामध्ये माझे कपडे होते. तिने एकामागून एक कपडे बाहेर काढले, बारीक निरीक्षण करून ते खाली जमिनीवर फेकले. खणामध्ये सर्वांत खाली अतिशय सुरेख कॅश्मीयरचे जंपर होते. कधीपासून थोडे थोडे पैसे वाचवून मी ते जंपर घेतले होते. तिने जंपर छातीला लावून आरशात पाहिले. फिक्या निळ्या रंगाचे जंपर तिला खुलून दिसत होते. तिने ते जंपरही पिशवीत टाकले. आता ती सर्वांत खालच्या खणाकडे वळली.

''क्लेअर, तुला एक गोष्ट सांगू? तुला जन्माला घातलं ती माझ्या आयुष्यातली सर्वांत दु:खद घटना होती. तुला आणि मलाही माहिती आहे की, त्याबाबतीत आता काहीच करता येणं शक्य नाही; पण ह्या गोष्टीचा मला जन्मभर पश्चात्ताप होत राहणार आहे. तुला माझं म्हणणं समजतंय ना, काळतोंडे? अंथरुणात मुतण्याचं काय? कोणीही सर्वसामान्य मुलीनं कधीच हा प्रकार थांबवला असता; पण तू? अजूनही चालूच आहे ना?''

मी काही उत्तर देत नाही, हे पाहून ती अधिकच चिडली. एका फटक्यात तिने माझा विग काढून गादीवर फेकला. मी उचलायला गेले, तर आईने चटकन तो उचलून आपल्या मांडीवर ठेवला.

''एकतर तू कमालीची कुरूप आहेस, अंथरुणात मुततेस. हे कमी झालं म्हणून तू अशी टकलू झालीस. शी:! एका आईने आपल्या मुलीचं काय काय म्हणून सहन करायचं?''

ह्यावरदेखील मी कोणतीच प्रतिक्रिया दिली नाही. तिच्याकडे पाठ फिरवून खाली बसले.

''मम्मी, वीज परत कधी चालू करणार ते सांगशील का?''

ह्याचे उत्तर न देता ती म्हणाली, ''माझ्याशी बोलताना उठून उभी राहत जा.'' मी उठले तशी तिने मेणबत्ती उचलून डोक्यावर एक फटका ठेवून दिला.

''क्लेअर, तुझं कुठे चुकतं माहितीय का? कधी गप्प बसावं हेच तुला कळत नाही. तिथेच तू मार खातेस. वीज पुन्हा चालू व्हावी, असं वाटत असेल तर त्यासाठी पैसे मोजावे लागतील.''

"पण तू तर माझ्या पर्समधून पैसे घेतले होतेस ना?'' मी तिला आठवण करून दिली. "तरीही तू फ्यूज लावला नाहीस, तर मला माझ्या टीचर सांगावं लागेल.'' माझीही सहनशीलता संपत आली होती. पण हे ऐकून ती प्रचंड पिसाळली. विगवर थयाथया नाचली, नंतर विगनेच तिने माझ्या तोंडावर फटाफटा मारले. मी मेणबत्या पेटवायला घ्यायची त्या काड्यांनी तिने विग जाळला आणि तसाच फायरप्लेसमध्ये कोंबला. ज्वाळा उसळल्या आणि माझा विग खाक झाला. जळके केस उडून आईच्या पायाशी पडले. खोलीभर प्रकाश झाला.

"पुरेसा उजेड झालाय ना? दिसतंय ना व्यवस्थित?'' आईने आसुरी आनंदाने विचारले.

काळा कोळसा झालेल्या माझ्या विगकडे मी सुन्न होऊन बघत होते. मला बाजूला ढकलून आई धडाधड जिना उतरली आणि धाडकन दरवाजा लावून गेलीसुद्धा!

विग वाचवण्याच्या पलीकडे जळला होता. विगशिवाय मी बाहेर तरी कशी जाणार होते? केस जरासे वाढले होते पण ते खुंट चांगले दिसत नव्हते. सकाळी कामावर जाताना अन्य बायकांप्रमाणे मीही स्कार्फ बांधला. कामं संपल्यानंतर शाळेत जाण्याऐवजी मी ब्रिक्स्टन मार्केटला गेले. एका दुकानात मायकेल जॅक्सन विग विकायला ठेवले होते. बरेच विग घालून पाहिल्यानंतर एक मला पसंत पडला. मला आता घालूनच जायचेय, असे विक्रेतीला सांगितल्यावर तिने विगला लावलेली लेबल आणि किमतीचा टॅग कापून विग मला दिला. पैसे देऊन मी शक्य तितक्या वेगाने शाळेत गेले. उशीर झालाच होता, काहीतरी सबब सांगून मी वर्गात जाऊन बसले.

परीक्षेचा निकाल लागला. मला खूप छान गुण मिळाले होते. शिक्षकांच्या अपेक्षेपेक्षा कमीच असले तरी काळजी करण्याइतपत कमी नव्हते. माझा दिनक्रम आता ठरून गेला होता सकाळी सफाईकाम, नंतर शाळा आणि घरी येऊन गृहपाठ. तसे ठीकच चालले होते. हवे तेव्हा बाहेर जाण्याचे स्वातंत्र्य होते. अर्थात मी कधीही जात नव्हते ही गोष्ट वेगळी, पण माझ्यावर नजर ठेवायला कोणीही नव्हते हे मात्र खरे!

महिनाअखेरीस आईचा फेरा येऊन गेला हे मला समजले. कारण शाळेतून परतले तेव्हा घरातले लाईट चालू होते. फ्यूज तिच्याकडेच होते, म्हणजे तिनेच ते लावले असणार. बहुधा ती माझ्या खोलीत किंवा दारामागे लपून बसली असावी असा विचार करत मी जिना चढले. तिने माझ्यावर झडप घातली नाही, पण ती माझ्या खोलीत आली होती हे मला सहज समजले, कारण खण उघडलेले होते. कपडे विस्कटून जमिनीवर टाकलेले होते. थोड्याशा मेणबत्त्याही नाहीशा झाल्या

होत्या. प्लॅस्टिकची एक पिशवी गादीवर पडली होती. ह्या वेळी आईने कोणकोणत्या वस्तूंवर डल्ला मारला होता कोणास ठाऊक! त्या कधीही परत मिळणार नाहीत हे माहिती असल्याने मी ते जाणून घ्यायच्या फंदातही पडले नाही. खिडक्याही सताड उघड्या होत्या. खोली थंडगार झाली होती. आईनेच खिडक्या उघडल्या असणार, कारण तिला माझ्या खोलीचा वास कधीही आवडत नसे, खोलीचाच नव्हे तर माझाही वास तिला आवडत नव्हता. सुस्कारा सोडून मी गृहपाठ करायला लागले. त्यानंतर दोन आठवड्यांनी आई पुन्हा उगवली. उशिराच आली असावी, कारण मी सर्व आटोपून झोपलेही होते. तिच्या चाहुलीने मला जाग आली. वाईट स्वप्नातून दचकून उठावे, तसे मी डोळे उघडले आणि ती खरोखरच समोरच उभी होती.

''भाड्याचे आणि बिलाचे पैसे घ्यायला आलेय.''

''आता? एवढ्या रात्री?'' किती वाजले हे पाहायला मी माझ्या मिकी माऊस घड्याळाकडे नजर टाकते तोच तिने नेम धरून माझ्या डोक्यावर लाथ मारली. दोन वेळा. नंतर पुन्हा एकदा पैशांची मागणी केली. आहेत तेच पैसे पुरत नाही असे मी तिला सांगण्याचा प्रयत्न केला तोच तिने माझ्या अंगाखालच्या चादरीचे टोक पकडून खसकन गादीवरून ओढले. मी दुसऱ्या बाजूला वळले, पण तिने मला खेचूनच बाहेर काढले. ''जास्ती शहाणपणा करू नकोस मुकाट्याने पैसे टाक.'' ती तारस्वरात किंचाळत होती. गडबड ऐकून, चोर-बीर शिरला की काय हे पाहायला धावत आलेल्या पॅटसी आणि पॉलिन, आईला पाहून आल्या पावली मागे गेल्या.

माझी आणि आईची चांगलीच जुंपली. खूप भांडाभांड झाली. आईने माझ्या कपाळावर जोरदार थप्पड मारून वाद संपवला. मला 'बास्टर्ड' वगैरे शिव्याशाप दिले 'उद्या येऊन बघते तुझ्याकडे,' अशी धमकीही दिली. मग माझी चादर घेऊन ती गेली. मी जुना ड्रेस घातला आणि झोपी गेले.

दुसऱ्या दिवशी पुन्हा सर्व घर अंधारात! कुठल्याही खोलीतला लाईट चालूच नव्हता. हवा बदलली होती. चांगला गारठा पडत होता. भल्या पहाटे उठायचा खूप कंटाळा येई. पावणेपाच वाजता उठायची तेव्हाही खूप काळोख असायचा. काळोखात धडपडत उठायचे, तयारी करायची हे सारेच अतिशय त्रासदायक होते.

''उद्या येते,'' अशी धमकी देऊन गेलेली आई तब्बल दहा दिवसांनी आली. शाळेतून आले, तेव्हा ती बैठकीच्या खोलीत होती. मी माझ्या खोलीत गेले तोच तिची हाक आलीच. पुन्हा तिच्याबरोबर मारामारी करायची इच्छा नसल्याने मी पर्समधून वीस पौंड काढले. पर्स बॅगेमध्ये अगदी तळाशी ठेवून दिली, बैठकीच्या खोलीत जाऊन पैसे तिच्या हाती ठेवले.

"आणि बाकी पैसे? अजूनही सतरा पौंड द्यायचे आहेत ते कधी देणार?"

"पुढच्या आठवड्यात," मी आजचे मरण उद्यावर ढकलले. दप्तर उचलले आणि तडक घराबाहेर पडले. घरापासून थोड्या अंतरावर एका बाकड्यावर जाऊन बसले. आईच्या बडबडीचा मला अगदी वीट आला होता. तिच्याकडे नुसते पाहिले तरी माझे डोके उठायचे. तिचा आवाज ऐकला, की माझी डोकेदुखी सुरू होत असे.

खूप वेळाने मी घरी गेले. सुदैवाने तोपर्यंत ती गेली होती. "तुमच्याकडूनही ती पैसे मागते का?" मी पॉलिन आणि पॅटसीला विचारले. दोघींनी 'हो' म्हटले; पण त्यांना ती छळायची नाही, वारंवार त्रास द्यायची नाही, मध्यरात्री उठवून घाबरवायची नाही, डोक्यावर बुक्के मारायची नाही. हे सर्व प्रकार तिने फक्त माझ्यासाठी राखून ठेवले होते! पॉलिनने तर चलाखी दाखवून आपल्या खोलीला कुलूप लावून घेतले होते.

माझ्या उदरनिर्वाहासाठी मी आईला पंधरा पौंड द्यावे अशी तिची अपेक्षा होती याशिवाय भाड्याचे पैसे वेगळे. खरे तर एवढे पैसे जास्तच होते पण तिच्या त्या वेळी-अवेळी होणाऱ्या भयंकर फेऱ्या थांबवण्यासाठी ही किंमत मोजायलाच हवी होती. ती भाड्याचे पैसे मागायची तेव्हा 'देणार नाही' असा बाणेदारपणा दाखवण्याऐवजी 'आत्ता माझ्याकडे नाहीत' असे मुत्सद्दीपणाचे उत्तर मी देत असे. दर महिनाअखेरीस ती आली की माझे पाकीट तयार असे. अनेक वेळा तर तिच्याकडे बघण्याची तसदीही मी घेत नसे. कधी कधी ती जास्त पैशांची मागणी करायची तेव्हा मी तिच्याकडे दुर्लक्ष करीत असे. मी दोन नोकऱ्या करतेय हे तिला माहिती होते; पण शाळेतही जात असल्याने त्याहून अधिक वेळ कामासाठी देता येणार नव्हता, सध्यापेक्षा अधिक कमावणे मला शक्यही नव्हते, हेदेखील तिला माहिती होते. सुदैवाने मी शाळेच्या मोफत जेवण योजनेअंतर्गत भरपूर खाऊन घ्यायची, त्यामुळे निदान खाण्याचे पैसे तरी वाचत होते.

आशेचा किरण

१९७२-१९७५

माझा पंधरावा वाढदिवस जवळ आला होता, पण तो साजरा करण्याचा उत्साह मला अजिबात नव्हता. कारण सारखे श्रम करून मी कायम दमलेली, मरगळलेली असायचे. दिवस रात्र माझे अंगांग दुखत असायचे. मोठे होण्याचा अर्थ– सतत काम करणे, उद्याची चिंता करणे हाच असेल, तर मला ते जमेल असे वाटत नव्हते. माझ्या अंधकारमय जीवनात आशेचा एकच किरण दिसत होता– माईक मॅन्सफिल्ड. मी त्यांना पत्र लिहायचे ठरवले. बॅरिस्टर होण्याचे ध्येय गाठण्यासाठी माझे प्रयत्न जारी असून माझी उत्तम प्रगती होत आहे, हे त्यांना मला कळवायचे होते.

आठ नोव्हेंबरला माझ्या पत्राचे उत्तर आले. त्यांनी लिहिले होते– 'तुझं पत्र वाचून आनंद झाला. केव्हाही मला भेटायला येऊ शकतेस– मायकेल एम.'

मायकेल मॅन्सफिल्डना माझे प्युपिल-मास्टर व्हायचे जमले नाही तर दुसरे पर्याय तयार ठेवले पाहिजेत असा विचार माझ्या मनात का आला, कुणास ठाऊक! पण दुसऱ्याच दिवशी मी लायब्ररीत गेले. 'बार डिरेक्टरी' नावाच्या पुस्तकात सर्व बॅरिस्टरांची माहिती असते. त्यातील हेन्री पॉनॉल हे नाव मला आवडले. त्यांचा पत्तादेखील छान होता – २ हारकोर्ट बिल्डिंग, टेंपल, लंडन. मी त्यांना ह्या पत्त्यावर पत्र टाकले. माझी परिस्थिती सांगून– मायकेल मॅन्सफिल्ड ह्यांनी मला शिकाऊ उमेदवार म्हणून घ्यायचे वचन दिले आहे; पण काही कारणामुळे तसे झाले नाही तर तुम्ही मला मदत कराल का? असे मी पत्रातून विचारले. जानेवारीमध्ये त्यांचे उत्तर आले,

'प्रिय मिस ब्रिस्को,

मी मायकेल मॅन्सफिल्ड ह्यांना तुझ्याविषयी बोललो. तुला भेटायला त्यांना आनंद होईल, असं त्यांनी म्हटलंय त्यांच्याकडे बरेच उमेदवार आहेत, हे खरं असलं तरी तुझ्यासाठी ते काहीतरी करू शकतील अशी मला आशा आहे. त्यांनी शब्द दिला म्हणजे तो ते पाळतीलच याची मला खात्री वाटते.

तू त्यांच्या क्लार्ककडे फोन करून तुम्हा दोघांनाही सोयीची होईल, अशी भेटीची वेळ ठरव.

माझ्या शुभेच्छा

हेन्री पॉनॉल.

ता.क. – काय झालं हे मला कळवायला विसरू नकोस.'

तेव्हा मी भेट घेतली नाही, कारण मायकेल एम. दिलेला शब्द मोडणार नाही ह्याची मलाही खात्री होती. मी झटून अभ्यास करायला हवा होता. चांगले गुण मिळवून युनिव्हर्सिटीत जाणे महत्त्वाचे होते. त्यानंतरच मॅन्सफिल्डना भेटायला जाणे योग्य ठरणार होते. बॅरिस्टर होण्यासाठी भरपूर कष्ट करावे लागणार हे मला माहिती होते. आधीच माझ्या आयुष्यात खूप कटकटी होत्या, त्यात भर म्हणून बॅरिस्टर व्हायचे ध्येय गाठायचे होते.

ख्रिसमस कधी आला आणि गेला समजलेही नाही. त्या खास दिवशी मी माझ्या खोलीत, माझ्या गादीवर बसून खूप अभ्यास केला. स्क्रॅम्बल एग्ज आणि बेक्ड बीन्सचे साधेसे जेवण बनवून एकटीनेच खाल्ले. ख्रिसमस डिनरसाठी आईने मला आमंत्रण दिले नव्हते. फादर ख्रिसमसलाही माझा विसर पडला. एवढ्या मोठ्या सणाच्या दिवशी ना कोणाला माझी आठवण झाली, ना मला कोणी भेटवस्तू दिली; पण मला त्याचे वाईट वाटले नाही. मला सर्वांत जास्त आवश्यकता होती ती मनाच्या शांततेची. हे माझे 'जीसीई'चे वर्ष होते. कोणत्याही प्रकारच्या अडथळ्यांविना मला अभ्यास करायचा होता. जीसीई बाबत शिक्षकांना माझ्या पालकांबरोबर चर्चा करायची होती, पण जॉर्ज आणि कार्मेनने यापूर्वी एकदाही शिक्षक-पालक बैठकांना येण्याची तसदी घेतली नसल्याने ह्यावेळी ते भेटायला येतील ह्याची जराही शक्यता नव्हती. 'माझी प्रगती समाधानकारक होती, परंतु ती अधिक चांगली होऊ शकेल, कारण मी एक गुणी मुलगी असून माझं भवितव्य उज्जवल आहे' असे माझ्या शिक्षकांचे मत होते.

गृहपाठ आणि उजळणीचे मी एक छान वेळापत्रकच बनवले होते, पण घरी गेल्यावर काय वाढून ठेवले असेल याची चिंता सतत कुरतडत असायची. 'आई माझ्या स्वागताला हजर असेल का' ह्या विचाराचे माझ्यावर सतत दडपण असे. शाळा सुटल्यानंतर अनेकदा मी चालत घरी यायची. ह्यामुळे बस भाड्याचे पैसे तर वाचतच, पण त्याहूनही महत्त्वाची गोष्ट म्हणजे आई माझी वाट पाहत असलीच, तर तिने कंटाळून निघून जावे, हा माझा छुपा हेतू त्यामागे असायचा. कधी दोनशे पंधरा कॅम्बरवेल न्यू रोडच्या घरी बाबांना भेटायला जाऊन मी वेळ काढत असे. माझी सर्व बाजूंनी कोंडी झालीय असे मला वाटू लागले होते. आई माझ्या मागावर

असते, ती माझ्यावर पाळत ठेवते, असेही वाटत होते.

सततच्या मानसिक ताणामुळे माझे अभ्यासात लक्ष लागेना. घरी अभ्यासाला बसले तरी एक कान दाराकडे लागलेला असे. प्रत्येक वेळी पुढचे दार उघडल्याचा आवाज ऐकला की मी भीतीने गारठून जात होते. जिन्यावर आईची पावले वाजली रे वाजली की मी सूर मारून कॉटखाली गेलेच म्हणून समजा! ती माझ्या खोलीत येईपर्यंत आतमध्ये गुडुप अंधार झालेला असे. मी लपलेली असल्याने तिला दिसत नसे.

जगण्यासाठी सतत कष्ट, धडपड, चिंता यामुळे मी थकून गेले होते. पैशांची चणचण तर कायमच भासत होती. पूर्वीही खाण्यावर मोजकेच पैसे मी खर्च करायची, पण त्यामध्येही काटकसर करू लागले. फक्त दोन कप चहा– एक सकाळी, दुसरा सफाईकामानंतर. बस! शाळेत दिवसातून एक वेळा मोफत मिळणारे जेवण हा माझा रोजचा आहार होता. खाणे कमी होत गेले तसा मला एक शोध लागला– काहीही न खाता मी जिवंत राहू शकते. सतत काहीतरी करत राहायचे. त्यामुळे जी ऊर्जा निर्माण होते, त्यावर मी जगू शकेन!

पैशांची फारच अडचण होतेय असे मी अँजेलाच्या कानावर घातले, तेव्हा तिने माझ्यासाठी सफाईची आणखी एक नोकरी शोधली. सोमवार ते शुक्रवार रोज संध्याकाळी सहा ते आठ. काम ट्रॅफलगार स्क्वेअरमध्येच होते. पगारही सकाळच्या कामापेक्षा कमीच होता. शाळेनंतर तिथे पोहोचायला मला तब्बल एक तास लगायचा. त्यासाठी मला बरोबर पाच वाजता शाळेतून निघावे लागे. पावणेपाचपर्यंत मी लायब्ररीत वा चौथ्या मजल्यावरच्या कॉमन रूममध्ये वेळ काढायची. जाताना रस्त्यातच सफाई करतानाचे कपडे घालायची. शुक्रवारी पागाराचे जे काही थोडेफार पैसे मिळाले, त्यामुळे बराच हातभार लागला हे खरे असले, तरी मी कमालीची थकून जात होते. रात्री झोपतानाच उद्याचा संपूर्ण दिवसही झोपून काढावा, असा मोह झाला होता. पण सकाळी मुकाट्याने उठून 'रोझेस'च्या कामावर हजर झाले! रविवार घरकाम आणि गृहपाठ ह्यातच संपला.

दुसरा आठवडा अधिकच कष्टप्रद होता. पहाटे पाच वीसपर्यंत मी घराबाहेर पडत होते. परतायला साडेआठ कधी पावणेनऊही वाजत. नंतर अभ्यास करायला वेळच मिळायचा नाही. एक-दोनदा वर्गात बसून डुलक्याही काढल्या. असे असले तरी पैशांची मी आतुरतेने वाट बघत होते. आता निदान अर्धपोटी राहायची पाळी तरी येत नव्हती. आईला नियमित पैसे मिळत असल्याने 'ती कधीही घराबाहेर काढेल' ही चिंताही मिटली.

माझी आर्थिक प्रगती झाली, पण त्याच वेळी अभ्यासात मात्र फारच अधोगती होत गेली. संध्याकाळच्या नोकरीला सुरुवात केल्यानंतर तिसऱ्या आठवड्यात

सर्वच शिक्षकांनी अभ्यासाकडे दुर्लक्ष करते म्हणून माझी चांगलीच खरडपट्टी काढली. एका टीचरला तर माझा गृहपाठ पाहून धक्काच बसला. त्यांनी मला तो पुन्हा करायला लावला, शिवाय डिटेन्शन दिले ते वेगळेच.

संध्याकाळची नोकरी सोडण्याशिवाय गत्यंतर नव्हते. माझ्या बदली दुसरी मिळाली की ही नोकरी मी सोडणार असे अँजेलाला सांगितले, तेव्हा तिला आश्चर्य वाटले नाही. किंबहुना मी एकही नोकरी करता कामा नये, असे तिला वाटायचे. मला ती आईसारखीच होती. सख्ख्या आईने करावे तसे प्रेम ती करत असे. मला ती आपली मुलगी मानायची. कुठूनही मायेचा ओलावा मिळत नसल्याने असेल, पण तिच्या प्रेमळ वागण्याने मला रडूच कोसळायचे.

परीक्षेला सहा आठवडे उरले होते. भाडे घेण्यासाठी आईची फेरी झाली. ''मी तिसरी नोकरी सोडली असल्याने तुला द्यायला पैसे नाहीत.'' असे मी तिला सांगितले. झाले. आई भडकली, ''तुझ्याशी दर वेळी वाद घालायचा अगदी वीट आलाय मला. खूप झालं.'' असे बोलून ती तरातरा निघून गेली; पण जाताना तिने फ्यूजबोर्डच खेचून काढला आणि तो बरोबर घेऊनच गेली. ह्यामध्ये वेगळे काहीच नव्हते. आई अशीच वागणार ह्याची मला कल्पना होती, पण पुन्हा काळोखात राहावे लागणार होते म्हणून मी घाबरले. दुसऱ्या दिवशी वुलवर्थमध्ये जाऊन जवळ असलेल्या पैशातून परवडतील एवढ्या मेणबत्त्या विकत घेतल्या. पॉलिन, पॅटसीदेखील काळोखात धडपडत होत्या. पॉलिनने आईला 'फ्यूज लाव' अशी नम्र विनंती केली, पण आईने ती फेटाळून लावली.

परीक्षा संपेपर्यंत आईने तोंड दाखवलेच नाही. परीक्षा संपल्याचा आनंद साजरा करायला मी अँजेलाकडे गेले. तिने दिलेला मोठा कप भरून चहा प्याले, वाडगा भरून पास्ता खाल्ला. खूप दिवसांनी मजेत होते. पेपर छान गेले होते तरीही थोडीशी चिंता होतीच. पास नाही झाले तर? सहाव्या वर्गात प्रवेश मिळाला नाही तर? मायकेल एम. आणि हेन्री पी. ह्यांच्यासमोरही माझी लाज जाईल. त्यांना काय सांगू? माझ्या वर्गातल्या बऱ्याच मैत्रिणी पुढच्या वर्षापासून शाळेत येणार नव्हत्या. खूप मुलेही नोकरीच्या शोधाला लागणार होती. उन्हाळी सुट्टीमध्ये मी रोझेसमध्ये जास्तीचे काम करायला जायची. गरज भासेल तेव्हा मला बोलावून घेत. सफाई कामावरदेखील कोणी दांडी मारली की मी तयारच असे.

रिझल्टचा दिवस उजाडला. मी पाय ओढत हळूहळू चालले होते. निकाल समजण्याचा क्षण शक्य तितका दूर ढकलण्याचा माझा प्रयत्न होता; पण निकाल माझ्या हातात पडला तेव्हा मी आनंदाने उडीच मारली. हुर्रे! सर्व जीसीईमध्ये मी पास झाले होते. ह्याचा अर्थ आतापर्यंत माझ्या दहा ओ लेव्हल परीक्षा पार पडल्या. पुढचे ध्येय होते दोन वर्षांनी येणाऱ्या ए लेव्हलचे. शिक्षकांनी सर्वांची पाठ थोपटून

शाबासकी दिली. आईला निकाल कळवावा, असे काही मला वाटत नव्हते. तिला त्याचे काहीच सोयरसुतक नव्हते हे मला माहिती होते पण मी मायकेल एम.ना न विसरता पत्र लिहिले.

'प्रिय मायकेल मॅन्सफिल्ड,

मी जीसीई ची परीक्षा पास झाले हे कळवण्यासाठी हे पत्र लिहीत आहे. दोन वर्षांत ए लेव्हल्सही पार पाडीन. ह्याचा अर्थ पाच वर्षांनंतर मी उमेदवारी करायला सुरुवात करीन.

क्लेअर.'

कधी एकदा सहावीचे वर्ग सुरू होताहेत असे मला झाले होते. नवीन पेन्सिल बॉक्स, लेखनसामग्री, पांढऱ्या रंगाच्या मोज्यांच्या तीन जोड्या, त्यांना मॅचिंग हातमोजे अशी जय्यत तयारी करायची होती. काही आठवड्यांपासून माझी गैरहजेरी पाद्रीबुवांच्याही लक्षात आली होती. मी देवाला टाळत होते असे नव्हते; पण आठवडाभर कामे करून मी इतकी थकून जायची की रविवारी सकाळी उठायचेही त्राण उरत नसे. पाद्रीबुवांनी मला भेटायला बोलवले. "तुला काही कबुलीजवाब द्यायचाय का?" त्यांनी प्रश्न केला. मी 'नाही' म्हणाले. मात्र गेले अनेक रविवार चर्चमध्ये गेले नाही त्याबद्दल माफी मागून यापुढे नियमित येईन असेही कबूल केले.

देवाने त्याच रविवारी 'सर्वत्र प्रकाश असू दे' असे फर्मान काढले असावे. कारण घरी परतल्यानंतर सहजच मी लाईटचे बटण चालू केले आणि चक्क प्रकाश पडला. त्या मागोमाग आईही नजरेस पडणार, या अपेक्षेने मी वाट पाहत होते, पण वरच्या मजल्यावर तिची चाहूल लागत नव्हती. सर्वत्र संपूर्ण शांतता नांदत होती. असा कितीतरी वेळ गेला. बटण बंद करून तिला अदृश्य करायचे ह्या उद्देशाने मी लाईटच्या बटणावर बोट टेकूनच उभी होते, पण आई खरोखरच आली नाही. घरात गेल्यावरही मी कानोसा घेतला, पण कसलाही आवाज नव्हता. धडधडत्या काळजाने मी जिना चढू लागले. भीतीने माझी गाळण उडाली होती, पण ती माझ्या खोलीतही नव्हती. मी मेणबत्त्या मोजून पाहिल्या. आठही मेणबत्त्या जाग्यावर होत्या! ह्याचा अर्थ फ्यूज बसवून आई निघून गेली होती. आम्हाला कायम अंधारात ठेवता येणार नाही असा तिने निर्णय घेतला असावा किंवा वीज बंदच असेल तर आमच्याकडून भाडे आणि बिलाचे पैसे वसूल करणे शक्य होणार नाही, या सुज्ञ विचाराने तिने लाईट चालू केले असावे.

उन्हाळ्याची सुट्टी कधी संपली कळलेही नाही. सुट्टीमध्ये बराच वेळ मी झोपा

काढण्यातच घालवला. खरे तर वाचन करायला हवे होते, पण कमालीच्या थकव्यामुळे मला झोपेशिवाय दुसरे काहीच सुचत नव्हते. सप्टेंबरमध्ये शाळा सुरू झाली तेव्हा ह्यावर्षी उत्तम प्रगती करायचीच हा निश्चय मनात होता. त्यासाठी मला रोजच्या जीवनात थोडेसे स्थैर्य आणि मन:शांती हवी होती आणि सुरुवातीला ती मिळालीही.

आईचा फेरा खूप दिवसांत पडला नव्हता. शाळा सुरू होऊन चार आठवडे झाले असतील– मी घरी परतले तोच ती अचानक हजर झाली. मी तिच्याकडे संपूर्ण दुर्लक्ष केले; पण दार उघडल्यावर माझी किल्ली काढून घ्यायला विसरले नाही. वर माझ्या खोलीत जाऊन पटापट माझी बॅग, पर्स आणि गृहपाठ लपवून ठेवला आणि साळसूदपणे कॉटवर बसून तिची वाट पाहू लागले तोच ती आलीच. त्या बाईने 'तू कशी आहेस' वगैरे काही चौकशी करायच्या फंदामध्ये न पडता 'तू अजूनही माझ्या घरात का राहते आहेस?' असे विचारले. ''मला अजूनही दुसरी जागा मिळाली नाही.'' मी सांगितले.

''आणखी किती दिवस लागतील?'' तिने विचारले, मग उत्तराची वाट न पाहता म्हणाली, ''तुला दोन आठवड्यांची मुदत देते. त्यानंतर ह्या घरात दिसलीस तर याद राख. खूप तापदायक होईल तुला.'' मला धमकी देऊन ती नेहमीप्रमाणे दार आपटून गेलीसुद्धा! 'तापदायक' म्हणजे नेमके काय हे तिला विचारायला वेळच मिळाला नाही. अर्थात गेली अनेक वर्षे मी खूप प्रकारचा ताप सहन करतच होते. मला आता त्याची सवयही झाली होती पण ह्या वेळी आईच्या एकंदर अवतारावरून मला खास प्रकारचा 'ताप' द्यायचा तिचा इरादा आहे असे मला वाटत होते.

त्याचा प्रत्ययही आलाच. दोन आठवड्यांची मुदत संपली असावी कारण मी घरी परतले तेव्हाच काहीतरी गडबड आहे अशी जाणीव झाली. माझ्या खोलीत खुर्चीवर बसून आई माझी वाटच पाहत होती.

''हॅलो मम्मी,'' मी नेहमीची सलामी दिली. मग लक्षात आले, माझी कॉट गायब झाली होती! ''माझी कॉट कुठे गेली?'' मी दचकून विचारले.

''तुझी कॉट? ती माझी होती आणि मी परत घेतली आहे.'' हे खरेच होते.

''पण आता मी कशावर झोपू?''

''मला का विचारतेस? मोकळ्या हवेवर बाहेर झोपलीस तरी मला काही फरक पडणार नाही.''

''पण मी काय केलं ते तरी सांग.''

''तू जिवंत आहेस हीच तुझी सर्वांत मोठी चूक आहे. तुझं जगणंच मला खटकतंय. तुला भाडं द्यायला नको, बिलं भरायला नको, खाणं, पिणं जगणं सर्वच

माझ्या पैशांवर. फुकटची मजा मारतेस.''

अर्थात हे सर्वस्वी खोटे होते, पण वाद घालून फायदा नव्हता. ती निघून गेल्यावर मी घरभर कॉटचा शोध घेतला. तिने ती कुठेतरी लपवून ठेवली असावी असा मला संशय होता, पण कॉट खरोखरच गायब झाली होती.

पंधरा दिवसांनी रविवारी आईचे पुनरागमन झाले. ''तुला कॉट परत हवी असेल तर दर आठवड्याचे वीस पौंड द्यावे लागतील.'' तिने प्रस्ताव ठेवला. तो अर्थात मी फेटाळून लावला. एवढे पैसे माझ्याकडे नव्हते आणि दुसरे म्हणजे एव्हाना मला खाली झोपायची सवय झाली होती. आरामात झोप लागायची. मी नमते घेत नाही हे पाहून आई चवताळली. ''आताच्या आता शंभर पौंड दे, नाहीतर लगेचच तुला हाकलते.'' अर्थात मी ह्याही गोष्टीला नकार दिला. तिने स्वत:च घासाघीस करून शंभरचे पन्नास पौंड केले. त्यावर मी अजिबात वाद घातला नाही. मात्र 'पैसे देणार नाही' ह्या मुद्द्यावर मी ठाम राहिले. ''आता तू मला आणखी काय त्रास देणार? तू मला खायला घालत नाहीस. माझी कॉटही काढून घेतलीस. गेले कित्येक महिने विजेशिवाय काढले. तरीही मी टिकून आहेच ना? तुला हवं ते कर. मी घाबरत नाही.'' मी तिला ठणकावून सांगितले. ''चल, तुझं सामान बांध,'' असे ती म्हणाली, तेव्हा मात्र आपण जरा जास्तच बोललो की काय असे मला वाटू लागले.

मी जमिनीवर बसले होते. तिथून ढिम्म हलले नाही. माझ्या झिंज्या पकडून आईने मला उठवायचा प्रयत्न केला, पण तेही तिला जमले नाही. तेव्हा तिने माझ्या पाठीवर गुडघे रोवले, तोंडाने शिव्यांची लाखोली चालूच होती, 'हलकट रांड,' वगैरे बरंच काही! तरीही मी हलत नाही हे पाहून ती फारच पिसाळली. गादीसाठी जुने कपडे अंथरले होते त्यावर ती थयथया नाचली, लाथेने कपडे वरती उडवले. मी तिचा थयथयाट पाहत राहिले. मग शांतपणे म्हणाले, ''झालं! माझ्या गादीची वाट लागली... माझी गादी गेली.''

आईने डोक्यावर गुद्दा मारला. म्हणाली, ''ही घे, माझी मूठ गेली.'' माझ्या पायांवर लाथा घालत ती म्हणाली, ''हा घे, माझा पाय गेला.'' एवढा तमाशा करून ती दमली असावी.

लाथेने कपडे उडवतच ती खोलीबाहेर गेली. ''परत येईनच मी.'' असा दम द्यायला मात्र ती विसरली नाही. पुढचे दार बंद झाल्याचा आवाज ऐकला. गेली एकदाची! 'आता काही काळ तरी शांती नांदेल,' मी विचार केला.

एके दिवशी सकाळचे सफाईकाम आटपून मी शाळेत जात होते. माझा डोळा लागला असावा, कारण उठून पाहते तो माझा स्टॉप बराच मागे गेला होता. मी

धडपडत उठले, बेल दाबून बस थांबवली. ओडियन सिनेमा थिएटरजवळ उतरले. रस्ता ओलांडून चालतच मागे शाळेत जाऊ असे मी ठरवले. तशी निघालेदेखील; पण कॅम्बरवेल ग्रीन आणि लेबरोच्या जंक्शनवर फर्निचरच्या दुकानाबाहेर थबकले. 'थरोगुड्स' नावाच्या त्या दुकानातील काचेच्या खिडकीत ठेवलेली कॉट पाहून मी खिळून उभीच राहिले. इतका सुंदर पलंग मी ह्यापूर्वी कधीही पाहिला नव्हता. चारखांबी पलंगाला तपकिरी रंगाचे पडदे, ते बो लावून बांधले होते, खूप झालरवाली लेस लावलेली होती. मी तर त्या पलंगाच्या प्रेमातच पडले.

मंत्रमुग्ध होऊन मी दुकानात शिरले, त्यासारशी बाजूला अलार्म वाजला आणि कुठूनसा एक बुटकासा, मजेशीर दिसणारा टकला माणूस समोर आला. त्याने चष्मा लावलेला होता. व्ही गळ्याचा बिनबाह्यांचा स्वेटर, पांढरा स्टार्च केलेला शर्ट आणि काळा टाय असे त्याचे कपडे होते. "काय हवंय तुला?" त्याने विचारले.

"ह्या पलंगाची किंमत किती आहे?"

"हल्लीच ही कॉट दुकानात आली आहे. तू तिच्यावर झोपून का पाहत नाहीस? शूज मात्र काढून ठेव." त्याने असे म्हणण्याचा अवकाश, मी लगेच कॉटवर आडवी झाले. खरोखरच खूप छान, आरामशीर वाटले. मी पडल्या पडल्या पुन्हा किंमत विचारली. "मला पाहावं लागेल," असे म्हणून तो मागच्या बाजूला गेला.

पलंगावर खरोखरच मस्त वाटत होते. मऊ मऊ जाड गादीवर मी आरामात पहुडले. आहा! किती छान! बघता बघता माझा डोळा लागला. कोणीतरी माझा हात हळुवारपणे खेचून मला उठवले. डोळे उघडून पाहते तर तो विक्रेता मला उठवायचा प्रयत्न करत होता. छोटासा जमाव भोवती जमला होता. सारे जण माझ्याकडे चकित नजरेने पाहत होते. मी डोळे चोळत टुणकन उडी मारून उठले. गादीत लघवी करणे बंद झाले होते ही देवाचीच कृपा! नाहीतर आणखीच लाज गेली असती.

"एकशेवीस पौंड किंमत आहे." विक्रेत्याने मला सांगितले. बापरे! माझ्याकडे एवढे पैसे जमतील असे वाटत नव्हते. मी त्याला ते स्पष्टच सांगूनही टाकले. "खरं तर स्वस्तच पडेल. कमी किंमत लावलीय." तो सच्चा विक्रेता होता. मला त्याचे मन मोडावेसे वाटले नाही. 'मी थोडे थोडे पैसे दिले तर चालेल का?' असे विचारल्यावर तोही कबूल झाला. मी आनंदाने पहिला हप्ता म्हणून पाच पौंड काढून दिले. पलंग कोणालाही विकणार नाही, असे त्याने वचन दिले. मी शूज घालून त्याच्याशी हस्तांदोलन करून शाळेत गेले.

दिवसभर मला त्या कॉटचीच स्वप्ने पडत होती. जेवणाच्या रांगेत उभी असतानाही तेच विचार मनात घोळत होते. रात्रीही जुन्या कपड्यांच्या ढिगावर पडून

त्या चारखांबी प्रशस्त पलंगावर, मऊ गादीवर झोपलेय असा कल्पनाविलास मी करत होते. आईला भाडे देऊन शिवाय पलंगासाठी पैसे जमवायचे म्हणजे आणखी एक नोकरी करणे हा एकच उपाय होता. संध्याकाळी काम करून पाहिले, पण त्यामुळे फारच त्रास झाला होता. त्यापेक्षा शनिवारी करण्यासारखे काम बघावे. किंग्ज कॉलेज हॉस्पिटलची 'परिचारिका मदतनीस' ह्या पदासाठी जाहिरात आली होती. पूर्ण वेळ किंवा अर्धवेळ आणि दिवसा किंवा रात्री काम करायचे होते. मी लगेचच अर्ज केला, चार आठवड्यांनी माझी मुलाखत झाली आणि त्यानंतरच्या सोमवारी मी हॉस्पिटलमध्ये जाऊन करारावर सही केली. नोकरी मिळाली. शुक्रवार, शनिवार आणि रविवार, रात्री नऊ ते सकाळी आठ ही कामाची वेळ होती. सुरुवातीला सर्वच नावीन्यपूर्ण वाटले. कामाला प्रत्यक्ष सुरुवात करण्यापूर्वी हॉस्पिटलमध्ये काम शिकून घ्यायचे होते. रुग्णाला अंथरुणात अंघोळ घालायची, बेडपॅन द्यायचे, स्वच्छ आणि नीटनेटकी चादर घालायची वगैरे. मला तर ही सारीच कामे सोपी वाटली. चुटकीसरशी करून टाकीन; पण हे पुस्तकी ज्ञान होते. रुग्णांची सेवा करताना खरी कसोटी लागली. एक महत्त्वाची गोष्ट म्हणजे, रुग्णांचा आत्मसन्मान जपायला हवा, हे समजले. त्यांना बेडपॅन देताना, स्पंज करताना पडदे नीट ओढून घेणे; त्यांच्याविषयी असभ्य भाषा न वापरणे ह्या गोष्टी कटाक्षाने पाळायला हव्यात.

कामाची पहिली रात्र इतकी गडबडीत गेली की मी दमायचीही विसरले. दिवसपाळीच्या परिचारिका आणि सिस्टरने दिवसभराचा तपशीलवार अहवाल आम्हाला दिला. प्रत्येक रुग्णाचे रोगनिदान, तब्येतीमधील चढउतार, विशेष लक्ष द्यायला हव्यात अशा बाबी, रुग्णाला भेटायला आलेल्यांची नावे व तपशील, घडलेल्या बारीकसारीक दुर्घटना याविषयी तिने माहिती दिली. कोणाला औषधाची रिॲक्शन झाली असेल तर ती गोष्ट महत्त्वाची असल्याने पुन्हा सांगितली जात होती. माझ्या छोट्याशा नोटबुकमध्ये मी ह्याविषयी नोंद केली. मी परिचारिकेची मदतनीस असले तरी सर्व कामे न चुकता करणे अतिशय महत्त्वाचे होते.

मी स्त्रियांच्या ऑर्थोपेडिक वॉर्डमध्ये कामाला होते. बऱ्याच स्त्रियांना ट्रॅक्शन लावलेले होते. त्यांना अतीव वेदना होत होत्या हेही दिसत होते. चहाचे कप गोळा करून स्वयंपाकघरात नेऊन व्यवस्थित ठेवायचे, हवा असेल त्यांना चहा द्यायचा हे माझे काम होते. सर्व स्त्रियांना बेडपॅन द्यायचे फारच कठीण कामही मला करावे लागत होते. कठीण म्हणायचे कारण ह्या सर्व जणींची बुडे भली मोठी असायची. एकेकीचे बूड उचलून त्या खाली बेडपॅन सरकवणे हे मोठ्या कौशल्याचे काम असे. अर्थात त्यादेखील समोरच्या झोकावजा दोरीला पकडून थोड्याशा वर उठून मला मदत करायच्या. एकीला पॅनवर बसवून झाले की पुढच्या रुग्णाकडे वळत होते. तिला सिंहासनावर बसवले की आधीच्या रुग्णाकडे परत मोर्चा वळवायचा. तोपर्यंत

तिचे आटोपलेले असायचे, पॅन काढून घ्यायचा, गरज असेल तर तिचे ढुंगण पुसून घ्यायचे. चादर बदलायची आणि पॅन धुऊन टाकायचे. हे सर्व उरकायला साधारण दोन तास लागायचे.

त्यानंतर प्रत्येकीची गादी नीट घालायची, चादर ताणून बसवायची किंवा नवीन घालायची, उश्यांचे अभ्रे, ब्लँकेट्स झटकून किंवा बदलून घालायची; ज्यांनी कवळी बसवली असेल त्यांच्या कवळ्या द्रावात घालून ठेवायच्या वगैरे वगैरे अनेक कामे होती. प्रत्येक रुग्णाला रात्रीचे राहणे कसे आरामशीर होईल ह्याकडे लक्ष द्यावेच लागत होते. हे झाले की सिस्टर, नर्स ह्यांनी सांगितलेली कामे करत होते. ही कामे म्हणजे हे आणून दे, ते नेऊन दे अशा तऱ्हेची असत. सर्वच कामे मी आनंदाने करत होते. सगळ्याचीच मजा वाटत होती. रुग्णांची सर्व कामे झाली की मला बाजूची टेबले साफ करायची, पाण्याचे जग भरायचे, त्यांनी न खाल्लेले अन्न टाकून द्यायचे अशी अनेक कामे करावी लागत होती. थोडक्यात म्हणजे सारे काही नीटनेटके साफसूफ ठेवावे लागत होते. स्वयंपाकघराची साफसफाईही करून टाकत होते. तोपर्यंत कोणी ना कोणी रुग्ण गादी खराब करायची. मला अशा वेळी तिची खूप दया यायची, वाटायचे, तिला किती लाज वाटत असेल. शिवाय माझे काम वाढायचे ते वेगळेच! पूर्ण गादी पुन्हा घालायला लगायची. चादरी, ब्लँकेट बदलावी लागत. रुग्णाला ट्रॅक्शन लावलेले असल्याने तो मोठा उद्योगच होई, नितंबाची शस्त्रक्रिया झालेल्या रुग्णाला बेडपॅन देणे सर्वाधिक जिकिरीचे होते. तिला डाव्या-उजव्या बाजूला वळता येत नसल्याने बेडपॅन खाली सरकवणे अतिशय त्रासदायक होत असे.

काही रुग्ण लक्ष वेधून घेण्यासाठी मुद्दामच गादी खराब करतात हे उमजायला दोन-अडीच महिने जावे लागले. ‘‘नर्स लवकर इकडे ये. मला संडासला होतंय,’’ अशी त्यांची बोंबाबोंब सुरू व्हायची. अशा रुग्णांचा मला फार राग यायचा. आपण कोणीतरी महान आहोत असे दाखवण्याचा प्रयत्न करणाऱ्या बायकाही मला आवडायच्या नाहीत. ‘माझ्यासारख्या घरंदाज बाईला बेडपॅनसाठी ताटकळत ठेवू नकोस.’ त्या तोऱ्यात म्हणायच्या; पण माझ्या लेखी सर्वच घरंदाज, सभ्य होत्या. मी दुजाभाव करत नव्हते.

अतिशय वेदनाग्रस्त स्त्रियांविषयी मात्र मला खूपच सहानुभूती वाटत असे. बेडपॅन गरम करून देत जा, असा आग्रह धरणाऱ्या रुग्णांनाही मी नाराज करीत नसे. मला सारेच ‘नर्स क्लेअर’ ह्या नावानेच हाक मारत. सर्वांमध्ये मी वयाने लहान आणि उत्साही म्हणून प्रसिद्ध होते. काही परिचारिका आणि डॉक्टरांच्या मते मला स्वत:ची अक्कलही होती.

शुक्रवारी शाळेतून घरी परतल्यावर हॉस्पिटलला जाण्यापूर्वी मी एक-दोन तास

झोपून घ्यायची. वॉर्डमधले दिवे रात्री अकरा वाजता बंद होत. फक्त परिचारिका बसत त्या भागात प्रकाश असे. दोन-तीन वाजेपर्यंत अभ्यास करून मी झोपायची. पहाटे साडेपाचला रात्रपाळीच्या परिचारिका जोमाने कामाला लागत. दिवसपाळीच्या नर्सकडे जबाबदारी सोपविण्यापूर्वी आम्हाला बरीच कामे उरकायची असत. परिचारिकांना 'डीडीए' (डेंजरस ड्रग ॲडमिनिस्ट्रेशन) करायची असत. सर्व रुग्णांना बेडपॅन देणे हे माझे काम असे. प्रत्येकीला चहा देणे, गाद्या घालून देणे, रात्री पलंगाभोवती ओढलेले पडदे बांधून, अडकवून ठेवणे, रुग्णांना स्वच्छ करणे, काहींना बेडबाथ देणे अशी असंख्य कामे करायची असत. काही जणींना आणखी झोपायचे असे. त्यांना पडदे बंद करून हवे असत. मी सर्वांच्या इच्छा पूर्ण करत असे. प्रत्येकीला अधिकाधिक आराम मिळावा, ह्यासाठी मी धडपडत असे. आठ वाजता आमची पाळी संपायची. मी धावतपळत स्टॉपवर, तिथून बस पकडून साधारण वीस मिनिटांत घरी पोहोचत असे.

झटपट तोंड वगैरे धुऊन चहाचा एक कप पिऊन फॅशनेबल कपडे घालून 'रोझेस' च्या कामावर हजर होत असे. मी चालतच जायची. शनिवारी सकाळी मी मरगळलेली, दमलेली असायची पण एकदा का गिऱ्हाइके यायला सुरुवात झाली की माझा थकवा कुठल्याकुठे पळायचा. 'रोझेस' मधल्या कामाने मी ताजीतवानी होत असे. माझी कामे यंत्रवत चालत; पण चार वाजेपर्यंत माझे त्राण संपून जाई. आताच्या आता झोपून जावे अशी इच्छा होई. झोप लागून जाईल ह्या भीतीने मी खालीही बसत नसे. रुग्णांशी वागायची, तितक्याच प्रेमाने, सहानुभूतीने मी गिऱ्हाइकांशीही वागत असे. मी चार स्तुतीचे शब्द बोलून जाड्या बाईला 'एवढी काही मी जाडी नाही' असे वाटायला लावत असे. कोणीही फार जाड का फार बारीक आहे असे मी कधीही मानत नसे, त्यामुळे मी सर्वच गिऱ्हाइकांना आवडत होते. 'आपल्यामध्ये काहीही दोष नाही' असे त्यांना वाटायला लावण्याची खुबी माझ्यात होती त्यामुळे गिऱ्हाइके खूष होऊन खरेदी करायचीच. मला पगारही चांगला होता. छान छान कपडे कमी किमतीत मिळायचे ते वेगळेच. साडेपाच वाजेपर्यंत मी पार गळून गेलेली असायची. कसेबसे पगाराचे पाकीट घ्यायचे आणि घरी पळायचे. साडेसहाला मी गाढ झोपलेली असायची.

आठ वाजून वीस मिनिटांनी उठावेच लागायचे. धडपडत उठून दात घासायची, तोंड धुऊन नर्सचे कपडे घालून नऊ वाजता हॉस्पिटलमध्ये हजर व्हायची. सुट्टीमध्ये थोडा वेळ डुलकी काढायची. एकीकडे 'जाग येईल की नाही' ही भीती सतत मनाच्या कोपऱ्यात दडलेली असायचीच. तरुण, उत्साही मदतनीस परिचारिका सर्वच रुग्णांना आवडत असे. सर्वांत महत्त्वाची गोष्ट म्हणजे ह्या पगारामुळेच मला माझ्या चार खांबी प्रशस्त, सुंदर पलंगाचा हप्ता दर आठवड्याला देणे जमत होते.

खाली जमिनीवर झोपणे फारच त्रासदायक होते. त्यामुळे माझी पाठही खूप दुखायची, तो पलंग कधी एकदा घरी येतोय आणि मी त्याच्यावर आरामात, हवा तेवढा वेळ झोपतेय असे मला झाले होते.

शनिवारची रात्रपाळी संपेपर्यंत मी कशीबशी तग धरून असे. तिथून निघाले की मला फक्त माझी खोली आणि गादी दिसायची. बसमध्येदेखील 'स्टॉप आल्यावर मला सांग' अशी सूचना मी कडंक्टरला देत असे, कारण मला कधी झोप लागेल हे सांगता येत नसे. घरी पोहोचले की तडक मी गादीवर जाऊन पडत असे. कधी कधी तर परिचारिकेचा गणवेश बदलायची शक्तीही अंगात नसे. कधी गादी घालण्याइतपतही उत्साह नसे. खालीच जमिनीवर झोपी जायची. रविवार ह्या एकाच दिवशी मला घरी आल्यापासून ते पुन्हा कामाला निघेपर्यंत झोपण्याचे स्वातंत्र्य होते, निदान तत्त्वत: तरी! अर्थात सलग एवढा वेळ झोपणे मला आवडले असते, तरी प्रत्यक्षात ते शक्य नव्हते. कारण अभ्यास, गृहपाठदेखील करायचा असे.

रविवारी माझी रात्रपाळी नऊ वाजता सुरू होऊन सोमवारी सकाळी आठ वाजता संपे. मध्ये सुट्टी न घेता काम केले तर सात वाजता किंवा थोडेसे आधीही निघायची मुभा होती. सोमवारी सकाळी कॅम्बरवेल ग्रीन आणि तिथून व्हाईटहॉलला अशा दोन बस घेऊन सफाईकामाला पोहोचायची. तिथून बसने कॅम्बरवेल गेटला उतरून कामाचे कपडे काढून शाळेचा गणवेश चढवून मी शाळेत जात असे. माझा आठवडा असा सुरू होत होता.

सोमवारी मला अतिशय कंटाळा येई. तीन रात्री काम करून झोपेचे खोबरे झालेले असे. अति थकव्याने काहीही करण्याचा उत्साह अंगात उरलेला नसे, परंतु ह्यातून सुटका नव्हती. त्यामुळे विनातक्रार मी यंत्रवत कामे, अभ्यास करत राहायची. 'लिटल प्रिन्सेस' सारखे सहा महिने जमिनीवर झोपून काढायला मिळाले – तिच्याप्रमाणे मला बॉलगाऊन वा प्रिन्स चार्मिंग नकोच होता – माझा स्वत:चा, माझ्या हक्काचा पलंग मिळाला तरी मी खूष झाले असते. मला गाढ झोप लागायचीच नाही. सारखी चुळबुळ सुरू असे. झोपेतही मी अस्वस्थ, अशांत असे. त्यावेळी मला जर कोणी 'वर माग' असे म्हणाले असते, तर मी झोप, झोप आणि फक्त झोप मागितली असती. इतरांसारखी मलाही शांत आणि भरपूर झोप हवी होती. अपुरी झोप आणि कायम थकवा ह्यातून मला सुटका हवी होती.

मी मानसिकदृष्ट्या पूर्णपणे थकलेली असले की कधीकधी मला मिस केंची आठवण येत असे. त्या जिवंत असतील का? असल्या तर कशा असतील? काय करत असतील? त्यांना माझी आठवण येत असेल का? माझी उणीव भासत असेल? मी एकटीच्या बळावर जगतेय, प्रगती करतेय हे समजल्यावर त्यांना माझा अभिमान वाटेल का? माझ्या प्रिय मैत्रीण, सुहृद मिस के. त्या मला भेटल्या तर

किती छान होईल... नाहीतर त्यांचे दु:ख मला कधीही समजणार नाही... माझे दु:खही त्यांना समजणार नाही. आम्ही दोघी एकमेकींच्या आधारे व्यवस्थित राहू शकलो असतो, असे मला अजूनही वाटायचे. हॉस्पिटलमध्ये एवढ्या बायकांची मी व्यवस्थित देखभाल करत होतेच ना. त्यांनाही प्रेमाने संभाळले असते...

सहाव्या फॉर्मची दोन वर्षे भराभर निघून गेली. प्रेशस पुस गेल्या वर्षीच शाळा सोडून 'नर्सरी नर्स'चे शिक्षण घेत होती. चारडोळी शिक्षक होण्यासाठी प्रशिक्षण घेत होती. त्या मला फारच क्वचित भेटायच्या. 'ए लेव्हल' परीक्षा जवळ आल्या तेव्हा 'अभ्यासाच्या तयारीसाठी दोन किंवा जास्तही आठवड्यांची सुट्टी हवी तर घे' असे अँजेला म्हणाली.

सरतेशेवटी परीक्षेचा दिवस उजाडला. मी लवकरच उठले. आश्चर्याची गोष्ट म्हणजे माझ्यावर परीक्षेचा थोडासाही ताण आला नव्हता. शांत मनाने मी पेपर लिहीत होते. काही पेपर चांगले गेले, काही बरे गेले. मी सर्व जाणिवांच्या पलीकडे पोहोचले होते. मला अजूनही युनिव्हर्सिटीत जाऊन बॅरिस्टर होण्याची इच्छा होती आणि ही परीक्षा त्यादृष्टीने अतिशय महत्त्वाची होती; पण सतत मरगळ, थकवा ह्यामुळे मला विचार करण्याचीही इच्छा नव्हती. मी पेपर यंत्रवत लिहीत गेले. परीक्षा संपली. त्याचा आनंद साजरा करायला वेळच नव्हता. घरी जाऊन दप्तर ठेवून दिले आणि हॉस्पिटलची बस पकडली. ऑर्थोपेडिक विभागातल्या रुग्ण स्त्रिया माझी वाट पाहत होत्या.

मी अनेक युनिव्हर्सिटीमध्ये अर्ज केले होते; पण माझी पहिली पसंती न्यू कॅसल-अपॉन-टाईनला होती. तिथे मी मुलाखतीसाठी गेले होते आणि तेव्हाच ती जागा मला खूप आवडली होती. कायदा विभाग इतर इमारतींपासून काहीसा बाजूला होता. मी कॉन्फरन्स रूममध्ये गेले. तिथे प्रोफेसर इलियट, प्रोफेसर क्लार्क आणि श्री. स्टीव्हन्सन ह्यांनी माझी मुलाखत घेतली होती. मुलाखत खूपच चांगली झाली. मायकेल मॅन्सफिल्ड ह्यांच्याकडे मी उमेदवारी करणार आहे हे त्यांना सांगितल्यावर ते फारच प्रभावित झाले. ए लेव्हल्स उत्तमरित्या उत्तीर्ण झाल्यास ह्या युनिव्हर्सिटीत तुला नक्की प्रवेश मिळेल असे आश्वासन त्यांनी दिले. माझ्या शिक्षकांनी चांगला अहवाल दिला होता. अर्थात युनिव्हर्सिटीत अर्ज करणे हे अंमळ धाडसाचेच आहे, असे काही शिक्षकांचे मत असले, तरी सर्वांनीच माझी शिफारस केली होती. स्थानिक अधिकाऱ्यांकडून अनुदानाची गरज होती. त्यासाठी आईकडून तिचे उत्पन्न आणि खर्च याविषयीचे तपशील मिळवायचे होते. त्यावरून किती अनुदान द्यायचे हे ठरणार होते. अर्जात बरेच किचकट तपशील भरायचे होते. मी मला शक्य होते ते सर्व तपशील भरले, बाकी अर्ज आईने भरायचा होता. मी लायब्ररीत जाऊन अर्जाची कॉपी काढली आणि मूळ अर्ज घेऊन आईकडे गेले. सिंथियाने दार उघडले.

मला पाहून तिला आश्चर्याचा धक्काच बसला. काही न बोलता ती मागे सरकली. मीही सरळ आत शिरले आणि वर गेले. सगळी ईस्टमन कार्टी तिथेच घुटमळत होती. आई इस्त्रीच्या टेबलासमोर कपड्यांना इस्त्री करत बसली होती. माझ्याकडे तिने ढुंकूनदेखील पाहिले नाही.

"मम्मी, शाळा संपल्यावर मला युनिव्हर्सिटीत जायचंय. त्यासाठी मी अनुदानासाठी अर्ज करतेय. त्यातले काही तपशील तुला भरायचेत. आता भरणं जमेल का?" मी नम्रपणे विचारले.

"युनिव्हर्सिटीत कशाला जायचंय?" ह्या तिच्या प्रश्नावर 'मला कायद्याचं शिक्षण घ्यायचंय' असे उत्तर मी दिले.

"क्लेअर, फक्त हुशार मुलंच युनिव्हर्सिटीत शिकायला जातात. तू कशी जाणार तिथे?" आईने 'तू' वर जोर देऊन विचारले.

"मला बॅरिस्टर व्हायचंय." तिच्या कुजकेपणाकडे दुर्लक्ष करून मी म्हणाले.

"बॅरिस्टर होतेय... लाज घालवणार स्वत:ची. आण ते अर्ज इकडे–" आईने हात पुढे केला. तिने एकामागून एक सर्व पानांवर नजर फिरवली आणि मग शांतपणे अर्जाचे कागद फाडायला सुरुवात केली.

"फक्त हुशार मुलं युनिव्हर्सिटीत जातात." असे म्हणून तिने अर्जाचे छोटे छोटे तुकडे हवेत भिरकावले.

"चालती हो माझ्या नजरेसमोरून. नीघ, नाहीतर तुझी खैर नाही."

बर्फवर्षाव व्हावा, तसे अर्जाचे बारके तुकडे आईच्या अंगावर, फर्निचरवर मंद गतीने पडत होते.

"जाताना दार लावून घे. नीघ."

मी कुंठित होऊन माझ्या अर्जाच्या तुकड्यांकडे पाहत राहिले. मग जड मनाने तिथून बाहेर पडले. 'आता काय करावं' असा विचार करत मी बाहेरच्याच कठड्यावर बराच वेळ बसून राहिले. मग पाय ओढत घरी गेले.

अर्ज भरल्याशिवाय मला युनिव्हर्सिटीत प्रवेश मिळणे शक्यच नव्हते. आईने ते भरून द्यायलाच हवेत, पण ती गोष्टही शक्य नव्हती. सोमवारी आयएलईए ला (इंटरलंडन एज्युकेशन ऑथॉरिटी) फोन केला तेव्हा अनुदानासाठी मी स्वतंत्रपणे अर्ज करू शकते, मात्र त्यासाठी पाच वर्षे मी स्वावलंबी होते, स्वत:चा सांभाळ स्वत:च करत होते हे शाबित करून दाखवण्याची अट होती. मग मला अर्ज भरण्यासाठी अन्य कोणाची गरज भासणार नव्हती.

माझा 'ए लेव्हल'चा निकाल जाहीर झाला. मला चांगल्या ग्रेड मिळाल्या होत्या. त्याआधारे मला न्यू कॅसलमध्ये प्रवेश मिळणे सहज शक्य होते. त्या संदर्भात एक-दोन दिवसांतच त्यांच्याकडून काहीतरी समजेल, अशी माझी अपेक्षा

होती; पण त्यांच्या बाजूने संपर्क झाला नाही. मी अधीर होऊन फोन केला तेव्हा 'जन्मदाखल्याची कॉपी लगेच पाठवून दे. काहीतरी समस्या आहे, पण ती सोडवता येईल.' असे मला सांगण्यात आले. मी दुसऱ्याच दिवशी कॉपी पाठवून दिली. तीन दिवसांनंतर प्रवेश प्रक्रिया विभागातून फोन आल्यावर मला आश्चर्यच वाटले. त्यांनी मला माझे संपूर्ण नाव विचारले. "क्लेअर ब्रिस्को." मी म्हणाले.

"तुला खात्री आहे?"

"अर्थात. तेच माझं नाव आहे." मी ठामपणे उत्तर दिले.

ते संभाषण तेवढ्यावरच संपले; पण पुढच्याच आठवड्यात प्रोफेसर क्लार्कचे पत्र आले. 'तुझा जन्मदाखला आणि तुझी शाळेची सर्व प्रमाणपत्रे ह्यावरच्या नावामध्ये फरक आहे. तू दिलेल्या जन्मदाखल्यानुसार तुझे नाव 'कॉन्स्टन्स बेव्हर्ली ब्रिस्को' असे आहे, परंतु तुझ्या प्रमाणपत्रांवर 'क्लेअर ब्रिस्को' असे नाव लिहिलेले आहे. युनिव्हर्सिटीने 'दुसऱ्या नावावर प्रमाणपत्रे आहेत' ह्या मुद्यावरून तुला प्रवेश द्यायचे नाकारले आहे.' पत्र वाचून मला प्रचंड धक्का बसला. हे काय नवीनच? माझे नाव 'क्लेअर ब्रिस्को' नसेल अशी मला कधीही शंकादेखील आली नव्हती. माझे खरे नाव कॉन्स्टन्स बेव्हर्ली ब्रिस्को आहे ह्याची मला आतापर्यंत कल्पनाच नव्हती. मी प्रोफेसर क्लार्कना फोन करून सर्व परिस्थिती सांगितली, तेव्हा त्यांनादेखील आश्चर्य वाटले. दोघांनी विचारविनिमय करून माझ्या शाळेतील शिक्षक आणि मुख्याध्यापकांनी क्लेअर आणि कॉन्स्टन्स ही एकच व्यक्ती आहे असा पुरावा युनिव्हर्सिटीत सादर करावा असा तोडगा काढला. हे सिद्ध झाल्याशिवाय मला कायद्याच्या अभ्यासक्रमाला प्रवेश देण्यास युनिव्हर्सिटी असमर्थ होती. त्यांना नियमाप्रमाणे चालायला हवे हेही बरोबरच होते. सुदैवाने आठवड्याभरात 'तीच मी' हे सिद्ध होऊन मला माझ्या खऱ्या नावाने प्रवेश मिळाला. 'ह्यापुढे मी 'कॉन्स्टन्स बेव्हर्ली ब्रिस्को' ह्याच नावाने सर्व व्यवहार करीन' असे मी जाहीर केले.

चला. हे छान झाले! पण अजूनही एक मोठा अडथळा होता. मला शिक्षणासाठी अनुदानाची गरज होतीच आणि त्यासाठी पाच वर्षे मी स्वतःचे पालनपोषण करत होते, हे सिद्ध करायचे होते. हॉस्पिटलच्या सिस्टरला मी माझी अडचण सांगितल्यावर तिने सुचवले, "एवीतेवी तुझ्या नोकरीला चार वर्षे झालीच आहेत. तू युनिव्हर्सिटीत जायचे एक वर्ष लांबणीवर टाक. आणखी एक वर्ष काम केलंस की अनुदानासाठीची पाच वर्षांची अट पूर्ण होईल." अन्य काही मार्गच नसल्याने मला ही सूचना मान्य करावीच लागली. नशिबाने युनिव्हर्सिटीनेही एक वर्ष उशिराने प्रवेश देण्यास मान्यता दिली. ह्याचा अर्थ मी १९७९ च्या ऑक्टोबरपासून अभ्यासक्रमाला सुरुवात करणार होते. 'द इनर लंडन एज्युकेशन ऑथॉरिटी'नेदेखील एका वर्षानंतर मला स्वतंत्रपणे अर्ज करून अनुदान मिळवता येईल असे आश्वासन दिले.

हॅम्पस्टेड येथील लिंडहर्स्ट गार्डन्स हॉस्पिटलमध्ये रात्रपाळीच्या परिचारिकेची आवश्यकता होती हे समजल्यावर मी अर्ज टाकला. अनुभवी असल्याने केव्हाही परिचारिकेची कमतरता भासल्यास मला बोलावले जाई. मी स्थानिक 'नर्सिंग एजन्सी'ची सदस्य झाले. त्यांच्याकडूनही मला बरेच काम मिळू लागले.

शाळेचा संबंध सुटला. शाळा सोडणे, हा माझ्या आयुष्यातील महत्त्वाचा टप्पा होता. त्यावर्षी फक्त तीन विद्यार्थ्यांनी पुढील शिक्षणासाठी युनिव्हर्सिटीत प्रवेश घेतला होता. माझा ए लेव्हलचा उत्तम निकाल आणि न्यू कॅसल युनिव्हर्सिटीत विनाअट प्रवेश अशा भक्कम आधारावर मी गाईज हॉस्पिटलच्या क्ष-किरण विभागात पूर्ण वेळ नोकरीसाठी अर्ज केला. नोकरी एक वर्षासाठीच होती. तिथल्या रेडिओलॉजिस्टची मदतनीस असे पद होते. त्यांच्या गरजेनुसार संशोधनकार्यात साहाय्य करायचे हे माझे काम होते. मुलाखत खूपच सोपी, सौहार्दपूर्ण वातावरणात झाली. एव्हाना मी मुलाखती देण्यात खूपच पारंगत झाले होते. नोकरी मिळाल्याचे प्रथम फोन आणि काही दिवसांनी पत्राने कळवण्यात आले. सकाळचे सफाईचे काम सोडावे लागणार होते. किंग्ज कॉलेज हॉस्पिटल आणि लिंडहर्स्ट गार्डन्सच्या नोकऱ्या मात्र मी सोडणार नव्हते. तिथे सर्व कामे उरकल्यावर मध्ये दोन-तीन तासांची झोप काढणे शक्य होते. शनिवारची रोझेसची नोकरीही नाइलाजाने सोडावी लागणार होती. तिथे काम करणे मला अतिशय आवडत होते. माझ्या जागी कोणी मिळाली की मी नोकरी सोडेन असे ईलीनला सांगून टाकले. तीन आठवड्यांनी मी रोझेसमधून बाहेर पडले, ती शेवटचीच. तिथून ईस्ट स्ट्रीट मार्केटला गेले. पीटला भेटायचे होते, पण तो तिथे नव्हता. पुन्हा कधीतरी येईन भेटायला, असा विचार केला. घरी गेले आणि जमिनीवरच गाढ झोपून गेले!

तीन आठवड्यांनंतर माझा पलंग घरी आला. दक्षिण लंडनमध्ये इतका सुंदर आकर्षक पलंग कोणाकडेही नव्हता. तपकिरी रंगाचा चारही पायांवर प्लॅस्टिक सोनेरी रंग, चार कोपऱ्यांतले चार खांब पोकळ धातूचे, त्यावर तपकिरी चॉकलेटी रंगाचे प्लॅस्टिक, प्रत्येक खांबाच्या टोकावर दिमाखात विराजमान झालेले कांद्याच्या आकाराचे सोनेरी प्लॅस्टिकचे घुमट, मोठ्या नारिंगी, खाकी आणि तपकिरी रंगाच्या गादीवर छोटे सफेद ठिपके आणि मोठे शिंतोडे अशी नक्षी. पडदे तर अतिशय सुरेख, मनमोहक होते. तपकिरी रंग, त्यावर विखुरलेले पांढरे ठिपके. सोनेरी घुमटाला अडकवलेल्या आडव्या खांबांवर ते हूकला टांगले होते. जमिनीपासून साधारण अठरा इंचावर झालर लावलेली होती. पलंग नीटनेटका लावून झाल्यावर मी पडदे ओढले आणि आनंदाने झोपी गेले. नंतर कित्येक दिवस आणि रात्री मी जास्तीत जास्त वेळ पलंगावरच असायची. त्यावर बसूनच जेवायची, खायची प्यायची, कपडेही पलंगावर बसूनच घालायची आणि अर्थातच झोपायचीही. दिवसभर

काम करून थकून आले की मी तडक पलंगावर जाऊन पडायची. अर्थात दमलेली नसले तरीही मी लोळत पडून राहायची. पडदे ओढून पुस्तक वाचत मी पलंगावर पहुडायची तेव्हा मला स्वर्गसुख लाभायचे.

काही दिवसांनी मी वुलवर्थला फेरी मारली. निळ्या रंगाची पॉलिएस्टरची रजई, तपकिरी रंगाचे रजईचे कव्हर आणि त्याला साजेसे अभ्रे असे सगळे खरेदी केले. एकाही गिऱ्हाइकाला ती आवडली नव्हती. किंमत कमी केली तरीही रजईचा सेट विकला गेला नव्हता असे त्या विक्रेत्यानेच मला सांगितले. त्यामुळे मला तो सेट अत्यंत स्वस्तात मिळाला. खरोखरच सर्वांनाच आवडेल असा तो नव्हताच. 'असा सेट पुन्हा मिळणार नाही,' असे म्हणून त्या विक्रेत्याने दुसराही सेट माझ्या गळ्यात मारला!

उपसंहार

मी माझे सर्व सामान दीर्घ काळासाठी स्टोअरेजमध्ये ठेवण्याची व्यवस्था केली. आयुष्याच्या नवीन पर्वाला आरंभ करण्यापूर्वी एक अपूर्ण राहिलेले काम मार्गी लावायचे होते. माझ्या डायरीतली शेवटची नोंद अशी होती– लवकरच मी युनिव्हर्सिटीत शिकायला जाणार आहे; पण त्यापूर्वी, नव्हे आजच, आईची भेट घ्यायची आहे.

मी बसने तिच्या घरी गेले. दारावर थाप मारून नेहमीप्रमाणे कोणीतरी दार उघडण्याची वाट पाहत थांबले. घरात सारे काही पूर्वीसारखेच होते. फार काही बदल झाले नव्हते. घरभर नुसता कलकलाट माजला होता. सर्वत्र पसारा पडलेला होता. ब्रिस्को आणि ईस्टमन दोन्ही बाजू तुल्यबळ होत्या. आणि मी? मी कधीपासूनच अनाथ होते. ह्या घराला ही शेवटची भेट हे मी आधीच ठरवून टाकले होते. मी जिना चढून वरती गेले आणि समोरच्याच खोलीत शिरले.

"हॅलो मम्मी," मी म्हणाले.

ती इस्त्रीच्या टेबलाशी बसली होती. मस्त मजेत दिसली, कसलीही चिंता नव्हती... खोलीत प्रचंड पसारा होता. बाजूच्या छोट्याशा स्वयंपाकघरात बहिणाबाई पॉलिन उगीचच काहीतरी पुसत असल्याचे नाटक करत होती. तिचे सारे लक्ष आमच्याचकडे होते. मला पाहून आईची प्रतिक्रिया काय होतेय हे ती कान टवकारून ऐकत होती. आईच्या हातामध्ये गरम इस्त्री होती त्यामुळे मला नसता धोका पत्करायचा नव्हता. मी तिच्यापासून दूर दाराजवळ उभी राहून पुन्हा एकदा म्हणाले, "हॅलो मम्मी,"

तिने माझ्याकडे पाहण्याचीही तसदी घेतली नाही, पण मला त्याचे काहीच वाईट वाटले नाही. मी भिंतीवर रेलून शांतपणे तिच्या प्रतिक्रियेची वाट पाहत उभी होते.

थोड्या वेळाने तिने इस्त्री करणे थांबवले आणि माझ्याकडे पाहून म्हणाली, "काय आहे?"

"दोन आठवड्यानंतर मी युनिव्हर्सिटीत शिकायला जाणार हे तुला सांगायला आलेय."

आईचा हात पुन्हा चालू झाला. इस्त्री करता करता ती एवढेच म्हणाली, "अच्छा?"

"हो. मी युनिव्हर्सिटीत जाणार एवढंच तुला सांगायचं होतं."

आई मन लावून इस्त्री करत होती. माझ्याकडे न पाहता ती म्हणाली, "बरं, बरं. सांगितलं ना? मला तर वाटत होतं की फक्त हुशार मुलंच युनिव्हर्सिटीत जातात."

"खरंय ते. बहुतेक मीही हुशार असणार; पण ते सांगण्यासाठी मी इथे आले नाही. माझं सर्व सामान मी स्टोअरेजमध्ये ठेवणार आहे. १९ सदरलँड स्क्वेअरमध्ये मी परत येणार नाही. कधीही. हेच सांगायचं होतं."

आईने एकदाच नजर उचलून माझ्याकडे पाहिले. मग पुन्हा इस्त्री फिरवायला लागली.

"तुला हेदेखील सांगायचंय की ह्यानंतर मी तुझ्याशी कधीही बोलणार नाही. मरेपर्यंत कधीही नाही."

आईने इस्त्री फिरवणे थांबवले आणि ती स्थिर नजरेने माझ्याकडे बघत राहिली.

"काय म्हणालीस?"

"जिवंत आहे, तोपर्यंत मी तुझ्याशी कधीही बोलणार नाही. तुझ्याशी माझा संबंध संपला. मम्मी, तू माझ्याशी कधीही चांगली वागली नाहीस."

नाकावरचा चष्मा नीट करून आई माझ्याकडे पाहत होती.

"मला तू कधीही आवडली नाहीस मम्मी, कधीही! एकदाच, फार फार पूर्वी तू मला थोडीशी आवडायचीस. मी तेव्हा खूप लहान होते. तुला आठवतही नसेल... बर्नेट स्ट्रीटवरच्या घरी असताना. फक्त त्याच वेळी मला तू आवडत होतीस; पण नंतर कधीही नाही. तेव्हा तू माझ्यासाठी छान क्रीम केक आणायचीस. तेव्हा तू माझी खरी मम्मी होतीस आणि मी तुझी मुलगी. नंतर अशी का वागलीस माझ्याशी? मी नेमकं काय केलं होतं म्हणून तू बदललीस? मम्मी, आज मला उत्तर हवंय. मला कळायला हवंय..."

आई गप्पच होती. माझी सगळी भावंडे आणि ईस्टमनची मुलेही पाठीमागे जमा होऊन सर्व ऐकताहेत हे मला समजत होते.

"तुझ्या वागण्यामुळं तू मला तुझा तिरस्कार करण्यास भाग पाडलंस. मी खरंच तुझा तिरस्कार करते. तुला एक गोष्ट सांगू? तुला मुलं व्हायलाच नको होती. आणखी एक गोष्ट सांगू? बिचारी कॉन्स्टन्स खरोखरच एवढी काही वाईट नव्हती, हे तुला कधीतरी समजेलच." इतकी वर्षे दाबून ठेवलेल्या भावनांचा अखेर उद्रेक झाला होता; पण आईवर त्याचा शून्य परिणाम झाला. ती फिसकन हसून म्हणाली, "चालती हो. तुझ्या त्या युनिव्हर्सिटीत आताच चालती हो." मग शांतपणे तिने इस्त्री करणे चालू केले.

''मला माझ्यावर फक्त प्रेम करणारी आई हवी होती. दुसरी माझी कसलीही अपेक्षा नव्हती. थोडीशी माया हवी होती तुझ्याकडून. माझा तिरस्कार नव्हे, तर माझ्यावर प्रेम करणारी मम्मी मला हवी होती.'' आईच्या पाषाणहृदयाला पाझर फुटेल असे मला अजूनही वाटत होते की काय न कळे!

आईचे इस्त्री करणे चालूच होते.

''सरतेशेवटी मी, कॉन्स्टन्स ब्रिस्को, युनिव्हर्सिटीत जातेय.'' सगळ्या अडचणी पार करून, सर्वांच्या नाकावर टिच्चून मी माझे ध्येय साध्य केलेय, असे म्हणणे मला अभिप्रेत असावे.

''काय म्हणालीस?''

''मी, कॉन्स्टन्स ब्रिस्को, युनिव्हर्सिटीत जाणारेय,'' मी म्हणाले, ''आणि आई, माझं नाव क्लेअर किंवा क्लिअरी नसून कॉन्स्टन्स आहे, 'कॉन्स्टन्स बेव्हर्ली ब्रिस्को' आहे हे मला समजलंय. माझं खरं नाव काय आहे हे तू मला नेमकं कधी सांगणार होतीस?''

आई अर्थातच काही बोलली नाही. शेवटी सगळं असह्य होऊन माझा बांध फुटला. डोळ्यांतून अश्रुधारा वाहू लागल्या.

''मी कायमची चाललेय. फक्त एवढंच तुला सांगायचं होतं, तेव्हा आता मी निघते. मम्मी, मी यापुढे कधीही तुझ्याशी बोलणार नाही आणि त्याचं कारण तुला चांगलं माहिती आहे.'' मी रडत रडत म्हणाले.

ईस्टमन स्वयंपाकघरात घुटमळत होता, पण त्याने आतापर्यंत एक चकार शब्दही उच्चारला नव्हता. बहुधा युनिव्हर्सिटीचे नाव ऐकून तो घाबरला असावा! माझे काम झाले होते. मी निघाले. ईस्टमनची कार्टी जिन्यातच उभी होती. कोणीतरी विचारले, ''तू 'कॉन्स्टन्स' आहेस असं म्हणालीस ना? हे नाव कुठून मिळालं?''

''तेच माझं नाव आहे.'' मी म्हणाले.

''पण तुझं नाव तर क्लेअर आहे. फारच भपकेदार नाव निवडलंयस– कॉन्स्टन्स.''

''तुझं नाव काय आहे?'' पॉलिनलाही खरे वाटत नव्हते.

''कॉन्स्टन्स.''

''काहीतरीच काय? खोटं बोलतेयस तू. तुझं नाव क्लेअरच आहे.'' पॉलिन मानायला तयार नव्हती.

''नाही, ते माझं नाव नाही. माझं नाव कॉन्स्टन्स हेच आहे. माझ्या जन्म दाखल्यावरदेखील तेच नाव लावलेलं आहे. पण जाऊ दे ना, माझं नाव काय आहे हे महत्त्वाचं नाही.'' मी मग कोणालाही फारसे काही पटवून द्यायच्या भानगडीत पडले नाही. जिना उतरले आणि चालती झाले.

सोमवारी सकाळी स्टोअरेज कंपनीची गाडी माझे समान नेण्यासाठी आली. माझी रॉकिंग चेअर, टीव्ही, डायऱ्या आणि कपडे वगळता सर्व सामान स्टोअरेजमध्ये गेले. माझ्या अतिप्रिय, चारखांबी पलंगाचे सुटे भाग, पडदे मोठ्या बॉक्समध्ये नीट ठेवले गेले. मला माझ्या पलंगाची खूप उणीव भासेल, पण पुन्हा आमचे मीलन होईलच हे माहिती असल्याने मन आवरले. पॉलिन आणि आई खाली जिन्याजवळ घुटमळत उभ्या होत्या.

"तू खरंच चाललीस क्लेअर?" पॉलिनने विचारले.

"हो, जातेय. मी बॅरिस्टर होणार आहे."

"पुन्हा कधी भेटणार?"

"मी न्यूकॅसलला राहणार आहे. इथं परत येणार नाही."

"ख्रिसमसला तरी येशील ना?"

"नाही, कधीच येणार नाही."

मला चांगला उबदार कार्डिगन घ्यायचा होता. डायऱ्या रॉकिंग चेअरवर ठेवून मी बाहेर गेले. कार्डिगन घेऊन आले तोपर्यंत आईने डायऱ्या काबीज करून आपल्या बॅगेत ठेवून दिल्या होत्या. मी विनवण्या केल्या, पण अर्थातच तिने ऐकले नाही. ती तरातरा निघूनच गेली. मीही तिच्यामागे धावत सुटले. 'डायऱ्या परत दे.' असे अनेकदा सांगूनही तिने साफ दुर्लक्ष केले. माझी आत्तापर्यंतची जीवनकहाणी होती त्या डायऱ्यांमध्ये. त्या घेऊन ती गेलीच. 'क्लिअरी'ची आयुष्यभराची पुंजी त्या डायऱ्यांमध्ये होती. ती मला कधीही परत मिळाली नाही. निराश होऊन मी परतले. सदरलँड स्क्वेअरमधील माझ्या बाकीच्या वस्तू गोळा केल्या आणि टॅक्सी पकडून किंग्ज क्रॉस स्टेशनवर गेले. दुपारच्या गाडीने न्यू कॅसलला पोहोचले तेव्हा संध्याकाळचे सात वाजून गेले होते. स्टेशनवरून पुन्हा टॅक्सी करून जेस्मंड डीनला विद्यार्थ्यांसाठीच्या होस्टेलमध्ये गेले. तिथे खोली घेतली आणि सत्र सुरू होण्याची वाट पाहू लागले. सर्वप्रथम मायकेल मॅन्सफिल्डना पत्र लिहिले.

ऑक्टोबर १९७९

'प्रिय श्री. मॅन्सफिल्ड,

मी युनिव्हर्सिटीत आले असून तीन वर्षांनंतर आपल्याकडे उमेदवारीला आरंभ करता येईल, अशी आशा करते. हे कळवण्यासाठीच पत्र लिहीत आहे.

आपली कृपाभिलाषी,

–कॉन्स्टन्स ब्रिस्को'

१९७९ ते १९८२ ह्या कालावधीत मी पूर्ण वेळ न्यू कॅसल-अपॉन-टाईन

इथेच होते. लिंडहर्स्ट गार्डन्स हॉस्पिटलमध्ये किंवा अन्य ठिकाणी काम करण्यासाठीच केवळ मी तिथून बाहेर गेले असेन. घरी मात्र कधीच परतले नाही.

१९८२ मध्ये मी बॅचलर ऑफ लॉ ची पदवी ऑनर्ससह संपादित केली. श्री. मॅन्सफिल्ड ह्यांना ही आनंदाची बातमी कळवली. त्यांनी लगेचच कळवले–

८ नोव्हेंबर १९८२

'प्रिय कॉन्स्टन्स,

तुझं पत्र मिळालं. आनंद झाला. मला कधीही चेम्बर्समध्ये भेटायला ये. कोर्टात नसेन, तेव्हा पाच ते साडेसहाच्या दरम्यान मी तिथेच असतो.

–मायकेल मॅन्सफिल्ड.'

१९८३ मध्ये मी बॅरिस्टर झाले. इन्स ऑफ कोर्ट स्कूल ऑफ लॉ इथे एक वर्ष पूर्ण केल्यानंतर मी बॅरिस्टर होण्यास पात्र ठरले.

मी मायकेल मॅन्सफिल्डना ही बातमी कळवली. आपल्याकडे उमदेवारी कधीपासून करता येईल असे मी विचारले होते. त्यांनी कळवले,

सप्टेंबर १९८३

'प्रिय कॉन्स्टन्स,

तुला जमेल तेव्हा लगेचच ये.

– मायकेल.'

◆◆◆